கலாச்சாரக் கவனிப்புகள்

கலாச்சாரக் கவனிப்புகள்

சச்சிதானந்தன் சுகிர்தராஜா

ஐக்கிய இராச்சியத்திலுள்ள பார்மீங்கம் பல்கலைக் கழகத்தில் விளக்கவியல் பேராசிரியராகப் பணியாற்றியவர். பின்காலனித்துவம் பற்றிய அறிவுலக ஆராய்ச்சியினால் அறியப்படுகிறார். காலனிய–பின்காலனிய உரைக்கோவை பற்றி இதுவரை பதினொறு நூல்களும் பதினான்கு தொகுப்புகளும் பதிப்பித்திருக்கிறார். இவருடைய நூல்கள் ஒக்ஸ்போர்ட், கேம்பிரீட்ஜ், ஹார்வர்ட் பல்கலைக்கழக அச்சகங்களால் வெளியிடப்பட்டுள்ளன. இவருடைய ஆக்கங்கள் கொரியன், ஜப்பானிய, ஸ்பானிய, இத்தாலிய ஜெர்மன், மலாய் மொழிகளில் மொழிபெயர்க்கப் பட்டிருக்கின்றன.

தமிழில் ‘அ/சாதாரண மனிதன்’ (சிறுகதைகள், 2008), ‘பண்பாட்டுப் பொற்கனிகள்’ (கட்டுரைகள், 2010), ‘நூல்கள் நூலகங்கள் நூலகர்கள்’ (கட்டுரைகள், 2021) ஆகிய மூன்று நூல்களை காலச்சுவடு வெளியிட்டுள்ளது.

பிறந்த நாடு இலங்கை, வாழும் நாடு இங்கிலாந்து.

சச்சிதானந்தன் சுகிர்தராஜா

கலாச்சாரக் கவனிப்புகள்

காலச்சுவடு பதிப்பகம்

அன்பார்ந்த வாசகருக்கு,

வணக்கம்.

காலச்சுவடு நூலை வாங்கியமைக்கு நன்றி.

நூலின் உள்ளடக்கம், உருவாக்கம், அட்டைப்படம் இன்ன பிற அம்சங்கள் பற்றிய உங்கள் கருத்துகளையும் ஆலோசனைகளையும் காலச்சுவடு வரவேற்கிறது. தகவல், எழுத்து, வாக்கியப் பிழைகள் தென்பட்டால் கட்டாயம் தெரிவித்து உதவுங்கள். நூல் தயாரிப்பில் கடும் குறைபாடு இருப்பின் மாற்றுப் பிரதி உங்களுக்குக் கிடைக்கக் காலச்சுவடு ஏற்பாடு செய்யும்.

மின்னஞ்சல்: publisher@kalachuvadu.com

காலச்சுவடு நாகர்கோவில் தலைமையகத்துக்கும் கடிதம் அனுப்பலாம்.

தங்கள்
எஸ்.ஆர். சுந்தரம் (கண்ணன்)
பதிப்பாளர் – நிர்வாக இயக்குநர்

கலாச்சாரக் கவனிப்புகள் ✸ கட்டுரைகள் ✸ ஆசிரியர்: சச்சிதானந்தன் சுகிர்தராஜா ✸ © சச்சிதானந்தன் சுகிர்தராஜா ✸ முதல் பதிப்பு: செப்டம்பர் 2021 ✸ வெளியீடு: காலச்சுவடு பப்ளிகேஷன்ஸ் (பி) லிட்., 669 கே.பி. சாலை, நாகர்கோவில் 629001

காலச்சுவடு பதிப்பக வெளியீடு: 1001

kalaaccaarak kavanippukaL ✸ Articles ✸ Author: R.S. Sugirtharajah ✸ © R.S. Sugirtharajah ✸ Language: Tamil ✸ First Edition: September 2021 ✸ Size: Demy 1 x 8 ✸ Paper: 18.6 kg maplitho ✸ Pages: 256

Published by Kalachuvadu Publications Pvt. Ltd., 669 K.P. Road, Nagercoil 629001, India Phone: 91-4652-278525 ✸ e-mail: publications@kalachuvadu.com ✸ Printed at Clicto Print, Jaleel Towers, 42 KB Dasan Road, Teynampet Chennai 600018

ISBN: 978-93-91093-13-6

09/2021/S.No. 1001, kcp 3172, 18.6 (1) uss

பொருளடக்கம்

	முன்னுரை: சற்று நிக்க	9
1.	இங்கிலாந்தும் நானும்	13
2.	இங்கிலாந்தில் மிஸ்டர் இட்லி	20
3.	'நீங்கள் புலியா?'	26
4.	மண்டேலாவும் மைக்ரோவேவும்	32
5.	ஆங்கில ஆஸ்பத்திரி அனுபவங்கள்	38
6.	தினசரிப் பத்திரிகையும் தினசரிப் பழக்கமும்	44
7.	சோதனைக் காலம்	51
8.	ஆங்கில வளாகங்கள்: சில நடப்புகள்	57
9.	மேற்கத்தியப் பல்கலைக்கழகமும் இனவாதமும்	63
10.	சுதந்திரச் சந்தையின் சுவரொட்டிப்பாவை	69
11.	படிவார்ப்புகள் சிதைந்த கதை	77
12.	தேவன் உங்களோடு = தத்வமஸி	83
13.	சாலொமோன் ராஜா நுகர்ந்த இந்திய சந்தனத் தைலம்	91
14.	அக்பருக்காகத் தலைப்பாகை கட்டிய இயேசுநாதர்	100
15.	தேவனின் மகிமை கீழ்த்திசையில்	108
16.	ஐக்கிய இராச்சியத் தேர்தல்: குழப்பமும் சிக்கலும்	118
17.	ஐரோப்பிய வாக்கெடுப்புகள்: சில அவதானிப்புகள்	123
18.	டொனால்ட் டிரம்பும் வின்ட்ரிப்பும்	129

19. அமெரிக்கத் தேர்தல்: சில அவசரமான அவதானிப்புகள்	136
20. பயங்கரவாதம்: சுருக்கக் குறிப்புகள்	141
21. புனிதப் போராளிகள்	148
22. ஒசாமா பின் லாடன் என்னும் பயனுள்ள பகைவர்	153
23. எகிப்தியப் புரட்சி: அரபு நாடுகளின் பின் – கருத்தியல் போராட்டம்	160
24. வகுப்பறைகள் வதைத் தளமாக மாறிய கதை	170
25. உதைப்பந்தாட்ட உலகக்கோப்பை: சில பழைய சம்பவங்கள், சில புதிய சங்கடங்கள்	177
26. ஒலிம்பிக்ஸின் சுணசுரும் சில துணையம் கஷதங்களும் சரிசமநிலையற்ற ஐந்து வளைய விளையாட்டுகள்	185
27. முடிவடைந்த நெடும்பயணம்	196
28. ஜமைக்காவில் $10^{3/4}$ நாட்கள்	203
29. பட்டுச் சாலைகள்	210
30. ஒரு தென்கொரிய நாட்டவருக்கு நான் கொடுத்த சாரம்	217
31. பறவையைக் கண்டான், விமானம் படைத்தான்	222
32. தாயிடம் மகன் கேட்க, சொல்லத் தவறிய காரியங்கள்	229
33. பணித்துறைஞரும் கடவுச்சீட்டும்	236
34. விமானப் பயண உபாதைகள்	242
35. பண்பாடும் பணித்துறைஞர்களும்	247

முன்னுரை

சற்று நிக்க

இது கட்டுரைகளின் காலம் என்று சொல்கிறார்கள். இந்த வசனத்தைக் கட்டுடைத்தால் இனிக் கல்கியின் ‘பொன்னியின் செல்வன்’ போல் 2400 பக்கங்களுக்கும் மேலான 5 பாகங்கள் கொண்ட நூல்களை ஒருவரும் எழுதப்போவதுமில்லை, வாசிக்கப் போவதுமில்லை என்று புலனாகும். புனைவு நூல்களைவிட எது உண்மை எது கற்பனை என்று வித்தியாசம் தெரியாமல் மிகக் கச்சிதமாக எழுதப்படும் அபுனைவுப் பதிவுகளும் நூல்களுமே அதிகம் கவனம் பெறுகின்றன. இவை பின் – கற்பனையின் தாக்கம் அல்லது அறிகுறி என்று சொல்லலாம். அந்த வரிசையில் இந்தத் தொகுப்பையும் சேர்த்துக் கொள்ளுங்கள்.

இந்தத் திரட்டில் என்னுடைய இங்கிலாந்து வாழ்க்கையின் அனுபவங்கள் உண்டு. இந்த அனுபவங்கள் எனக்கே சொந்தமானவை என்று சொல்லிக்கொண்டாலும் இதுபோல் பலருக்கும் நடந்திருக்கலாம். இவை உண்மையாகவே அனுபவித்திருந்தாலும் நடந்ததை நடந்தது மாதிரி எழுதாமல் திரித்து, கொஞ்சம் பொய்யையும் கலந்து எழுதியிருக்கிறேன். இவைகளைக் கதை களாகவே எழுதியிருக்கலாம். பத்தி எழுதுவதில் இருக்கும் ஒரு சுதந்திரம், அவை தரும் அறிவார்த்த நெருக்கம், கதைகளில் கிடைப்பதில்லை என்றுதான்

எனக்குப்படுகிறது. கதைகள் எளிதில் கண் கலங்கிறவர்களுக்கு என்று நினைக்கிறேன். அத்துடன் இந்தத் தொகுப்பில் இலக்கியம், அரசியல், சினிமா பற்றிய பத்திகள் உண்டு. இவை தமிழ்ச் சமுதாயத்தைப் பரவலாகப் பாதித்தவை. தமிழ்ச்சமுதாயமும் இவற்றைப் பாதித்திருக்கிறது.

இந்தக் கட்டுரைகள் *காலச்சுவடு*, *காலம்* இதழ்களில் வந்தவை. இவற்றைப் பெருந்தன்மையோடு பிரசுரித்துப் பிறகு நூலாக்க அனுமதி தந்த கண்ணனுக்கும், செல்வம் அருளனாந்தத்துக்கும் என் நன்றிகள், இதனைக் காலச்சுவடு பதிப்பகத்தின் வெளியீடாகக் கொண்டுவரும் கண்ணனுக்கு மேலதிக வணக்கங்கள். இன்னும் இரண்டு பேரை இங்கு நினைவு கூறவேண்டும் – முன்னைய *காலச்சுவடு* பொறுப்பாசிரியர் தேவிபாரதி, நடப்பு பொறுப்பாசிரியர் சுகுமாரன். சர்வதேசத் தொலைபேசி நிறுவனங்களின் பங்குதாரர்களின் பங்காதாயத்தைப் பல மடங்கு அதிகரிக்க இவர்களுடன் பேசியிருப்பேன். இவர்களின் பெரிய இலக்கியத் தொண்டு என் கட்டுரையில் இழைந்தோடிய ஈழத் தமிழ்ச் சொற்களைத் திருத்தி இந்தியத் தமிழாக்கம் செய்யும் காலனிய வேலையில் ஈடுபடாமல் அப்படியே வெளியிட்டது. இவர்களுக்கு என்மீது இருந்த நட்பைவிட இவர்களின் இந்தச் செய்கை தமிழ் பன்முகமானது என்பதனைக் கொண்டாடுவது போல் எனக்குப் படுகிறது. இருவருக்கும் என் வந்தனங்கள். இவர்களுக்கு இங்கே சொல்லப்பட்ட நன்றிகள் வழக்கமாகச் சம்பிரதாயத்திற்குச் சொல்லபட்டவை அல்ல. இவை சுத்தமான, நம்பகத்தன்மையான வார்த்தைகள். இந்த நேரத்தில் அசோகமித்திரனையும் நினைவு கூருகிறேன். அவர்தான் என் தமிழ் எழுத்தை முதலில் *கணையாழி*யில் பிரசுரித்தார். தொடர்ந்து கடைசிவரை என்மீது அன்பும் என் எழுத்துக்கள் மீது ஆர்வமும் அக்கறையும் காட்டினார். இந்த நன்றி நவிலல் பட்டியலில் சாரதாவைச் சேர்க்காவிட்டால் எப்படி? அவரின் ஆதரவும் ஒத்துழைப்பும் இல்லாவிட்டால் என்னால் ஒரு வரி கூட எழுதியிருக்கமுடியாது.

இந்த எழுத்துக்கள் எல்லாம் திட்டமிட்டு எழுதப்பட்டவை அல்ல. பதிவுக்கான முடிவுத் திகதி நெருங்கும் முன் எனக்கு என்ன தோன்றியதோ அதை எழுதினேன். ஆகையினால் இக் கட்டுரைகளில் ஒரு அவசரத்தையும் அரைகுறையையும் நடுக்கத்தையும் தள்ளாட்டத்தையும் உறுதியின்மையையும், ஒரு பக்கச் சாய்வுகளையும் காணலாம். இந்த வியாசங்களுக்கு நான் காட்டிய முயற்சி பற்றி எபிரேய ஞானி ஒருவரின் வார்த்தைகள்

பொருத்தமாக இருக்கும் என்று நினைக்கிறேன்: "இது நன்முறையிலும் கட்டுக்கோப்புடனும் எழுதப்பட்டிருப்பின் இதுவே எனது விருப்பம். குறைபாடுகளுடனும் சிறப்புக் குன்றியும் அமைந்திருந்தால் என்னால் செய்ய முடிந்தது அவ்வளவுதான்."

பார்மீங்கம் **சச்சிதானந்தன் சுகிர்தராஜா**
ஜூன் 15, 2021

கொரோனா வைரஸினால் சுய தனிமைக்காட்பட்ட
இலையுதிர்காலக் காலைப் பொழுது

1

இங்கிலாந்தும் நானும்

இந்த வருடத்துடன் நான் ஐக்கிய இராச்சியத்துக்கு வந்து முப்பத்தைந்து ஆண்டுகளாகின்றன. 1980ஆம் ஆண்டு சித்திரை மாதம் 30ஆம் நாள் மிதமான குளிர்ச்சியான வசந்தகால மாலைப் பொழுதில் கலாநிதிப் பட்டப் படிப்பிற்காக (இந்தியத் தமிழில் முனைவர் பட்டம்) பார்மீங்கம் விமான நிலையத்தில் வந்திறங்கினேன். அன்றைய பார்மீங்கம் விமான நிலையக் கட்டிடத்தை அதிநவீன மாட்டுக்கொட்டகை என்றுதான் சொல்ல வேண்டும். பயணிகளுக்குத் தோழமையானது அல்ல. இன்றைய விமானநிலையம் அதே வளாகத்தில் இன்னுமொரு பகுதியில் புதிதாகக் கட்டப்பட்டிருக்கிறது. பழைய கட்டிடம் சர்வதேசச் சரக்குத் தரிப்பிடமாக மாறியிருக்கிறது. அன்றைய குடிநுழைவு அதிகாரிகள் மேஜர் சுந்தர்ராஜன் பாணியில் சீருடையணிந்து பயணிகளைப் பயமுறுத்தவில்லை. சாதாரண உடையில்தான் இருந்தார்கள். எல்லா கறுப்பு, வெளுப்பு, மஞ்சள் பயணிகளும் புகலிடம் தேடிகள் என்ற எண்ணம் அன்றும் இன்றும் மங்காமலிருக்கிறது. ஆங்கிலக் கல்வி ஆண்டு செப்டெம்பர் மாதத்தில்தான் ஆரம்பமாகும். படிப்பை எப்படி ஏப்ரலில் தொடங்கலாம் என்று குடிநுழைவு அதிகாரிக்குச் சந்தேகமாகயிருந்தது. நல்லவேளை பார்மீங்கம் பல்கலைக்கழக அனுமதிக் கடிதத்தில் என் தொடக்க நாள் தெளிவாகவிருந்தது. வேறு வழியில்லாமல் என்னை ஐக்கிய ராச்சியத்துக்குள்

நுழைய அனுமதித்தார் ...இன்றையக் கட்டிறுக்கமான குடியேறுதல் பற்றிய சூழ்நிலையில் குடிவரவு அதிகாரிகளைத் திருப்திப்படுத்த இருபத்தைந்து கிலோ பாரமுள்ள காகிதச்சான்றுகள் தேவைப்படும்.

நான் பார்மீங்கம் பல்கலைக்கழகத்தைத் தேர்ந்தெடுக்கக் காரணம் 70களின் இறுதியில் பிரபல ஆங்கிலத் தத்துவஞானி *John Hick* பதிப்பித்த *'Myth of God Incarante'* என்ற நூலாகும். எனது காலகட்டத்தில் கலைத்துறையில் கல்வி கற்றவர்களுக்கு ஹீக்கின் *'Philosophy of Religion'*னுடன்தான் எங்கள் அறிவார்வம் ஆரம்பமாகியது. இந்த நூலை அறிந்திராத மானிடவியல் மாணவர்கள், இந்திய வரலாற்று மாணாக்கர் காந்தியின் 'சத்திய சோதனை'யைத் தெரியாது என்று சொல்வதுபோன்றது. ஈழத்தின் இரண்டு இலக்கிய கர்த்தாக்களான கைலாச[illegible]யும் [illegible]வத்தம்பியும் இதே பல்கலைக்[illegible] கலாநிதிப் பட்டம் பெற்றார்கள் [illegible] பிறகுதான் அறிந்துகொண்டேன். இவர்கள் எழுதிய ஆய்வுக்கட்டுரைகள் கண்டி தளதா மாளிகையில் புத்தருடைய பல்லுக்குக் காட்டப்படும் வணங்கத்தக்க மரியாதையுடன் பாதுகாக்கப்படாவிட்டாலும் பழையகாலத் தட்டச்சில் பதிவுசெய்யப்பட்ட ஆயிரக்கணக்கான ஆய்வுக்கட்டுரைகளுடன் சுவடிக்கூடத்தில் கரையான் கடிக்காமல் இன்னும் பத்திரமாக இருக்கிறது. என்னுடைய ஆய்வுக்கட்டுரையின் ஆரம்ப வரைபுகள் தட்டச்சில்தான் குத்துவிரலால் எழுதப்பட்டது. இறுதியாகச் சமர்ப்பிக்கும்போது மின்தட்டச்சு வந்துவிட்டது. அந்த நேரத்தில் ஆராய்ச்சியாளர்களின் சர்வ நோய்களையும் குணமாக்கும் எஸ்.எஸ். காளிமுத்துவின் அதிசய லேகியமாக மின்மத் தட்டச்சு தென்பட்டது. கணினிகள் ஆராய்ச்சியாளர்களின் மேசையை ஆக்கிரமித்துக் கொள்ள இன்னும் சில ஆண்டுகள் காத்திருக்கவேண்டியிருந்தது.

அன்று பார்மீங்கமில் ஒரே ஒரு பல்கலைக்கழகம்தான் இருந்தது. 19ஆம் நூற்றாண்டு தொழில்துறைப் புரட்சி ஏற்படுத்திய பயன்முறை அறிவியல் தேவைகளைப் பூர்த்தி செய்ய, இங்கிலாந்தில் ஆரம்பிக்கப்பட்ட பல்கலைக்கழங்களில் முதலில் நிறுவப்பட்டவைகளில் இதுவும் ஒன்று. நான் என் படிப்பைத் தொடங்கிய போது ஏழாயிரம் மாணவர்களே இருந்தார்கள். இன்று இருபத்தியேழாயிரமாயிருக்கிறது. அந்த நாட்களில் வெளிநாட்டு மாணாக்கர் தொகை இந்திய கிரிக்கட் அணி அன்னிய நாடுகளில் வெற்றிபெற்ற எண்ணிக்கைகள் போல் மிகக் குறைவு. இன்றைக்கு வர்த்தக, சட்டத் துறை வகுப்புக்குள் நுழைந்தால் ஏதோ சீனப் பிராந்திய பல்கலைக்கழகத்தில் இருப்பதுபோல் ஒரு பிரமிப்பு ஏற்படும்.

பார்மீங்கம் நகரத்திற்கு இரண்டு மட்டுமீறிய பெருமைகள் உண்டு. ஒன்று காட்பாரி சாக்லேட். காலனீயம் அறிமுகப் படுத்திய இனிப்பு வகை இது. ஆங்கில ஆண்டகைகள் காலனிகளில் வியாபாரப் படுத்திய வணிகத்தின் பண்டங்களில் *Huntley and Palmers* பிஸ்கோத்து, *Kraft Cheese,* ஒவல்டீன் போன்றவற்றைச் சேர்த்துக்கொள்ளலாம். இந்த உணவு வகைகள் ஆளப்பட்டவர்களின் சுவை அரும்புகளைத் தூண்டிவிட்டுச் சுதந்திரத் தாகத்தை மங்கலடையச் செய்யும் உத்திகள் என்ற எண்ணப்போக்கு பின்காலனீய வாதிகளிடம் உண்டு.

பார்மீங்கம் பெருமை பற்றிச் சுற்றுலா அறிக்கைகள் தெரிவிக்கக் கூசும் மற்றைய தகவல், நகரின் பிரசித்தமான துப்பாக்கித் தொழிற்சாலைகள். 1824இல் பூள் தெருவில் ஜியார்ஜ் கட்பாரி முதல் இனிப்புப் பண்டகக் கடையைத் திறந்தபோது முதலாவது மிட்டாயை வாங்கியவர் பிரபல துப்பாக்கி உற்பத்தியாளர் வெஸ்டலி ரீட்சார்ட்ஸ். இவரின் துப்பாக்கிச் சாலை பார்மீங்கம் பல்கலைக்கழகத்திற்குப் போகும் ஒரு ஒழுங்கையில் இருந்தது. காலனிகளில் ஆங்கில ஆட்சியை வலுப் படுத்த இந்தத் துப்பாக்கிகள் பயன்படுத்தப்பட்டிருக்கும் என்று நினைக்கிறேன். ஒவ்வொருமுறையும் இந்தத் தொழிற்சாலையைக் கடக்கும்போது ஆங்கிலத் துப்பாக்கிச் சூட்டினால் 1857இல் கிழக்கிந்தியக் கம்பனிக்கு எதிராக மடிந்த இந்தியர்களையும், 1915 கண்டிக் கலவரத்தில் இறந்துபோன இலங்கையர்களையும் நினைத்துக்கொள்வேன். இப்போது இந்த உற்பத்திச்சாலை இல்லை; அது இடிக்கப்பட்டுப் புதிய தெரு உருவாக்கப்பட்டிருக்கிறது. பார்மீங்கமின் பெருமைகள் இரண்டு என்று சொல்லியிருந்தேனே, அதை அழித்துவிட்டு மூன்றாவதையும் சேர்த்துக்கொள்ளுங்கள். அது BSA துவிச்சக்கர வண்டி. ஒருகாலத்தில் ஈழத்தமிழரின் பிரதான வாகனமாக இருந்திருக்கிறது. இலங்கையின் பேர்போன ஒழுங்கைகளின் பள்ளங்கள், குழிகளை நினைவில் வைத்து உருவாக்கியிருக்க வேண்டும் என்று நினைக்கிறேன். அவ்வளவு திடகாத்திரமானவை.

இந்த முப்பத்தைந்து ஆண்டுகளில் பார்மீங்கமும் ஐக்கிய ராச்சியமும் மாறியிருக்கிறது. நானும் மாறியிருக்கிறேன்.

முதலில் சில உடனடி அவதானிப்புகள்: கோப்பி குடித்தலைப் போதைப் பொருள் பாவிக்கும் ஸ்தானத்தில் வைத்திருந்த எனக்கு அந்த நாட்களில் கோப்பிக் கடைகள் இல்லாதது பெரிய ஏமாற்றம். 1994ற்குப் பிறகுதான் *Starbucks, Costa, Nero* போன்ற பன்னாட்டுக் கடைகள் ஆங்கில நகர வீதிகளில் தோன்றின. நம்மூரில் கோப்பிக் கடைகள் செய்யும் வேலையை இங்கே *Pub*கள் நிரப்புகின்றன.

Pub என்ற ஆங்கிலச் சொல்லுக்கு நேரான தமிழ் மதுக்கடை. இந்த நேர்ப்பொருள் மொழிபெயர்ப்பு ஒருபாதி உண்மையையே தெரிவிக்கிறது. இவை வெறும் யாழ்ப்பாணத்தில் காணப்படும் குடித்துவிட்டு உருண்டுபுரளும் சாராயத் தவறணை அல்ல. *Public house* என்பதின் சுருக்கம். இது பொதுமக்கள் கூடும், சமூகப் பரிவர்த்தனை செய்யும் வெளி. பெரும்பாலான அரசியல், வர்த்தக ஆலோசனைகள், முடிவுகள் இங்கேதான் நடைபெறுகின்றன. ஆங்கிலத் தொலைக்காட்சியில் பிரபலமான, நீண்ட நாளைய நெடுந்தொடர்களான *Coronation Street*, *EastEnders*இன் கதைக்களம் பப்தான். ஆங்கிலப் பப்புகள் வகுப்பு படிநிலையானவை. ஒவ்வொரு சாதிக்கும் ஒரு கோயில்போல் ஒவ்வொரு வர்க்கத்துக்கும் பப்புகள் உண்டு. மத்திய தர வர்க்கப் பப்புகளில் அடிமட்டத் தொழிலாளர்களைப் பார்ப்பது அரிது.

அந்த நாட்களில் *BBC1, BBC2, ITV* என்று மூன்று தொலைக்காட்சி அலைவரிசைகள்தான் இருந்தன. 1982இல் *Channel 4* அறிமுகப்படுத்தப்பட்டது. இன்றைப்போல் 24 மணித்தியால ஒளிபரப்பல்ல. சில அலைவரிசைகள் மதியம் தொடங்கி நள்ளிரவில் முடிந்துவிடும். ஒருகாலத்தில் இந்தியத் திரையரங்குகளில் படம் முடிந்தவுடன் தேசிய கீதம் திரையிடப்படுவதுபோல் ஆங்கில தேசிய கீதத்துடன் அலைவரிசைகள் நிகழ்ச்சிகளை முடிப்பதுண்டு. மின்ம வணிகச் சரக்குகள் அவ்வளவு மலிவல்ல. எனக்குத் தெரிந்தவர்களில் அனேகர் தொலைக்காட்சிப் பெட்டிகளை மாத வாடகைக்கே எடுத்திருந்தார்கள். சீவல் பாக்குக் கடைகள் தெருவுக்குத் தெரு இருப்பதுபோல் அந்த நாட்களில் தொலைக்காட்சிப் பெட்டிகளை வாடகைக்குத் தரும் கடைகள் இருந்தன. அதில் ஒன்று *Radio Rental* என்ற நிறுவனம். ஒரு மாத வாடகை எட்டு பவுண்டுகள். இன்னும் அந்தக் கம்பனியின் பழைய ரசீதுகளை வைத்திருக்கிறேன்.

என் வீட்டுக்கு அருகிலிருந்த பிர்ஸ்டல் ரோட் மாறியிருக்கிறது. சென்னைக்கு அண்ணா சாலை, கொழும்புக்குக் காலி வீதிபோல் பார்மீங்கத்திற்கு இந்தத் தெரு என்று வைத்துக்கொள்ளுங்கள். வந்த நாட்களிலிருந்து இரண்டு கடைச் சொந்தக்காரர்களிடம் எனக்கு நெருங்கிய தொடர்பு உண்டு. ஒன்று ஈரானியரின் கடை. அவர் கொமேனி புரட்சியின்போது நாட்டைவிட்டு வெளியேறினார். முதலில் ஒரு காய்கறிக் கடை வைத்திருந்தார். பிறகு ஈரானியக் கம்பளங்களை இறக்குமதி செய்தார். அவரை முதலில் 80களில் கண்டபோது நான் இலங்கை என்று அறிந்ததும் அவர் முதல் கேள்வியாக ஏன் உங்கள் விடுதலை இயக்கங்கள் ஒருவருக்கொருவர் சண்டை போடுகிறார்கள் என்று கேட்டார். உங்களுக்கு எப்படி ஈழப் பிரச்சனை பற்றித்

தெரியும் என்றுதான் கேட்டதற்கு ஈரானிலிருக்கும் போதிருந்தே உங்கள் அரசியலைக் கவனித்து வருகிறேன் என்றார். இப்போது அவருக்கு வயதாகிவிட்டது. அவருடைய பிள்ளைகளுக்கு இந்த வியாபாரத்தைத் தொடர்வதில் அதிக ஈடுபாடில்லை. அவரின் கடை விற்பனைக்கு வந்திருக்கிறது. மற்றது என் வீட்டிற்குத் தினமும் த கார்டியன் பத்திரிகை வினியோகம் செய்த பிரயனின் தினசரிகள் விற்கும் கடை. ஒவ்வொரு திங்கள்கிழமையும் பத்திரிகை காசுகட்டப் போவேன். கிருபானந்த வாரியாரின் பிரசங்கங்கள் கீதையை உதாரணம் காட்டாமல் முற்றுப் பெறுவதில்லை. அதுபோல் கிரிக்கட் பற்றிக் கதைக்காமல் எங்கள் உரையாடல் முடிந்ததில்லை. பிரயனின் கடை திவாலாகிவிட்டது. மூன்று பத்தாண்டுப் பழக்கம் சென்ற பங்குனியுடன் முடிந்துவிட்டது. இப்போது பிரயன் எங்கு இருக்கிறார் என்று தெரியாது. 80களில் த கார்டியனின் விலை 18 பென்சுகள். இன்றைக்கு £1.60. சனி இதழ் £2.50.

இனி அரசியல், இலக்கியம் பற்றி. அன்றைக்கு மாணவர்களின் அறைகளில் இரண்டு அரசியல் தலைவர்களுடைய படங்கள் அலங்கரிக்கும்; ஒன்று சீ குவேரா மற்றது நெல்சன் மெண்டோலா. இன்று வலது, இடது அரசியல் மங்கலான நாட்களில் மாணவர்களை ஒன்றுபடுத்தக்கூடிய அரசியல் கருத்தாக்கங்கள், தலைவர்கள் இல்லை; தென் ஆப்பிரிக்கா, பலஸ்தீனம், நீக்கராகுவாக்குக் காட்டிய அக்கறை, ஆவேசம் இன்றைய போஸ்னியா, உக்கிரேன், எகிப்து வரை நீடிக்கவில்லை. அன்று இடதுசாரி அரசியலில் செலுத்திய ஆர்வம் இன்று கொஞ்சம் தணிந்திருக்கிறது. இன்றும் மாணவர்கள் ஆர்ப்பாட்டம் செய்கிறார்கள். இந்த எதிர்ப்புத் தெரிவிப்பின் போக்கு மாறியிருக்கிறது. இது முழுக்க அரசியல் பற்றியதல்ல. இன்று முழுக் கற்பிப்புக் கட்டணம் செலுத்திப் படிக்கும் மாணவர்கள் சந்தைப்படுத்தப்பட்ட கல்விபற்றியது. ஆர்ப்பாட்டம் என்ற பெயர்கூட மாறி இப்போது இடத்தை அடைத்துக்கொள்ளுதலாக மாறியிருக்கிறது (occupation). இதைக் கணினியில் ஏற்றிக்கொண்டிருக்கும் போது லண்டன் கலைக் கல்லூரி மாணவர்கள் பாடத் திட்டம் பற்றி அதிருப்தியடைந்து வளாகத்தில் வலுக்கட்டாயமாகக் குடியிருக்கிறார்கள்.

அன்று மார்கிரட் தாட்சர் ஆட்சியிலிருந்தார். அவை இருண்மையான, இரக்கமற்ற நாட்கள். வலதுசாரி அரசியல், சுதந்திரச் சந்தையின் பொற்காலம் என்று சொல்லலாம். பொதுச் சொத்துகளான குடிநீர், மின்சாரம், எரிவாயு தனியார் கைக்கு மாறுவதற்கான சூழ்நிலையைத் தாட்சர் தொடங்கி வைத்தார். தனிப்படுத்தப்பட்ட வணிக நிறுவனம் எல்லாமே சரியானபடி வேலைசெய்யாது என்பதற்கு மாதிரிப் படிவம்

ஆங்கில ரயில்வே. தனியார் இரும்பூர்தியில் பயணச்சீட்டு வாங்குவதற்கு துபாயிலிருக்கும் உயர்ந்த கட்டிடமான *Burj Khalifa* அளவு வேண்டும். அவ்வளவு சிக்கலானது. சமீபத்தில் தனியார்மயமாக்கப்பட்ட பொதுச் சொத்து தபால் சேவை. அன்று தொழிற் கட்சி பிளவுபட்டிருந்தது; டோனி பிளயரின் தலைமையில் வர்த்தகச் சார்பான கட்சியாக உருவெடுத்தது. இன்றையத் தொழிற் கட்சி தாராளமயக் கொள்கைக்கு மாற்றுக் கருத்து தேடும் நிலையில் இல்லை. ஒருவிதத்தில் பார்க்கப்போனால் வலதுசாரி இன அரசியல் இன்னும் வலுப்பெற்றிருக்கிறது. புதிய இனவாதக் கட்சியான UKIP இந்த மாற்றத்திற்கு அடையாளம்.

இனி இலக்கியத்திற்கு வருவோம். குறுகிய வட்டாரத் தன்மையுள்ள ஆங்கில நாவலை உலுக்கிய சம்பவம் சால்மான் ருஷ்டியின் 'நடுநிசிக் குழந்தைகள்'. 1981 புக்கர் பரிசு பெற்ற நாவல் இது. கலப்பினப் பண்பாட்டின் வரையெல்லை களை, இடப்பெயர்வின் சிக்கல்களை அடையாளப்படுத்திப் பகிடிக்குரிய நாவலாக இது அமைந்தது. அவரும் அந்த நாட்களில் இனவாதத்திற்கு எதிராக, புலம்பெயர்ந்தவர்களின் புறக்கணிப்பு உணர்வுகளை வெளிப்படுத்துவதில் மும்முரமாக இருந்தார். ஆனால் இவர் பிறகு எழுதிய 'சாத்தானின் வசனங்கள்' இவர் எந்தச் சிறுபான்மையினருக்குக் குரல் கொடுத்தாரோ அந்தச் சமூகங்களிடையே வேறுபாடுகள், பல்வகைப் போக்குகள் இருப்பது தெரியவந்தது. பிராட்ஃபோர்ட் முஸ்லீம்கள் அடிப்படை வாதத்தை அடையாளப்படுத்தும் சொல்லாக ஐக்கிய ராச்சிய ஊடகங்களில் புழக்கத்திற்கு வந்தது. இதில் முரண்நகை என்னவென்றால் மாற்று அரசியலுக்குப் பிரதிநிதியாக இருந்த ருஷ்டி இன்று Sir பட்டம் பெற்று ஆங்கில ஸ்தாபனத் தூணாகி விட்டார். அவரின் தற்போதைய அரசியல்கூட கலங்கலான நிலையில் உள்ளது. உண்மையை அரசுக்குத் தெரிவிக்கும் வேலையை அன்று தொடங்கி இன்றுவரை செய்து வரும் சிறுபான்மைப் படைப்பாளிகள் தாரீக் அலி மற்றும் ஹானீவ் குரேஷி.

இன்னும் எவ்வளவோ சொல்லலாம். இப்போதைக்கு பொதுசனத் தொடர்புச் சாதனச் சொல்லாடலில் ஏற்பட்ட ஒரு மாற்றம் கூறி இந்த மேலீடான, ஒரு திட்டக் குறிக்கோள் இல்லாமல் எழுதப்பட்ட இந்தக் கட்டுரையை முடிவுக்குக் கொண்டு வருகிறேன். . . அந்த நாட்களில் மூன்றாம் உலகநாடு என்ற வார்த்தை இழிவாகவும் எள்ளலாகவும், அந்தப் பிரதேச மக்கள் பரிதாபத்துக்குரியவர்களாகவும் கருதப்பட்டனர். மூன்றாம் மண்டலம் பற்றிய இந்தக் குறை எண்ணம் மாறிவருகிறது.

இப்பொழுது மூன்றாம் உலக நாடுகள் பற்றி வியப்பும் ஒருவிதமான பயமும் வந்திருக்கிறது. இதற்கு சீனா, இந்தியா, பிரேசில் போன்ற நாடுகளின் பொருளாதார வளர்ச்சியும் பணபலமுமே காரணம். இந்த மாறுபட்ட எண்ணப் போக்கை ஒரு உவமானம் மூலம் சொல்லுகிறேன். ஆங்கில நூலில் படித்தது; அதன் ஆசிரியர் கூறுகிறார்: குடும்பமாகச் சாப்பிடும்போது தட்டில் மிச்சங்கள் விட்டால் என் தந்தையார் மூன்றாம் உலக நாடுகளைப் பார், எத்தனை பேர்கள் பசியால் வேதனைப்படுகிறார்கள் என்று யோசி. ஒன்றையும் விடாமல் சாப்பிடு என்று மருட்டி இணங்கச் செய்வார். இன்று என்னுடைய மகன் சாப்பாட்டுத் தட்டில் உணவுப் பதார்த்தங்களை விட்டுவிட்டால் நான் அவனுக்குச் சொல்லும் ஆலோசனை: ஒன்றையும் விட்டு வைக்காதே. எல்லாவற்றையும் சாப்பிடு, உடலைத் திடமாக்கு. நிறையப் படி. அல்லாவிட்டால் உன்னுடைய வேலையைச் சீனர்களும் இந்தியர்களும் பிடுங்கிவிடுவார்கள்.

காலச்சுவடு **இதழ்** 185, மே 2015

2

இங்கிலாந்தில் மிஸ்டர் இட்லி

நான் இங்கிலாந்துக்கு 1980இல் வந்தபோது இந்திய சாப்பாட்டுக் கடைகளில் வடஇந்திய உணவுகள்தான் கிடைக்கும். இந்தச் சமையல்காரர் களுக்கு விந்திய மலைக்குத் தெற்கே இருக்கும் பிரதேசம் விண்வெளி விஞ்ஞானிகளால் இன்னும் கண்டுபிடிக்கப்படாத ஒரு வனாந்திரக் காடு. இந்த உணவகங்களை வங்காள தேசத்தினர், முக்கிய மாக *Sylhet* பள்ளத்தாக்கிலிருந்து வந்தவர்கள் நடத்தினார்கள். செட்டிநாடு போல் *Sylhet* உணவுத் தயாரிப்பில் பெயர்போன இடமில்லை. இவர்கள் பயிற்சிபெற்ற சமையல்காரர்களும் அல்ல. காலையில் தொழில் பார்த்துவிட்டு மாலையில் அதிசயமாகச் சமையல்காரராக மாறிவிடுவார்கள். இந்த உணவகங்களின் சுவர்களை அலங்கரிக்க ஒட்டிய வர்ணத்தாள் சிவாஜி கணேசனின் வசந்த மாளிகையை நினைவூட்டும். நல்லி விளம்பரங்களில் காணப்படும் பட்டுச்சீலை போல் கண் கூசும்படி யான பளபளப்பான வர்ணத்தில் இருக்கும். ஒரு குடிசைத் தொழில்போல் ஆரம்பித்த இந்த உண்டிச் சாலைகள் இன்று *Michelin star* (உணவகங்களின் ஞான் பீத்) ஆகப் பெரும் அளவுக்கு வளர்ந்திருக்கிறது. லண்டனிலிருக்கும் *Tamarind Restaurant,* இந்தப் பெருமையை 2001இல் பெற்றிருக்கிறது.

பரவலாக நிலவும் கருத்துப்படி இந்திய உணவகங்கள் 70களில் ஆரம்பிக்கப்பட்டதல்ல. முதல் இந்தியச் சமையல் பற்றிய குறிப்பை 1747இல் *Hannah Glasse* வெளியிட்டிருந்தார்.

இங்கிலாந்தின் முதல் இந்திய உணவகம் The Hindoostane Coffee House. 1809இல் பிரித்தானிய-பிரான்சு போர்நாட்களில் ஆரம்பிக்கப்பட்டது. இதன் உரிமையாளர் பட்னாவில் பிறந்த Sake Dean Mahomed (1759-1851) என்ற குடியேற்றவாசி. அந்த நாட்களில் சாப்பாட்டுக் கடைகள் Coffee House என்றுதான் அழைக்கப்பட்டன. கோப்பி அப்போதுதான் அறிமுகமாக்கப் பட்டு மக்களிடையே அதிக செல்வாக்குப் பெற்றிருந்தது. டீன் முகமதின் நோக்கம் ஆங்கில உயர்குடி மட்டத்தினரைக் கவருவது. காலனிய இந்தியாவில் ஆட்சியாளர்களின் ஆடம்பரமான பெரு விருந்துகளை நாவல்களிலும் பத்திரிகைகளிலும் படித்திருந்த ஆங்கிலேயர்களுக்கு அறிமுகப்படுத்த இந்த உண்டிச்சாலையை டீன் முகமது அமைத்திருந்தார். ஆனால் இந்த உணவகம் அதிக நாட்கள் நீடிக்கவில்லை. இரண்டு ஆண்டுகளுக்குள் மூடவேண்டியதாயிற்று. இதற்குக் காரணம், உண்டிச்சாலையில் அவர் பரிமாறிய இந்திய உணவின் தரமல்ல. குடும்பமாக வந்து சாப்பாட்டுக் கடைகளில் அம்பலமாக உணவு அருந்தும் பழக்கம் இந்த மேட்டுக்குடியினரிடையே அந்த நாட்களில் அதிகம் பரவவில்லை. இதே காலகட்டத்தில் எழுதப்பட்ட Jane Austenனின் நாவல்களை வாசியுங்கள். வகுப்பு உணர்வுள்ளவர்கள் விருந்துகளை எல்லாம் அவரவர்களின் வீடுகளில்தான் வைத்துக் கொண்டனர். வாடிக்கைக்காரர்களைத் திருப்திப்படுத்த அவர்களின் வீடுகளுக்கு உணவு தருவிப்பு (delivery service) பழக்கம் சமீபத்தில் தோன்றிய பீட்சா கடைகள் மூலம் புதிதாகத் தொடங்கப்பட்ட ஒரு வியாபாரத் தந்திரமல்ல. இந்தக் கெட்டித்தனமான வணிக உத்தியை 19ஆம் நூற்றாண்டிலேயே டீன் முகமது அறிமுகப்படுத்தியிருந்தார்.

இந்த டீன் முகமதைப் பற்றி இன்னும் இரண்டு காரியங்கள் சொல்ல வேண்டும். புது முயற்சிகள் செய்வதில் இவர் ஒரு சக்கரவர்த்தி. இவர்தான் இங்கிலாந்தில் முதல்முறையாக சவர்க்காரத் திரவத்தை (shampoo) உபயோகித்துத் தலை கழுவும் நீராவிக் குளியல் (vapour bath) நிலையத்தைத் தொடங்கி வைத்தவர். மற்றது, இவர் 1794இல் எழுதிய 'The Travels of Dean Mahomet, a Native of Patna in Bengal, Through Several Parts of India, While in the Service of the Honourable the East India Company' என்ற நூல். இதுதான் இந்தியர் ஆங்கிலத்தில் எழுதிய முதல் நூல் என்கிறார்கள். 28 கடிதங்கள் மூலமாக இந்தியாவின் சரித்திரம், முகலாயர் ஆட்சி பற்றி ஆங்கிலேயர்களுக்கு அறிமுகப்படுத்தினார். ஒருவிதத்தில் புலம்பெயர்ந்தோர் எழுத்துக்கு டீன் முகமதுதான் முன்னோடி.

இந்திய உணவகங்களில் அதிக நாட்கள் நீடித்திருக்கும் நிறுவனம் லண்டன் *Regent Street*இல் இருக்கும் அசலான தமிழ்ப் பெயருடைய 'வீராசாமி'. இது காலனிய உச்சக்கட்ட நாட்களில் 1926இல் ஆங்கிலேயரால் ஆரம்பிக்கப்பட்டது. காதலர்களுக்கு ஒரு தாஜ்மகால் என்றால் ஆங்கில இந்திய உணவுப் பிரியர்களுக்கு 'வீராசாமி'. இங்கே நான் ஒருமுறை சாப்பிட்டிருக்கிறேன். நான் கூறும் அறிவுரை, அதிக எதிர்ப்பார்ப்பு களுடன் போகாதீர்கள். செட்டி நாட்டுக் கோழிக்கறியையும் அதன் வாசனையையும் ருசியையும் முதலில் மறந்து விடுங்கள். மற்றது, மோடியின் புதிய 2000 ரூபாய் நோட்டுகள் கட்டுக் கட்டாக இங்கே உங்களுக்குத் தேவைப்படும்.

இந்தியக் கறிகளுக்குப் பொற்காலம் என்றால் 90களின் இறுதி யும் 21ஆம் நூற்றாண்டின் தொடக்க ஆண்டுகளுமாகும். அதன் உச்சக்கட்டம் 2001இல் மறைந்த பிரித்தானிய வெளிநாட்டுக் காரியதரிசி ராபீன் குக், சிக்கன் டிக்கா மசாலாவை (*Chicken tikka masala*) ஆங்கிலேயரின் தேசிய உணவு என்று அறிவித்தார். ஒரு அரசியல் திராணியுள்ளவரின் அங்கீகரிப்பு, ஒவ்வொரு இந்தியனும் பெருமைப்படக்கூடிய விசயமல்ல. இது ஒரு பின் காலனிய அபகரிப்பு. காலனியம் பிரதேசங்களைக் கைப்பற்றுவதில் மட்டுமல்ல பிறரின் சொத்துகள், கலாச்சார அடையாளங்கள், உணவுகள், உடைகளைத் தன்னுரிமையாக்குவதுண்டு. இந்தியக் கறி தங்களுடையது என்று ஆங்கிலேயர்கள் கைப்பற்றிக் கொண்டதற்கு ஒரு உதாரணம்: ஈராக், ஆஃப்கானிஸ்தானில் போரில் ஈடுபட்ட ஆங்கிலப் படைவீரர்களுக்கு அனுப்பப்பட்ட உணவுகளில் சிக்கன் டிக்கா மாசாலாவும் ஒன்று. அதன் அட்டையில் எழுதப்பட்ட வாசகங்கள்: 'உங்கள் வீட்டை நினைவூட்டும் உணவுச் சுவை.'

பெரிய பிரித்தானியாவின் ஒவ்வொரு முக்கிய நகரத்திலும் இந்திய உணவகங்கள் உண்டு. மான்செஸ்டரின் *Wilmslow Road, 'cury mile'* என்று அழைக்கப்படுகிறது. இந்தத் தெருவில் ஏறத்தாழ 70 இந்திய, ஆஃப்கானிஸ்தான், மத்திய கிழக்குச் சாப்பாட்டுக் கடைகள் உண்டு. நான் வசிக்கும் பார்மீங்கத்தில் முக்கோண வடிவிலிருக்கும் மூன்று தெருக்களான *Ladypool Road, Stoney Lane and Stratford Road* ஆகியவற்றை ä *Balti Triangle* என்று சொல்வார்கள். இந்தக் கடைகளைச் சென்றடைய பிரத்தியேகமான பேருந்து வசதியுண்டு.

இந்திய உணவுக் கலாச்சாரத்திற்குப் பிரித்தானியா இரண்டு கறி வகைகளை அறிமுகப்படுத்தியிருக்கிறது. ஒன்று சிக்கன் டிக்கா மசாலா. இது இந்தியக் கறியின் காரத்தைக் குறைக்கத்

தயிர் சேர்க்கப்பட்ட ஒரு குழம்புக்கறி; உப்புச் சப்பில்லாதது. மதுரை சிக்கன் 95 சாப்பிட்டவர்களுக்கு நாட்டுப் பரியாரியார் தரும் குளுசைபோல் தெரியும். மற்றது பால்டி (*Balti*). குழம்பு சிதறிவிடாமல் இருக்கத் தாச்சியிலேயே பரிமாறப்படும் கறி. அமெரிக்கத் தலைவர் டொனால்ட் டிரம்ப் பிரபலப்படுத்திய வார்த்தையைத் திரித்துச் சொன்னால் இவை இரண்டுமே *Fake Food*. பால்டியின் பிறப்பிடம் பார்மீங்கம். *Stoney Lane*இல் *Al Faisal*தான் இதன் பிறப்பிடம். இதன் உரிமையாளர் காஷ்மீரத்தைச் சேர்ந்தவர். 20 வருடங்களாக இங்கே போய்வருகிறேன். எனக்கு என்று பிரத்தியேகமான மேசை உண்டு. பணியாளர்கள் என்ன வேண்டும் என்று கேட்பதில்லை. எது தேவை என்று அவர்களுக்கே தெரியும். இங்கே பரிமாறப்படும் *Murgh Makhani* பூமியில் உதித்த கடவுளின் இராச்சியம்.

உணவகங்களின் பெயர்களை வைத்து அவை தொடங்கப்பட்ட ஆண்டையும் அவை புலப்படுத்தும் கலாச்சாரப் பக்கச் சார்பையும் அறிந்துகொள்ளலாம். 70களில் ஆங்கிலேயரின் காலனிய தொடர்பை நினைவுபடுத்த *Taj Mahal, Passage to India, Koh-i-Noor, Shimla Pinks* என்று இந்தியச் சாப்பாட்டுக் கடைகள் பெயரிடப்பட்டன. பிறகு உணவு சமைப்பதற்குப் பயன்படும் கீழைத்தேயத்தின் நறுமணச் சரக்குகளான *Tamarind, Cumin, Red Chillies, Lasan* இந்திய கடைகளுக்குப் பெயர்கள் ஆகின. வசீகரத் தன்மை வாய்ந்த இந்தச் சரக்குகளைத் தேடித்தான் அய்ரோப்பியர் இந்தியா வந்தார்கள். தென்இந்தியச் சாப்பாட்டுக் கடைகள் திறக்கப்பட்டபோது அவர்கள் பரிமாறும் இந்திய உணவுகளின் பெயரையே வைத்தார்கள் – சென்னை தோசை, அம்மா இட்லி, மிஸ்டர் இட்லி, தோசை மானியா. 90களில் ஈழத்தமிழர்கள் சாப்பாட்டுக் கடைகள் தொடங்கியபோது தாம் விட்டுவந்த நாட்டை நினைவுகூர *Yarl House* போன்ற பெயர்களைச் சூட்டினார்கள். ஆரம்ப நாட்களில் முழு இந்திய (*pan Indian*), உருவரையறையில்லாத கறிகளை மாற்றிப் பிராந்திய ரசனையைப் புகுத்திய பெருமை தென் இந்திய, ஈழக் கடைகளைச் சாரும். இன்றைய இங்கிலாந்தின் பன்முகத் தன்மையைப் பிரதிபலிக்கப் பெயர்ப் பலகையை அலங்கரிக்கும் வார்த்தைகள் *East and West, Jimy's Spices* கண்ணன் சென்ற ஆண்டு இங்கு வந்தபோது *Jimy's Spices*க்குக் கூட்டிப் போனேன். எங்களுடன் கவிஞர் புஷ்பராஜன், பௌசரும் வந்திருந்தார்கள். வீட்டுக்குப் போன கண்ணன் அந்த உணவுக் கடையில் பரிமாறப்பட்ட பல்சுவை உணவுகளைப் பற்றி அவருடைய மின்னஞ்சலில் குறிப்பிட்டிருந்தார்.

இந்திய உணவகங்களின் எதிர்காலம் அதிகம் பிரகாசமானதல்ல. கடந்த இரண்டு வருடங்களில் கிட்டத்தட்ட 2000 இந்திய உணவகங்கள் மூடப்பட்டிருக்கின்றன. ஒரு வாரத்திற்கு இரண்டு அல்லது மூன்று கடைகள் அடைக்கப்படுகின்றன. இதற்குப் பல காரணங்கள் உண்டு. இரண்டாம், மூன்றாம் தலைமுறைகள் பல்கலைக்கழகப் பட்டதாரிகள்; அவர்களின் பெற்றோர்கள் நடத்திய இப்படியான சாப்பாட்டுக் கடைகளைத் தொடர்வதில் அதிகம் அக்கறையில்லை. மிகக் கடுமையான விசா கட்டுப்பாடுகளினால் இந்திய துணைக் கண்டத்திலிருந்து அனுபவமுள்ள சமையற்காரர்களை வரவழைப்பது அவ்வளவு சுலபமல்ல. ஒட்டகம் ஊசியின் காதுக்குள் போகலாம். ஆனால் இந்தியச் சமையகாரர்கள் இறுக்கமான குடிநுழைவு விதிகளை மீறி நுழைவது மிகக் கடினம். டேவிட் கமரன் பிரதமராயிருந்த நாட்களில் இந்தியச் சமையல்காரர்களைப் பயிற்றுவிக்க *Curry colleges* ஆரம்பிக்கப்பட்ட 70 மாணவர்களுக்கு இடம் ஒதுக்கப்பட்டது. 25 பேர்தான் பதிவு செய்தார்கள் அவர்களில் ஒன்பது பேர் பயிற்சியிலிருந்து விலகிவிட்டார்கள். கை சூடுபடாமல் தந்தூர் சூட்டடுப்பில் மட்டன் கபாபைத் தயார் செய்வது பாரம்பரியக் கலை. கல்லூரிகளில் கற்றுக்கொள்ளக்கூடியதல்ல என்று விசா கட்டுப்பாடுகளினால் வருமானமிழந்து நொந்து போயிருக்கும் இந்தியச் சமையல் கடைக்காரர்கள் சீறுகிறார்கள். இந்திய உணவுகளின் கீர்த்தி மழுங்கிப்போக இன்னுமொரு காரணம் இந்த உணவுகள் வளர்ச்சியடையாமையே. நித்திய வேதம் போல் இன்னும் அதே மதறாஸ் சிக்கன், அதே கோவா மீன் குழம்பு, அதே மட்டன் சுக்கா. ஆங்கிலேயரின் சுவையுணர்வு மாறிவருகிறது. அதுமட்டுமல்ல, அவர்களின் உணவு விருப்பத் தேர்வுக்குப் பல் இன சாப்பாட்டுக்கடைகள் இன்று ஏராளமாக உண்டு. தாய்லாந்து நாட்டு *tom yum soup*, வியட்னாமியரின் *pho* (மாட்டிறைச்சி கலந்த நூடுல்ஸ்) கொரியர்களின் *bulgogi* (வதக்கப்பட்ட இறைச்சி), யப்பானியரின் *katsu curry* (கோழிக்கறி) ஆகியன இந்தியக் கறி உருவாக்கிய அதே சுவையை மேலும் அதிகமாகத் தருகின்றன. அதுமட்டுமல்ல. மிகச் சுத்தமான மேசைவிரிப்பும் கண்ணாடிச்சாடியில் புதிதாகக் கொய்யப்பட்ட பூவும் உண்டு. இவற்றிற்கு ஈடுகொடுக்க இந்தியச் சாப்பாட்டுக் கடைகளுக்குப் போதிய துணிச்சலும் ஆர்வமும் இல்லை.

கடைசியாக உண்மையான, அசலான இந்தியக் கறி என்று ஒன்று உண்டா? தேசியத்தின் மதிப்பீட்டு அளவையாக உணவுகள் கருதப்படுகின்றன. சுத்தமான, தூய தேசியம் என்று ஒன்றும் இல்லை. தேசியம் கலப்பானது. அசல் இந்தியர் என்று கொண்டாடப்படும் அசோகரின் உடம்பில் கிரேக்க இரத்தம்

ஓடுகிறது. அவரின் பாட்டி கிரேக்க நாட்டவர். இந்தியக் கறிகளும் அப்படியே. மற்றைய உணவுகளுடன் ஒன்றுடனொன்றாகப் பிணைந்திருப்பவை. அந்நியக் கலாச்சாரங்களுடன் இணைந்தவை; பின்னப்பட்டவை. கறிகளின் வளர்ச்சியும் கவர்ச்சியும் பிற பிரதேச கொடுக்கல் வாங்கலில்தான் இருக்கிறது. இந்தியக் கறிகளைச் சமைப்பதற்குப் பயன்படும் கொச்சிக்காய் உள்நாட்டுப் பொருள் அல்ல. தென்அமெரிக்காவிலிருந்து கிறிஸ்டோபர் கொலம்பஸ் அய்ரோப்பாவுக்குக் கொண்டு போனார். அங்கிருந்து 15ஆம் நூற்றாண்டில்தான் போர்த்துக்கேயர் இந்தியாவுக்கு அறிமுகப்படுத்தினார்கள். நாம் சூடாக உண்ணும் இட்லி இந்தோனேசியாவைச் சேர்ந்தது. கறியின் ருசிகூட தனிநபர் சம்பந்தப்பட்டதுதான். பிரியாணிகளில் தலைப்பாக்கட்டுதான் உலகில் சிறந்தது என்று மதுரைக்காரர்கள் மல்லுக்கு வருவார்கள். ஒட்டக்கரைப் புட்டு, தோசை, அப்பம் போல் உலகில் எங்கும் கிடையாது என்று பருத்தித்துறை வாழ் ஈழத்தவர்கள் கதிர்காமக் கடவுள்மீது சத்தியம் செய்வார்கள். உணவுகளின் தனிப்பட்ட ருசியை அறிந்துகொள்ள சலீமின் கண்கள் அல்ல, நாக்கு வேண்டும்.

***காலச்சுவடு* இதழ் 207, மார்ச் 2017**

3

'நீங்கள் புலியா?'

நான் கொஞ்சநாள் கார் வைத்திருந்தேன். ஒரு வருடம்கூட இருக்காது. பிறகு விற்றுவிட்டேன். காருக்கும் எனக்கும் இருந்த உறவு கர்நாடக அரசுக்கும் காவேரி ஆற்றுக்குமான உறவைப் போன்றது. ஆக்கினையையும் மன வேதனையையும் இரத்த அழுத்தத்தையும் அதிகரிக்கச் செய்யும் உபத்திரவம். என்னுடைய மூளை துவரம்பருப்பு அளவு என்று எண்ணியிருந்தவர்களுக்கு அவர்களுடைய பார்வையில் நான் செய்த இந்தப் பாதகமான செயல் என் மனம் சமநிலையற்றது என்பதை மேலும் உறுதிப்படுத்தியது. இவர்கள் எல்லோரும் 'வாகனம் ஒரு தனி ஆளின் சுதந்திரச் சின்னம்' என்ற மார்கிரட் தாட்சரின் முதலாளித்துவக் கருத்தியலினால் மூளை சலவைக் கல்லில் வைத்துச் சுத்தமாகத் துவைத்து எடுக்கப்பட்டவர்கள். ஏன் இந்த மடத்தனமான காரியத்தைச் செய்தாய் என்று கேட்டவர்களுக்குக் குற்ற உணர்ச்சியைத் துரிதமாகத் தூண்டிவிட ஓர் உயர்ந்த தார்மீகத் தொனியுடன் சூழலியலே காரணம் என்று கூறுவேன். இது முழுப் பொய். எனக்குச் சுற்றுப்புறத்தைக் காக்க வேண்டும் என்று அக்கறை உண்டு. ஆனால் என் காரை விற்றதற்குக் காரணம் எந்தவிதமான சீரிய சித்தாந்தமும் இல்லை. எனக்கு ஓட்டுவது பிடிக்கவில்லை. என்னைப் பொருத்தமட்டில் இந்த வாகனங்கள் பேரழிவு விளைவிக்கும் ஆயுதம். விமான விபத்தில் இறந்தவர்களைவிடக் காரில் மோதி மரித்தவர்கள் அதிகம்.

ஒருவேளை அமெரிக்காவில் நான் இருந்திருந்தால் கார் பற்றிய என் அபிப்பிராயம் மாறியிருக்கூடும். அமெரிக்காவின் சில பெரிய நகரங்களைத் தவிர பொதுமக்களுக்கான போக்குவரத்துச் சேவைகள் மிகக் குறைவு. தனியார் துறையையும் சுதந்திரச் சந்தையையும் மதக் கோட்பாடாக மதிக்கும், வணங்கும் அமெரிக்கர்களுக்கு அரசு மக்களுக்குச் செய்யும் எந்தப் பொதுநலத் திட்டங்களும் கார்ல் மார்க்ஸ் கொள்கையாளர்களின் சூழ்ச்சி என்ற எண்ணம் உண்டு. இந்த விஷயத்தில் இங்கிலாந்து சற்று வித்தியாசமானது. பணக்கார, வலதுசாரி நாடானாலும் இன்னும் சமூக, குடிமை உணர்வு இருக்கிறது. பார்மீங்கம் பொதுசனப் பேருந்துகள் பிரயாணிகளின் கடவுள் இராச்சியம் என்று சொல்லமாட்டேன். பேருந்து நிலையத்திற்குப் போனதும் எதிர்பார்த்தவுடனே வண்டி வராவிட்டாலும் பழைய தியாகராஜ பாகவதர் படம் ஓடும் மணித்தியால அளவுக்குக் காத்திருக்கவேண்டியதில்லை.

காரை விற்ற பின் பொதுசனப் பேருந்துகளிலும் வாடகை வாகனங்களில்தான் பயணிக்கிறேன். என் பேருந்து அனுபவங்கள் பற்றிப் பிறகு எழுதுகிறேன். இப்போதைக்கு வாடகை வண்டிகள் மட்டும். நான் வாடகை வண்டிகள் பாவிக்கத் தொடங்கிய நாட்களில் பார்மீங்கமில் மூன்று தனியார் நிறுவனங்கள் இருந்தன - *Black cabs (TOA taxis), Castle Cars, Birmingham Taxis*. பிறகு இவற்றுடன் *24/7, A2B* அறிமுகமாகின. சமீபத்தில் *Uber*. இந்தப் பன்னாட்டுக் கார் நிறுவனம் மதுரை ஜிகர்தண்டா மாதிரி பயணிகளிடையே இரண்டுவித முரண்பாடான பாதிப்புகளை ஏற்படுத்துகிறது. ஒன்றில் முற்றிலுமாகப் பிடிக்கும் அல்லது அறவே பிடிக்காது. இன ஆட்சி நாட்களில் தென் ஆப்பிரிக்கப் பொருட்களைத் தவிர்த்தது போல் ஊபரையும் நான் தள்ளிநின்று ஊர்ந்து போவதைப் பார்க்கிறேன். தலைப்பீடத்தின் இராட்சதத்தனமான சுரண்டல்தனம், இந்த நிறுவனம் கார் ஓட்டிகளை நடத்தும் விதம்; உள்ளூர் வண்டிக்காரர் களின் வேலைக்கு இவர்கள் விளைவிக்கும் ஆபத்துகளே மஞ்சள் காமாலை போல் ஊபரை நான் தவிர்க்கக் காரணம்.

பிரித்தானியாவைத் தனிமைப்படுத்தும், தெருக்களை அலங்கரித்த மூன்று சின்னங்களில் இந்தக் கறுப்புக் கார்களும் ஒன்று. மற்றைய இரண்டும் சிவப்பு இரண்டு தட்டுப் பேருந்து, சிவப்புத் தபால் பெட்டி. நாலாவதாகத் தொலைபேசிச் சாவடியையும் சேர்த்துக்கொள்ளலாம். ஆனால் இப்போது கைபேசி வருகையால் இவற்றின் எண்ணிக்கை குறைந்து விட்டது. அதுமட்டுமல்ல, இவை இப்போது மறு உருவரை செய்யப்பட்டு விண்வெளி யூக உருப்படி போல் தோன்றுகிறது.

இந்தக் கறுப்பு வாகனங்களை ஐக்கிய இராட்சியத்தின் எல்லா நகரங்களிலும் பார்க்கலாம். இவற்றை ஓட்ட உரிமம் இருந்தால் மட்டும் போதாது. இன்னுமொரு பரீட்சையும் எடுக்க வேண்டும். இதற்குப் பெயர் *The Knowledge Test.* இதில் சித்தியடைய அந்த நகரங்களின் தெருப் பெயர்களெல்லாம் மனப்பாடமாக இருக்க வேண்டும். பயணிகள் சேரவேண்டிய தெருக்களை அடைய சுருக்கமான வழிப்பாதைகள் தெரிந்திருக்க வேண்டும். பார்மீங்கமில் மட்டும் முந்நூற்றுக்கும் மேற்பட்ட தெருக்கள் உள்ளன. உலகத் தேர்வுகளில் சீனக் குடிமுறை அரசுப் பணியாளர் தேர்வுதான் மிகக் கடினமானது என்பார்கள். கான்பூசிய பேரிலக்கியங்களான *'Four Books and Five Classics'* ஐக் கரைத்துக் குடித்தது மட்டுமல்ல, காப்பாப் செய்து ஜீரணித்திருக்கவும் வேண்டும். ஆனால் இந்தக் கறுப்புக் கார் பரீட்சையுடன் சீனாவின் அறிவுச் சோதனையை ஒப்பிடும்போது, பின்னையது ஏதோ அரிவரிப் பாடத் தேர்வுபோல் தெரிகிறது என்கிறார்கள். செயற்கைக்கோள்வழிச் செலுத்தத்தக்க கருவிகள் இருக்கும் இந்த நாட்களிலும் இந்தப் பரீட்சைகள் இன்னும் தொடர்ந்துகொண்டேயிருக்கின்றன. துன்புற்று இன்பமடைவதைக் கலை வடிவமாக்குவதில் ஆங்கிலேயர்கள் மன்னர்கள்.

பார்மீங்க வாடகை வண்டிஓட்டிகள் மாறிவரும் ஐக்கிய ராச்சியக் குடிநுழைவு சரித்திரத்தையும் இந்த நகரத்தின் பன்மைத் தன்மையையும் சமகால உலக அரசியலில் பிரதிபலிக் கிறார்கள். 90களில் பெரும்பான்மையான ஓட்டுநர்கள் ஆங்கிலேயர்கள். இவர்கள் நகரின் தெற்கில் இருக்கும் *Longbridge* கார் தொழிற்சாலையில் வேலை பார்த்தவர்கள். இந்த இயந்திரகத்தில்தான் பிரித்தானியாவுக்குப் பெயர் வாங்கித் தந்த *Austin, Morris, British Leyland* வாகனங்கள் உற்பத்தி செய்யப் பட்டன. இங்கிருந்து வேலை நீக்கப்பட்டவர்கள்தான் வாடகை வாகன ஓட்டுநர்களாக மாறினார்கள். இவர்கள் ஆங்கிலத் தொழிலாளர் இனத்தைச் சேர்ந்தவர்கள். இவர்கள் பேசும் ஆங்கிலத்தை விளங்கிக்கொள்வது அவ்வளவு இலேசான காரியம் அல்ல. பிபிசி செய்தி வாசிப்பவர்கள் மாதிரி எல்லா ஆங்கிலேயர்களும் ஆங்கிலம் பேசுவதில்லை. யாழ்ப்பாண, மதுரைத் தமிழ் போல் ஆங்கிலத்திலும் வட்டாரப் பேச்சு மொழிவழக்கு உண்டு. பார்மீங்க ஆங்கிலத்தை *brummie* என்று சொல்வார்கள். இவர்களுடைய ஆங்கிலத்திற்கு முன்னால் மதராஸ் தமிழ் சுத்தத் தமிழாகத் தெரியும். இவர்களிடம் ஒரு பழக்கம் உண்டு; பெண்கள் அவர்களின் வண்டியில் ஏறினால் அவர்களுடைய இருக்கையிலிருந்து எழும்பி வாகனத்தின் கதவைத் திறந்துவிடுவார்கள்.

ஆங்கில வண்டி ஓட்டிகளின் இடத்தை முதலில் பாகிஸ்தானியர்கள் பிடித்தார்கள். பிறகு பங்களாதேசிகள். ஈராக்கியர்கள், குர்துகள், சோமாலிகள், ஆஃப்கான்கள் என்று வாகன ஓட்டிகளுக்காக ஒரு ஐநா சபையையே உருவாக்கப் பல நாட்டின் பிரதிநிதிகள் இருக்கிறார்கள். ஓட்டுநர்களின் நாட்டுக்குத் தகுந்த மாதிரி எங்கள் பேச்சு இருக்கும். சோமாலியர்களிடம் Mo Farrahவைத் தெரியுமா என்று கேட்பேன். விளையாட்டில் அதிகம் கவனம் செலுத்தாதவர்களுக்கு மாத்திரம்; ஃபாரா ஒரு நீண்ட தூர ஓட்டக்காரர். ஒலிம்பீக்கில் சாதனைகள் புரிந்தவர். நான் கேட்ட கேள்விக்கு அதிகமாக எனக்குக் கிடைத்த பதில்: "சோமாலியாவில் அவர் எங்கள் பக்கத்து வீட்டுக்காரர்." நான் இலங்கை என்று தெரிந்ததும் பாகிஸ்தானி ஓட்டுநர்களிடமிருந்து இரண்டு வார்த்தைகள் வரும். முரளி, சங்கக்கரா. இந்த இருவரும் நான் வசித்த தெருவில்தான் இருந்தார்கள் என்று என்னுடைய அந்தஸ்தைக் கூட்டிக்கொள்ள ஒருபோதும் சொன்னதில்லை. ஒரு குர்து ஓட்டுநர் நீங்கள் புலியா என்று கேட்டார். புலிகள் பற்றி உங்களுக்கு எப்படித் தெரியும் என்று கேட்டேன். நான் குர்து விடுதலை இயக்கத்தில் இருந்தவன். எல்லா விடுதலை இயக்கங்களையும் தெரியும். இவைகளின் போர்த் தளத்தகைகளைக் கவனமாகப் படித்திருக்கிறோம் என்றார். இதைச் சொல்லி விட்டுப் பெருமூச்சுடன் இதையும் சொன்னார்: எல்லாப் புரட்சி இயக்கங்களும் தோல்வியில்தான் முடியும். இறுதி அழிபாடு களின் வார்த்தைகளில் சொன்னார்; முள்ளிவாய்க்காலுக்கு முன் இவர் சொன்னது.

இந்த வாகன ஓட்டுநர்களுடன் பேச்சுக் கொடுத்ததில் ஈராக்கிய அகதிகள் எல்லாருமே சதாம் ஹுசேனின் எதிரிகள் அல்ல என்று அறிந்துகொண்டேன். ஒரு ஈராக் வாகன ஓட்டி சொன்ன ஒரு தகவல்: சதாமின் ஆட்சி நாட்களில் ஒவ்வொரு சனிக்கிழமையும் பொதுமக்களுடன் வானொலியில் தொலைபேசி மூலம் தொடர்பு கொள்வார். மக்களின் பிரச்சனையைத் தீர்த்து வைப்பார். இந்த நிகழ்ச்சியில் வாடகை வண்டி ஓட்டுநரின் தங்கை எப்படியோ சதாமுடன் பேச வாய்ப்புக் கிடைத்தது. அவருடைய மகள் புற்றுநோயினால் அவதிப்படுவதாகவும் இதற்குச் சிகிச்சை அயல் நாட்டில்தான் கிடைக்கும் என்றும் சொன்னார். சதாம் அவருக்கு உதவுவதாகவும் அரசு முழுச் செலவையும் ஏற்றுக்கொள்ளும் என்று கூறினார். சதாமின் வாக்குறுதி நிறைவேறும் முன் மகள் இறந்துவிட்டாள்.

ஒரு நாட்டின் அரசியல் நாடியைத் தெரிந்துகொள்ள வேண்டும் என்றால் வாடகைச் சீருந்து ஓட்டுநர்களிடம் கேளுங்கள் என்பார்கள். ஆனால் நான் சந்தித்த இந்த வாடகை வண்டி

ஓட்டுநர்களுக்கு அரசியலைவிட அவர்களுடைய குடும்பமும் குழந்தைகளின் எதிர்காலமும்தான் முக்கியமாகப் படுகிறது. அதைவிட இந்த ஆங்கில அரசு நாளுக்கு நாள் மாற்றும் மிகவும் பகைமையான குடிநுழைவுச் சட்டங்களால் இவர்கள்தான் அதிகமாகப் பாதிக்கப்படுகிறார்கள். போர்நிலையில் அகதி முகாம்களில் விட்டுவந்த குடும்பத்தை வரவழைக்க ஓர் ஆண்டுக்கு 20,000 பவுண்டுகளுக்கு மேலாகச் சம்பாதிக்க வேண்டும். 'F1' மோட்டார் பந்தய வீரர் லூயிஸ் ஹாமில்டன் வைத்திருக்கும் அதிவிரைவு வண்டி ஓட்டினால்தான் இந்தத் தொகையை இவர்களால் சேகரிக்க முடியும்.

பயணிகளைச் சுமந்து போகிறவர்கள் அவர்களுடைய மனத்தில் எவ்வளவோ பாரங்களைச் சுமக்கிறார்கள். அப்பாவின் கடன் அட்டையைப் பாவித்து அப்பாவின் பிறந்தநாளுக்குப் பூங்கொத்து அனுப்பும் மகன்கள் பற்றி வேதனைப்படும் அப்பாக்கள், ஸ்கைபில் அகதி முகாமிலிருக்கும் புதிதாகப் பிறந்த குழந்தையைக் கண்ணீருடன் பார்க்கும் தந்தையர்கள், வாடகை தராமல் துள்ளி ஓடும் ஆங்கிலப் பயணிகள், அதைவிட இவர்களிடம் கிடைக்கும் இன துவேஷங்களைக் குடும்பத்திற்காகத் தாங்கிக்கொள்ளும் ஓட்டுநர்கள். ஒரு தடவை புதிதாக மணம் முடித்து அயல்நாட்டிலிருந்து வந்த இளம் மனைவி தனிமைதாங்காமல் வீட்டுக்கு எப்போது வருவாய் என்று கெஞ்சிக்கேட்ட குரலைக் கைபேசி ஒலிபெருக்கியில் போட்டுக்காட்டினார் ஒரு வண்டியோட்டிக் கணவர். மனைவியின் மொழி எனக்குப் புரியவில்லை. ஆனால் அவரின் ஏக்கம் எனக்குப் புரிந்தது. இந்த இடைஞ்சல்களுக்குள்ளும் இந்தத் தொழிலைச் செய்ய இவர்கள் கூறும் காரணம்: எப்போது வேலைக்குப் போவது என்பதை நாங்களே நிர்ணயிக்கலாம்.

இதுவரைக்கும் என்னை இந்த வாடகை ஓட்டுநர்கள் ஏமாற்றியதுமில்லை. அதிகம் காசு கேட்டதுமில்லை. மதுரை ரயில் நிலையத்திலிருந்து காலேஜ் ஹவுஸுக்குப் போவதற்குத் தேவர் சிலைவரை போய்ச் சுற்றி வளைத்துப் போவதுபோல் என்னைக் குறுக்குமறுக்குக்குமாய்க் கொண்டுபோய் எனக்குப் பாதி பார்மீங்கம் காட்டி நான் போய்ச் சேரவேண்டிய இடத்துக்கு என்னை இதுவரை இந்த ஓட்டுநர்கள் கொண்டு சேர்க்கவில்லை. ஆகையினால் இவர்கள் எல்லோரும் வாடகை வாகனங்களின் அன்னை தெரேசா என்று சொல்லவில்லை.

கடைசியாக இந்த அனுபவத்தையும் மிகத் தயக்கத்துடன் சொல்லிவிடுகிறேன். இந்த தயக்கத்துக்குக் காரணம் ஒருவேளை மொழிபெயர்ப்பில் நான் சொல்ல வந்தது தொலைந்துவிடக்கூடும்

என்ற பயம் இருக்கிறது. இதையே என் ஆங்கில நண்பர்களுடன் பகிர்ந்தபோது வாய்விட்டுச் சிரித்தார்கள். உங்களுக்கும் சிரிப்பு வருமா என்று தெரியாது. ஆனாலும் சொல்லிவிடுகிறேன். ஒரு முறை வாடகைக்கு வந்த ஓட்டுநருடன் வண்டியில் கதைத்துக்கொண்டிருந்தேன். வழக்கமாக நிச்சயமற்ற ஆங்கில வானிலை பற்றிப் பகடியாகக் கதைத்தோம். ஏதோ எல்லாம் பேசிக்கொண்டிருந்தபோது நான் சும்மா அவரிடம் கேட்டேன், இன்றைய மதிய இடைவேளையில் என்ன செய்தீர்கள். என்னுடைய இரண்டாவது மனைவி வீட்டுக்குப் போயிருந்தேன் என்றார். ஒருவேளை அவர் ஒரு ஸ்திரீ லோலன் (பழைய இந்து நேசன் பாஷை) அல்லது புணர்ச்சிப் பிசகு உள்ளவர் என்று நான் தப்பாகக் கருதிவிடுவேனோ என்று பதறி, எங்களுடைய மதம் ஒன்றுக்கு மேல் விவாகம் செய்வதை அனுமதிக்கிறது என்றார். நான் பரலோகராஜ்யத்தினிமித்தம் என்னை அண்ணகர் களாக்கிக் கொண்டவன் என்று அவர் நினைக்காதபடியும், அவரின் பாலுணர்வுத்திறனில் அக்கறை காட்டாதவன் போலும் என்ன சாப்பிட்டீர்கள் என்று கேட்டேன். அத்துடன் சும்மா இருந்திருக்கலாம். என்ன மட்டன் பிரியாணியா என்றேன். அவர் இல்லை என்றார். அவரின் அடுத்த வரிகளை ஆங்கிலத்திலேயே தருகிறேன்: Fish and chips.

காலச்சுவடு இதழ் 221, மே 2018

4

மண்டேலாவும் மைக்ரோவேவும்

நெல்சன் மண்டேலாவின் சிறை அனுபவங்களைப் பற்றிப் படித்துக் கொண்டிருக்கும்போது, அரசாங்கப் பணித்துறைஞரை (*bureaucrat*) எப்படிச் சமாளிப்பது என்பது பற்றி, அவர் சொன்ன ஒரு தகவல் கிடுகிடு வேகத்தில் சென்றுகொண்டிருந்த என் வாசிப்பைச் சற்றுத் தாமதப்படுத்தயது. அரசு கந்தோர்களில் உங்களுக்கு ஒரு காரியம் நடக்க வேண்டும் என்று வைத்துக்கொள்ளுங்கள். ஒன்றில் உங்களுக்கு உயர்ந்த மட்டத்திலிருக்கும் அதிகாரி பரீட்சையமாக இருக்க வேண்டும் அல்லது கீழ் மட்ட ஒரு தொழிலாளியைத் தெரிந்திருக்க வேண்டும். நடுமட்ட உத்தியோகஸ்தர்களை அணுகுவதில் ஒரு விதமான பிரயோசனமில்லை. இதை விளக்க நெல்சன் மண்டேலா கொடுத்த உதாரணம் இது: 'நீங்கள் அரசியல் கைதியாக சிறையில் இருக்கிறீர்கள் என்று வைத்துக்கொள்ளுங்கள். ஒரு கடும் குளிரான மார்கழி இரவில் உங்களுக்கு அனுமதி அளிக்கப்பட்ட கம்பளிப் போர்வைகளைவிட இன்னுமொன்று தேவையாயிருக்கிறது. நீங்கள் உங்கள் நிலைமையை விளக்கி நடு மட்ட அதிகாரிக்கு ஒரு விண்ணப்பம் அனுப்புகிறீர்கள் அல்லது அவரைச் சந்திக்கும் முதல் தருணத்தில் தெரிவிக்கிறீர்கள். அந்த நடுமட்டம் தனக்குறிய அதிகாரத்தை உறுதி செய்ய மறியலிருக்கும் அரசியல் கைதிகளுக்கான 1956ஆம் ஆண்டுச் சட்டம் 123 பிரிவு 45 உப பிரிவு 27b படி குளிர்காலத்தில் ஒரு கம்பளிதான் அனுமதிக்கப்படும் என்று உங்கள் கோரிக்கையை எந்தவிதமான பரிசீலனையும் இன்றி

நிராகரித்து விடுவார். அவருக்கு நீங்கள் படுகுளிரில் நடுங்குவது பிரச்சினை அல்ல. சட்ட சாசனங்களை நிலை நாட்டுவது தான் முக்கியம். அதற்கு மாறாகக் கைதிகளுக்குக் கம்பளிகளை வினியோகம் செய்யும் கடை மட்டத் தொழிலாளியைக் கேளுங்கள். அவரிடம் அதிகப்படியான ஒரு கம்பளி இருந்தால் தந்துவிட்டு அவருடைய வேலையைப் பார்க்கப் போய்விடுவார். அதே போல் உயர்மட்ட அதிகாரியிடம் நீங்கள் குளிரினால் சாகுகிறீர்கள் என்று முறையிடுங்கள். சட்டத்தைத் தளர்த்தி உங்களுக்குக் கூடுதலான கம்பளி தர உத்தரவு இடுவார்.'

நெல்சன் மண்டேலா சொன்ன இந்தப் புத்திமதியை நான் செயலில் நடத்த எனக்கு சமீபத்தில் ஒரு சந்தர்ப்பம் கிடைத்தது. அரசியல் கைதியாக மறியலில் அல்ல, பர்மீங்கம் மின் பொருட்கள் விற்கும் அங்காடியில்.

எங்களுடைய நுண்கதிர் அலை அடுப்பு தகராறு செய்யத் தொடங்கியது. நுண்கதிர் அலை என்ற வார்த்தை உங்களைக் குழப்பமடையச் செய்திருக்கும். மைக்ரோவேவுக்கு சுந்தரத்தமிழ் வார்த்தை அவ்வளவுதான். 'உன்னைப் போல் ஒருவன்' திரைப்படத்தில் வரும் கணினி நிபுணரான பொடியன் அரசு கணினிகளின் வயதை வர்ணித்த வார்த்தை எங்கள் வீட்டு மைக்ரோவேவுக்கும் பொருந்தும்; "மூதாதையர் காலத்தது". பிரதிகளுக்கு முன்னோடிப் பிரதி இருப்பது போல் மைக்ரோவேவுகளுக்கும் ஒரு தொன்மையான வடிவமைப்பு இருக்குமானால் அது எங்களுடையதாகத்தான் இருக்கும். எங்களுடைய வீட்டுக்கு வருகிறவர்கள் ஏதோ ஒரு செல்லப் பிள்ளை பார்ப்பதுபோல் நேசத்துடனும் கரிசனையுடனும் பார்ப்பார்கள். ஆனால், எல்லோரையும் கவர்ந்த இந்தப் புராதன வஸ்து கரச்சல் கொடுக்கத் தொடங்கியது. சூடாக்க வேண்டிய பானங்களை உயர் வெப்பத்தில் தயாரித்தது. வேகவைத்த உணவுப் பண்டங்கள் பொரியலாயின. மின்சாதனங்கள் பற்றிய என் அறிவு மின் விசை போடுவதிலும் அதை நூட்பதிலும்தான் அடங்கும். ஆகையினால், விஷயம் தெரிந்த என் நண்பர் ஒருவரைக் கேட்டேன். அவரின் தீர்ப்பு: 'தூக்கி எறிந்து விட்டுப் புதிதாக ஒன்றை வாங்கிக் கொள்ளுங்கள். இவருக்குப் பொருட்களை மீள் பயன்படுத்துவதில் நம்பிக்கை இல்லை. நான் ரப்பர் செருப்புவின் வார் அறுந்தாலே புதுசு வாங்குவதற்குப் பதிலாக இன்னொரு வாரைப் பொறுத்திக் காலணியின் ஆயுளை நீடிப்பவன்.

ஆகையினால், மிகவும் வேதனையுடன் பர்மீங்கமி லிருக்கும் ஒரு மின் பொருள் அங்காடிக்குப் போய் ஒரு புதிய மைக்ரோவேவ் வாங்கி வந்து விட்டேன். வீட்டுக்கு வந்த பிறகுதான்

தெரிந்தது, நான் வாங்கி வந்த மைக்ரோவேவின் கன அளவு கொஞ்ச இன்சுகள் அதிகமாக இருந்தது. ஆங்கில அடுப்படிகள் தமிழ் சமையலறைகள் போல் விசாலமானவை அல்ல. புதிய மைக்கிரவேவ் எங்கள் வீட்டுக் குசினிக்குப் பொருந்தவில்லை. மறுபடியும் மைக்ரவேவைத் தூக்கிக் கொண்டு வாங்கின கடைக்குப் போனேன். வாடிக்கையாளர் சேவைப் பிரிவைக் கண்டுபிடிப்பதில் சிரமமிருக்கவில்ல. அந்த அங்காடி எனக்குப் பரிட்சயமானது. ஆகையினால் நேராகவே அந்த இடத்துக்குப் போனேன். அங்கே ஒரு பிரித்தானிய ஆசியப் பாவை நின்றிருந்தது. இலேசுவில் கணிக்க முடியாத வயது. 13 முதல் 30க்குள் இருக்கும் என்று நினைக்கிறேன். வந்த விசயத்தைச் சொன்னேன். 'இரசீது இருக்கிறதா?' என்று பாவை கேட்டது. ஒரு வெடிகுண்டு அப்புறப்படுத்தாளர் மிகக் கவனமாகக் கால அடிப்படையிலான வெடிகுண்டைக் (டைம் பாம்ப்) கையாளுவது போல் மிகப் பரிபூரண மரியாதையுடன் பற்றுச்சீட்டை நீட்டினேன். பாவை என்னை ஏறெடுத்துப் பார்க்கவில்லை. இரசீதின் மறுபக்கத்தைத் திருப்பியது. அங்கே வாங்கிய பொருட்களை மாற்றுவதற்கான கொள்வனவு விற்பனவு உடன்படிக்கை நிபந்தனைகள் வரிசைப்பட்டிருந்தது. "மூன்றாவது நிபந்தனையைப் படியுங்கள்" என்றது பாவை. பூதக்கண்ணாடிக்கு அதிக வேலை வைக்கும் வண்ணம் மிகச் சின்ன எழுத்தில் அவை காணப்பட்டன. இந்த நியதிகளைச் சும்மாதான் கேட்கிறேன் உங்களில் எத்தனை பேர் வாசித்திருக்கிறீர்கள். இந்த நிபந்தனைகளை என்னைப் பொறுத்தமட்டில் மூன்று நபர்கள் தான் மிக விரிவான ஆர்வத்துடனும் நுண்ணாய்வுடன் வாசிப்பார்கள் என்று நினைக்கிறேன். முதலாவதாக விளங்காத சிக்கல் மொழியில் இதை எழுதிவர். இரண்டாவதாக இதனை அச்சுப்பிழை திருத்தியவர். மூன்றாவதாக வாடிக்கையாளர் சார்பாக வாதாடும் வழக்கறிஞர்கள். இந்த மூன்று பேர்வழிகளில் ஒருவனாக நான் இருப்பதற்கு வாய்ப்பில்லை. ஆகையினால், அந்த பாவை சொன்ன மூன்றாவது நியதியை என்னுடைய மாறும் குவிவுடைய (*vary focal*) கண்ணாடி வில்லை கூடாகப் பார்த்தேன். வாங்கிய பொருட்களில் மின்சாரக் குறைபாடுகள் இருந்தால் ஒழிய மாற்றம் சாத்தியமாகாது. அவளைப் பொறுத்தமட்டில் என்னுடைய காரியம் இத்துடன் சரி. பாவையின் உடல் மொழியிலிருந்து மேலும் என்னுடன் எதுவிதமான தொடர்பும் வைத்துக்கொள்ள விரும்பியதாகத் தெரியவில்லை.

இனி என்ன செய்யலாம் என்று நினைத்தபோது எப்போதோ படித்த மண்டேலாவின் அறிவுரை ஞாபகத்துக்கு வந்தது. என்னுடைய காரியம் சாதிக்க வேண்டுமானால் கீழ்மட்ட ஊழியரை அணுகுவதில் பிரயோசனமில்லை. ஆகையினால்,

பாவையிடம் உங்கள் மேலதிகாரியைப் பார்ககலாமா? என்று கேட்டேன். எதோ ஒரு நாய்க்குட்டிக்கு மூத்திரம் பெய்ய கம்பத்தைக் காட்டுவது போல் அவளுடைய பென்சிலினால் ஒரு அறையைக் காட்டி அங்கே போகும்படி சைகை காட்டினாள்.

உள்ளே போனால் அவரின் உருவத்தைப் பார்த்தும் ஏழாம் வான உச்சத்திலிருந்த என் ஆர்வம் சர் என்று கடல் மட்டத்திற்குத் தாழ்வாக இறங்கத் தொடங்கியது. மேஜர் சுந்தர்ராஜனை அடையாளத் திருட்டுச் செய்து ஒரு ஆங்கிலேயராக உருமாற்றியிருந்தால் எப்படி இருக்கும் என்று யோசித்துப் பாருங்கள். அப்படிக் கொஞ்சம் விரைப்பான தோற்றம் உடையவராக காணப்பட்டார். காலனிய காலத்தில் திப்பு சுல்தானுக்கு எதிரான மைசூர் யுத்தத்தில் ஆங்கிலப் படைகளை முன் நின்று நடத்தியிருப்பார் என்று எனக்குத் தோன்றியது. என்னைப் பார்த்ததும் என்ன வேண்டும் என்று புருவத்தை உயர்த்தினார். வந்த விசயத்தைச் சொன்னேன். “ரசீது இருக்கிறதா” என்று கேட்டார். நான் அடுத்து எழுதப் போகும் வார்த்தை நம் பண்டைக்கால தமிழ் வித்துவான்களால் இப்படியான சங்கடமான சந்தர்ப்பங்களில் பயன்படுத்தப் படைத்துருவாக்குபட்ட சொல் என்று நினைக்கிறேன்: பகீர். இதை நான் இருந்த நிலையில் வினையாக்கினால் பகீரென்றது. நான் ரசீதைப் பாவைக்குக் காட்டிய அதே பயபக்தியுடன் நீட்டினேன். அவர் ஏதோ கள்ள நோட்டைப் பரிசோதனை செய்வது போல் எனக்குப் பட்டது. மேலும் கீழுமாக ரசீதைப் பார்த்தவர் நான் சற்றும் எதிர்பாராத வார்த்தையை உதிர்த்தார்: ‘உங்களுக்குப் பிடித்தமான இன்னுமொரு மைக்ரோவேவைத் தேர்ந்து எடுங்கள்’ என்றார். எனக்கு ஆச்சரியமாக இருந்தது. அவர் சொன்னது சரியானதுதான் என்று உறுதிப்படுத்த என்ன சொன்னீர்கள் என்று கேட்கலாமா? என்று ஒரு கணத்தில் தோன்றியது. ஒருவேளை அவர் மனம் மாறிவிடுவரோ என்று பயந்து கெதியாக ஓடிப்போய் இன்னொரு மைக்ரோவேவை தூக்கிக்கொண்டு அவர் முன்னால் நின்றேன். “மேசையில் வையுங்கள்” என்றார். அவர் கையிலிருந்த வாசிப்பானினால் பட்டைக் குறியீட்டை (பார்கோட்) வருடினார். கொஞ்சம் மூக்கைச் சுளிச்சுக் கொண்டு, ‘ஒரு பிரச்சனை’ என்றார். எனக்கு மறுபடியும் தமிழ் வித்துவான்களின் ‘ப’ வார்த்தை ஞாபகத்திற்கு வந்தது. என்ன என்று தயங்கியவாறு கேட்டேன். “இது நீங்கள் மாற்றக் கொண்டு வந்ததைவிட ஐந்து பவுன்கள் அதிகம்” என்றார். எனக்கு அந்த நேரத்தில் இந்த ஐந்து பவுன்கள் முக்கிய மல்ல. எப்படியாவது மாற்றிவிடவேண்டும் என்பதுதான். “அது பரவாய் இல்லை” என்று சொன்னேன். அது மட்டுமல்ல இந்தக்

கட்டங்களில் எல்லோரும் செய்வதுபோல் ஒரு பொருளற்ற, செயற்கையான சிரிப்பையும் சேர்த்துக் கொண்டேன். என்னுடைய கடன் அட்டை மூலம் மிகுதித் தொகையைக் கட்டினேன். மைக்ரோவேவைத் தூக்கிக்கொண்டு ஆங்கில சுந்தரராஜனிடம் தேவையில்லாத ஒரு கேள்வியைக் கேட்டேன்: "மாற்றுவதற்கு எப்படிச் சம்மதித்தீர்கள்." அதற்கு அவர், "மூன்று வார்த்தைகள்" என்றார். "அவை என்ன" என்றேன்.

"வாடிக்கையாளர்களின் திருப்தியே முக்கியம்."

அவருக்கு நன்றி சொல்லிவிட்டு அறைவிட்டு வெளியே வந்தேன். பாவை நின்ற இடத்தைப் பார்த்தேன். அவளுக்கு முன்னால் இன்றும் ஒரு வாடிக்கையாளர் நின்றுகொண்டிருந்தார், அவருக்கும் வேவை விதிமுறைகள் பற்றித் தட்டுத்தளர்வற்ற பாணியில் பாடம் கற்பித்துக்கொண்டிருப்பாள் போலிருந்தது. அந்த மூன்று வார்த்தைகளை ஞாபகப்படுத்தலாமா என்று யோசித்தேன். ஆனால், வியாபாரக் கூட்டு நிறுவனங்களினால் நிரல் ஏற்பு *(programme)* செய்யப்பட்ட இந்த இயந்திரப்பாவை இந்த ஆள் சார் தொடர்புகள் பற்றி அறிந்திருக்க நியாயமில்லை. இந்தப் பாவைக்குப் பதிலாக ஒரு பாலகன் அங்கிருந்தாலும் இதே விதிமுறைகளை, நான் படித்த நாட்களில் மூன்றாம் வகுப்பு மாணவன் வாய்ப்பாடு சொல்லுவது போல் சொல்லியிருப்பான். நான் மேலும் மினக்கிட விரும்பவில்லை. என்னுடைய மாற்றீட்டு மைக்கிரவேவை, மகேந்திரசிங் தோனி உலகக் கோப்பையைப் பரவசத்துடன் இரண்டு கைகளினாலும் உயர்த்தியது போல், மிகப் பாசத்துடன் தூக்கிக்கொண்டு நான் அங்காடியைவிட்டு வெளியே வந்தேன்.

மேலே எழுதியதற்குச் சம்பந்தமில்லாத ஒரு பின்சேர்க்கையும் இங்கே தர வேண்டியிருக்கிறது. இக்கட்டுரை எழுதி முடித்த அன்றிரவு நான் என்னுடைய பல்கைலைக்கழக நண்பர் ஒருவருடன் ஒரு இந்திய உணவகத்தில் சாப்பிட்டுக் கொண்டிருந்தேன். இது கடந்த இருபது வருடங்களாக நாங்கள் கடைப்பிடிக்கும் சடங்கு. கடும்பனி, மழை, சில விடுமுறைகள் தவிர ஒவ்வொரு வியாழக்கிழமையும் பர்மீங்கத்திலிருக்கும் உணவு விடுதிகளை மேய்வது எங்கள் வழக்கம். மாறிவரும் பர்மீங்கம் உணவுப் பழக்கங்கள் பற்றி எதிர்காலத்தில் எழுதுகிறவர்களுக்குத் தேவைப்படும் சங்கதிகள் எங்களிடம் இருக்கிறது. நாங்கள் சாப்பிட்டுக்கொண்டு இருக்கும்போது தமிழில் இந்தத் தடவை என்ன எழுதியிக்கிறாய் என்று கேட்டார். என்னுடைய தமிழ் கிறுக்கல் பற்றி அவருக்குத் தெரியும். எழுதிய விசயத்தைச் சுருக்கமாகக் கூறிவிட்டு நான் எழுதிய கடைசி வரியையும் சொன்னேன். கொஞ்ச நேரம் மௌனமாக இருந்தவர்,

“மகேந்திரசிங் தோனிக்குப் பதிலாக அருஜுனா ரணத்துங்க” என்று முடித்திருக்கலாமே என்றார். 1996இல் சிறிலங்கதானே உலகக்கோப்பையை வென்றது என்று ஏதோ எனக்குத் தெரியாத புதிய செய்தி ஒன்றைச் சொல்வது போல் சொன்னார், ‘அது சரிவராது’ என்றேன். ‘ஏன்?’ என்றார். ரணதுங்காவின் கரங்கள் உலகக் கோப்பையை உயர்த்தியிருக்கலாம் அவர் பிரதிநிதித்துவப்படுத்தும் சிங்கள சனங்களின் இன்னுமொரு கூட்டம் கரங்ளில் கத்தி, கம்பு, தீப்பந்தம், சைக்கிள் செயினுடன் தமிழர்களை ஆக்கினைப் படுத்தி அழித்த ஆண்டுகளை ஒவ்வொன்றாக அவருக்கு நினைவுபடுத்தினேன்: 1956, 1958, 1962, 1977, 1983, 2009 . . . இதில் நான் விட்டுவிட்ட ஆண்டுகள் இருக்குமானால் அவற்றையும் சேர்த்துப் படித்துக்கொள்ளுங்கள்.

***காலம்*, ஜூலை – செப்டம்பர் 2011**

5

ஆங்கில ஆஸ்பத்திரி அனுபவங்கள்

நான் பருத்தித்துறை காட்லிக் கல்லூரியில் படித்தபோது ஆங்கிலப் பாடப் புத்தகமாக *Jerome K Jerome*இன் *'Three Men in A Boat'* என்ற நாவல் இருந்தது. அதில் ஒரு கதாபாத்திரம் வாசகசாலைக்குச் செல்வார். அவர் கண்ணில் ஒரு வைத்தியக் கலைக்களஞ்சியம் தென்படுகிறது. அதை வாசிக்கும்போது அதில் குறிப்பிடப்பட்டுள்ள எல்லா வியாதிகளும் தனக்கு இருப்பதுபோல் படுகிறது. இப்படி ஒரு மோசமான நோயாளியா தான் என்று பதறிப்போய்விடுவார். இப்போது கலைக்களஞ்சியம் தேவை இல்லை. எந்தத் தொடுதிரை கணினியையோ அல்லது அலைபேசியையோ ஒரு வியாதிபற்றி மெலிசாகத் தொடுங்கள், உங்கள் சாதாரணத் தலைஇடி அல்லது தும்மல் ஏதோ எப்போலா *(ebola)* முதல் இன்று தென்கொரியர்களைப் பீதிக்குள்ளாக்கியிருக்கும் ஒட்டகக் காய்ச்சல் *(MERS virus)* வரை உங்களுக்கு இருப்பதாகத் தெரியும். அதுமட்டுமல்ல இந்த வருத்தங்களுக்கு நீங்கள்தான் பொறுப்பு என்றும் எண்ணத் தோன்றும். இவைகளைப் படித்துவிட்டு எதோ நீங்கள் வைத்தியத்துக்கு நோபல் பரிசு பெற்ற ஞானி என்ற பிரமையும் ஏற்படும். ஆனால் உங்கள் வைத்தியர் அவரின் மருத்துவ நிபுணத்துவத்தில் அதீதமாகத் தலையிடுவதாக நினைத்துக்கொள்வார்.

வியாதிகளில் இரண்டு வகை உண்டு. ஒன்று பிறரிடம் அனுதாபம் கிட்டாதவை. உங்களுக்குக் காய்ச்சல், இருமல், மூக்கடைப்பு என்று சொல்லுங்கள்; சினிமா திரையிடும்முன்

ஒளிபரப்பாகும் விளம்பரங்களுக்குக் காட்டும் அக்கறைகூட உங்கள்மீது காட்டமாட்டார்கள். எனக்குப் பூஞ்சருகு (pollen) அதிகம் ஒத்துவராது. எனக்கு ஆங்கில வசந்த கால மாதங்களில் பூஞ்சருகு அதிகரிப்பினால் கண்கள் சிவந்துவிடும், தொண்டை கட்டிவிடும், மூக்கு அடைத்துவிடும். ஒருவரிடம் இருந்தும் ஒரு அனுதாபமும் வராது. இவன் உதவாக்கரை என்று கணித்துவிடுவார்கள். ஒரு காலத்துத் தமிழ்ச் சினிமா ஆண் கதாபாத்திரங்கள்போல நற்பண்பும் சீரான தேகமுமுடையவர்களாக இருக்கவேண்டும் என்று எதிர்பார்ப்பு உண்டு. மூக்கில் நீர் ஓடும்போது, இரண்டு கைகளும் கணினியின் விசைப் பலகையைத் தட்டும்போது ஏற்படும் அவதியைவிட ஆக்கினையான காரியம் உலகில் ஒன்றுமில்லை. இரண்டாவது வகை அதீத அனுதாபங்களை உருவாக்கும் வியாதிகள். உங்களுக்குப் புற்றுநோய் அல்லது மூளையில் கட்டி என்று சொல்லுங்கள், பரிதாபமும் கரிசனையுமாக உங்களைப் பார்ப்பார்கள்.

வியாதிகளை மற்றவர்களுக்குச் சொல்வதில் ஒரு பிரச்சினை என்னவென்றால் அவர்களுக்கு அல்லது அவர்களுக்குத் தெரிந்தவர்களுக்கு நேர்ந்த வருத்தங்களைக் கேட்கவேண்டிவரும். அவர்கள் சொல்லும் இந்தக் கதைகள் இன்னும் உங்கள் வேதனையை அதிகரிக்கும். அதுமட்டுமல்ல உங்களைப் பயமுறுத்துவார்கள். இப்படித்தான் எனக்குத் தெரிந்த ஒருவருக்கு இந்த வியாதி வந்தது, அவரின் காலை வெட்டியெடுத்துவிட்டார்கள், என்னுடைய மனைவியின் தம்பிக்கும் இதே வருத்தம் வந்து அவர் இப்போது எல்லா உணர்ச்சியும் இழந்து ஆழ்நிலை மயக்கத்தில் இருக்கிறார் என்று ஏற்கனவே கலங்கிப்போய் இருக்கும் உங்களை மேலும் குழப்பிவிடுவார்கள், இதில் வைத்தியர்களின் ஆலோசனை கூட உதவுவதாய் இல்லை. பயப்படாதீர்கள், இது அன்றாடமான சிகிச்சை ஒன்றுமே நடக்காது என்பார்கள். வைத்தியருக்கு இது தினமும் நடக்கும் வழக்கமான சாதாரண நிகழ்வாக இருக்கலாம். உங்களுக்கு அப்படி அல்ல. வைத்தியரின் பேச்சைப் பார்த்தால் ஏதோ பழுதடைந்த உங்கள் வாகனத்தின் முன்விளக்கை மாற்ற வண்டித் திருத்தகத்துக்குப்போவது போல் நீங்கள் அடிக்கடி அறுவை மருத்துவ அரங்கத்திற்குப் போய் உங்கள் உடலிலிருக்கும் ஒரு நஞ்சான உடல் உறுப்பை வெட்டியெடுத்தோ அல்லது ஒரு புது இருதயம் பொருத்தியோ, வீட்டுக்கு வந்து எந்த விதமான களைப்பும் இல்லாமல் ஐபிஎல் கிரிக்கட் போட்டி பார்க்கலாம் என்று எண்ணத் தோன்றுகிறது.

இந்தக் கட்டுரையின் நோக்கம் வியாதிகள் பற்றி அல்ல. ஐக்கிய ராச்சியத்தின் தேசிய சுகாதார சேவை (National Health Service NHS) பற்றியது. ஐக்கிய ராச்சியம் என்ற பெயரைக் கேட்டதும் மூன்று

காரியங்கள் நினைவுக்கு வரும். ஒன்று, பிரிட்டிஷ் ஒலிபரப்புக் கூட்டு ஸ்தாபனம் (பிபிசி), இரண்டு நான் மேலே கூறிய தேசிய சுகாதாரச் சேவை, மூன்றாவது பிரித்தானிய பாராளுமன்றக் கட்டிடம். நீங்கள் முடியாட்சி ஆதரவாளராக இருந்தால் இங்கிலாந்தின் இராச குடும்பத்தையும் சேர்த்துக்கொள்ளுங்கள். புத்தகப் பிரியர்களுக்கும் கல்வியாளர்களுக்கும் இந்தப் பட்டியல் ஒத்து வராது. பிரிட்டிஷ் வாசகசாலையையும் சேர்த்துக்கொள்ளும்படி அடம் பிடிப்பார்கள், பிரித்தானிய கலாச்சாரத்தில் தேசிய சுகாதார சேவை உன்னத இடம் வகிக்கிறது என்பதற்கு எடுத்துக்காட்டாக 2012இல் நடந்த ஒலிம்பிக் போட்டிகளின் தொடக்க விழா கலாச்சார நிகழ்ச்சியில் தேசிய சுகாதார சேவைக்குக் கணிசமான நேரம் ஒதுக்கப்பட்டது நினைவிலிருக்கலாம்.

கடந்த தேர்தலில் தொழிற்கட்சி தோல்வியடைந்திருக்கலாம். ஆனால் அந்தக் கட்சியின் சரித்திரத்தில் நினைவு கூரும்படியாக செய்த சாதனை இரண்டாம் உலகப் போருக்குப்பின் ஆட்சியைக் கைப்பற்றியபோது அறிமுகப்படுத்திய இலவச சுகாதார சேவையாகும். நோயாளிகள் ஒரு சதம், இந்திய நாணயத்தில் ஒரு பைசா செலவழிக்கவேண்டியதில்லை. இந்தியா அல்லது அமெரிக்காபோல் உங்கள் குடல் வாலைத் துண்டிக்க மனைவின் தாலியையோ அல்லது உங்கள் வீட்டை மறுஅடகு வைக்கவோ வேண்டியதில்லை.

இந்தத் தேசிய சுகாதார சேவை 1945ஆம் ஆண்டு ஜூலை 5ஆம் திகதி ஆரம்பிக்கப்பட்டது. இதன் நோக்கத்தைச் சுருங்கச் சொல்லப்போனால் என்ன வருமானமுடையவராக இருந்தாலும் நோய் என்று ஆஸ்பத்திரிக்குப் போனால் வைத்தியம் இலவசமாக இருக்கவேண்டும். இதன் செலவுக்காக அவரவர் தகுதிக்கு ஏற்றபடி சம்பளத்திலிருந்து வரி கட்டவேண்டும். இந்த வரி அவ்வளவு பெரிதல்ல.

ஆங்கில இலவச சுகாதாரச் சேவைக்கு நிகராக உலகில் ஒன்றும் இல்லை என்று சொல்லலாம், ஒருவேளை சில ஸ்காண்டிநேவிய நாடுகளையும் கனடாவையும் சேர்த்துக் கொள்ளலாம். ஆஸ்திரேலியாவில் முன்பணமாக 75 டாலர்கள் கட்ட வேண்டும். அமெரிக்காவில் கிரேக்கத் தொன்மங்களில் வரும் கதாபாத்திரங்களின் திடகாத்திரமான தேகம் இல்லா விட்டால் மானிட ஜாதியில் வசிக்கத் தகுதியில்லை என்று எழுதப்படாத ஒரு கருத்தாக்கமுண்டு. அலைபேசி எண்கள் கொண்ட ஒரு கணிசமான மருத்துவக் காப்புறுதியில்லாமல் அமெரிக்காவில் வசிக்கமுடியாது.

நான் 80களின் தொடக்கத்தில் எனக்கு அருகாமையிலிருந்த மருத்துவமனையில் பதிவுசெய்த போது மூன்று வைத்தியர்கள்தான் வேலை பார்த்தார்கள். மூன்று பேரும் ஆங்கிலேயர்கள். மூன்று பேரும் ஆண்கள். இன்று இந்த மருத்துவமனை இந்திய வம்சாவளி பிரிட்டிஷ் ஆசியர்களின் பொறுப்பில் இருக்கிறது. ஒரு வங்காளிப் பெண்தான் இந்த மருத்துவமனைக்குத் தலைமை தாங்குகிறார். ஒரு காலகட்டத்தில் இந்தியர்களும் இலங்கையர்களுந்தான் குடும்ப மருத்துவர்களாகப் பணியாற்றினார்கள். சட்டத் திருத்தத்தினால் இவர்களின் தொகை தந்தி கொண்டுவரும் சேவகர் போல் குறைந்துவிட்டது. இன்றைக்கு ஆங்கில சுகாதார சேவையில் வேலை பார்க்கிற வைத்தியர்கள், தாதிகள், கதிர்வீச்சு மருத்துவர், நோயாளர், வானூர்தி ஓட்டுநர் 40 வீதத்தினர் வெளிநாட்டைச் சேர்ந்தவர்கள், தேசிய சுகாதார சேவை ஐக்கிய ராச்சியத்தின் பல்லின, பல்நாட்டுத் தன்மையைப் பிரதிபலிக்கும் முன்வடிவாக இருக்கிறது. சென்ற பாராளுமன்றத் தேர்தலில் ஆங்கில இனவாதக் கட்சியான யூகிப், அயல் நாட்டு வந்தேறிகளைத் தடைசெய்யும்படி பிரச்சாரம் செய்தார்கள். இவர்கள் சொல்வது நடைமுறைக்கு வந்தால் இங்கிருக்கும் ஆஸ்பத்திரிகளை மூடவேண்டிவரும்.

நாளார்ந்த வியாதிகளைக் குணப்படுத்துவதுடன், இவர்கள் செய்யும் தடுப்பு சுகாதார சேவை மெச்சத்தக்கது. குடல், மார்பு, கர்ப்பப்பைப் புற்றுநோய் உடலில் பரவியிருக்கிறதா என்று இரண்டாண்டுகளுக்கு ஒரு தடவை இலவசமாகப் பரிசோதிக்கிறார்கள். கண்களைக்கூடப் பரிசோதனை செய்யலாம். இதனால் ஆங்கில தேசிய சுகாதார சேவை பூமியில் உதித்த கடவுளின் இராச்சியம் என்று அர்த்தமல்ல. குறைகள் இருக்கவே செய்கின்றன. குடல் இறக்க (*hernia*) அறுவை சிகிச்சைக்கு ஆறு மாதங்களாவது காத்திருக்கவேண்டும். சில நகரங்களில் உங்களின் குடும்ப மருத்துவரைப் பார்க்க ஒரு வாரமாவது எடுக்கும். இதற்கிடையில் நீங்கள் குணமடைந்திருப்பீர்கள் அல்லது உங்கள் புற்றுநோய் உடல் முழுதும் பரவியிருக்கும்.

ஒரே நாளில் ஆங்கில சுகாதார சேவையின் அழகானதும், அவலட்சணமானதுமான முகத்தைப் பார்த்தேன். அதை விபரித்து இந்த கட்டுரையை முடிவுக்குக் கொண்டுவருகிறேன்: ஒரு சனிக்கிழமை என் கண்களுக்கு லேசர் சிகிச்சைக்காகப் பார்மீங்கம் *Queen Elizabeth* மருத்துவமனைக்குப் போயிருந்தேன். இந்த மருத்துவமனை புதியது. அய்ரோப்பாவில் நவீன வசதிகளுடைய வைத்தியசாலைகளில் இதுவும் ஒன்று என்று சொல்கிறார்கள். கண் சிகிச்சை குறிப்பிட்ட நேரத்திற்கு முடிந்துவிட்டது. எதோ ஒரு வெள்ளைத் திராவகத்தை என்

கண்ணில் ஒரு இளம்மாது பூசினார். இவர் மொரோக்க நாட்டவர் என்று சிகிச்சையின் போது அறிந்துகொண்டேன். இவர் காணொளி விளையாட்டுச் *(Video game)* சந்ததியைச் சேர்ந்தவர் என்று நினைக்கிறேன். ஒரு தொலை இயக்கக் கருவியை கையில் ஏந்தி எதிரிகளைச் சுடுவதுபோல் ஒளிக் கதிரை என் கண்களுக்கு ஏவினார். எனக்கு *Star Trek*இல் *Captain Kirk* சொல்லும் பிரபலமான நவீன நகர்ப்புற சுலோகமான *"Beam me up, Scotty"* என்ற வாக்கியம் நினைவுக்கு வந்தது. சொல்லவேண்டும் போல் இருந்தது, ஆனால் சொல்லவில்லை. தேய்வழக்கில் சொல்லப்போனால் கண்மூடித் திறக்குமுன் விசயம் முடிந்துவிட்டது. பிறகு என் கண்ணுக்குப் போடுவதற்கு துளிமருந்து ஒன்றைச் சீட்டில் எழுதித் தந்தார். அன்று சனிக்கிழமை. ஆகையினால் *Queen Elizabeth*இல் இருக்கும் மருந்துக் கடை பூட்டியிருந்தது. ஒரு நாளைக்கு நாலு தடவை போட வேண்டிய துளி மருந்து இது என்று சொல்லியிருந்தார். அவர் சொன்ன தொனியில் இந்தத் துளி மருந்தைப் போடாவிட்டால் தங்கப்பதுமை படத்தில் வரும் சிவாஜி கணேசன் போல் என் கண்கள் ஆகிவிடுமோ என்று எனக்குப் பயம் வந்துவிட்டது.

என்ன செய்யலாம் என்று யோசித்தேன். நான் வழமையாக மருந்து வாங்கும் மருந்தகத்திற்குப் போனேன். அவர் மருந்துச் சீட்டைப் படித்துவிட்டு இது இருப்பில் வைத்துக்கொள்ளும் சரக்கல்ல. நான் இன்றைக்கு மின் அஞ்சல் அனுப்பினாலும் மருந்து வர திங்கள்கிழமையாகும் என்றார். இருதய மாற்று சிகிச்சை கூட சில மணி நேரங்களில் முடிந்துவிடும். மருந்து வர மூன்று நாளா என்று யோசித்துக்கொண்டேன். இது கண்ணுக்குக் கட்டாயம் போடவேண்டிய மருந்துத் துளி என்று அவர் இன்னும் பயமுறுத்தினார். தங்கப் பதுமை சிவாஜி மறுபடியும் வந்து போனார். என்ன செய்யலாம் என்று யோசித்தபோது என்னுடைய மருந்துக் கடைக்காரரே வழி சொன்னார். *Queen Elizabeth*இன் பழைய கட்டிடத்தில் ஒரு மருந்தகம் இருக்கிறது, இது அங்கே கிடைக்கலாம் என்று சொன்னார். இந்த மருந்தகத்தின் விலாசம் பூகோள இடங்காணல் கருவியையே *(Global Positioning System - GPS)* திணற வைத்தது. அந்தக் குளிரான சனிக்கிழமையில் ஒருவாறு கட்டிடத்தைக் கண்டுபிடித்துவிட்டேன். விக்டோரியன் கால சாயல் தென்பட்டது. உள்ளே போனால் அங்கே கிட்டத்தட்ட எட்டுப் பேர் வேலைசெய்தார்கள். அந்தக்காலத்து கிரிக்கட் நடுவர்கள் அணியும் வெள்ளையான நீண்ட அங்கி அணிந்திருந்தார்கள். ஒருவர் என்னை அணுகினார். அவரிடம் என் மருந்துச் சீட்டை நீட்டினேன். இந்த மருந்தைத் தர எங்களுக்கு உரிமையில்லை என்றார். இது தலைப்பாக்கட்டு பிரியாணிக் கடைக்காரர் இங்கே பிரியாணி விற்பதில்லை

என்பதைப் போன்றது. ஏன் என்று கேட்டேன். 'இது பச்சைக் கடுதாசியில் எழுதப்பட்டிருக்கிறது. வெள்ளைக் கடுதாசியில் எழுதப்பட்ட மருந்துகளைத்தான் கொடுக்க எங்களுக்கு உரிமை உண்டு' என்றார். எவ்வளவோ கேட்டுப்பார்த்தும் அவர் அசையவில்லை. அவருடைய தேக மொழியையும் அதைவிட அவர் பாவித்த அதிகாரப்பூர்வமான ஆங்கிலத்தையும் பார்த்தால் இந்தியப் பணித்துறைஞர்கள் ஏதோ அரிவரி வகுப்பு மாணவர்கள் போல் தெரிவார்கள். இன்னும் தொந்தரவு கொடுத்தால் காவல் துறையினரை அழைத்து விடுவாரோ என்று பயம் வந்தது. வெளியே வந்தேன். என்ன செய்யலாம் என்று யோசித்தேன்.

மறுபடியும் கண் சிகிச்சை நடந்த இடத்திற்கு வந்தேன். அங்கே சிகிச்சை செய்த வைத்தியருக்கு உதவியாளராக இருந்த தாதி நின்றிருந்தார். என்னை அடையாளம் கண்டு என்ன விசயம் என்றார். நடந்ததைச் சொன்னேன். மருந்துச் சீட்டைத் தாருங்கள். வேறு மாற்றுத் துளிமருந்து இருக்கிறதோ என்று கேட்கிறேன் என்று உள்ளே போனார். சில நிமிடங்களில் இன்னுமொரு மருந்துச் சீட்டுடன் வந்தார். அதை என்னிடம் தந்துவிட்டு நீங்கள் வழக்கமாக மருந்து வாங்கும் கடையின் பெயர் என்னவென்று கேட்டுவிட்டு அதன் தொலைபேசி எண் இருக்கிறதா என்று கேட்டார். ஏன் இந்த எண்ணைக் கேட்கிறார்என்று எனக்கு விளங்கவில்லை. அந்த எண் பதிவு செய்யப்பட்ட என் கைபேசியை நீட்டினேன். அந்த என்னுடைய மருந்தகத்துடன் தொடர்புகொண்டு புதிதாக எழுதித் தந்த துளிமருந்து இருக்கிறதா என்று விசாரித்தார். உங்களை அலைக்கழிக்க விரும்பவில்லை. அந்தத் துளி மருந்து இருக்கிறதா என்று உறுதிசெய்து கொண்டேன். போய் வாங்கிக் கொள்ளுங்கள் என்றார். பொது யுகதிக்கு முன் நான்காம் நூறாண்டில் வாழ்ந்த கிரேக்க வைத்திய ஞானி Hippocrates மருத்துவர்களுக்குக் கொடுத்த அறிவுரை: "குணமாக்கு, மருத்துவம் பார். ஆறுதல் கூறு". இவரை அந்தத் தேசிய சுகாதார சேவையின் தாதியிலும் அந்த மொரோக்க நாட்டு மருத்துவரிலும் பார்த்தேன். ஒரே நாள், ஒரே நிறுவனம். இரண்டுவிதமான அனுபவங்கள்.

காலச்சுவடு இதழ் 187, ஜூலை 2015

6

தினசரிப் பத்திரிகையும் தினசரிப் பழக்கமும்

ஒரு திகதியைக் குறிப்பிட்டு, அன்று உலகம் அழியப் போகிறது என்று, தீவிரவாத மதப் பிரசங்கியார்கள் தெருக்களிலும் சந்தைகளிலும் ஏன் தற்போது இணையத்திலும் அறிவிப்பதைப் பார்த்திருக்கிறோம். என்னைப் பொறுத்தமட்டில், ஆங்கில மார்ச் மாதம் 19ஆம் திகதி 2014, தமிழ் திருவள்ளுவர் ஆண்டு விபரங்கள் தெரியாது. உலகம் முடிந்துவிட்டதாகத் தோன்றியது. கொஞ்சம் மிகைப்படுத்தியிருக்கிறேன். உலகம் அப்படி ஒன்றும் அழியவில்லை. ஆனால் ஆண்டுகளாக என்னுடன் ஒட்டிக்கொண்டிருந்த ஒரு கலாசார வாழ்வுப் பாணி ஒரு தற்காலிகமாக முடிவுக்கு வந்தது. விசயம் இதுதான். தினமும் என் வீட்டுக்குக் காலையில் ஆங்கிலத் தினசரியான த கார்டியன் போடப்படும். இந்த ஒழுங்கு நான் இங்கிலாந்துக்கு வந்த நாட்களிலிருந்து நடைபெற்று வரும் சமயக் கிரியைகளில் ஒன்று. ஆனால் அந்தப் புதன்கிழமை பத்திரிகை வரவில்லை. நாற்பது ஆண்டுகளாகப் புழக்கத்திலிருந்த இந்தத் தொல் காரியம் இன்று நிறுத்தப்பட்டது.

ஒரு திருத்தம், நிறுத்தப்பட்டது என்றால் த கார்டியன் அல்ல; அதன் வீடு வினியோகம் தொலைபேசி மூலம் பிராயனுடன் தொடர்பு கொள்ள முயன்றேன். பிராயந்தான் அந்தப் பத்திரிகை வினியோகம் செய்யும் கடையின் சொந்தக்காரர். பதில் இல்லை. மதியம் வரை காத்திருந்தேன். எனக்குப்

பொறுக்கமுடியவில்லை. காலையில் தினசரி வாசிக்காவிட்டால் எனக்கு ஒன்றுமே ஓடாது. என்னுடைய அந்த மனநிலை பற்றி எந்த உளஇயல் சாத்திரப் பாடப்புத்தகங்களிலும் குறிப்பிடும் படியான விளக்கப்பதிவுகள் இல்லை. அறிவொளிக் காலத்துக்கு முன்பான அலகு குத்தி, திருநீறுபூசி, பூசணிக்காய் வெட்டி, சாமி ஆடி, கருவேப்பிலை அடித்தால்தான் இந்தப் புத்தி சுவாதீனம் தீரும் என்று சுதேசி வைத்தியர்கள் கூறுவார்கள்.

கடை எங்கள் வீட்டிலிருந்து நடந்துபோகும் தூரந்தான். போனேன். கடை பூட்டியிருந்தது. பக்கத்துக் கடைக்காரர்கள் ஒவ்வொருவரும் ஏதோ சொன்னார்கள். இவர்கள் கூறியதிலிருந்து ஒன்று மட்டும் தெளிவாகியது. பிராயனின் கடை திவாலாகி விட்டது. பிராயனின் வீடு கடையின் மேல் மாடியிலிருந்தது. ஆனால், அங்கு ஆட்கள் இருக்கும் சிலமன் இல்லை. எனக்குப் பேப்பர் வீட்டுக்கு வருவது நின்று போன கவலையுடன் பிராயனை இனிக் காண முடியாதது என்பது என் கவலையின் *Ritchter scale* அளவை இன்னும் கொஞ்சம் அதிகப்படுத்தியது. இப்போது இங்கிலாந்தில் பத்திரிகை விற்கும் கடைகள் எல்லாம் இந்தியர், பாகிஸ்தானியர்கள், ஆப்கானிகள் கைக்குப் போய்விட்டன. ஆங்கிலேயர் நடத்தும் ஒரு சில கடைகளில் பிராயனின் கடையும் ஒன்று.

எனக்குப் பிராயரனைப் பிராயன் என்றுதான் தெரியும். அவருடைய குடும்பப் பெயர்கூடத் தெரியாது. பிராயனுடன் என்னுடைய முதல் சந்திப்பு: இன உறவு பற்றிப் பாடம் சொல்லித்தரும் காணொளிகள் போல் குறிப்பிடும்படியான காரியங்கள் இல்லாவிட்டாலும் மற்றதுகளைத் *(the other)* திட்ட அறிவற்ற செயற்பண்புடன் அளவிடுவதன் மடத்தனக்கு ஒரு உன்னத உதாரணமாக எடுத்தக்கொள்ளலாம். ஆளைப்பாாத்தேன். ஜெம்ஸ் பொண்ட் படங்களில் வரும் ஆங்கில வில்லன் போலக் காணப்பட்டார். ஆனால் கையில் பூனை இல்லை. வீட்டுக்குப் பேப்பர் போடுவீர்களா என்று கேட்டேன். என்ன பத்திரிகை? என்றார். *த கார்டியன்* என்றேன். கொஞ்சம் அமைதி. இந்த இடை நேரத்தில் இரண்டு குழல் பிட்டு அவித்துவிடலாம். மறுபடியும் கேட்டார். என்ன பத்திரிகை? *த கார்டியன்* என்று கத்த வேண்டும் போலிருந்தது. மெதுவாகச் சொன்னேன். பிராயனின் உடல் மொழியும் அவர் கேட்ட விதமும் அவரின் வட்டார ஆங்கில உச்சரிப்பும், அந்தக் கடும் குளிரான மாதத்தில் அரைக்கை மேற்சட்டை போட்டிருந்ததும் எனக்குப் பிடிக்கவில்லை. இன்றைய விமானக் குடிநுழைவு அதிகாரிகள் பயணிகளை அவர்களின் தோற்றம், உடை, தாடியின் அளவை வைத்து இவர் என்ன மாதிரியான ஆள்

என்று மதிப்பிடும் செயல் வரமுதலே பிராயனை நான் எடை போட்டுவிட்டேன். எந்த விதமான சமூக விஞ்ஞானப் பரிசோதனை, செயலறிவு சார்ந்த கூர்ந்தாராய்வு இல்லாமல் பிராயனைப் பற்றி இரண்டு கருத்துப்படிவங்கள் என் மனதில் தோன்றின. ஒன்று, இந்த ஆள் ஒரு விறைப்பான, திமிர்த்த ஆங்கில இனவாதி. அந்த நாட்களில் பழுப்பு நிறமுடையவர்களுக்கு ஆங்கிலம் அவ்வளவாகத் தெரியாது என்ற பரவலான எண்ணம் இருந்தது. சல்மான் ருஷ்டியின் 'நடுநிசிக் குழந்தைகள்' இன்னும் புக்கர் பரிசு பெறவில்லை. காலனிய நாடுகளில்தான் ஆங்கிலேயர்கள் தங்கள் இலக்கியங்களையும், ஏன் சேக்ஸ்பியரை யும் கூட மீள் கண்டுபிடிப்புச் செய்தார்கள். இதைப் பிராயனுக்குச் சொல்லிப் பிரயோசனமில்லை. இரண்டாவது, இவர் தாட்சரை ஆதரிக்கும் ஒரு கறடான, கட்டிறுக்கமான வலதுசாரி.

த கார்டியன் ஆங்கிலப் பத்திரிகைகளில் சற்று வித்தியாச மானது; இடதுசாரிப் பார்வை கொண்டது. மிக முக்கியமாக எந்த முதலாளித்துவக் கூட்டுஸ்தாபனத்தின் பணத்திலும் நடத்தப்படுவதில்லை. தனியார் அறக்கட்டளையினால் நிர்வாகிக்கப்படுகிறது. இதனால் தினமும் மாக்ஸின் புத்தகங் களுக்குச் சூடம் காட்டித்தான் *த கார்டியன்* பதிப்பாசிரியர் தலையங்கம் எழுதுவார் என்றில்லை. ஆனால் வலதுசாரிகளுக்கும் சுதந்திர சந்தை ஆதரவாளர்களுக்கும், பரிசுத்த பவுலின் பாஷையில் சொல்லப்போனால் அவர்களின் மாம்சத்திலே ஒரு முள்ளாய் *தி கார்டியன்* இருந்திருக்கிறது. ஆங்கில ஆட்சியாளர்களை எரிச்சலடைய வைத்த சமீபத்திய *தி கார்டியன்* செயல் அமெரிக்க உளவுத்துறை ஒட்டுக்கேட்கும் பணியில் ஈடுபட்டு வருவது குறித்து என்.எஸ்.ஏ. அமைப்பின் முன்னாள் ஊழியர் எட்வர்ட் ஸ்னோடென் வெளியிட்ட ரகசிய ஆவணங்களை வெளியிட்டது. *தி கார்டியன்* வாசகர்கள் பற்றிக் காலில் பாதரட்சை அணிபவர்கள். சமுத்திரத்தில் மீனினத்தின் சரக்கு இருப்புப் பார்த்து மீன் வாங்குகிறவர்கள், வெறிய சத்து நீக்கப்பட்ட *(decaffeinated)* கோப்பி, தேநீர் அருந்துகிறவர்கள் என்று ஒரு பகடியான பிம்பம் உண்டு.

சற்று நிற்க . . . வாசகர்களின் கனிவான கவனத்துக்கு, மேலே சொல்லிய *தி கார்டியன்* வாசகர்கள் பற்றிய பிம்பம் எனக்குப் பொருந்தாது. சரி மறுபடியும் விசயத்திக்கு வருவோம். ஒரு அவசர உந்தலினால் திடுமென நான் கட்டுமானப்படுத்திய பிராயனின் இன, வகுப்பு பற்றிய கருத்துநிலை எனக்கு இப்போது முக்கியமல்ல; எனக்கு வீட்டுக்குப் பேப்பர் வரவேண்டும். ஆகையினால் என் வீட்டு விலாசத்தைப் பிராயனுக்குக் கொடுத்து விட்டு வந்துவிட்டேன்.

பிராயன் பற்றிய சங்கடமான அரைகுறை எண்ணச்சாயல் கொஞ்ச நாட்களுக்குப் பிறகு சரியாயிற்று. என்னுடைய ஐயுறவைத் திருத்தியமைக்கக் காரணம்: ஆங்கிலேயரின் விளையாட்டான கிரிக்கட். எப்படிக் கிரிக்கட் எங்கள் உரையாடலில் புகுந்தது என்று எனக்கு ஞாபகம் இல்லை. எனக்கு இது மட்டும் நினைவிலிருக்கிறது. கிரிக்கட் இந்தியர்களின் விளையாட்டு; தற்செயலாக ஆங்கிலேயர்கள் கண்டுபிடித்தார்கள் என்று ஏதோ ஒருமுறை பேப்பர் காசு கட்டப்போகும் போது சொன்னேன். பிராயன் சத்தம் போட்டுச் சிரிக்காவிட்டாலும் அவர் முகத்தில் கட்டுறுத்தப்பட்ட ஒரு முறுவல் தோன்றியது. இது உண்மையில் என்னுடைய நுளம்பு அளவு முளையில் உருவாகிய முத்துக்கள் அல்ல, இந்திய சமூகவியலாளர் ஆஷிஸ் நந்தியுடையது. பிராயனின் இந்த ஆட்டம் பற்றிய ஆர்வத்தை முத்திப்போன விசர் என்று நாடி பார்க்கமலேயே யாழ்ப்பாணப் பரியாரியார் சொல்லிவிடுவார். நான் ஒவ்வொரு திங்கள் கிழமையும் முந்திய கிழமைக்கான பேப்பர் காசு கட்டப்போவேன். பின்னுக்கு வரிசையில் நிற்பவர்களைப் பற்றி ஒருவிதக் கவலையும் இல்லாமல் இருவரும் கிரிக்கட் பற்றிப் பேசுவோம். கொஞ்ச நேரத்திற்குப் பிறகு வெளி நோயாளர் காத்திருக்கை அறையில் வரும் சின்ன உறுமல், முனகல் சத்தங்கள் பிராயனின் கடையிலும் கேட்கும். பிராயனின் கவனத்தை ஈர்க்கப் பொறுமை இழந்த கொள்வனவாளர்களின் தந்திரமான உத்தி இது.

அந்த நாட்களில் *தி கார்டியன்* மற்ற நாளிதழ் போல் நாம் உடுத்தும் சாரம் அளவில் வரும். கைப்பந்தாட்டம் பார்ப்பதுபோல் தலையை இங்கும் அங்கும் அசைத்து வாசிக்க வேண்டும். இப்போது கைக்கு அடக்கமாக, முக்கியமாக உங்கள் அருகில் இருக்கும் சக பிரயாணியின் முகத்தை இடிக்காமல் வாசிக்கும் அளவில் மாற்றி அமைக்கப்பட்டிருந்தது. நான் வந்த நாட்களில் அதன் விலை 18 ஆங்கில செப்புக்காசுகள். அன்று ஒரு இறாத்தல் பாண் வாங்கலாம். இன்றைய விலையில் மிடுக்கான கோப்பிக் கடைகளில் அரைக்கோப்பை கிடைக்குமோ தெரியாது.

என் தொப்புள் கொடியுடன் தினசரிப் பத்திரிகையும் இணைந்து வந்திருக்கும் என்று நினைக்கிறேன். நான் வாசிக்கத்தொடங்கிய நாட்களிலிருந்து தினமும் செய்யும் சமயகருமங்களில் ஒன்று எழுந்தவுடன் தினசரி படிப்பது. நான் யாழ்ப்பாணத்திலிருந்த நாட்களில் டெயிலி நியூஸ் காலையில் எங்கள் விறாந்தையில் வந்து விழும். அந்தச் சத்தம் யாழ், குழல், ஏன் குழந்தையின் ஒலியைவிட இனிமையானது. அப்போது எரிக்கரைப் பத்திரிகைகள் தேசியமயமாக்கப்படவில்லை. என்றாலும். டெயிலி நியூஸ் சிங்கள முதலாளி வர்க்கத்தின்

பத்திரிகை. அன்றைய கட்டுரைகள், தலையங்கங்களில் மெல்லிய சிங்கள இனவாதம் காணப்பட்டது. அந்த நாட்களில் என் அரசியல் அறிவு கடல்மட்டத்திக்குப் பல ஆயிரம் அடிகள் கீழே இருந்தது. எட்வர்ட் சாய்த் படித்து என் கண்களிலிருந்த சிதள்கள் விழ இன்னும் கொஞ்சக்காலம் காத்திருக்க வேண்டியிருந்தது.

என்னுடைய எழுத்து வாழ்க்கை டெயிலி நியூஸ் பத்திரிகையுடன்தான் ஆரம்பமாகியது. அப்படி ஒன்றும் அரசியல், இலக்கியம் பற்றித் தடித்த கட்டுரைகள் எழுதவில்லை. கிரிக்கட் பற்றி வீணான புள்ளி விபரங்கள் கொண்ட ஒருவருக்குமே பிரியோசனமில்லாத ஒரு சின்னப் பத்தி எழுதி யிருந்தேன். பிறகு, ஞாயிறு பதிப்பான *டைம்ஸ் ஓஃப் சிலோனில்* இன்னும் ஒரு கிறுக்கல் வந்தது. ஆனால், என்னுடைய பெயர் கூழையாக்கப்பட்டுச் சிங்களப் பெயர்போல் பிரசுரிக்கப் பட்டது. சிங்களமயமாக்கல் இப்போது ஆரம்பித்தது அல்ல அந்த நாட்களிலேயே இருந்திருக்கிறது.

காலையில் டெயிலி நியூஸ் மத்தியானத்தில் டெயிலி மிரர். ஆனால், டெயிலி மிரர் வீட்டுக்கு வராது. நான்தான் போய் வாங்கவேண்டும். டெயிலி மிரர் நகர்ப் பதிப்பு கொழும்பி லிருந்து காலை யாழ்தேவியில் அனுப்பப்படும். மத்தியானந்தான் யாழ்ப்பாணம் வரும். அந்தக் கடும் வெயிலிலும் போயி டெயிலி மிரர் வாங்குவதற்கு ஒரு காரணம் இருந்தது. பிந்திய கிரிக்கட் ஆட்ட விபரங்கள் நகரப் பதிப்பில்தான் வரும் 24 மணித்தியால செய்திகள் பரப்பும் அலைவரிசைகள். இணைய தளங்கள் நம் வாழ்க்கையைப் பாய்ச்சவில்லை. உறிஞ்சவில்லை. செப்புக் கம்பி மூலம் ஒலிபரப்பாகிய 10 நிமிட வானொலிச் செய்திகளில் கிரிக்கட் முடிவுகள் அதிகம் அறிவிக்கப்படுவதில்லை. இலங்கை வானொலியில் செய்தி வாசிப்பவர்கள் கிட்டிப்புள் விளையாட்டுப் பிரியர்கள் என்று நினைக்கிறேன். கென்னடி இறந்த போது நீங்கள் என்ன செய்துகொண்டிருந்தீர்கள் என்று கேட்பதுண்டு. சுடும் வெயில்கூட ஒரு அழகு என்று முத்துகுமார் சினிமாப் பாடல் எழுதியிருக்கலாம். இவருக்கு யாழ்ப்பாண வெயிலின் அகோரம் தெரிந்திருக்காது என்று நினைக்கிறேன். சூரியன் உச்சிக்கு ஏறி இன்னும் மண்டை பிளக்காத நிலையில் நான் மணிக்கூடு கோபுர வீதியில் கென்னடி சுட்டுக் கொல்லப்பட்டதை டெயிலி மிரரில் வாசித்துக்கொண்டிருந்தேன். அப்போது பத்திரிகையின் விலை பத்து சதம். இந்தக்காசில் அந்த நாட்களில் பால்போடாத தேத்தன்னி இரண்டு கோப்பை குடிக்கலாம்.

மதுரையில் இருந்த நாட்களில் *தி இந்து* அதிகாலை ஆறு மணிக்கு வீட்டுக்கு வரும். ராஜபாக்சாவின் நண்பர் ராம்

இன்னும் ஆசிரியராகவில்லை. உருப்படியான பத்திரிகையாக இருந்தது. இதில் வரும் கட்டுரைகள் வேண்டுமென்றே மந்தமாக, திருக்குமறுக்காக எழுதப்பட்டவை என்று நினைக்கிறேன். சினிமா ஆரம்பிக்கும் முன் போடப்படும் புகைபிடித்தல் எச்சரிக்கைபோல் *தி இந்து*வின் தலைப்பில் இந்த வாசகங்ளைப் போடலாம்: 'நீங்கள் வாசிக்கப்போவது உங்கள் இன்ப நுகர்வுக்காக எழுதப்பட்டதல்ல. ஆனால், உங்கள் ஆரோக்கியமான அறிவாற்றலுக்குச் சாலச் சிறந்தது'. கையில் மனச்சிதைவுக் குறைப்பி (antidepresants) மாத்திரைகள் பக்கத்தில் வைத்துக்கொண்டு *தி இந்து*வை வாசிக்க வேண்டும். கல்கத்தாவில் நான் வசித்தபோது *த தொலிகிராப்* வீட்டுக்கு வந்தது. இது *தி இந்து*வுக்கு எதிர்மாறானது. கவர்ச்சியான வடிவமைப்பு. முதலாளித்துவத்தை இதமாக்கி, இறுக்கமான மார்க்ஸ் பக்தர்களை அதன்மேல் பிரியப்பட வைக்கிற கட்டுரைகள். ஒரு ஆறுதல்: உங்களுடைய மூச்சுத் திணறாமல், தலை கிறுகிறுக்காமல் வாசிக்கக்கூடியதாக எழுதப்பட்டவை. ஆனால், எப்போது, எத்தனை மணிக்குப் பத்திரிகை வரும் என்று தெரியாது. கல்கத்தாவில் நான் படிப்பித்த கல்லூரி இருந்த சிறிராம்பூருக்கு மின்சார ரயிலில் பத்திரிகை வரும். ரயில் பிரயாண நேரம் 35 நிமிடங்கள் ஆனால், ஏதாவது ஒரு வேலை நிறுத்தம் இருக்கும். ஆகையினால் ரயில் ஓடாது, வேலை நிறுத்த மரபணுவுடன் வங்காளிகள் பிறந்தவர்கள் என்று நினைக்கிறேன். இந்திராகாந்தி இறந்தபோது நாலுநாட்கள் பத்திரிகை வரவில்லை. ரயில் ஓடவில்லை.

பனையோலைகளில் எழுத்தாணியால் எழுதுகிறவர்கள், பல்லக்குத் தூக்குகிறவர்கள், ஒலிநாடா திருத்துகிறவர்கள், பங்கா விசிறி இழுப்பவர்கள், தந்தி கொண்டு வருபவர்கள் என்ற இந்த வரிசையில் பத்திரிகை வீட்டுக்குப் போடுகிறவர்களையும் அபாயத்துக்குள்ளான இங்கிலாந்தில் அருகிவரும் இன வகைகளில் ஒன்றாகச் சேர்த்துக்கொள்ளலாம். மேற்குலகத் தினசரிகளுக்கு இது நல்ல காலம் அல்ல. எல்லாமே இணையத்தில் கிடைக்கிறது. நான் இதைக் கணினியில் ஏற்றிக்கொண்டிருந்த போது வட லண்டனிலிருந்த செய்தித்தாள் ஆவணக்காப்பகம் மூடப்பட்டு அங்கிருந்த பத்திரிகைகள் எல்லாம் எண்ணிமமாக்கப்பட்டிருக்கிறது (digitalized). 1710 முதல் இன்றை வரை வந்த செய்தித்தாள்களை உங்கள் கைபேசி, மின்பலகை (ipad), மடிக் கணினியில் வாசிக்கலாம். தினசரிகளைப் பௌதிகப் பொருளாகத் தொட்டுணர்ந்து படிப்பவர்களுக்கு இணையத்தில் வாசிப்பது திருக்கையால் அரைத்த ஓடக்கரை தோசைக்குப் பதிலாகச் செயற்கையான இயந்திரமயமாக்கப்பட்ட பங்களூரு MTR திடீர் தோசையைச் சாப்பிடுவது போன்றது.

கட்டுரையிலிருந்து ஒரு சின்ன விலகல். சமூகத்தின் இயங்கு முறைகளைப் பற்றி ஆய்வு செய்கிறவர்கள் ஈழத் தமிழர்களைப் பலவிதமாக வகுத்திருக்கிறார்கள். என்னைப் பொறுத்தமட்டில் ஈழத்தமிழர்கள் இரண்டு வகையினர். பருத்தித்துறை ஓடக்ரை அப்பம், தோசை ருசித்தவர்கள், ருசிக்காதவர்கள்.

மறுபடியும் சொன்ன வந்த விடயத்துக்கு: எப்படியாவது எனக்குப் பேப்பர் வீட்டுக்கு வரவேண்டும். பிராயனின் கடைக்குப் பக்கத்திலிருந்த செய்தி தாள்கள் விற்கும் கடைகளில் வீட்டுக்குப் பேப்பர் போடமுடியுமா என்று விசாரித்தேன். ஏதோ அல்கைதா குண்டுதாரிகளின் கையேடு வினியோகம் செய்யத் சொன்னதுபோல் என்னை மேலும் கீழும் அந்த ஆவ்கான் முதியவர் பார்த்தார்.

தெரிந்தவர்களை விசாரித்து, தொந்தரவு செய்து, இணையத்தில் அலைந்து ஒருவிதமாக என் வீடு இருக்கும் பொர்ன்வில்லில் *(Bourneville)* ஒரு கடைடையக் கண்டு பிடித்து விட்டேன். கடை *cadburys* சொக்கிலேட் தயாரிப்பு நிலையத்திற்கு அருகில் இருந்தது. பெரிய பிரித்தானியாவைப் பல்மத, பல்லின நாடு என்று சொல்லுகிற தாராண்மைவாதிகள் பொர்ன்வில்லுக்கு வந்திருக்கமாட்டார்கள் என்பது என் தாழ்மையான கருத்து. பாரதிராஜா ஆங்கிலேயராக இருந்திருந்தால் இந்தக் கிராமத்தையே அவருடைய படங்களுக்குத் தேர்ந்தெடுத்திருப்பார். நகரமானாலும் கிராமத்தன்மை கொண்டது. ஆங்கில நாட்டுப்புற வழக்குகள் எல்லாம் பொர்ன்விலில் உண்டு. பசுமையான புல்தரைகள், இடைக்கால தேவாலயம், கிரிக்கட் ஆடுதளம், விக்டோரியா காலக் கட்டிடங்கள், தனிப்பட்ட குடும்பங்கள் நடத்தும் இறைச்சிக்கடைகள், ரொட்டி சுடும் இடங்கள் . . . இது மத்திய தர ஆங்கிலேயரின் உறைவிடம். கடையைக் கண்டுபிடிப்பதில் அவ்வளவு அலைக்கழிப்பு இருக்கவில்லை. உள்ளே போனதும் தெரிந்தது, இதை நடத்திகிறவரும் ஒரு ஆங்கிலேயர் என்று *Groundhog Day* படம் பார்த்திருப்பீர்கள் என்று நினைக்கிறேன். சலிப்பூட்டுகிற ஒரே மாதிரியான சம்பவங்கள் அந்த வானிலை அறிவிப்பாளருக்குத் திரும்பத்திரும்ப வரும். பேப்பர் வீட்டுக்குப் போடுவதுண்டா? என்று கேட்டேன். என்ன பேப்பர்? என்றார். நான் *தி கார்டியன்* என்றேன். சிறிய இடைவேளை மறுபடியும் என்ன பேப்பர் என்றார். பிராயன் என் நினைவுக்கு வந்தார். போன வார பேப்பருக்கான காசுகூட அவருக்கு நான் கொடுக்கவில்லை. நான் அந்தப் புதிய கடைக்காரரைப் பார்த்துக்கொண்டிருந்தேன்.

***காலம்*, ஜூன் 2014**

7

சோதனைக் காலம்

நீங்கள் அடுத்ததாகப் படிக்கப்போகும் இரண்டு கூற்றுகளில் எது சரியானது?

அ) முதலாம் எலிசபத் மகாராணியின் ஆட்சி நாட்களில் நாடாளுமன்றத்தை அவர் நல்லபடியாகக் கையாளவில்லை.

ஆ) முதலாம் எலிசபத் மகாராணியின் ஆட்சி நாட்களில் அவருக்கும் நாடாளுமன்றத்துக்கும் சுமுகமான உறவு இருந்தது.

மேற்குறிப்பிட்ட கேள்வி இங்கிலாந்துக் குடிவரவாளர்களுக்குப் பிரித்தானிய குடியுரிமைத் தேர்வில் கேட்கப்படும் கேள்விகளில் ஒன்று. வின்சன் சர்ச்சில் எழுதிய நான்கு பாகங்கள்கொண்ட *A History of the English-Speaking Peoples'* நூலை நான் பேனா மை தீரும்வரை பக்கம் பக்கமாக அடிக்கோடிட்டுப் படிக்காவிட்டாலும்கூட என் ஆங்கில வரலாற்று அறிவு அரிவரி மாணவனைவிடக் கொஞ்சம் மேலானது. இந்தக் கேள்வி எனக்கே தடுமாற்றத்தை உண்டாக்குகிறது. இதுபோன்ற புத்தியையும் உணர்ச்சிகளையும் மங்கச்செய்யும் கேள்விகளை விண்ணப்பதாரர்கள் எதிர்கொள்ள வேண்டியிருக்கும்.

ஆங்கிலப் பிரஜாவுரிமை பெற நடத்தப்படும் 'ஐக்கிய இராச்சியத்தில் வாழ்க்கை' என்ற பரீட்சை, 2005இல் தொழிலாளர் கட்சி ஆட்சியின்போது அறிமுகப்படுத்தப்பட்டது. ஆங்கில வரலாறு, பழக்கவழக்கங்கள், தாம் உள்வாங்கிக்கொண்ட

ஆங்கிலத் தன்மைகள் ஆகியவற்றை அடையாளப்படுத்த இந்தச் சோதனை உதவும் என்கிறார்கள் வந்தேறிகள். ஆனால் இதன் உள்நோக்கம் மறைந்துபோன ஆங்கில சாம்ராட்சிய ஏக்கம்போல் தெரிகிறது.

நான் பிரித்தானியக் குடியுரிமை பெற்றபோது தடுமாறச் செய்யும் கேள்வித்தாள்கள் இல்லை. விண்ணப்பப் பத்திரம் கூட ஆறுபக்கங்கள்தான். நானே என் கையால் நிரப்பி, பிறகு விண்ணப்பத்தை உறையில் வைத்து, தபால்உறையில் இருந்த பசையை நாக்கினால் தடவி, புறாவின் காலில் கட்டி அனுப்பவில்லை; ஆங்கிலக் கலாச்சாரத்தின் திருவுருவான சிகப்புத்தபால்பெட்டியில் போட்டு அனுப்பினேன். விக்டோரியன் காலம் போல் குதிரைவண்டிகள் இந்தத் தபால்களை எடுத்துப்போயிருக்கும்.

இப்போது இணையத்தில்தான் விண்ணப்பம் செய்ய வேண்டியிருக்கிறது. படிவம் தொண்ணூறு பக்கங்கள். ஒரு அப்புக்காத்தின் துணையில்லாமல் இதை நிரப்புவது கடினம். நீங்கள் நீங்களேதான் என்று நிரூபிக்க ஒரு தடயவியல் நிபுணராக மாற வேண்டியிருக்கும். இங்கிலாந்தில் வாழ்வதற்குத் தகுதியானவரென்று உறுதிப்படுத்த நீங்கள் முதன்முதலாக வந்திறங்கிய விமானப் பற்றுச்சீட்டு முதல் சமீபத்தில் தவறான இடத்தில் வாகனத்தை நிறுத்திக் கட்டிய அபராத ரசீதுவரை தேவைப்படும்.

இந்தப் பரீட்சைக்கு உதவ ஆங்கில அரசே *'Life in the United Kingdom: A Guide for New Residents'* என்ற கையேட்டையும் மாதிரிக் கேள்விகளைக் கொண்ட செயலியையும் வெளியிட்டிருக்கிறது. இந்தச் செயலியில் கிட்டத்தட்ட *423* கேள்விகள் உண்டு. ஆங்கில வரலாறு 'நீண்ட பிரகாசமான வரலாறு' என்ற தலைப்பில் கையேட்டில் சொல்லப்பட்டிருக்கிறது. இந்த ஆங்கிலச் சரித்திரம் தூய்மைப்படுத்தப்பட்ட, ஒரு பக்கப் பார்வையுடையது. ஒருவிதத்தில் இது ஆங்கிலப் பழைமைவாதக் கட்சியின் வரலாறு. இந்தக் கற்பனாவாத ஆங்கில வாழ்க்கையையும் செயலியிலிருந்த வினாக்களையும் ஒன்றுசேர்த்துப் படித்ததில் நான் கற்றுக்கொண்ட பாடங்களைக் கீழே தருகிறேன்.

பாடம் ஒன்று: ஆங்கிலேயர்கள் உலகத்தில் தலைசிறந்த விடுதலை வீரர்கள், அடிமைத்தனம் பற்றிய குறிப்புகளில் ஏதோ ஆங்கிலேயர்கள்தான் ஒரு தார்மீக வெறியோடு கறுப்பர்களின் அடிமை வாழ்வுக்கு விடுதலை வாங்கித்தந்தவர்கள் போல் சொல்லப்படுகிறார்கள். வில்லியம் வில்பபோர்ஸ் தனி ஆளாக நின்று அடிமைத்தனத்தை ஒழித்தவர் போல், மாபெரும் விடுதலை

வீரராக வர்ணிக்கப்பட்டிருக்கிறார். இந்த மீட்பு வரலாற்றில் கறுப்பர்களின் பங்கு சேர்க்கப்படவில்லை. வில்பபோர்ஸுக்கு முன்னமே தன் விடுதலையைக் காசுகொடுத்துப் பெற்றுக்கொண்ட கறுப்பரான *Olaudah Equiano (1745–97)* பற்றி ஒருவரிகூட இல்லை. தான் அனுபவித்த சித்திரவதைகள்பற்றி அவர் எழுதிய நூல் *'The Interesting Narrative and other Writings'* அவர் காலத்திலேயே பல பதிப்புகள் வெளிவந்தன. இந்த நூல்தான் தன்னுடைய கிறிஸ்தவ மனச்சாட்சியை உலுப்பிவிடக் காரணமாக இருந்த தென்று வில்பபோர்ஸே ஒத்துக்கொண்டிருக்கிறார். வில்பபோர்ஸைப் பற்றி இதையும் சொல்லிவிட வேண்டும். இவர் கடுமையான மதவாதி. ஒரு கிறிஸ்தவ இந்துத்துவவாதி என்று வைத்துக்கொள்ளுங்கள். இந்தியாவைப் பற்றிக் கேவலமாகப் பேசினார். 'இந்தியா இயேசுவுக்கே' என்று முழங்கியவர்.

பாடம் இரண்டு: மற்றமைகள் பற்றி எப்போதும் வழக்கத்தில் நைந்துபோன சொற்றொடரில் வர்ணிப்பது சாலச் சிறந்தது: ஒரே ஒரு இந்தியர் மட்டும் நூலில் செருகப்பட்டிருக்கிறார். அவரின் பெயர் ஷேக் தீன் முகம்மது (1759–1851). இவரின் சாதனை லண்டனில் 1810இல் முதல் காப்பிக் கடையை ஆரம்பித்தது. இவரும் இவருடைய மனைவியும் இணைந்து இன்னுமொன்றையும் ஆங்கில வாழ்க்கைக்கு அறிமுகப்படுத்தினார்கள். தலைகழுவும் சவர்க்கார நிலையங்கள். ஒருசில ஆங்கிலேயர்களிடையே இந்தியர்களைப் பற்றிய ஒரு பொதுவான அபிப்பிராயம்: இந்தியர்கள் மூலையில் கடைவைப்பது அவர்களின் மரபணுவில் இருக்கிறதென்பது. இந்தத் தவறான கருத்தை நீட்டிக்க, இங்கே சுருக்கிச் சொல்லப்பட்ட முகம்மதுவின் வாழ்க்கை வரலாறு உதவும்.

பாடம் மூன்று: ஆண்களின் வரலாறே ஆங்கில வரலாறு. 77% ஆண்களின் பெயர்களே இக்கையேட்டில் பதிவு செய்யப்பட்டிருக்கிறது. இதில் 15% எட்டாவது ஹென்றியைப் பற்றியது. நாற்பது சதம் ஆங்கிலேயர்களின் வாழ்க்கைச் சுருக்கம் பெட்டியிட்டுச் சித்திரிக்கப்படுகிறது. காலனிய கவிஞர் கிப்லீங்கும், வங்காளப் பஞ்சத்திற்குக் காரணமாக இருந்த தீவிர இனவாதி வின்ஸ்டன் சர்ச்சிலும் கவனம் பெறுகிறார்கள். இவர்களின் கவிதையும் தேசிய உணர்வைத் தூண்டிவிடும் பேச்சும் ஆங்கில ஆண்மையின் எடுத்துக்காட்டுகளாகச் சொல்லப்பட்டிருக்கின்றன. இவர்களின் துவேஷமான காலனியச் சிந்தனைகள்பற்றி எவ்விதமான தகவல்களும் இல்லை.

பாடம் நான்கு: ஆங்கில வரலாறு ஆங்கில ஆண்டைகள் பற்றியது: முதலாம் எலிசபத்தின் ஆட்சிக்காலம் நினைவுபடுத்தப் படுகிறது. இதில் டுடர்களின் *(Hourse of Tudors)* வம்ச ஆட்சிக்கு

அதிகமான பத்திகள் ஒதுக்கப்பட்டிருக்கின்றன. இது தரும் மறைமுகச் செய்தி, இந்த நாட்களில் ஆங்கிலேயர்கள் அந்நியப் படைகளை அழித்திருக்கிறார்கள். அவற்றில் முக்கியமானது ஸ்பெயின் தேசத்திற்கு எதிரான வெற்றி. ஆனால் ஆங்கில அடித்தள மக்களின் போராட்டங்கள் பற்றித் தகவல்கள் இல்லை. பதினேழாம் நூற்றாண்டில் *Diggers and Levellers* என்பவர்கள் ஆண்டைகளுக்கும் அரசருக்கும் நில உரிமையாளர்களுக்கும் எதிராகத் தீவிரப் போராட்டத்தில் ஈடுபட்டிருந்தார்கள். மார்க்ஸுக்கு முன்னமே வேளாண்மை சமத்துவம் பேசியவர்கள். பார்க்க: ***Christopher Hill*இன் *'The World Turned Upside Down: Radical Ideas During the English Revolution.'***

பாடம் ஐந்து: பிரித்தானியாவில் வாழும் ஆசியர், கறுப்பர் இனச் சந்ததியர்களுக்கு இலக்கியம் படைக்க, ஓவியம் வரைய, சினிமா– நாடகங்களில் நடிக்க, கட்டட வடிவமைப்பாளராகச் செயல்படத் தெரியாது. எல்லாருமே முழு மொக்குகள்: ஒன்பது எழுத்தாளர்கள் குறிப்பிடப்பட்டிருக்கிறார்கள். எல்லாருமே வெள்ளையர்கள். அதில் இரண்டு பெண்கள். அவற்றில் ஒருவர் 'ஹாரி பாட்டர்' புகழ் ஆர்.கே. ரொலீங்; மற்றவர் விக்டோரியன் எழுத்தாளர் ஜென் ஒஸ்டின். பிரசித்திபெற்ற புக்கர் பரிசை இரண்டு தடவை பெற்ற ரூஸ்டியைப் பற்றியோ இயக்குநருக்கான ஆஸ்கர் பரிசு பெற்ற ஸ்டிவு மக்கூவின் பற்றியோ ஒருவரிகூட இல்லை. ஆங்கிலக் கட்டடக்கலையைக் கட்டுடைத்தவர் சோகா ஹாட்டாட். இவர்தான் லண்டன் ஒலிம்பிக் நீச்சல்குளத்தைக் கட்டியவர். இவரின் சமீபத்திய சாதனை பெய்ஜிங்கில் பிரமிக்கவைக்கக் கூடிய அளவில் கட்டிய புதிய விமானதளம். இவரைப் பற்றிய விவரங்கள் இல்லை.

பாடம் ஆறு: பெண் வாக்குரிமைகளுக்குப் போராடிய அனைவருமே ஆங்கிலப் பெண்கள்; அதுபோல் பொதுச் சேவைகளில் ஈடுபட்டவர்களெல்லாம் ஆங்கிலப் பெண்கள்: பெண் வாக்குரிமைக்கான போராட்டம் முழுக்க வெள்ளைப் பெண்களின் போராட்டமல்ல. இதில் இந்தியப் பெண்களின் பங்கும் உண்டு. அவர்களில் முக்கியமானவர் சோபியா டுலுப் சிங். இவர் மகாராஜா டுலுப் சிங்கின் மகள். இவர் வாக்குரிமைக்காக மட்டுமல்லாது வாக்கில்லாத பெண்கள் வரி கட்டத் தேவையில்லை என்றும் கலகம் செய்தவர். ஏமலி பன்கேர்ஸ்ட் பெண்களுக்காகக் குரலெழுப்பிய அதே சமயத்தில் சரோஜினி நாயுடு பெண்களின் வாக்குரிமை பற்றி இந்தியாவில் பேசினார். அதே போல் முதலாம் உலக யுத்தத்தில் தாதியாகச் சேவைசெய்த லாரன்ஸ் நைட்டிங்கேல் கொண்டாடப்படுகிறார். ஆனால்

அதே போரில் யுத்த வீரர்களுக்கு வைத்தியம் பார்த்த கறுப்புப் பெண்ணான மேரி சீக்கோல் மறைக்கப்பட்டிருக்கிறார்.

வரலாறு வாகை சூடியவர்களால் எழுதப்படுவது. இந்தக் கையேடு வாடிப்போன வாகைசூடிகளின் மறைந்துபோன பொற்காலத்தை மீளக்கொண்டுவருவது போல் தெரிகிறது; பழைய ஏகாதிபத்தியம் பற்றிய ஏக்கத்தின் தொனி இது.

இதையும் சொல்லியாக வேண்டும்; அல்லாவிட்டால் மனச்சோர்வுற்றவனாக நான் மாற வாய்ப்புண்டு. இந்தியாவில் அல்லது இலங்கையில் குடியுரிமை கோருவோருக்குப் பரீட்சை நடத்தினால் என்னென்ன கேள்விகள் கேட்கப்படும் என்று யோசித்தேன். அதன் விளைவைக் கீழே தந்திருக்கிறேன்.

இலங்கைக் கேள்வித்தாள்கள் இப்படி இருக்கலாம்.

1. சிங்கள இராணுவத்தின் பொழுதுபோக்கு என்ன?

அ) யாழ்ப்பாணப் பனங்கள்ளைக் குடித்துவிட்டு சுராங்கனி பாட்டுக்கு பைலா நடனம் ஆடுவது;

ஆ) அவர்களால் சுட்டுக்கொல்லப்பட்ட தமிழ்ப் பெண்களின் நிர்வாணத்தைக் காணொளி எடுப்பது.

இ) முக்கியமாக யாழ்ப்பாணத்திலிருக்கும் வாசக சாலைகளைத் தீவைத்துக் கொளுத்துவது.

2. இலங்கையின் முன்னாள் ஜனாதிபதி ராஜபக்ச

அ) சீனப் பேரரசர்கள் கோடை மாளிகைகள் கட்டுவது போல் இலங்கை முடுக்குகளில் யாருமே உபயோகிக்க முடியாத விமான நிலையம் கட்டுகிறவர்.

ஆ) தமிழ் அரசன் எல்லாலனை வீழ்த்திய துட்ட கைமுனுவின் மறு அவதாரம்.

இ) பிரபாகரனின் மாவீரர் உரைகளை மகாவம்சம் படிப்பது போல் தினமும் வாசிப்பவர்.

மோடி இந்தியாவில் கேட்கப்படக்கூடிய கேள்விகள்:

1. முகலாயர்களின் சாதனைகள்

அ) இறந்துபோன காதலிகளுக்கு ஏகப்பட்ட செலவில் பளிங்குக் கல்லறைகள் கட்டியது.

ஆ) மாட்டிறைச்சிப் பிரியாணியை அறிமுகப்படுத்தியது.

இ) இந்துக் கோயில்களைத் தாறுமாறாக இடிப்பது.

2. இந்திய ரயில்

   அ) பிரயாணிகளின் கனிவான கரிசனைக்கல்ல. அமைச்சர்கள், மக்களவைப் பிரதிநிதிகளின் வசதிக்காக ஓட்டப்படுகிறது.

   ஆ) இன்றும் ஆயிரம் மெழுகுவத்திகளால் இயக்கப்படுகிறது.

   இ) ரயில் பெட்டிகள் சாதி, சமய, மொழி, பால் கட்டுப்பாடுகளை மீறிச் சமத்துவ சமூகத்தை உருவாக்கும் மார்க்சியச் சூழ்ச்சி.

அது சரி, தொடக்கத்தில் கேட்ட கேள்விக்குப் பதில் என்ன என்ற கவலையில் இருப்போருக்கு விடை இரண்டாவது கூற்று. இணையத்தில் கணிப்பு நெறிமுறையில் முன்னமைக்கப்பட்ட அனைத்துமே எந்தக் கருத்தியல் கொண்டவரால் முறைப்படுத்தப்பட்டுள்ளது என்பதில்தான் இருக்கிறது. எதற்கும் பரீட்சைக்குப் போகிறவர்கள் எட்டாவது ஹென்றியின் ஆறு மனைவிகளின் பெயர்களைத் தெரிந்துவைத்திருப்பது நல்லது.

காலச்சுவடு இதழ் 239, நவம்பர் 2019

8

ஆங்கில வளாகங்கள்: சில நடப்புகள்

பிரித்தானிய பல்கலைக்கழகங்கள் பற்றிய இந்தக் கட்டுரையைப் புதிய ஏற்பாட்டு வசனத்துடன் தொடங்குகிறேன்: "காசுக்காரர்கள் தேவாலயத்தை ஆக்கிரமித்துவிட்டார்கள்."

இன்றைய பல்கலைக்கழகங்கள் மார்கிரேட் தாட்சரின் பணத்துவக் கொள்கையினால் பெரு வியாபாரக் கூட்டாண்மை அமைப்பின் அங்கமாக, முதலீடாகச் செயல்படுகின்றன. சர்வகலாசாலைகள் முன்னாளில் திறனாய்வு மையங்களாகச் செயல் பட்டன. இப்போது இவையிருக்கும் நிலைமையை இன்னும் வலுப்படுத்தும் பணியகங்கள். இவை தங்களை விளம்பரப்படுத்தும் பிரசுரங்களில் பரவலாகக் காணப்படும் 'கூட்டிணைவு அட்டவணைகள்', 'ஆற்றுகைப் பட்டியல்கள்', 'காசுக்கான பெறுமதி' போன்ற வார்த்தைகள் வணிகச் சந்தைச் சொல்லாடல்களிலிருந்து கடத்தி வரப்பட்டவை. தியாகராஜா பாகவதர் படங்களில் வரும் 'பிராண நாதா' அல்லது மணிக்கொடி எழுத்தாளர்களின் கதைகளில் வரும் 'குமாஸ்தா' போன்ற வார்த்தைகள் இன்றைய புழக்கத்திலிருந்து விடுபட்டுப்போனதுபோல், பல்கலைக்கழகங்களை நினைவுறுத்தும் பதங்களான 'நடுநிலை மதிப்பீடுகள்', 'மாறுநிலை நுண்ணாய்வுகள்', 'கூர்ந்தாய்வுகள்' போன்ற சொற்கள் பல்கலைக்கழகச் சொல்தொகுதிகளின் உபயோகத்தில் இல்லை. இவர்கள் கணிப்பில்

மாணவர்கள் கூட இப்போது மாணவர்கள் அல்ல; நுகர்வோர். இவர்களின் திருப்தியே முக்கியம். இவர்களின் சிந்தனைகளைக் கட்டவிழ்ப்பு செய்வது முக்கியமல்ல.

சந்தனக்கட்டை என்றவுடன் வீரப்பன் உருவம் முன் தோன்றுவது போல் இங்கிலாந்துப் பல்கலைக்கழகங்கள் என்றால் ஒக்ஸ்போர்ட்டும் கேம்பிரிஜும்தான் நினைவில் வரும். இதற்கு இரண்டு காரணங்கள் உண்டு. ஒன்று காலனியத் தொடர்பு. தனியார் பள்ளிகளில் ஆங்கிலத்தில் படித்த இந்திய, இலங்கை ஏன் முந்திய ஆங்கிலக் காலனி நாட்டு மாணவர்களின் ஒற்றைக் குறிக்கோளும் எப்படியாவது ஒக்ஸ்போர்ட் அல்லது கேம்பிரிஜ் சான்றிதழ் வாங்குவதுதான். காலனிய விடுதலைப் போராட்டத்தில் ஈடுபட்ட தலைவர்கள் பலரும் இந்த இரண்டு பல்கலைக்கழகங்களின் பழைய மாணவர்கள் ஆவர். இந்தியப் பிரதமர் ஜவகர்லால் நேரு, கேம்பிரிஜ்; இலங்கை முதல்வர் பண்டாரநாயக, ஒக்ஸ்போர்ட். பிரித்தானிய ஏகாதிபத்தியத்தில் ஆதவன் அஸ்தமித்திருக்கலாம்; ஆனால் அதன் பல்கலைக்கழகங்களின் உலக மதிப்பு இன்னும் சுடர்விட்டு எரிந்துகொண்டிருக்கிறது. ஆங்கிலக் கல்விக் காலனியத்தின் தொடர்ச்சிக்கு இந்தப் பல்கலைக்கழகங்களின் பெரும் பங்குண்டு. இங்கிலாந்தின் இன்றைய லாபகரமான ஏற்றுமதிகளில் ஒன்று அதன் சர்வகலாசாலைகளின் கல்வித் தராதரம். வெளிநாட்டு மாணவர்கள் இல்லாவிட்டால் சில பல்கலைக்கழகங்களை மூடவேண்டியிருக்கும். இந்த இரண்டு உன்னதப் படிப்பிடங்களை விடவும் கிட்டத்தட்ட 130 உயர்கல்வி நிலையங்கள் உள்ளன. இவற்றில் ரசல் குழு என்றழைக்கப்படும் 24 உயரடுக்குக் கல்வி வளாகங்கள் தம்மைத் தனியாக விலக்கிவைத்திருக்கின்றன. ஆராய்ச்சியிலும் கல்விபோதனையிலும் மாணவர்கள் திருப்தியிலும் மற்றைய பல்கலைக்கழகங்களைவிடத் தாமே மிகச் சிறந்தவை என்று தம்மைத் தனிமைப்படுத்திக்கொள்கின்றன. மற்றவர்கள் பார்வையில் இது வீங்கிய தற்பெருமை. சர்வகலாசாலைகளின் சாதி அதிகாரப் படிநிலைக்கு இந்த ரசல் குழுப் பள்ளிகள் சான்று.

இன்றைய வளாகங்களில் புழங்கும் இரண்டு முக்கியமான வார்த்தைகள் – 'பாதுகாப்பான வெளியிடங்கள்', 'பேச்சுமேடை மறுத்தல்'. இவை இரண்டுமே சிக்கலானவை; இவற்றின் பொருளை வரையறுப்பது சுலபமல்ல. ஓரங்கட்டப்பட்ட, முக்கியமாக கறுப்பு – ஆசிய தன்பால் புணர்ச்சியாள மாணவர்களுக்காக, மாணவர்கள் சங்கமே பாதுகாப்புக்காக உருவாக்கப்பட்ட ஒதுக்கிடங்கள். இதற்கு நிறைய எதிர்ப்புகள் உள்ளன. ஒன்று, இது கருத்துச் சுதந்திரத்திற்குத் தடையாக இருக்கிறது, கருத்துக்கள் கட்டுப்படுத்தப்படுகின்றன; இரண்டாவது, ஒருவரைப்

புண்படுத்துவது மனித உரிமைகளில் ஒன்று. இந்த எதிர்ப்பாளர்கள் எல்லாருமே வலதுசாரி விமர்சகர்கள் என்று அறிந்துகொள்ள ஒருவருக்கு அரசியல், சமூகவியல் அறிவு தேவையில்லை.

அடிமைத்தனம் ஒழிக்கப்பட்டு இருநூறு ஆண்டுகளாகின்றன. பிரித்தானிய சாம்ராஜ்யம் சரிந்து எண்பது ஆண்டுகள். ஆனால் இப்போதுதான் பல்கலைக்கழகங்கள் முதன்முறையாக அடிமை வர்த்தகத்திற்கும் அதனால் உருவாக்கிய வருமானம், ஆதாயம் ஆகியவற்றிற்கும் இந்தக் கல்வி நிலையங்களோடுள்ள தொடர்பை ஆராயத் தொடங்கியிருக்கின்றன. ஒக்ஸ்போர்ட் கல்லூரிகளில் ஒன்றான *All Soul's College* இன் உலகப் பெயர்பெற்ற கோர்டிங்டன் நூலக விருப்பு ஆவணத்தின் *(bequeath)* மூலமாகக் கொடுக்கப்பட்ட பணத்தில் உருவாக்கப்பட்டது. கிறிஸ்தோபர் கோரிங்டனுக்கு மேற்கிந்தியத் தீவான பார்படஸில் கரும்புத் தோட்டங்கள் இருந்தன. கறுப்பர்களின் வதைப்பிலும் அவர்களின் கடின உழைப்பிலும் சம்பாதித்த பணம் இது. இந்தக் கல்லூரியின் பெயரை *'All Slaves College'* ஆக மாற்ற வேண்டும் என்று மாணவர்கள் ஆர்ப்பாட்டம் செய்தார்கள். அதேபோல் க்ளாஸ்கௌவ் பல்கலைக்கழகம் பருத்தி, புகையிலைத் தோட்ட வருமானங்களால் ஆரம்பிக்கப்பட்டது. கேம்பிரிஜ் பல்கலைக்கழகம் கூட அதன் காலனியத் தொடர்புகளை ஆராய சமீபத்தில் ஒரு குழுவை அமைத்திருக்கிறது. பல்கலைக்கழகங்கள் மட்டும் அல்ல ஐக்கிய ராச்சியத்தின் முக்கியப் பொது நிறுவனங்களான வங்கிகள், தேசியக் கலைக்கூடங்கள், அருங்காட்சியகங்களுக்குப் பின்னணியில் அடிமைமுறைப் பொருளாதார அமைப்பின் உடனுதவியளிப்பு, ஆதாயத்தைக் காணலாம். லண்டன் பல்கலைக்கழகத்தின் *The Centre for the Study of the Legacies of British Slave-ownership* 19ஆம் நூற்றாண்டின் ஆங்கில அடிமை வர்த்தகத்தை ஆவணப்படுத்தும் நிலையமாக இருக்கிறது. ஆங்கிலேயர்களின் வரலாற்றிலும் வாழ்விலும் கருமை தோய்ந்த இந்தக் கதை இப்போதுதான் பொதுவெளியில் பேசப்படுகிறது.

அடிமை வர்த்தகத்தின் தொடர்ச்சிதான் பல்கலைக் கழகங்களில் உருவாகிய *'Rhodes Must Fall'* என்ற இயக்கம். சீசில் ரோட்ஸ் ஓர் இனவாதி. காலனிய நாட்களில் ஆப்பிரிக்காவின் செல்வங்களை அபகரித்தவர், திருடியவர். இவருடைய சிலை ஒக்ஸ்போர்ட்டின் ஓரியல் கல்லூரிக்கு முன் இருக்கிறது. இது அகற்றப்பட வேண்டும் என்று ஆர்ப்பாட்டம் செய்தார்கள். சிலை சரிய வேண்டும் என்பது மக்களின் கவன ஈர்ப்புக்காகச் செய்யப்பட்டது. ஆனால் இந்த உணர்ச்சி கிளறும் சம்பவத்திற்குப் பின்னால் பொதிந்துகிடக்கும் திட்டமுனைப்பு, காலனியக் கல்வி முறைமை மாற்றப்பட வேண்டும் என்பதாகும். இன்னும்

மனிதவியல் பாடத்திட்டங்கள் ஐரோப்பிய கண்ணோட்டத்தையே பிரதிபலிக்கின்றன. இது பற்றிக் *காலச்சுவடு* மே இதழில் எழுதியிருக்கிறேன்.

மானுடவியல் துறைகளில் வேலை செய்கிறவர்களுக்கு இது நல்ல காலமில்லை. ஆங்கிலம், சமூகவியல், மெய்யியல் போன்ற துறைகளின் வரவு செலவுப் புத்தகம், பல்கலைக்கழகப் பொருளாளர்களின் இரத்த அழுத்த அதிகரிப்புக்கும் அவர்களின் வயிற்றுப் புண் வரவுக்கும் மூல காரணம். சேக்ஸ்பியரின் நாவல்களை அலசுவதிலும் வேட்ஸ்வொர்த்தின் கவிதைகளின் அழகியலிலும் விரிவுரையாளர்கள் நேரத்தை வீணாக்குகிறார்கள் என்ற எண்ணம் பரவலாக உண்டு. இவர்கள் செய்த மகாப் பொல்லாங்குகளில் ஒன்று கடந்த பத்தாண்டுகளில் நடந்த இரண்டு முக்கிய அரசியல், பொருளாதார மாற்றங்களைப் பற்றி முன்னறிவிப்புச் செய்யாதது. ஒன்று 2011–12 அரபு வசந்தம். மத்திய கிழக்கு நிபுணர்களில் ஒருவராவது அரபு நாடுகளில் அரசியல் கொந்தளிப்பு வரும் என்று தெரிவிக்கவில்லை. பேராசிரியர்கள் ஆரூடம் சொல்பவர்கள் அல்லர். ஆனால் அரபு நாட்டு அடிமட்ட மக்களின் அக்கறைளையும் ஆர்வங்களையும் இவர்கள் அறிந்திருக்கவில்லை. இதற்குக் காரணம் இவர்கள் சமகால நடப்புகளைக் கவனிக்காமல் 12ஆம் நூற்றாண்டு இஸ்லாமிய மெய்ஞ்ஞானிகளின் பிரதிகளிலும் ஒட்டமான் சாம்ராஜ்யத்தின் அந்தப்புரப் பெருமைகள் மீதும் கவனம் செலுத்தியதுதான். அதுமட்டுமல்ல, மத்தியக் கிழக்குத் துறையினரின் வருவாய், எண்ணெய் வளமிக்க நாடுகளின் தயவில் இருக்கிறது. இந்த அரபு நாடுகளின் அரசியல் போக்குகளை நிபுணர்கள் ஆராய்வதை அரபு ஆட்சியாளர்கள் விரும்புவதில்லை. மற்றது 2008 வங்கி நெருக்கடி. பொருளியல் சார்ந்த விரிவுரையாளர்கள் சுதந்திரச் சந்தைபற்றியும் நவதாராளவாதத்தின் மேன்மைகள் பற்றியும் பேசிக்கொண்டிருந்தார்கள். முதலாளியத்தில் மூழ்கிப் போயிருந்தவர்களுக்குக் கண்முன்னால் நடந்துகொண்டிருக்கும் பொருளாதார வீழ்ச்சி தெரியவில்லை. நிலவுடைமைக்கும் முதலாளியத்திற்கும் எதிரான கருதுகோள்கள் கற்பிக்கப்பட வேண்டும் என்று மாணவர்கள் வாதாடுகிறார்கள்.

இங்கிலாந்து உயர்கல்வி நிலையங்கள் பற்றி நிறைய நாவல்கள் உள்ளன. இவை ஆங்கிலப் பல்கலைக்கழகங்கள் பற்றியஅபிப்பிராயத்தைக் கொஞ்சம்கூட மேம்படுத்தக்கூடியவை அல்ல. பல்கலைக்கழகங்கள் பற்றிய அவமானகரமான மூன்றுவிதச் சித்திரிப்புக்களைக் காணலாம். ஒன்று, இந்தப்

பேராசிரியர்களெல்லாம் முழு சோப்பளாங்கிகள்; இவர்களுடைய தேசிய கருமம் மாணவிகளை மயக்குவது; சுந்தரத் தமிழில் சொன்னால் பொறுக்கிகள். இவர்களின் முழு நோக்கம் ஆராய்ச்சிக் கட்டுரை எழுதுவது, அகிலத்தைச் சுற்றுவது, ஒருவருக்கும் விளங்காத தலைசுற்ற வைக்கும் அடர்த்தியான, தட்டையான மொழியில் உதவாக்கரைக் கட்டுரைகள் எழுதுவது. டேவிட் லாட்ஜின் நாவல்களான *Nice Work', 'Changing Places', 'Small World'* இவற்றுக்கு எரிச்சலான எடுத்துக்காட்டுகள்;

இரண்டாவது, கல்லூரி ஆசிரியர்கள் எல்லாருமே மூர்க்கமான, நவநாகரிக இடதுசாரிகள்; போதைப் பொருள் பாவிப்பவர்கள்; இவர்களுடைய வாயிலிருந்து வருவனவெல்லாம் மார்க்சிய சன்னிப் பிதற்றல்கள். மாணவர்களை மார்க்சிய இயங்கியலில் தோய்வித்து எதிர்வரும் தொழிலாளர் புரட்சிக்குத் தயாராக்குகிறவர்கள். மால்கம் ப்ராட்பரியின் *'History Man'*இல் வரும் ஹவ்வார்ட் க்ரிக் இந்த முட்டாள்தனத்திற்கு முன் உதாரணம்;

மூன்றாவது, பல்கலைக்கழகங்கள் மேட்டிமையான உயர்பண்புக்குடியினருக்கும், பிரபுக்கள் வர்க்கத்துக்குமே உரியனவென்று மேலும் அழுத்தும் நாவல்கள். இவற்றிற்கு ஈவ்லின் வோஹின் *'Brideshead Revisited'* ஏகாந்தமான ஓர் எடுத்துக்காட்டு. இதில் வரும் கதாநாயகர்கள் இருவருமே மேற்குடித் தொடர்புடையவர்கள். பகட்டான நாகரிகமான மாணவ வாழ்க்கையைக் கற்பிதமான ஒக்ஸ்போர்ட் கல்லூரியில் வாழ்கிறார்கள். இவர்களுக்குச் சேவகம் செய்ய பரிசாரகர்கள் இருக்கிறார்கள். ஆலன் பெனட்டின் *'The History Boys'*, எட்டு உழைக்கும் வர்க்கத்தைச் சேர்ந்த மாணவர்களை ஒக்ஸ்போர்ட்க்குத் தயாராக்குவது. கல்வியின் உயரடுக்குத் தன்மையை இவை போதிக்கின்றன.

மேற்குலகின் பல கெட்ட பழக்கங்களில் ஒன்று திடீர் திடீரென்று மரண அறிவுப்புகள் செய்வது. முன்பு 'ஆசிரியர்கள் இறந்துவிட்டார்கள்' என்றது; பிறகு 'வரலாறு செத்துவிட்டது' என்று வாதித்தது; இப்போது 'நிபுணர்கள் இறந்துவிட்டார்கள்' என்று கூறுகிறது. வலைப்பூக்கள், விக்கிப்பிடியா நாட்களில் இப்போது எல்லாருமே வல்லுநராகிவிட்டார்கள். இணையத் தேடுபொறி உதவியுடன் ஆண்களின் புரோஸ்டேட் சுரப்பிப் புற்றுநோய் பற்றி வைத்தியமே தெரியாத ஒருவர் அறிவுசெறிவுத்தனமாகப் பேசலாம், எழுதலாம், பிரச்சாரம் செய்யலாம். ஆகையினால் பல்கலைக்கழகப் பேராசிரியர்களின் வேலை, அவர்கள் மேற்கொள்ள வேண்டிய செயல்பாடுகள் என்ன என்ற கேள்வி எழும்பிக்கொண்டேயிருக்கிறது.

ஜான் லே காரீயின் *'Absolute Friends'* என்ற நாவலில் டிமிட்ரீ என்ற கதாபாத்திரம் வருங்காலத்தில் ஒரு பல்கலைக்கழகம் ஆரம்பிக்கக் கனவு காண்கிறார். அவருடைய கல்லூரியில் கற்பிக்கப்படும் நூல்கள் அந்தந்தத் துறைகளில் பிரபலமான அறிவுத்திறமுடையவர்களால் எழுதப்பட்டவை அல்ல. அவர் தெரிந்தெடுத்த ஆசிரியர்கள் கனடிய நேவோமி கிளையின், ஆங்கிலேய ஜியார்ஜ் மொம்பே, இந்திய அருந்ததி ராய், ஆஸ்திரேலிய ஜான் பில்ஜர். இவர்களுக்கும் சர்வகலாசாலை களுக்கும் சம்பந்தமே இல்லை. சுற்றுச்சூழல், பொருளாதாரம், அரசியல், வறுமை, குறைந்த ஊதியம் பற்றி ஆட்சியாளர்களுக் கெதிராக ஒடுக்கப்பட்டவர்கள் சார்பாக எழுதுகிறவர்கள். மக்கள் சார்பாக மாற்றுக் கருத்துகளைப் பதிபவர்கள் வெவ்வேறு கருத்தியல் கட்டுப்பாட்டிலிருந்து இவர்கள் வந்தாலும் இவர்களுடைய ஒற்றைக் குறி, கூட்டு நிறுவனங்களின் ஆதிக்கத்தையும் தன்நலத் தேட்டத்தையும் அம்பலப்படுத்துவதே. புத்திசாலித்தனமாகவும் மக்களுக்குப் புரியும் விதத்தில் எழுதுவதிலும்தான் பல்கலைக்கழகப் பேராசிரியரின் பலனும் பயனும் எதிர்காலமும் இருக்கிறது. பலமானவர்களை நித்திரை யின்றித் தவிக்கச் செய்வதே இவர்களின் முதல்நிலையான பொறுப்பு. இறந்துபோன இலங்கை கலாச்சார, அரசியல் அவதானி சிவானந்தன் சொன்ன "எந்த மக்களுக்காகப் போராடுகிறோமோ அவர்களுக்காகவே எழுதுகிறோம்" என்ற வரிகளை ஆராய்ச்சிக் கட்டுரைகள் எழுதத் தொடங்கும்போது பிள்ளையார் சுழி, சிலுவை, பிஸ்மி போடுமுன் கல்விக் கழகத்தவர்கள் நினைவு படுத்திக் கொள்வது நல்லது.

காலச்சுவடு இதழ் 235, ஜூலை 2019

9

மேற்கத்தியப் பல்கலைக்கழகமும் இனவாதமும்

என்னிடம் அடிக்கடி கேட்கப்படும் பல கேள்விகளில் ஒன்று: 'மேற்கத்திய பல்கலைக்கழகத்தில் இனவாதத்தைச் சந்தித்திருக்கிறீர்களா?' இது நாகப்பாம்பின் நாக்கில் விஷம் இருக்கிறதா என்பதைப் போன்றது. இக்கேள்வியைப் பல்கலைக்கழகப் பாணியில் கட்டுடைத்தால் இதற்குப் பின்னால் மறைவடக்கமாய்ப் பொதிந்திருக்கும் பொருள்: புத்திநெறியைப் பேணும் இடங்களில் இனவாதத்திற்கு இடமில்லை; அறிவுத்திறனுடையவர்கள், ஆழ்ந்து சிந்திப்பவர்கள். இனத்துவேஷமானவர்கள் அல்லர்; எதிர்வினைகளையும் தாராளத்தையும் போதிக்கும் வகுப்பறைகளில் இனவெறிக்கு இடமே இல்லை. இந்த வரிகள் வாசிப்பதற்குச் சுகமாக இருக்கிறது. ஆனால் நடைமுறைக்கு முற்றும் மாறானது. நான் கிட்டத்தட்ட முப்பது வருடங்களாக பார்மீங்கம் பல்கலைக்கழக வளாகத்தில் புழங்கியிருக்கிறேன்; முதலில் முனைவர் பட்டப்படிப்பு மாணவராகவும் பிறகு பேராசிரியராகவும். இதுவரைக்கும் தனிப்பட்ட முறையில் என்னைப் 'பாக்கி' என்றோ அல்லது அவதூறாகவோ, மரியாதையற்ற வார்த்தைகள் சொல்லியோ மாணவர்கள் அல்லது சக ஆசிரியர்கள் இதுவரை அழைக்கவில்லை; உடல் ரீதியாகத் தாக்கவுமில்லை.

மேற்கத்தியப் பல்கலைக்கழகங்கள் அந்தச் சமுதாயத்தின் ஓர் அங்கம்; சமுதாயத்தின் உணர்வுகளைப் பிரதிபலிப்பவை, ஆகையினால் வெள்ளைச்

சமூகத்தில் காணப்படும் இனவெறியும் இனத் தாராளமும் பகைமையும் பாசமும் பல்கலைக்கழகங்களிலும் உள்ளன. சர்வகலாசாலைகள் உலகை விட்டு விலகி முனிவர்களின் மடங்களைப் போல் தன்னம் தனியாகக் காட்டில் வசிக்கும் நிறுவனங்கள் அல்ல. இவற்றிடையே நிறுவனமயமான இனவாதம் உண்டு. நிறுவனமாகச் செயலாற்றுகிற எல்லா அமைப்புகளிலும் காணப்படும் இயல்பான, உள்ளார்ந்த இன உணர்ச்சி மெலிதாகப் பரந்து கிடக்கிறது. ஆனால் இது மென்மையானது; நேரடியானதல்ல; ஒல்லித்தனமானது; மறைமுகமானது.

நான் நேரில் அவதானித்த, மிருதுவான இன உணர்ச்சிக்குச் சில உதாரணங்கள். இந்தச் சாடையான இனவாதத்தை மாணவர்களுக்குக் கொடுக்கப்படும் பாடத்திட்ட வாசிப்புப் பட்டியலிலும், அவர்களுக்குப் போதிக்கப்படும் பாடத்தின் தலைப்பிலும் காணலாம். மானுடவியல் துறைகளான சரித்திரம், ஆங்கில இலக்கியம், மெய்யியலை எடுத்துக்கொள்ளுங்கள். மேற்கோள், உசாத்துணை நூல்கள் அனைத்தும் மேற்கத்தியவர்கள் எழுதியதாயிருக்கும். எடுத்துக்காட்டாக மெய்யியல் வகுப்பறைகளில் படிப்பிக்கப்படும் நூலாசிரியர்களின் பெயர்களைப் பாருங்கள். *Hegal, Martin Heidegger, Kant, Schleiermacher* போன்ற தத்துவ ஞானிகள் பெரும்பாலானவர்கள் இறந்துபோன, ஆண்வர்க்க, ஐரோப்பிய வெள்ளையர்களாக இருப்பார்கள். சபரிமலைபோல் பெண் மெய்யியலாளர்கள் இந்த ஆண் ஆதிக்கப் புனித வகுப்பறைகளில் நுழைவது கஷ்டம். கிரேக்கப் பெண்ணான *Hypatia* பற்றியோ அல்லது உபனிஷ காலத்தில் வாழ்ந்த *Gargi, Maitreyi and Lopamudra* போன்ற பெண் வேதாந்திகள் பற்றியோ அறிய வாய்ப்பில்லை.

ஏதோ தத்துவம் என்றால் மேற்குலகினருக்கு மட்டுமே தெரியும் என்ற நினைப்பில்தான் மாணவர்களுக்கான வாசிப்புப் பட்டியல் இருக்கும். மெய்விளக்கவியல், மூல முதற்காரணம் பற்றிய சிந்தனை இந்தியருக்கோ சீனர்களுக்கோ ஆபிரிக்கர்களுக்கோ இஸ்லாமியர்களுக்கோ இருப்பதாக இவர்கள் ஒத்துக்கொள்வதில்லை. சங்கரர், ராமானுஜர், கொன்பூசியஸ் மெய்யுணர்வுப் பாவனை அற்றவர்கள் என்பதே இவர்களின் கருத்து.

இந்த மேற்கத்தியத் தத்துவவாதிகளை வகுப்பில் படிப்பிக்கும் போது இவர்களின் எழுத்துக்களில் பொதிந்திருக்கும் மறைமுக மான இனவாதம் மறைக்கப்படுகிறது; ஓரங்கட்டப்படுகிறது. இந்த மெய்யியலாளர்கள் இந்தியா வந்ததாகச் செய்திகள் இல்லை.

துணைக் கண்டத்தின் பக்கமே கால் வைக்காத ஹேகலுக்கு இந்தியர் பற்றிக் கேவலமான எண்ணங்கள் உண்டு. வஞ்சகமும் சூழ்ச்சியும் இந்துக்களின் அடிப்படையான மரபுக்கூறுகள் என்கிறார். ஏமாற்றுவது, திருடுவது, கொலைசெய்வது இவர்களுடைய அடிப்படைப் பழக்கங்கள் என்று குறிப்பிடுகிறார். அதே போல் காண்ட்டும் *(Kant)* அன்னியர்கள் பற்றி ஓர் அத்தியாயம் எழுதியிருக்கிறார். அதில் இந்தியர்களும் அவர்களின் கடவுள்களும் கோரமானவை, கோமாளித்தனமானவை என்று பதிவுசெய்திருக்கிறார். *Heidegger* நாஸிக்களின் யூத வெறுப்புக்குக் கருத்தியலான ஆதரவு கொடுத்தவர். ஆபிரிக்கர்கள் பற்றிய இவர்களின் அன்றைய கருத்துகள் இன்று இவர்களை இனச் சமத்துவ ஆணையத்தின் முன் நிறுத்தக் கூடியவை.

இந்தியர், சீனர், ஆபிரிக்க புறக்கணிப்பு 19, 20ஆம் நூற்றாண்டு மேற்கத்தியத் தத்துவ ஞானிகளின் எழுத்துக்களில் மட்டும் காணப்படுவதில்லை; சமீப படைப்புகளிலும் உண்டு. *Anthony Flew*இன் *An Introduction to Western Philosophy* என்ற அவரின் நூலின் அறிமுகத்தில் இப்படிக் கூறுகிறார்: நான் சுயஸ் கால்வாய்க்குக் கிழக்குத் திசைக்கு அப்பாலிருக்கும் நாடுகளின் தத்துவவாதிகளை இங்கே சேர்க்கவில்லை. கீழை நாடுகளில் வாதப் பிரதிவாதங்கள் இல்லை. அவர்களிடையே தருக்கத் திறமையே இல்லை என்று சொல்லிவிட்டார். அமர்த்யா சென்னின் *'The Argumentative Indian'* என்ற நூல் இந்திய மெய்யியலை மும்முரமான அறிவார்த்த விவாதமும் தருக்கமும் என்று எடுத்துக்காட்டுகளுடன் ஆவணப்படுத்துகிறது.

இதையும் சொல்லிவிடுகிறேன், இந்தியத் தத்துவ ஞானிகள் சாக்ரடீசுடன் வாதித்திருக்கிறார்கள். அதுமட்டுமல்ல அவரின் அறிவுப்பரப்பைப் பற்றிப் பகடியும் பண்ணியிருக்கிறார்கள். பொது யூகத்திற்கு முந்நூறு ஆண்டுகளுக்கு முன் ஏதென்ஸ் நகரில் கிரேக்க ஞானியைச் சந்தித்த ஓர் இந்திய யோகி, "நீங்கள் என்ன மெய்யியல் ஆராய்ச்சி செய்துகொண்டிருக்கிறீர்கள்," என்று கேட்டபோது, "மானிடம் பற்றி ஆய்வு செய்கிறேன்," என்றார் அவர். அதற்கு, "தெய்வத்துக்குரிய புனிதமானதைக் கூர்ந்து ஆராயாமல் எப்படி மனிதத்தன்மை பற்றிப் பரிசீலனை செய்யலாம்," என்று ஏளனமாகச் சிரித்திருக்கிறார் அந்த யோகி. இது இந்துத்துவவாதிகளின் இந்துப் பெருமைகள் பற்றிய திரிப்பு மறுபார்வை அல்ல. நாலாம் நூற்றாண்டுத் திருச்சபைத் தந்தையான *Eusebius of Caesarea* வின் *Praeparatio Evangelica (Preparation for the Gospel)*வில் படிக்கலாம்.

இதன்மூலம் இந்த மேற்கத்திய மெய்யியலாளர்கள் கூறுவது வாசிக்கப்படக்கூடாது, படிப்பிக்கப்படக்கூடாது,

ஆராய்ச்சிப்படுத்தப்படக்கூடாது என்பதல்ல. அவர்கள் எப்படி, எவ்வாறு கற்பிக்கப்படுகிறார்கள் என்பதுதான் முக்கியம். அவர்கள் உய்த்துரைத்த உண்மைகள் உலகப் பொதுமையானதல்ல. முழுப்பிரபஞ்சத்துக்கும் பொருந்தக்கூடியதுமல்ல. அவர்கள் எழுதிய காலகட்டத்தின், அவர்கள் வாழ்ந்த குறுகிய வட்டாரத்தின், இந்த மேதைகளின் குறுந்தேசியவாதத்தின் பிரதிபலிப்புகள், அடையாளங்கள் என்றுதான் எடுத்துக் கொள்ளப்பட வேண்டும்.

நான் நேரில் கண்ட பல்கலைக்கழகங்கள் மறைமுகமான இன வாதத்திற்கு இன்னுமொரு உதாரணம்; இலக்குக் கம்பங்களை தம் வசதிக்கேற்ப மாற்றுவது. பதவி உயர்வுக் குழுவில் அங்கத்தினராகச் சில ஆண்டுகள் இருந்தேன். எல்லாருமே வெள்ளையர்கள். நான் ஒருவன்தான் மற்ற வகை. ஒரு விரிவுரையாளர் மூத்த விரிவுரையாளராக விண்ணப்பித்திருந்தார். அவரின் துறையில் பிரபலமாயிருந்த ஆய்வறிஞர்களிடமிருந்து மதிப்புரைகள் பெற்றிருந்தார். அவர் வெளியிட்ட நூல் பட்டியலையும் இணைத்திருந்தார். அங்கே உத்தியோக உயர்வுக்கு அறிவு செறிந்த வெளியீடுகள் முக்கியம். அவை உடன் பணியாற்றுவோரால் மறுபதிப்பீடு செய்ததாக இருக்க வேண்டும். அதுவும் உங்கள் நூல்களைப் பல்கலைக்கழகப் பிரசுரங்கள் வெளியிட்டிருந்தால் ஹைதராபாத் 'தம் பிரியாணி' போல் அவற்றுக்கு விசேஷ மகத்துவமும் அந்தஸ்தும் உண்டு. இவர் சமர்ப்பித்த நூல்களில் பெரும்பான்மையானவை அவர் தொகுத்த திரட்டுகள் அல்லது சக ஆய்வாளர்களுடன் இணைந்து எழுதப்பட்டவை. இதைக் கவனித்த குழுவின் அங்கத்தினர் ஒருவர் சொன்னார். "இவர் சுயமாக ஒரு நூலும் எழுதவில்லை. இவரின் ஆக்கங்கள் மற்றையவர்களுடன் இணைந்த கூட்டு வெளியீடுகள். இவர் தானாகவே ஒரு நூல் எழுதட்டும்; அதற்குப் பிறகு அவருடைய விண்ணப்பத்தைப் பரிசீலிக்கலாம்" என்றார். அந்த ஆண்டு அவருக்கு உத்தியோக உயர்வு கிட்டவில்லை. பதவி உயர்வுக்குத் தகுதி இல்லாதவர் என்று ஒதுக்கப்பட்டவர் ஒரு வந்தேறி. புலம்பெயர்ந்த பழுப்பு நிற ஆசியர். இன்னும் ஒரு விண்ணப்பம் பரிசீலனைக்கு வந்தது. அவரின் வெளியீடுகளும் சற்று நேரத்திற்கு முன் நிராகரிக்கப்பட்ட ஆசியரது போலக் கூட்டு முயற்சிகளால் ஆனவை. அவரின் தனிப்பட்ட, சொந்தமான ஆக்கங்கள் அல்ல. ஆனால் இவர் வெளுத்துத் தூய்மைவாய்ந்த வெள்ளையர். இந்த முறை விவாதம் வேறுமாதிரியாக இருந்தது. இவருடைய தொகுப்புகள் இவர் பலருடனும் ஒத்துழைக்கக்கூடியவர் என்பதற்கு அடையாளம். மற்றவர்களுடன் இணைந்து பணியாற்றும்

தன்மையுடையவர். தனிமனிதவாதம் பரவலாயிருக்கும் கல்விக்கூடங்களில் இப்படியான கூட்டு முயற்சிகளை ஊக்குவிக்க வேண்டும். அவருக்குப் பதவி உயர்வு கிடைத்தது. இப்படி சந்தர்ப்பத்திற்கு ஏற்ற மாதிரி பந்தய எல்லையை மாற்றுவதும் இனவாதமே.

மேற்கு அறிவுலக இனவாதத்தின் இன்னுமொரு கெட்ட இயல்பு 'ஆசிய, ஆப்பிரிக்க ஆக்கங்கள் எல்லாம் மேற்கத்திய எண்ணங்களாலும் கருத்துக்களாலும் பாதிக்கப்பட்டவை. இந்துமதச் சீர்திருத்தவாதிகளான ராம்மோகன் ராய், சுவாமி விவேகானந்தர், சர்வபள்ளி ராதாகிருஷ்ணன் பரப்புரை செய்த ஆன்மீகக் கருத்துகள், கோட்பாடுகள் கீழைத்தேயத்தவர்கள் கண்டுபிடித்த வியத்தகு இந்தியாவின் செயல் விளைவுகள் ஆகியவற்றின் தாக்கம்.' இந்தியர்களைப் பற்றிச் சுற்றிவளைத்த இந்த இழிவுரை கூறுவது என்னவென்றால் இந்தியர்களுக்குச் சொந்தமாகச் சிந்திக்கமுடியாது; இது வெள்ளை இனவாதத்தின் அப்பட்டமான எடுத்துக்காட்டு. மேற்கத்தியர் ஒன்றை மறந்து விடுகிறார்கள். இவர்கள் மகாத்தியமாகக் கொண்டாடும் புத்தொளி இயக்கம் ஐரோப்பியக் கண்டத்தின் உள்ளிருந்து தோன்றியதல்ல. அரேபிய, இஸ்லாமிய, சீன, இந்திய தாக்கம் இல்லாவிட்டால் மேற்கத்திய அறிவொளிச் சிந்தனை உருவாக வாய்ப்பே இல்லை.

இனவாதம் வெளிப்படும் இன்னும் ஓர் இடம் கருத்துத் திருட்டு பற்றிய விசாரணைக் கூட்டங்கள். அறிவுக் களவாடல்கள் புதிதல்ல. இன்றைய இணைய நாட்களில் மற்றவர்களுடைய ஆக்கங்களை மாணவர்கள் தங்களுடைய வியாசங்களில் கத்தரித்து ஒட்டுவது மிகச் சுலபமானது. கருத்துத் திருட்டு இனப் பாரபட்சமற்றது. வெள்ளை மாணவர்களும் செய்வார்கள், ஆசிய – ஆபிரிக்க மாணவர்களும் செய்வார்கள். ஒரு வெள்ளை மாணவர் பிடிபட்டால் அவர் வேண்டும் என்று செய்யவில்லை; அவர் நேர்த்தியானவர், நல்ல குடும்பத்தைச் சேர்ந்தவர், சில குடும்பப் பிரச்சனைகளால் கவனக்குறைவாக இருந்துவிட்டார்; சில நாட்கள் சுகமில்லாமல் இருந்ததால் மறதிக் குறைவு ஏற்பட்டிருக்கலாம் என்று பல வியாக்கியானங்கள் கூறப்படும். இதையே ஓர் ஆசியர் அல்லது ஆப்பிரிக்கர் செய்திருந்தால் முழுப்பழியும் அவர்களுடைய கலாச்சாரத்தின் மேல் செலுத்தப்படும். இப்படி அபகரிப்பது இவர்கள் கலாச்சாரத்தில் ஊறிப்போன காரியம். இவ்வளவுக்கும் ஆங்கில நாடக ஆசிரியரான ஷேக்ஸ்பியரின் நாடகங்கள் அந்த நாளைய நாடக ஆசிரியர்களிடமிருந்து இரவல் வாங்கப்பட்டவை.

Heidegger இன் இருத்தலியல்வாதத்திற்குப் பின்னணி தாவோயிசம் *(Taoism)* பார்க்க: *Reinhard May* இனி *'Heidegger's Hidden Sources: Eastern Influences on his Work.'*

கடைசியாக, பல்கலைக்கழகங்கள் பூமியில் தோன்றிய பரலோக இராச்சியங்கள் அல்ல. மனித குலத்தை மேம்படுத்துவதற்கான அதிசயமான, ஆச்சரியமான ஆராய்ச்சிகளைச் செய்தாலும் இவை மனிதத்தன்மையானவை. மனித வியப்புகளையும் வியாகுலங்களையும் இவை பிரதிபலிக்கின்றன. மானிடர் போல் குழப்பமானவை, அலங்கோலமானவை, மிக முக்கியமாக இனச்சார்புடையவை, இனம் சார்ந்தவை.

காலச்சுவடு இதழ் 233, மே 2019

10

சுதந்திரச் சந்தையின் சுவரொட்டிப்பாவை

என்னுடைய இங்கிலாந்து வாழ்க்கை தாட்சர் ஆட்சிக் காலத்தில்தான் ஆரம்பித்தது. அவை எழுச்சியூட்டும் நாட்கள் அல்ல. இந்த வரியிலேயே உங்களுக்குத் தெரிந்திருக்கும் இந்தக் கட்டுரை தாட்சரைப் பற்றி வணக்கத்துடனும் மரியாதையுடனும் இருக்கப்போவதில்லை என்று.

நான் வருவதற்கு முந்திய ஆண்டில் அவரின் அரசு ஆங்கிலப் பல்கலைக்கழகங்களில் மேற்படிப்புப் படிக்கும் வெளிநாட்டு மாணவர்களின் கல்விக் கட்டணத்தை மூன்று பங்காக உயர்த்தியிருந்தது. நல்லவேளை, அறிமுகப்படுத்தப்பட்ட கல்வி ஆண்டுக்கு ஆறு மாதங்களுக்கு முன்பே என் ஆராய்ச்சியைத் தொடங்கியபடியால் நான் தப்பித்து விட்டேன். அவரின் இன்னுமொரு செயலும் என்னை அவரது அரசியல் செயல்பாடுகளில் நெருங்க முடியாமல் செய்தது. ஒரு தொலைக்காட்சி நேர்காணலில் 'வந்தேறிகள் இங்கிலாந்தை மொய்க்கிறார்கள், முக்கியமாகப் பெருந்திரளாகப் பொதுநல நாடுகளிலிருந்து வருகிறவர்கள் ஒரே மாதிரி சாயல் கொண்ட ஆங்கில வாழ்க்கையின் பிரிட்டிஷ் தன்மையை மங்கவைக்கிறார்கள்' என்றது எனக்கு அவர்மீது எரிச்சலை ஏற்படுத்தியது. பழைய காலனிய நாட்களை நினைவுகூரும் வண்ணம் ஆர்ஜண்டினாவுடன் போக்லண்டு தீவுகளுக்காக அவர் மேற்கொண்ட போர் இடைவெளியை மேலும் தூரப்படுத்தியது. அத்துடன் அவரின் உரத்த கரகரப்பொலியுடைய பேச்சுத் தொனி

(bellicose) அவர்மீது இன்னும் கூடுதல் வெறுப்பை ஏற்படுத்தியது. இன்னும் எரிச்சலூட்டும் பல காரியங்களைத் தாட்சர் செய்தார். அவற்றைப் பின்வரும் பத்திகளில் காணலாம். இந்தக் கட்டத்தில் இதையும் சொல்லிவிடுகிறேன். தாட்சர் என்ற தனி ஆளுமையைப் பற்றி எனக்குப் பிரச்சினை இல்லை. அவருடன் தனிப்பட்ட முறையில் பழகினவர்கள் சொன்னதுபோல் அவருக்கு மென்மையான, கருணையான ஒரு பக்கம் இருக்கலாம். தாட்சரிசம் பற்றியும் அது விளைவித்த பாதகங்கள் பற்றியும் எனக்குத் தெரியும். அதைத்தான் இங்கே சொல்லவருகிறேன். அதற்கு முன்பு நான் கண்ட அன்றைய இங்கிலாந்து பற்றிச் சில வரிகள்.

80களில் ஐக்கிய ராச்சியம் நுகர்பொருட்களின் வனாந்தரமாக இருந்தது. எளிதாகக் கடைகளில் போய் தின்னவேலி அல்வா வாங்குவதுபோல் நுகர்பொருட்கள் அந்த நாட்களில் வாங்க முடிவதில்லை. பணப் புழக்கமும் மிகக் குறைவு. தொலைக்காட்சிப் பெட்டிகள்கூட எனக்குத் தெரிந்த மத்திய தர ஆங்கிலேயர்கள் வாடகைக்குத்தான் எடுத்திருந்தார்கள். நான்கூட ஒரு மாத வாடகை மூன்று பவுண்டுகள் கட்டியதாக ஞாபகம். அந்த நாட்களில் மூன்று அலைவரிசைகள்தான் இருந்தன. பிறகு நாலாவதும் வந்தது. இப்போது கைபேசி எண்போல் அலைவரிசைகள் இருக்கின்றன. ஒரு தொலைபேசித் தொடர்புக் காக இணையமயமாக்கப்படாத இந்தியாபோல் மாதக் கணக்கில் காத்திருக்க வேண்டும். இப்போதுபோல் கைபேசியில் நினைத்தவுடன் சிரிலங்காவுக்கோ இந்தியாவுக்கோ பேச முடியாது. தபால் கந்தோரில் முன் பணம் கட்டி நேரத்தையும் நாளையும் முன்பதிவு செய்ய வேண்டும். அந்த நாட்களில் மூன்று நிமிடங்களுக்கு 5.65 ஆங்கிலப் பவுண்டுகள். 1983 இனக்கலவரம் நடந்தபோது என் அம்மாவுடன் தொடர்புகொள்ள கஷ்டப்பட்டுப் போனேன். இப்போது இருப்பதுபோல் பகட்டான கோப்பிக் கடைகள் இல்லை. போதைப் பொருள் நுகர்வோர் மருந்துச் சரக்குக்காக அலைவதுபோல் ஒரு கோப்பைக் கோப்பிக்காகத் தெருத்தெருவாக அலைய வேண்டியிருந்தது.

ஒருவிதத்தில் வாழ்க்கை நலன்கள் குறைபட்ட அந்த நாட்களைக் கட்டுப்படுத்தப்பட்ட முதலாளித்துவத்தின் பொற்காலம் என்றுகூடச் சொல்லலாம். அந்த நாட்களில் ஜனநாயகம் சார்ந்த சாடையான சமத்துவம் காணப்பட்டது. பொதுமக்கள் உபயோக சாதனங்களான மின்சாரம், எரிவாயு, தண்ணீர், தொலைபேசி எல்லாம் அரசின் உடமையாயிருந்தன. ஆனால் கையிறுக்கமான, சேம வளமில்லாத ஐக்கிய ராச்சியத்தை தாட்சர் எடுத்த அரசியல், பொருளாதார முடிவுகள் தனிமனித நுகர்வுச் சமுதாயத்திற்கு ஆயத்தப்படுத்தியது.

இன்று 'தாட்சரிசம்' என்று பழமைவாதிக் கட்சியின ராலும் வலதுசாரி ஊடகங்களினாலும் கொண்டாடப்படும் கொள்கைகள் தாட்சரின் சொந்தக் கண்டுபிடிப்பல்ல. தாட்சரிசம் என்று கூறப்படும் தேசியமாக்கப்பட்ட அரசுடமைத் தொழிலகங்களைத் தனியார்மயமாக்கல்; வரிக்குறைப்புச் செய்தல்; பொதுச் செலவினங்களைக் குறைத்தல்; அரசின் சிற்றளவான குறுக்கீடு; வேலையின்மை அதிகரித்தாலும் பணவீக்கத்தைக் கட்டுப்படுத்தல்; சர்வதேசச் சந்தைகளை விரிவுபடுத்தல்; தேசங்களுக்கிடையே இருக்கும் வர்த்தகத் தடைகளை நீக்கல்; அரசின் நிர்வாகக் கட்டுப்பாடு மெலிதாக்குவது போன்றவை புதிய தாராளமயமாக்கலின் பொற்கனிகளாகும். இவற்றுக்குப் பின்னால் பல சமூக, பொருளாதார விற்பன்னர்களின் அறிவும், ஆராய்ச்சியும், ஆலோசனையும், உழைப்பும் மறைந்திருக்கிறது. அதைவிட அன்றைய முதலாளித்துவ நாடுகளின் பல தொடர்ச்சியான, நெஞ்சறிந்த அரசியல் தீர்மானங்கள் நவ தாராளமயமாக்குதலுக்கு உந்துதலாக இருந்திருக்கின்றன. தலையிடாக் கொள்கை, அரசியல் குறுக்கீட்டியம் போன்ற சமாச்சாரங்களைத் தூக்கி எறிந்துவிட்டு இந்தப் புதிய தாராளவாதக் கொள்கைப் புரட்சியை முன்னின்று வேகப்படுத்திய பெருமை மார்க்கரெட் தாட்சருக்கும் அவரின் அரசியல் ஆன்ம நண்பரான ரொனால்டு ரேகனுக்கும் சேரும். அந்த நாட்களில் அமெரிக்க, ஐரோப்பிய நாடுகளைக் கவ்விப் பிடித்திருந்த பொருளாதாரத் தேக்கத்தை இந்த இருவரும் தீவிரப்படுத்திய தாராளவாத நடவடிக்கைகள் சற்று உலுப்பிவிடவே செய்தன. ஆனால் தாட்சர் வாக்குக் கொடுத்தது போல் அரசின் கையிருந்த பொதுமக்கள் பயன்பாட்டுச் சேவைகளான வாயு, மின்சாரம், நீர் போன்றவை ஆங்கில மக்களின் தனிச் சொத்தாக மாறவில்லை. பொருளாதாரங்களின் விடுதலை உலகமயமாக்க லோடு இணைந்தபடியினால் இவை எல்லாம் இப்போது பன்னாட்டு வணிக நிறுவனங்களின் கைகளில் இருக்கின்றன. நான் பாவிக்கும் மின்சாரம் பிரான்சு நாட்டுக் கூட்டுக் குழுமத்தினால் வழங்கப்படுகிறது. கிரீடத்தின் முக்கிய நகை என்று கருதப்படும் லண்டன் ஹித்றொ விமான நிலையத்தின் இன்றைய உரிமையாளர்கள் ஸ்பெயின் தேசப் பன்னாட்டு நிறுவனத்தின் பங்குதாரர்கள். இப்பொழுது தாட்சரிசம் வசவுச் சொல்லாக மாறியிருக்கிறது.

பொருளாதாரத்தில் மட்டுமல்ல; தேசிய, சமூக வாழ்க்கைப் பாணியிலும் தாட்சர் மாற்றங்களை ஏற்படுத்தினார். இவர் கொண்டுவந்த நாட்டினம் பற்றிய மசோதா பெரிய பிரித்தானியாவுக்கு வெளியே இருந்து குடியேறியவர்களின் குடியுரிமையைப் பாதித்தது. இவர் பிறப்பித்த *Section 28*

ஓரினச்சேர்க்கையாளர்களுக்கு எதிராக இருந்தது. தாட்சருக்குத் தெளிவு செய்யப்பட்ட, குறியிலக்கு எதிரிகள் இருந்தார்கள். அதில் முதல் இடம் வகித்தவர்கள் தொழில் சங்கங்கள். முக்கியமாகச் சுரங்கத் தொழிலாளிகள். இவர்களை உள்ளேயே இருக்கும் எதிரிகள் என்றார். இவரின் இயல்பான எதிர்க்கும் சுபாவத்தினால்தான் ஊடகங்கள் இவரை, 'எதிரீடு நிலைத் தூண்டலாளர் (polarising figure), பிரிவுக்கும் வைத்திருக்கவும் தன்மையாளர் (divisive)' என்றெல்லாம் உபசாரப் பெயரெச்சங்களைச் சூட்டினர்.

தாட்சரின் அரசியல் கருத்து நிலையின் எழுமிடம் (origins) பற்றித் தெளிவான தகவல் இல்லை. அவரும் அதுபற்றிப் பெரிதாகப் பேசவில்லை. அவருடைய சுயசரிதையில் தன்னுடைய அரசியல் கருத்துக்களைத் திருப்பி அமைத்த நூல் ஆஸ்திரிய நாட்டுப் பொருளியல் தத்துவ ஞானிFriedrich von Hayek இன் The Road to Serfdom என்று கூறியிருக்கிறார். அரசின் பொருளாதாரக் கட்டுப் பாடுகள், சம்பள வரையறைகள், விதிமுறைகளிலிருந்து தனிமனிதனின் விடுதலை பற்றிப் பேசுகிறது. அரசியல் மழலைப் பருவத்திலிருந்த தாட்சருக்கு இந்த நூல் தெய்வக் கற்பனைபோல் தோன்றியது.

தாட்சர் சீர்திருத்தக் கிறிஸ்தவத்தின் மெதடிஸ்ட் திருச்சபையைச் சேர்ந்தவர். அவருடைய தகுதியும் வர்க்கமும் மாறியபோது அரசு ஆதரிக்கும் இங்கிலாந்துத் திருச்சபையில் அங்கத்தினரானார். ஆனால் இவர் கடைபிடித்த கிறிஸ்தவம் கருணை, மன்னிப்பு, மீட்பு பற்றியதல்ல. நியாயம் தீர்க்கும் வகையானது. நல்ல சமாரியன் உவமையை வைத்திருக்கவும் நல்ல எண்ணங்கள் மட்டும் போதாது. கையில் பணம் இருந்தால்தான் ஏழைகளுக்கு உதவமுடியும் என்று மறுவாசிப்புச் செய்திருந்தார். இன்னுமொரு உவமையில் வருவதுபோல் மக்களை வெள்ளாடு, கறுத்தாடு என்று பிரித்தார்.

பழமைவாதக் கட்சித் தலைவர் டேவிட் கமரன் தாட்சரை நாட்டுப்பற்றாளர் என்று தன்னுடைய நாடாளுமன்ற உரையில் சொல்லியிருந்தார். ஆனால் தாட்சரின் தேசப்பற்றை ஒரு குறுகிய ஆங்கில தேசிய வாதத்தை மேலும் உறுதி செய்தது. இவரின் போக்லண்டு தீவுகள் சாகசம் பழைய ஆங்கிலக் காலனிய அடாவடித் தனமான ஆங்கிலேய நாட்களை நினைவூட்டின. 21ஆம் நூற்றாண்டின் பண்பாட்டு வேறுபாடுகளுக்கு ஐக்கிய ராச்சியத்தைத் தயாராக்காமல் ஒருமுகப்பட்ட ஆங்கில தேசியவாதத்தையே ஆதரித்தார். இவருடைய நாட்களில் வெள்ளைத் தேசியம் மரியாதையான சின்னமாயிற்று.

அமெரிக்கத் தலைவர் ஒபாமா அவருடைய இரங்கல். செய்தியில் தாட்சர் சுதந்திரத்திற்காகத் தன்னை ஈடுபடுத்தினார்

என்று கூறினார். ஆனால் தாட்சர் ஆதரித்த சுதந்திரம் தனிமனித சுதந்திரம், தனிமனிதத் தேர்வுகள் மற்றும் தடையில்லாச் சந்தை. அரசியல் தன்னாட்சியுரிமை இவருடைய அரசியல் இலக்கணத்தில் இல்லை. பரீட்சையமான உதாரணங்கள் வட அயர்லாந்து குடியரசுவாதத்தை நிராகரித்தது. தென் ஆப்பிரிக்க இன வெறி அரசுக்கு எதிராகப் போராடிய ஆப்பிரிக்க தேசிய காங்கிரசைப் பயங்கரவாதிகளின் இயக்கம் என்று வர்ணித்தது.

இவருடைய அரசியல் எச்சம் தன்னலத்தை, தான் எனும் தன்மையை மதிப்பும் கண்ணியமான செயலாக மாற்றியதே. தனி மனிதனின் பேராசை, பொருளாசை, பெருவாஞ்சை எல்லாம் நியாயமான செய்கைகள் ஆகின. ஆங்கிலப் பொதுவாழ்க்கையில் தாட்சர் ஏற்படுத்திய மாற்றத்தைவிடத் தொழில் கட்சியில் இவரின் அரசியல் கோட்பாடுகளின் தாக்கம் பெரிதாகக் காணப்பட்டது. தொழில் கட்சியின் இடதுசாரிப் பொருளாதாரத் திட்டங்கள், மற்றும் அக்கட்சியின் தொழில் சங்கங்களின் இணக்கமும் தொடர்ச்சியாகத் தேர்தல்களில் தேர்ந் தெடுக்கும் வாய்ப்பினை இழந்தபோது அந்த கட்சியை நவீனப்படுத்தி அரசியலின் மையவெளிக்கு நகர்த்தத் தூண்டுதலாயிருந்தது தாட்சரின் அரசியல் செயல்பாடுகளே. ஒரு நேர்காணலில் டோனி பிளயர்தான் தன்னுடைய அரசியல் வாரிசு என்று தாட்சரே கூறியிருந்தார்.

எந்த வெற்றிகரமான பெண்ணும் பெண்ணியத்தின் திருவுருவல்ல. தாட்சர் தன் அரசியல் நடைமுறைத் தந்திரங் களுக்குப் பெண்ணியத்தை மையமாக்கவில்லை. இவருடைய மந்திரி சபையில் ஒரு பெண்ணையுமே நியமிக்கவில்லை. அதுமட்டுமல்ல இவருடைய கொள்கைகள் பெண்களுக்கு எதிராகவே இருந்தன. குழந்தைகளுக்கான அரசின் நிதி உதவியைக் கட்டுப்படுத்தினார். வேலையிலிருந்த தாய்மார்கள் குழந்தைகள் காப்பகம் (*crèche*)கேட்டபொழுது 'இவர்கள் குழந்தைகள் காப்பகத் தலைமுறை' என்று கேலி செய்தார். பெண்களை உறுதிப்படுத்தும் நடவடிக்கைகளில் கவனம் செலுத்தவில்லை. ஆண்களுக்குச் சமனான ஊதியம் பெண்களுக்கும் கிடைக்க வாதாடவில்லை. ஒரு பெண் பிரதமராக இருந்தார் என்பதைவிட ஒரு பிரதமர் பெண்ணாக இருந்தார் என்பதுதான் சரி. பெண்ணிய அரசியல் புரிதல் ஏதும் இன்றி ஒரு ஆண்போல் செயல்பட்டார். இவரைப் பற்றிச் சொன்ன ஒரு வாசகம் நினைவுக்கு வருகிறது. பாலஸ்தீனத் தலைவர் அராபாட் என்று நினைக்கிறென். சரி யார்தான் சொன்னால் என்ன. தாட்சரின் தந்தைமை ஆதிக்க வெளிப்பாடுகளுக்குப் பொருத்தமாக இருக்கிறது அந்த வார்த்தைகள்: 'இவர் இரும்பு மனுஷி அல்ல. இரும்பு மனிதன்.'

பாலின அரசியலில் தாட்சர் ஒரு இயல்புவழி விலகல் *(aberration)* அல்லது வலுவுதல் வைத்திருக்கவும் என்றுதான் எடுத்துக்கொள்ள வேண்டும். தாட்சர் பெண்ணியத் திருவுருவல்ல. தன்னலவாதத்தின் திருவுரு.

ஒரு ஆளுமையின் தார்மீகக் கட்டுமானத்தை அவர் அரவணைக்கும் கூட்டாளிகளினால் எடைபோட முடியும் என்று சொல்வார்கள். தாட்சர் மிக ஆர்வமாக ஏற்றுக் கொண்டவர்கள் எல்லாம் சுதந்திரச் சந்தையை ஆதரிப்பவர்கள் அல்லது சர்வாதிகாரிகள். இந்த இரண்டாவது வகையில் சேர்ந்தவர் சிலி நாட்டு ஆகஸ்டோ பினோஷெ *(Augusto Pinochet)*. இருவருமே தொழிற்சங்கங்களின் எதிரிகள். ஒருவர் இயந்திரத் துப்பாக்கியினால் தொழிலாளிகளை இல்லாதாக்கினார். மற்றவர் விடாக்கண்டிப்பான சட்டங்களினால் சங்கங்களின் அதிகாரத்தைக் குறைத்தார். ஆனால் தாட்சர் கவிஞர்களைக் கொலைகள் செய்யவில்லை. பாப்லோ நெருதாவின் மரணத்திற்கு பினோஷெ காரணமாயிருக்கக்கூடும் என்று சொல்லப்படுகிறது.

தாட்சரின் சர்ச்சைக்குரிய ஆட்சி இலக்கியத்திலும் ஆராயப்பட்டிருக்கிறது. மார்டின் ஏமீஸின் *Money* தாட்சர் உருவாக்கியப் பொருளாதார, தார்மீக மதிப்புக்கூறுகளைப் ஒரு கோணலான பார்வையில் கேலிசெய்கிறது. *Jonathan Coe* தான் எழுதிய நாவல்களான *What's a Carve-Up, The House of Sleep*க்கு தாட்சர்தான் பின்புலம் என்று கூறியிருக்கிறார். *Allan Hollinghurst* இன் *Line of Beauty*யில் தாட்சரே ஒரு உயர்மட்ட *western and country* பாடகராக வருகிறார். சால்மான் ருஷ்டி அவரின் சாத்தானின் செய்யுள்களில் தாட்சரை சித்திரவதையின் திருமகள் என்று வர்ணித்திருந்தார். அந்த நாட்களில் தாட்சரின் இருண்மையான ஆட்சியை வகை நுணுக்கமாக அலசியவர் சமீபத்திய நேர்காணலில் தாட்சர் மென்மையானவர் என்று கூறியிருக்கிறார். இதே ருஷ்டி தன்னுடைய 'நடுநிசிக் குழந்தைக'ளின் படப்பிடிப்பை சிரிலங்காவில் நிகழ்த்த அனுமதித்ததால் மகிந்த ராஜபக்சேயைச் சுதந்திரப் பேச்சின் காவலன் என்று தம்முடைய சுயசரிதையில் எழுதியிருக்கிறார். ஆகையினால் ருஷ்டி அரசியல் தலைவர்களைப் பற்றிச் சொல்வதெல்லாம் சாமி ஆடி கூறும் கூற்று என்று எடுத்துக்கொள்ளுங்கள்.

தாட்சரின் ஆட்சி பற்றி மிகக் கடுகடுத்த எதிர்ப்பு பொதுவிருப்புப் பாடகர்களிடையே இருந்துதான் வந்தது. இவற்றைத் தாட்சரின் இழவோலை *(funeral notice)* அறிவிப்பாகவும் எடுத்துக்கொள்ளலாம். உதாரணத்திற்கு இரண்டு பாடல் வரிகளைத் தருகிறேன். *People like you/Make me feel so tired/when* will you die? இது Margaret on the Gullotine (1988) பாடலில் வரும் வரிகள். இதை எழுதியவர் தாட்சர் பற்றிய அவரின் இருட்சாயலான கருத்துகள் இன்னும் மங்காத படி இருக்கிறது என்று அறிவிப்பு விட்டிருக்கிறார். மற்றது When they finally put you in the grounds/ I'll stand on your grave and tramp the dirt down. இது Elvis Costello வின் Tramp the Dirt Down (1989)இல் இடம்பெறுகிறது. Wizard of Oz திரைப்படத்தில் வரும் Ding Dong the Witch is dead என்ற பாட்டு பிரித்தானிய உச்சிப் பாடல் அட்டவணையில் முதல் இடத்தைப் பிடிக்க வாய்ப்புண்டு. இந்தப் பாடலில் வரும் வரிகள்: Sing the news out/Ding Dong the Merry-oh/ Sing it low, sing it high/Let them know the wicked old witch is dead. இவ்வளவுக்கும் இந்தப் பாடல் வரும் படம் 74 வருடத்துக்கும் முன் வெளியானது. இந்தப் பாடலில் வரும் சூன்யக்காரி தாட்சரின் குறியீடாக மீள் கண்டுபிடிப்புச் செய்யப்பட்டிருக்கிறார்.

எல்லா அரசியல்வாதிகளின் வாழ்க்கையுமே முரண்பாடுகள் நிறைந்தவைதான். 'சொத்துடமை ஜனநாயகம்' என்ற சொற்றொடரை அரசியல் சொல்லாடலில் புகுத்திக் கோடிக்கணக்கான மக்கள் சொந்த வீடு வாங்கும் வசதியை ஏற்படுத்தியவர் தன் கடைசிக் காலத்தை லண்டனிலிருக்கும் Ritz என்ற நட்சத்திர உண்டுறை விடுதியில்தான் கழித்தார். இந்த வழித்தங்கல் விடுதிக்கு ஒரு நாளுக்குக் கட்டும் பணத்தொகையில் தமிழ்நாட்டுக் கிராமத்தில் ஒரு ஐம்பது இட்டிலிக் கடைகள் நடத்தலாம். அரசியல் தந்திரங்களுக்காகத் தன்னை ஒரு தாழ்ந்த மளிகைக் கடைக்காரரின் மகள் என்று பிரகடனப்படுத்தியவர் அவரின் முடிவடையும் நாட்களைச் செல்வமும் வசதியும் வாய்ந்த சூழ்நிலையில்தான் வாழ்ந்தார். தற்சார்புடன் சொந்தப் பணத்தில் வாழ வேண்டும் என்று போதித்தவர் இறுதி நாட்களை அவரின் நீண்ட நாளைய அரசியல், ஊடகச் சிநேகிதர்களின் பண உதவியில் வாழ வேண்டியதாயிற்று. இவர் தங்கியிருந்த நட்சத்திர விடுதியின் செலவை Telegraph பத்திரிகையின் உரிமையாளர்களான Barclay சகோதரர்கள் ஏற்றுக் கொண்டதாகச் சொல்லப்படுகிறது. அரசின் தயவில்லாமல் வாழ வேண்டும் என்று புத்திமதி சொன்னவரின் சவ அடக்கம் அரசின் செலவில்தான் நடைபெற்றது.

இவருடைய பதவி வீழ்ச்சிக்குக் காரணம் வாக்காளர்களோ அல்லது அவரின் கட்சியைத் தேர்தல் தொகுதிகளோ நிராகரித்ததல்ல. தொழில் கட்சியின் அரசியல் தந்திரங்களினால் தாட்சர் பதவி நீக்கம் செய்யப்படவில்லை. அவருடைய சொந்தக் கட்சியும், அவர் நியமித்த மந்திரி சபை அங்கத்தினருமே காரணமாக

இருந்தார்கள். அவருடைய இயற்கையான துடுக்கு நிறைந்த இறுமாப்பு அவருடைய மந்திரி சபையிலிருந்தும் முக்கியமாக அவரின் ஆதரவாளர்களிடமிருந்தும் அவரை ஓரப்படுத்தியது. எல்லா அரசியல் வாழ்க்கையும் தோல்வியில்தான் முடியும் என்பார்கள். தாட்சரும் இந்த வரிசையில் இடம்பெற்றிருக்கிறார்.

கடைசியாக தாட்சர் பதவியேற்றபோது 10 டவுனிங் தெரு வீட்டு வாசல் முன் நின்று அவருடைய கடூரமான குரலில் வாசித்த பிரான்சிஸ் ஒவ் ஆசிசீயின் ஜெபத்தைத் தவிர்த்துவிடலாம் என்று நினைத்தேன். ஊடகங்கள் அலுத்துப்போகும் அளவுக்குத் திருப்பித்திருப்பி இச்செய்தித் துண்டை ஒளிபரப்பின. இந்த ஜெபத்தை பிரான்சிஸ்தான் எழுதினார் என்று சந்தேகம் உண்டு. என்னுடைய சாடைமாடையான மொழிபெயர்ப்பில் தந்திருக்கிறேன்:

கர்த்தாவே, என்னைச் சமாதானத்தின் கருவியாக்கும்

எங்கே பகைமையிருக்கிறதோ அங்கே பாசத்தை வித்திடச் செய்யும்

எங்கே காயங்கள் இருக்கிறதோ அங்கே கருணை காட்டச் செய்யும்

எங்கே ஐயப்பாடு இருக்கிறதோ அங்கே பற்றுறுதியைத் தாரும்

எங்கே மனக்கசப்பு இருக்கிறதோ அங்கே உற்சாகத்தைத் தாரும்

எங்கே இருண்மை இருக்கிறதோ அங்கே வெளிச்சத்தைப் பரப்பும்

எங்கே துயரம் காணப்படுகிறதோ அங்கே மகிழ்ச்சியூட்டும்.

இந்த வரிகளை இப்போது திரும்பி வாசிக்கும்போது அவருடைய அரசியல், பொருளாதாரச் செய்கைகளினால் பாதிக்கப்பட்டவர்கள் மட்டும் அல்ல, அவருடைய சொந்தப் பழமைவாதக் கட்சி ஆதரவாளர்கள் உதடுகளிலும் ஒரு விந்தையானப் புன்முறுவல் கட்டாயம் வரவே செய்யும். தாட்சர்தான் மரித்துவிட்டார். முரண்நகை இறந்துவிட்டது என்று யார் சொன்னார்கள்.

***காலச்சுவடு* இதழ் 161, மே 2013**

11

படிவார்ப்புகள் சிதைந்த கதை

தொலைக்காட்சிச் செய்திகளின் முடிவில் வரும் வானிலை அறிவிப்புகளில் நான் அதிகம் மெனக்கெடுவதில்லை. செய்திகள் முடிந்தவுடன் தொலைக்காட்சியை அணைத்துவிடுவேன். வானிலை அறிக்கையையும் வெற்றிலையில் மைபோட்டு அறியும் தகவலையும் ஒரே நிலையில் வைத்திருப்பேன். என்னைப் பொறுத்த அளவில் இரண்டுமே குருட்டு ஊகங்கள். அன்று இரவு பலமான காற்றும் மழையும் வரும் என்று சொன்னதை நான் அறிந்திருக்கவில்லை. அடுத்த நாள் காலையில் யன்னல் திரைச்சீலையை விலக்கிப் பார்த்தேன். எங்கள் தோட்டத்தின் நடுவில் நின்றிருந்த சிறிய மரம் முந்தைய நாள் இரவு அடித்த புயலில் சரிந்து அடுத்த வீட்டு வேலிமேல் சாய்ந்துகிடந்தது. தோட்டம் என்றால் ஏதோ உயர்ந்த மரங்களும் வண்ணப்பூக்களும் நிறைந்த பங்களூரு லால் பாக் அல்லது கண்டி பேரதேனியா மாதிரிப் பூந்தோட்டம் அல்ல. இரண்டு டென்னிஸ் மேசைகள் போடக்கூட இடம் இருக்காது. நிலம் முழுக்கப் பச்சைப் புல். நடுவிலே இந்த மரம்.

மரத்தின் பெயரைக் கேட்காதீர்கள். எனக்கு எல்லா மரங்களும் ஒன்றுதான். இந்த மரம் லாவகமாக வேலிமீது சாய்ந்திருந்தது. அந்த வேலியும் சிறிதாக ஆடிக்கொண்டிருந்தது. எப்போது சாயுமோ தெரியாது. இருவர் அதன் முன் நின்று மூச்சுவிட்டால் நிச்சயமாக விழுந்துவிடும். தள்ளாடிக்கொண்டிருந்த இந்த வேலி எனக்கு இன்னுமொரு கவலையை ஏற்படுத்தியது. காற்றில் ஆடி வேலி சரிந்துவிட்டால்

அதைச் சரிபார்க்கும் செலவையும் நான்தான் ஏற்றாக வேண்டும். வேலி பக்கத்து வீட்டுக்காரருடையது. மிகவும் பழையது. விக்டோரியா அரசி கோலோச்சிய காலத்தில் போடப்பட்டிருக்கும் என்று நினைக்கிறேன். வேலிக்குச் சின்னச் சிதைவு ஏற்பட்டாலும் புதிய வேலி கட்டிக் கொடுக்க வேண்டும். அதற்கான செலவில் சீனப் பெருமதிலை இன்னொருதடவை கட்டிவிடலாம்.

'ஏன் நீயே அந்த மரத்தை வெட்டி வேலியைக் காப்பாற்றக் கூடாதா?' என நீங்கள் கேட்கலாம். இது பசும்பால் கறக்கிறவரை மன்னார் வளைகுடாவில் எண்ணெய் தோண்டச் சொல்வதைப் போன்றது. நாள் முழுதும் கணினியின் முன்னே உட்கார்ந்திருக்கும் மனிதனைப் போய் மரம் வெட்டச் சொன்னால் எப்படியிருக்கும்? எனக்கு இந்தக் கனமான வேலையில் ஈடுபடத் தேகத்தகுதியும் வல்லமையும் இல்லை. அதுமட்டுமல்ல. மரத்தை வெட்டினாலும் அதன் துண்டுகளையும் இலைகளையும் அகற்றுவது மிகச் சிக்கலான காரியம். யாழ்ப்பாணத் தமிழரின் மகத்தான பாரம்பரியச் செய்கைகளில் ஒன்றான குப்பையைச் சும்மா தெருவில் அல்லது அயலார் முற்றத்தில் வீசுவதுபோல் துண்டாக்கப்பட்ட மரத்தையும் கிளைகளையும் இங்கே கண்டமாதிரி எறிய முடியாது. அதற்குரிய பச்சைப் பையில் பக்குவமாகக் கட்டி என்னுடைய வீட்டிலிருந்து பன்னிரண்டு மைல்களுக்கு அப்பால் இருக்கும் செடிவளர்ப்புப் பண்ணையில் அதை ஒப்படைக்க வேண்டும்.

இந்த உபத்திரவங்களிலிருந்து தப்பிக்க *Bournville Village Trust*ஐ அணுகலாம் என்று நினைத்தேன். நான் வசிக்கும் போர்ன்வில் பகுதியில் இருக்கும் காணி, வீடுகளை இந்தப் பொறுப்பாட்சிதான் பராமரிக்கிறது. இதை உருவாக்கியவர் *Cadburys* சாக்லெட் நிறுவனத்தை நிறுவிய *George Cadbury*. 'சுற்றுப்புறவியல்', 'சூழலியல்' போன்ற வார்த்தைகள் பிரபலமாகும் முன்னரே சென்ற நூற்றாண்டின் தொடக்கத்திலேயே போர்ன்வில் கிராமத்தை இவர் பசுமை ஆக்கியவர். இந்தக் கிராம எல்லைக்குள் பகிரங்கமாக ஒன்றையுமே எரிக்க முடியாது. ஒரு மதுபானத் தவறணைகூட இங்கு இல்லை. இப்போதைய பொறுப்பாட்சியாளர்கள் குறுநில மன்னர்கள்போல் ஆதிக்கம் செலுத்துகிறார்கள். உங்கள் வீட்டின் முன் கதவுக்குப் புது வர்ணம் பூச வேண்டுமானால் இவர்களிடம் உத்தரவு வாங்க வேண்டும். நல்லவேளை வீட்டின் மின்சார பல்பு மாற்றுவதற்கு அனுமதி பெற வேண்டுமென இதுவரை கட்டளை பிறப்பிக்க வில்லை. பொறுப்பாட்சி எண்ணைச் சுழற்றினேன். ஏதோ என்னுடைய குரலைக் கேட்பதற்காகவே காத்திருந்தவர் போல் என்ன விஷயம் என்றார். என்னுடைய வில்லங்கத்தைச் சொன்னேன். அன்றைக்கு என்னைப் போல் இது மாதிரி புயல்

காற்றால் பாதிக்கப்பட்ட பத்தாயிரம் பேராவது பதறிப்போய் அவரைத் தொடர்பு கொண்டிருப்பார்கள். ஏதோ எனக்கு ஒருவனுக்குத்தான் இப்படி நடந்ததுபோல் கவலைப்படாதீர்கள். ஓர் ஆளை விரைவில் அனுப்பிவைக்கிறேன் என்று ஏதோ கரிசனையான குரலில் சொல்லுவதுபோல் எனக்குப் பட்டது. அனுப்பிய ஆள் வர மூன்று மணித்தியாலம் ஆயிற்று. சின்னக் காற்றுச் சத்தம் கேட்டாலே வேலிக்கு என்ன நடந்துவிடுமோ என்று அந்தரத்திலிருந்தேன்.

வந்த ஆள் 'நான் ஸ்டிவ். ஸ்டிவ் ராபின்சன்' என்று தன் வலது கையை நீட்டினான். எனக்கு அவனைத் துப்புரவாகப் பிடிக்கவில்லை. நீட்டிய கையில் பச்சை குத்தியிருந்தான். அதில் ஆங்கிலக் கொடி வரையப்பட்டிருந்தது. இது ஐக்கிய ராஜ்ஜியத்தின் யூனியன் ஜாக் அல்ல. இங்கிலாந்திற்கு மட்டுமான புனித ஜியார்ஜின் *(St. George)* கொடி. ஆங்கில மகாத்மியத்தைப் பறை சாற்றும், குறுகிய தேசியவாதக் குறியீடாக இந்தக் கொடியை ஆங்கில உதைபந்தாட்ட ரசிகர்கள் உருமாற்றியிருக்கிறார்கள். அது மட்டுமல்ல, அவன் போட்டிருந்த கொசுவுச் சட்டை *(T-shirt)* பார்மிங்கமிலிருக்கும் ஒரு உதைபந்தாட்டக் கழகத்தினுடையது. அதன் பெயரைச் சொல்ல நான் விரும்பவில்லை. சொன்னால் என் வீட்டில் கல் எறிவார்கள். இந்தக் கழகத்தின் உறுப்பினர்கள் குண்டர்தனத்திற்குப் புதிய இலக்கணம் வகுத்தவர்கள். உதைபந்தாட்டப் போட்டிகளின்போது, தன்னுடைய சக கழக உறுப்பினர்களுடன் சேர்ந்து *'Kill the nigger', 'Paki go home'* என்று தொண்டை அடைக்க ஸ்டிவ் கத்துவான் என்று நினைத்துக்கொண்டேன். முகச்சவரம் செய்த பின் பூசிக்கொள்ளும் வாசனைத் திரவத்தை அவன் உடம்பு முழுவதும் தெளித்திருக்க வேண்டும். அந்த மலிவான திரவமும் அவனுடைய வியர்வையும் கலந்து தனிப் பண்புத் திறம் வாய்ந்த மணம் வீசியது. அத்திரவத்தை அறுவைச் சிகிச்சை மயக்க மருந்தாகப் பாவிக்கலாம். தனி ஆள் தோற்ற வடிவம் *(personal profile)* என்ற சங்கதி பொதுச்சொல்லாடலுக்கு வந்தபின் யாரைப் பார்த்தாலும் ஏதோ எல்லாம் தெரிந்த உளவியல் வித்தகர்போல் அவரின் தோற்றம், நடத்தையை வைத்து இவர் என்ன மாதியான ஆள் என்பதைக் கணக்குப்போடத் தொடங்கிவிடுகிறோம். அவனின் உருவெளித்தோற்றம், உடை, வட்டார ஆங்கில உச்சரிப்பு, பச்சை குத்திய தேகம் இவற்றை வைத்து இவன் படுமோசமான இனவாதி என்று எனக்குள் தீர்மானித்துவிட்டேன்.

மரம், வேலி, ஸ்டிவ், இத்துடன் என்னுடைய வீட்டு முன்வாசலை ஆக்கிரமித்துக்கொண்ட அவனுடைய முகச்சவரத் திரவத்தின் விகாரமான வீச்சமும் என் துயரத்தை மேலும்

அதிகரித்தன. இவற்றிலிருந்து மீட்படைவதுதான் என்னுடைய உடனடியான இருப்பியல் பிரச்சினையாக இருந்தது. எவ்வளவு கெதியாக ஆளை அனுப்பலாம் என்ற எண்ணத்தோடு என் வீட்டுத் தோட்டத்தைக் காட்டினேன். மகேந்திர சிங் டோனி பந்தை மைதானத்திற்கு அப்பால் விளாசுமுன் ஆடுகளத்தி லிருக்கும் வீரர்களை ஒரு நோட்டம் விடுவாரே அதுபோல் என்னுடைய தோட்டத்தை ஸ்டிவ் ஒரு பார்வை பார்த்தான். தபத்திலிருப்பதுபோல் கண்களை மூடினான். இரண்டு வினாடிகூட இருக்காது. எந்தவித உணர்சியுமில்லாமல் 60 பவுண்ட் என்றான். எப்படிக் கெதியாக இந்தத் தொகையைக் கணக்கிட்டான் என்று எனக்கு வியப்பாக இருந்தது. கணிப்பான் அவன் மூளையில் பொருத்தப்பட்டிருக்க வேண்டும். சும்மா ஐந்து நிமிச வேலைக்கு இவன் அறுவது பவுண்ட் கேட்டது இவன் இனவாதி என்ற என் கருத்தை இன்னும் அழுத்தமாக்கியது. என்னுடைய தேக மொழியிலிருந்து அவன் சொன்ன கூலியில் எனக்கு உடன்பாடு இல்லை என்பதை அவன் உணர்ந்திருக்கக்கூடும். ஏன் அவன்கூடத் தனி ஆள் தோற்றவடிவ நிபுணனாக இருக்கலாம். ஏதோ என்னுடைய கொடுந்துயரைப் போக்குகிறவன்போல் தங்களுடைய நிறுவனம் மூலம் அல்லாமல் தானே செய்து தருவதென்றால் 40 பவுண்டில் முடித்துத் தருவதாகச் சொன்னான். கடன் அட்டைகள் வந்த பிறகு பெரிய தொகையை நான் கையில் வைத்திருப்பதில்லை. என்னுடைய பணப்பையைத் துளாவினேன். என்னிடம் 25 பவுண்ட்கள்தாம் இருந்தன. உண்மையைச் சொன்னேன். அவனிடமிருந்த கைப்பேசியில் சடசடவென்று ஏதோ எண்களை நோண்டினான். அப்போதைய கைப்பேசி இப்போதுபோல் பீடா அளவில் உள்ளங்கைக்குள் அடங்கக்கூடியதல்ல. ஒரு இறாத்தல் பாண் அளவில் இருக்கும். (இந்தியத் தமிழருக்கு மொழிபெயர்ப்பு: மதுரை ஜெயராம் பேக்கரி ரொட்டியைக் காட்சிப்படுத்திப் பாருங்கள்). ஆனால் எடை பஞ்சு மாதிரியல்ல. மிகப் பாரமானது. நீங்கள் நீண்ட நேரம் கையில் வைத்திருந்தால் குடலிறக்க வியாதி வர வாய்ப்புண்டு. அந்தத் தொக்கையான கைப்பேசியில் அவனின் கந்தோர் ஆட்களுடன் தொடர்புகொண்டு 'வாடிக்கையாளர் யோசிக்க வேண்டுமாம்' என்றான். பிறகு விறுவிறுவென்று பத்து நிமிடத்தில் அவனது நிறுவனக் கருவிகளைப் பாவித்தே குப்பையை அதே நிறுவன வண்டியில் ஏற்றிவிட்டான். இந்தப் பத்து நிமிட வேலைக்கு 25 பவுண்ட்களை என்னிடம் அவன் பெற்றுக்கொண்டது அவன்மேல் எனக்கு இன்னும் எரிச்சல் மூட்டியது. வெள்ளைக்காரர்கள் படு உத்தமர்கள், இந்தியர்கள் ஊழல் பேர்வழிகள் என்று நினைக்கிறவர்கள் மேலே சொல்லிய

வரிகளை இன்னுமொரு தடவை வாசியுங்கள். போகும்போது 'நாம் மீண்டும் சந்திப்போம்' என்று தன் கையை நீட்டினான். 'அது வாய்க்காது' என்று எனக்குள் சொல்லிக்கொண்டு அவனுக்கு விடைகொடுத்தேன்.

பிரிந்தவர்கள் மறுபடியும் கூடுவது தமிழ்ப் படத்தில்தான் நடக்கும். நான் அடுத்து விவரிக்கப்போவது தமிழ் சினிமாவில் வந்தால் ரசிகர்கள் கதாசிரியர் வலுக்கட்டாயமாகப் புகுத்திய காட்சி என்று வலைப்பூக்களில் ஏளனமாக எழுதுவார்கள். நீங்கள் நம்பமாட்டீர்கள், சென்றவாரம் ஸ்டிவைப் பார்மிங்கம் சிட்டி சென்டரில் பார்த்தேன். நேருக்கு நேரல்ல. பல அடிகளுக்கு அப்பால். அதுவும் மூன்று மாடி மேல் தட்டிலிருந்து. அன்றைக்கு ஆங்கிலப் பாதுகாப்புச் சங்கம் ஓர் ஊர்வலத்தை நடத்தியிருந்தது. இது ஒரு தீவிர இனவாத இயக்கம். இவர்களுடைய எரிச்சல் எல்லாம் ஐக்கிய ராஜ்ஜியத்தில் வாழும் முஸ்லிம்கள்மீதுதான். திருக்குரான் ஒரு பயங்கரவாதப் பிரதி என்று நினைக்கின்றனர். ஆங்கில வாழ்க்கையின் தூய்மையைக் குடியேறிகள் சொதப்பு கின்றனர் எனப் பிரசாரம் செய்கின்றனர். நோர்வேயில் 77 பேரைச் சுட்டுக்கொன்ற *Anders Breivik*க்கு இவர்களுடன் தொடர்பு இருந்திருக்கிறது. இந்த இயக்கத்தின் இனவெறுப்புக்கு இதைவிட வேறு என்ன சான்று வேண்டும்? ஆங்கில இனவெறியர்களை எதிர்த்து முஸ்லிம்கள் ஒரு கண்டன ஊர்வலத்துக்கு ஒழுங்கு செய்திருந்தனர். இந்த இரு கும்பல்களுமே சிட்டி சென்டரில் கூடியிருந்தன. இவர்களை மோதவிடாமல் காவல் துறையினர் நடுவில் நின்றிருந்தனர்.

இந்த ஆர்ப்பாட்டத்தில்தான் ஸ்டிவைப் பாத்தேன். என்னால் நம்ப முடியவில்லை. அவன் முஸ்லிம்கள் இருந்த பக்கத்தில் நின்றிருந்தான். எதிர்ப்பக்கத்தில் நிற்க வேண்டியவன் எப்படி முஸ்லிம்களுடன் இருக்கிறான் என்பது எனக்கு அதிசயமாக இருந்தது. எனக்கு இன்னும் ஆச்சரியம் காத்திருந்தது. அவனுடைய தோளில் ஒரு சிறுமி அமர்ந்திருந்தாள். அது மட்டுமல்ல, அவன் கையை முகமூடியணிந்த ஓர் ஆங்கில–ஆசிய இஸ்லாமியப் பெண் பிடித்திருந்தாள். குடும்பமாக எல்லோருடனும் சேர்ந்து 'பாசிசம் ஒழிக' என்று கத்திக்கொண்டிருந்தார்கள். 'அட, இவனைப் போயா நான் இனவாதியென நினைத்தேன்?' என்று எனக்குக் கொஞ்சம் வெட்கமாக இருந்தது. அந்தத் தூரத்திலும் ஸ்டிவ் என்னைக் கண்டுகொண்டான். என்னைப் பார்த்துக் கை அசைத்துக்கொண்டு 'பாசிசம் ஒழிக' என்று அவனுடன் நின்றவர்களுடன் சேர்ந்து கத்தினான். நானும் அவனை அடையாளம் கண்டுகொண்டதுபோல் என் கையை

வீசியவாறே 'பாசிசம் ஒழிக' என்று கத்தினேன். நான் நின்றிருந்த இடம் வடிவமைக்கப்பட்ட உடுப்புகள் விற்கும் கடை. அங்கு வருகிறவர்கள் புதுப்பாணி) போசகர்கள். அவர்கள் என்னை ஒருமாதிரியாகப் பார்த்தார்கள். பார்த்தால்தான் என்ன?

அத்தியாவசியமான ஆனால் நிகழ்வுச்சத்தைக் கெடுக்கும் ஒரு பின் சேர்க்கை. மேலே சொல்லப்பட்டவை எல்லாம் கிட்டத்தட்ட நான் விவரித்தபடியே நடந்தவை. கடைசிப் பத்தியின் பத்தாம் வாக்கியத்தைத் தவிர.

காலச்சுவடு இதழ் 149, மே 2012

12

தேவன் உங்களோடு = தத்வமஸி

முன்னாள் இந்தியக் குடியரசுத்தலைவர் சர்வபள்ளி இராதாகிருஷ்ணனின் (1888–1975) பெயரைக் கேட்டதும் நினைவுக்கு வருவது கூட்டிணைவுடைய ஒரு சொற்கூறு: அரசியல் மேதை–தத்துவஞானி. சென்ற நூற்றாண்டில் இந்து சமயத்தை ஒரு தனியாளின் பணித்திட்டமாக, முக்கியமாக மேற்குலகிற்கு அறிமுகப்படுத்துவதிலும், அந்த மதம்மீதான அவர்களின் அவதூறுகளைத் திருத்துவதிலும் மிக மும்முரமாயிருந்தார். அவருடைய காலத்தில் வேறு இந்தியர்கள் இந்து மத மீளுருவாக்கத்திற்காக உழைத்தாலும் இராதாகிருஷ்ணனிடம் இருந்த கெட்டித்தனமும், பலமான அறிவியல் எண்ணப்படிவமும், தத்துவ ஞான விரைவூக்கமும், மதங்களில் அவருக்கிருந்த கூர்மையான அறிவுத்திறனும், அவரின் வாசக தோழமையான எழுத்துநடைப் பாணியும் அவரை மற்றவர்களிடமிருந்து சற்று வேறுபடுத்தின.

இராதாகிருஷ்ணன் எழுதிய கட்டுரைகளையும் நூல்களையும் பட்டியல்படுத்தினால் நீங்கள் படித்துக்கொண்டிருக்கும் இந்த *காலச்சுவடு* இதழில் பட்டுச்சேலை விளம்பரங்களுக்கும்கூட இடம் இருக்குமோ தெரியாது. இராதாகிருஷ்ணன் என்னதான் பல புத்தகங்களை எழுதியிருந்தாலும் அவரின் முதல் எழுத்தான Essentials of Psychology (London: Oxford University Press, 1912) வெளியிடுவதில் ஒக்ஸ்போர்ட் பல்கலைக்கழகப் பிரசுரம் கொஞ்சம் தயக்கம் காட்டியது. அதுமட்டுமல்ல, பிரதிபற்றிய

அச்சகத்தின் குறிப்பில் கொஞ்சம் இனவாதமும் ஆங்கில ஆணவமும் காணப்பட்டது. மறைமுகமாகப் பிரசுரம் எழுப்பிய கேள்வி; ஒரு கண்ணியமான அச்சகம் வெளியிடுவதற்கான பாண்டித்தியம் இந்த நூலில் இருக்கிறதா? இராதாகிருஷ்ணனின் இலக்கியத் திரட்டுகளில் இந்நூல் அதிகம் கவனிக்கப் படாததொன்று. இதன் பிரதியை அவர் சமர்ப்பித்த போது அதிகம் அறியப்படாத விரிவுரையாளராக இருந்தார். ஒருவரியில் இந்த நூலைப் பற்றிச் சொல்வதானால் பிராய்டுக்கு முந்திய மனவியல்பற்றிய சாத்திரம்.

இராதாகிருஷ்ணனை பலரும் அறியவைத்த சம்பவம், அவர் சென்னை கிறிஸ்தவக் கல்லூரியில் படித்தபோது முதுகலைப் பட்டத்திற்காக எழுதிய ஆராய்ச்சிக் கட்டுரை. அதன் தலைப்பு: 'The Ethics of the Vedanta and Its Metaphysical Presuppositions' இந்த ஆய்வேடு அந்தநாட்களில் அவருக்கு கீதைபற்றிய பாடம் எடுத்த A.G. Hogg கருத்துகளுக்குப் பதில் அளிக்க எழுதப்பட்டது. இந்த மதப்பிரசங்கியார் தன் வகுப்புகளில் இந்துமதத்தைக் குறைவுபடுத்தி, கேவலமாகத் தன்னொறுப்பு சார்ந்த, உலகைவிட்டு ஒதுங்கிவாழ்கிற சந்நியாசித் தன்மையானது என்று சொன்னார். கிறிஸ்தவ மதப்பரப்பாளர்கள் உருவாக்கிய இந்துமதம் பற்றிய பொய்யாக்கங்களும், இந்து சித்தாந்தம் பலவீனமானது என்றும் அவர்கள் அம்பலப்படுத்தியது இராதாகிருஷ்ணனைத் தளர்ச்சியடையச் செய்தது. இந்து மதம் அறிவாற்றலில் உன்னதத் தரமானது, ஒழுங்குநெறியில் நேர்த்தியானது, காரிய சாத்தியமானது என்று அவருடைய முதுகலை ஆய்வேட்டில் நிரூபித்தார். இந்த ஆராய்ச்சியில் ஈடுபட்டபோது எந்த ஆங்கில விரிவுரையாளர்களின் இறையியல் கோட்பாடுகளை எதிர்த்தாரோ அவர்களே இவருக்கு மேற்பார்வையாளர்களாக இருந்து ஆராய்ச்சிக்கு உதவினார்கள். இவ்வளவுக்கும் ஆங்கிலேயரையும் கிறிஸ்துவத்தையும் தாக்கி எழுதியிருந்தார். பச்சையான மாமிசம் அவர்கள் சாப்பிட்டுக்கொண்டிருந்த நாட்களில், "அன்றியும் சகோதரன் சகோதரனையும் தகப்பன் பிள்ளைகளையும் மரணத்துக்கு ஒப்புக்கொடுப்பார்கள்" என்று கடுப்பாக, உறுத்தலாக இயேசு சொன்ன காலகட்டத்தில் இந்தியாவில் மிக நுணுக்கமான ஆறு தத்துவங்கள் உருவாக்கப்பட்டன என்று எழுதியிருந்தார். இந்தப் பட்டதாரிக் கண்காணிப்பு, இன்றைய எளிதிற் புண்படக்கூடிய இந்திய பல்கலைக்கழகச் சூழலில் நடக்கக்கூடிய காரியமல்ல. இந்த ஆய்வுக் கட்டுரையை ஒரு குறிப்பிட்ட அளவு பிரதிகளாக சென்னை The Guardian Press' 1908இல் வெளியிட்டது. ஆராய்ச்சியாளர்கள் தேடும் சேகரிக்கும் அரிதான அரும்பொருளில் இந்தப் பிரதியும் ஒன்று. இது சுலபமாக ஈ பேயில் கிடைக்கக்கூடிய காரியமல்ல.

நடிகர்களிடம் கேட்கும் வீணான, உபயோகமற்ற கேள்விகளைத் ‘தந்த மாளிகையில்’ வசிக்கும் வறண்ட தத்துவஞானிகளிடமும் கேட்பதுண்டு. அவருக்குப் பிடித்தமான நூல்கள் எவை என்று கேட்டபோது கிறிஸ்தவத் திருமறை, சேக்ஸ்பியரின் திரட்டு, இம்மானுவல் காண்டின் எழுத்துகள் என்று கூறினார். அவருடைய மகன் கோபால் தன்னுடைய தந்தைபற்றி எழுதிய வாழ்க்கை வரலாற்றில் தன் தந்தை இந்து மதம், இந்தியரைப்பற்றிச் சிந்திக்கவைக்க இருவர் காரணமாக இருந்தார்கள் என்கிறார். இளைஞர்களை எழுச்சியடையச் செய்வனவாக இருந்த சுவாமி விவேகானந்தரின் கருத்துகள்; மற்றது தேசத்தையும் தர்மத்தையும் பற்றிய சாவர்க்கரின் சிந்தனைகளைத் தாங்கிவந்த *‘The Indian War of Independence’*. கள்ளத்தனமான சுற்றோட்டத்தில்தான் இந்த நூலை இராதாகிருஷ்ணன் வாசிக்க முடிந்தது என்று கோபால் எழுதியிருக்கிறார்.

வெள்ளைக்காரன்தான் நம் எல்லோரையும் பிராமணன் – சூத்திரன் என்ற ஒற்றைச் சமயக் கட்டுப்பாட்டுக்குள் பூட்டினான் என்று காஞ்சி காமகோடி சங்கராச்சாரியார் விசனப்பட்டதாக முத்துமோகன் அவருடைய சமீபத்திய கட்டுரையில் நினைவுபடுத்தியிருந்தார். வெள்ளைக்காரன் மட்டுமல்ல இராதாகிருஷ்ணனும் அதைத்தான் செய்திருந்தார். ஹிந்து மதத்தின் பன்முகத் தன்மையான சமய நடத்தைகள், மழுங்கலான நம்பிக்கைகள், பொருளற்ற விழாக்கள், பயனற்ற விரதங்கள், குழப்பமடையச் செய்யும் உருவ வழிபாடுகள், திகைக்கவைக்கும் தெய்வங்கள், தடுமாறச் செய்யும் தத்துவங்கள், அலுப்பூட்டும் ஆலய ஆச்சாரங்கள் எல்லாவற்றையும் ஒன்று சேர்த்து, இந்து மதத்தின் இசகுபிசகுகளை நீக்கி, அவற்றைத் துப்புரவுப்படுத்தி அத்துவைத வேதாந்தம் என்ற ஒருமைவடிவ சட்டகத்துக்குள் இராதாகிருஷ்ணன் சேர்த்தார். வேதாந்தம் மதமல்ல, இயல்பாகப் பல சமயங்களுக்கும் உரித்தாகக் கொள்ளத்தக்கப் பொது மூல அடிப்படைக் கருத்துப் படிவம் என்றார். *‘The Vedanta is not a religion, but religion itself in its most universal and deepest significance.’* எல்லோருக்குமான, உலக முழுதளாவிய முழுநிறைக்கூற்று என்று அத்துவைத வேதாந்திக்கு மறுஉருவங்கொடுத்தார்.

சமஸ்கிருதப் பிரதிகளான உபநிடதங்கள், பிரம்ம சூத்திரம், பகவத் கீதையில்தான் இறை உண்மை உரைக்கப்பட்டிருக்கிறது; மற்றைய மதவேதங்கள், ஏனைய மறைகள், ஆகமங்கள் சுமப்பவை அத்துவைத வேதாந்தத்தின் தொடர் பேரொலி, *resonance* என்பது இராதாகிருஷ்ணனின் கணக்கீடு. உதாரணத்திற்குப் பழைய ஏற்பாட்டு நீதிமொழிகளில் காணப்படும் “மனுஷனுடைய ஆவி கர்த்தர் தந்த தீபமாயிருக்கிறது; அது

உள்ளத்திலுள்ளவைகளையெல்லாம் ஆராய்ந்துபார்க்கும்", மற்றும் தூய பவுலின் "நீங்கள் தேவனுடைய ஆலயமாயிருக்கிறீர்களென்றும், தேவனுடைய ஆவி உங்களில் வாசமாயிருக்கிறாரென்றும் அறியாதிருக்கிறீர்களா ?" என்ற வாசகங்கள் சமஸ்கிருத வேதங்கள் சொன்ன 'நீ அதுவாய் இருக்கிறாய்' (*'Tat Tvam Asi', That art Thou*) என்பதின் சிறிது திரிபுற்ற வரிகள் என்றார். சமஸ்கிருதமல்லாத மற்றைய இந்திய நாட்டுமொழிகளின் திருப்பிரதிகள் அத்துவைத வேதாந்தத்தின் பிரதிபிம்பமே. சைவ வேதங்களை இவர் கணக்கில் எடுக்கவில்லை.

இராதாகிருஷ்ணன் இந்துமதம் பற்றி மட்டுந்தான் எழுதினார் என்பது சிவாஜி கணேசன் 'பராசக்தி' படத்தில் மாத்திரந்தான் நடித்தார் என்று சொல்வது போன்றது. அவருடைய எழுத்துகளில் அதிகம் கவனிக்கப்படாததொன்று கிறிஸ்தவம் பற்றிய அவருடைய எண்ணங்கள். அவருடைய நூல்களில் இயேசுபற்றி அல்லது கிறிஸ்தவ வேதாகமத்திலிருந்து எடுத்துக்காட்டுகள் நிறைய இருக்கும். கீதைபற்றிய அவருடைய வியாக்கியான நூலிலும்கூட இயேசுவும் வேதவசனங்களும் இடையிடையே மேற்கோள்களாகப் பிணைந்திருக்கின்றன.

யூத, கிரேக்கப் பின்னணியில் கட்டியிறுக்கப்பட்ட இயேசுவையும் தொடக்ககால கிறிஸ்துவத்தின் இறையியல், கலாச்சாரத் தளத்தையும் இராதாகிருஷ்ணன் விரிவுபடுத்தினார். அரிய ஈரானிய, இந்திய இறையியல் கருத்துத் தாக்கங்களுக்கு வாய்ப்புண்டு என்றார். இயேசு உபதேசித்த சன்னியாச வாழ்க்கை, பொருளாசைக்கு எதிரான போதனைகள், அவர் அறிவித்த அகிம்சை வழிகளுக்கு யூதத்தில் முன்மாதிரிகள் இல்லை என்றார். ஏன் இயேசு தனக்குச் சூட்டிக்கொண்ட மனித குமாரன் என்ற பெயரில்கூட ஆரியத் தொடர்பு இருக்கலாம் என்றார். இதைச் சொல்லுவதற்கு சேர்மனிய அறிவாளர் *Rudolph Otto*வின் கண்டுபிடிப்புகளைப் பயன்படுத்தினார்.

இராதாகிருஷ்ணன் கட்டுருவாக்கம் செய்த இயேசுவை, கிறிஸ்தவர்களால் ஏற்றுக்கொள்ள முடியவில்லை. இவர் இயேசுவை கடவுளின் மைந்தனாகப் பார்க்கவில்லை. தெய்வமாக அல்ல தெய்வத் திறனுடைய ஒரு கீழைய மறைஞானியாகப் பார்த்தார். வரலாற்றில் வாழ்ந்த இயேசுவைவிட வரலாற்றைக் கடந்த கிறிஸ்துவே இவருக்குப் பெரிதாகப்பட்டது. இயேசுவையும் கிறிஸ்துவையும் ஒன்றாக்கிக் குழப்பாதீர்கள் என்றார். கொள்கைப் பிடிவாதமற்ற, சமய நிறுவனத்தைத் தாண்டிய இயேசுவை கிறிஸ்தவர்களுக்கு அறிமுகப்படுத்தினார். அவர் சொன்னதைக் கவனத்திற்கு எடுத்துக்கொள்ளாமல்

கிறிஸ்துவைக் களங்கப்படுத்திவிட்டார் என்று கிறிஸ்தவர்கள் முணுமுணுத்தார்கள். இதற்குக் காரணம் அவர் இயேசுவின் வாழ்க்கையில் நடந்த முக்கிய சம்பவங்களான பிறப்பு, சிலுவை, மரணம், உயிர்த்தெழுதல் போன்றவற்றைச் சரித்திர நடப்புகளாகக் கணிக்காமல் தனிமனிதனின் வாழ்வில் சம்பவிக்கும் முழு அகப்பிரதிபலிப்பு என்று வர்ணித்தார். இறப்பும் உயிர்த்தெழுதலும் இரண்டாயிரம் வருடங்களுக்கு முன் நடந்த சம்பவங்கள் அல்ல தினமும் மனித வாழ்வில் நேரிடும் காரியங்கள் என்றார். கடவுளுடைய இராச்சியம் உலகில் நிறுவப்படுவதில்லை, உங்களுக்குள்ளேயே இருக்கிறது என்று லூக்கா பதிவு செய்த இயேசுவின் வார்த்தைகளைக் கோடிட்டுக் காட்டினார்: 'தேவனுடைய ராஜ்யம் எப்பொழுது வருமென்று பரிசேயர் அவரிடத்தில் கேட்டபொழுது, அவர்களுக்கு அவர் பிரதியுத்தரமாக, தேவனுடைய ராஜ்யம் பிரத்தியட்சமாய் வராது. இதோ இங்கே என்றும், அதோ அங்கே என்றும் சொல்லவும் மாட்டார்கள். இதோ, தேவனுடைய ராஜ்யம் உங்களுக்குள் இருக்கிறதே என்றார்.'

இராதாகிருஷ்ணனுக்கும் கிறிஸ்தவர்களுக்கும் ஏற்பட்ட கருத்து வேறுபாட்டுக்குக் காரணம் இருவரின் வேறுபட்ட பொருள் விளக்கவியல் (*hermeneutics*) ஆரம்ப நிலையே. கிறிஸ்தவர்கள் மனிதன் பாவி, வீழ்ச்சியடைந்தவன், சபிக்கப்பட்டவன், எனவே அவனை மீட்க வந்த இறைத்தூதர் இயேசு என்றார்கள். ஆனால் இராதாகிருஷ்ணன் மனிதன் தீமையானவன் அல்ல; தெய்வ நிலைக்குரியதன்மை அவனுக்குள் இருக்கிறது என்றார். அத்துவைதத்தின் பரிபூர்ண, அடிப்படை உண்மையான மனிதன் தெய்வீகமானவன் என்பது புதிய ஏற்பாட்டில் இயேசு கூறிய வாசகத்தில் இருக்கிறது என்று நினைவூட்டினார்: "ஆகையால், பரலோகத்திலிருக்கிற உங்கள் பிதா பூரண சற்குணராயிருக்கிறதுபோல, நீங்களும் பூரண சற்குணராயிருக்கக் கடவீர்கள்". இயேசுவை இராதாகிருஷ்ணன் கிட்டத்தட்ட ஒரு உபநிடத வேதாந்திபோல் சித்திரித்திருந்தார். அவருடைய திருப்புதல் வாசிப்பில் புத்தரும் மகாவீரரும் உபநிடதத்துடன் இணைந்துபோகும் வேதகாலத்து மறைஞானிகள் போல்தான் காணப்பட்டார்கள்.

இரத்தசோகை பீடித்த இந்துமதத்தைப் பழம்பெரும் பண்பாட்டின் அஸ்திவாரத்தில் நிலைநிறுத்தி, புத்துயிரும் புதுமலர்ச்சியும் கொண்ட நவீன இந்துதேசியத்திற்கு உகந்த கருவியாக உருமாற்றினார். ஒருவிதத்தில் இவர் கட்டுமானம் செய்த இந்துமதம் இந்தியர்களுக்கு அல்ல, வெள்ளையர்களுக்கே.

அவர்களுக்கே அறிவார்ந்த, நேர்மையான, திட்பநுட்பத்திறமான, செயல்முறையான ஆரிய சாஸ்திரிய இந்து மதத்தைச் சீரமைத்துக்கொடுத்தார். எத்தனை புத்தகங்கள் எழுதினாலும் அத்துவைத வேதாந்தம் என்ற ஒரே கருத்துப்படிவம் மீண்டும் மீண்டும் பலவித பரிமாணங்களில் வலியுறுத்தப்பட்டது.

இராதாகிருஷ்ணனின் பிரபலமான, செல்வாக்கான, திராணியான நூற்கள் காலனிய காலத்தில் எழுதப்பட்டவை. இந்தப் பட்டியலைப் படியுங்கள். நான் சொல்லுவது உறுதியாகும்: The Reign of Religion in Contemporary Philosophy (1920), Indian Philosophy: 1 & 2 (1923, 1927), The Hindu View of Life (1927), The Hindu View of Life (1927), An Idealist View of Life (1929), My Search for Truth (1937) East and West in Religion, 1933. Freedom and Culture. Madras: G.A. Natesan & Co., 1936. The Heart of Hindusthan. Madras: G.A. Natesan & Co., 1936. Eastern Religions and Western Thought. London: Oxford University Press, 1939. இவற்றைப் படிக்கும்போது பின்காலனிய கருத்தாக்கத்தில் இவை திருப்பி எழுதப்பட்டவை (writing-back), திருப்பிப் பேசுதல் என்ற வகையைச் சேர்ந்தது என்று எடுத்துக்கொள்ளலாம். ஆனால் இராதாகிருஷ்ணனின் எழுத்துகள் வழமைபோல் ஆளப்படுபவர் ஆள்பவருக்கு எதிரான திட்டுகள், வசைகள், பழியுரைகள் அல்ல. மென்மையானவை, மரியாதையானவை. மிருதுவான, மெல்லிழைவான எழுத்தாண்மைக்குக்கூட மேலாதிக்கக் கருத்துகளைக் குலைத்துவிட, கவிழ்க்க, தடுமாறச்செய்யும் வல்லமை உண்டு என்பதற்கு இராதா கிருஷ்ணன் பலமான எடுத்துக்காட்டு.

இவருடைய எழுத்துகளில் ஒரு தாராளத்தன்மையும் திறந்த மனப்போக்கும் காணப்படுவதுபோல் தோன்றும். ஆனால் கொஞ்சம் ஊன்றிப்படித்தால் தெரியவரும் செய்தி வேறு. எல்லாச் சமயத்தவரையுமே ஒரே கருத்துக்குள் கொண்டுவர முயலக்கூடாது என்று இவர் சொன்னாலும் இறுதியில் பல சமயக் கருத்துகளும் அத்துவைத வேதாந்தத்திலேயே பூரணமடைகிறது என்றார்.

இவரின் நூல்களைப் படிப்பவர்களுக்கு கிழக்கு – மேற்கு என்ற ஒரு எளிய எதிரிணைகளை இராதா கிருஷ்ணன் பிரதிபடுத்துவது மட்டுமல்ல அவற்றை நீடிக்கச் செய்கிறார் என்று தெரியவரும். கிழக்கு ஆன்மீகமானது, மேற்கு அறிவார்ந்தது, கிழக்கு உள்ளுணர்வானது, மேற்கு தர்க்கரீதியானது என்ற எதிரீடுகள் கீழைத்தேசவாணர்கள் செய்த மூல முதலான பாவமாகும்; இதன் தொடர்ச்சிகளை இராதாகிருஷ் ணனின் எழுத்துகளிலும் காணலாம். ஆன்மீகமே இந்தியாவின் சாராம்சம்

என்றார், இந்தியாவில் தோன்றிய உலோகாயுதத்தை ஏதோ எபோலா போல ஒரு பெரிய அழிவுசக்தி என்று தவிர்த்துவிடுகிறார். ஆயிரம் பக்கங்களுக்கு மேலான இரண்டு தொகுதி நூலான *'Indian Philosophy'* இல் பொருள்முதல்வாதத்துக்கு இவர் ஒதுக்கிய பக்கங்கள் பதினைந்து.

ஆனால் எட்டாம் நூற்றாண்டில் ஆதிசங்கரர் தொகுத்து எழுதிய 'அத்துவைத தத்துவம்' எவ்வாறு நம் காலத்துக்குப் பொருத்தமானது என்பதில் இராதாகிருஷ்ணனின் எழுத்துகளில் அதிகம் விளக்கம் இல்லை. அரசின் கொள்கையிலோ அல்லது இந்தியாவின் வெளி நாட்டு நடத்தைகளிலோ தனி ஆன்ம இயலான, உள்ளியல்புக்குரிய வேதாந்தம் எப்படிப் பொதுவெளியில் வழிகாட்டியது என்ற தடயங்கள் இல்லை. இவர் கட்டுருவாக்கிய இந்துசமயம்கூட ஒருபாதிதான் உண்மையானது; சகிப்புத்தன்மை இந்துமதத்தின் சாரமாக இருந்தாலும் சண்டித்தனமும் மற்றைய மதங்கள் போல் இந்துமதத்திற்கும் உண்டு.

துடிப்புள்ள இன்றைய இந்தியாவில் எல்லாச் சமயக் கருத்துகளையும் உறிஞ்சி, உட்கிரகித்து இராதாகிருஷ்ணன் உருவாக்கிய தேசிய அத்துவைத வேந்தாந்தம் (இது முத்துமோகனின் பதம்) ஒரு பயனுள்ள ஏன் ஒரு துட்ட கருவியாக மாறலாம். ஆனால் ஒரு சமயத்தின் தொல்பழமையின் பண்புத்தரம் அல்ல; தொடர்ந்து நிலைத்திருக்கும் அதன் வீரிய ஆற்றல்தான் முக்கியம் என்பதில் இராதாகிருஷ்ணன் உறுதியாக இருந்தார். சமயத்தை நாட்டுப் பற்றுக்கு உபயோகிப்பதில் இவருக்கு உடன்பாடு இல்லை. முதலாம் உலகப்போரில் கிறிஸ்தவத் திருச்சபை மேற்கு நாட்டு அரசுகளுக்குக் காட்டிய ஆதரவை அவருடைய *The Reign of Religion in Contemporary Philosophy'* என்ற நூலில் கடுமையாக எதிர்த்தார். இராதாகிருஷ்ணனின் இந்த எண்ணங்கள் இந்துத்துவவாதிகளுக்கு ஆறுதலான செய்திகள் அல்ல. அது மட்டுமல்ல பழம்பிரதிகளை நேர்ப் பொருளாக (literal) வாசிப்பதில் இவர்களுக்கு இருக்கும் ஆர்வத்தில் இராதாகிருஷ்ணன் விலகிக்கொள்வார் என்று நினைக்கிறேன்.

பின்காலனியக் கருத்தாடலில் ஆள்பவரை எதிர்க்கும் ஆளப்படுபவர்கள் தங்களை ஆட்டிப் படைப்பவர்களின் காலனியப் பழக்கவழக்கங்களைப் பிரதிபலிப்பதுண்டு என்று அல்ஜீரிய காலனிய சிந்தனையாளர் ஃபிரான்ட்ஸ் ஃபனான் (Frantz Fanon) எழுதியிருக்கிறார். எந்தக் கிறிஸ்தவ மதகுருமாரின் இறையியல் காலனியத்தை எதிர்த்தாரோ அதையே அதாவது, அவர்களின் காலனிய உத்வேகங்களை, உட்கருத்துகளை

இராதாகிருஷ்ணனும் அவருடைய எழுத்துகளில் திருப்பிச் செயல்படுத்தினார். கிறிஸ்தவக் காலனியத்திற்குப் பதிலாக அத்துவைத வேதாந்த காலனியத்தைப் பரப்புரை செய்தார். உளவியல்ரீதியாக ஆளப்படுகிறவர்கள் ஆள்பவர்களாக மாறி விடுவதுண்டு. அவர்களது ஆசைகள், தேடல்கள் காலனியவாதிகளின் வடிவம்கொள்ளத் தொடங்குகின்றன. தாங்களே தங்களைப் 'பிறராகக்' காண்பதுண்டு. இராதா கிருஷ்ணனின் பொருள் விளக்கங்களைப் படிக்கும்போது அவர் அடிக்கடி வணக்கத்துடன் யாசிக்கிற வேதவசனம் நினைவுக்கு வருகிறது: "நீயே அதுவாகிவிட்டாய்".

காலச்சுவடு இதழ் 179, நவம்பர் 2014

13

சாலொமோன் ராஜா நுகர்ந்த இந்திய சந்தனத் தைலம்

ஒருவிதத்தில் பார்க்கப்போனால் கிறிஸ்தவ வேதாகமம் மேற்கு ஆசியாவில் உருவான நூல். புதிய ஏற்பாட்டில் நடைபெறும் முக்கிய சம்பவங்கள் எல்லாம் மேற்கு ஆசியாவில்தான் நிகழ்ந்தன. இயேசுவின் பிறப்பு (பெத்லகேம்), அவருடைய ஊழியம் (கலிலேயா), மரணம் (எருசலேம்) போன்றவை மேற்கு ஆசிய நகரங்களிற்தான் நடந்தன. ஏன் கிறிஸ்தவர்கள் என்ற பெயர்கூடக் கிழக்காசிய நகரமான அந்தியோகியா–வில்தான் முதன்முதலாக உபயோகிக்கப்பட்டது.

கிறிஸ்தவ வேதாகமம் காலனிய உச்ச நாட்களில் கீழைத் தேசங்களுக்கு அழையாது உட்புகுவு செய்தபோது மேற்கு ஆசியாவின் நூலாக அறிமுகமாகவில்லை. ஆங்கில ஆட்சியை உறுதியிடும் வெள்ளையரின் வீரகாவியக் கருவியாகத்தான் வந்தடைந்தது. ஆனால் இங்கிலாந்தை விட இந்தியாவுக்குக் கிறிஸ்தவ விவிலியத்தில் நெருங்கிய தொடர்பு உண்டு. அது பற்றிச் சில தகவல்களை இங்கே தந்திருக்கிறேன்.

முதலில் ஒரு உதவாக்கரைச் செய்தியுடன் ஆரம்பிக்கிறேன். இது இந்திய கிரிக்கெட் பிரியர் களுக்கு உற்சாகம் தரலாம். உலகில் டெஸ்ட் போட்டி களில் விளையாடும் நாடுகளில் விவிலியத்தில்

குறிப்பிடப்பட்டுள்ள நாடு இந்தியா மட்டுந்தான். இந்த விளையாட்டை உலகிற்கு அறிமுகப்படுத்திய இங்கிலாந்து கிறிஸ்தவ ஆகமங்கள் எழுதப்பட்ட காலங்களில் பூசல்கள் கொண்ட, சிறு சிறு கூறுகளாக, வலுவற்ற குறுநில மன்னர்களைக் கொண்ட நாடு; இன்றைய ஐக்கிய இராச்சியமாக மாற இன்னும் பல நூற்றாண்டுகள் காத்திருக்கவேண்டியிருந்தது. கிறிஸ்தவத் திருமறையில் இந்தியா அடையாளப்படுத்தப்பட்டுப் பெயரிடப்பட்டிருக்கிறது. எஸ்தரில் (வண்ணநிலவனின் சிறுகதை அல்ல, பழைய ஏற்பாட்டு நூல்) இரண்டு முறை வெளிப்படையாக இந்தியா பற்றிப் பேசப்படுகிறது. அன்னிய தேசத்தில் வாழ்ந்த எஸ்தர் என்னும் யூதப்பெண் பற்றிய இந்த நூலின் முதல் வரி இப்படித் தொடங்குகிறது: "இந்தியதேசம் முதல் எத்தியோப்பியாதேசம் வரைக்குமுள்ள நூற்றிருபத்தேழு நாடுகளையும் அரசாண்ட அகாஸ்வேருவின் நாட்களிலே சம்பவித்ததாவது" *(1.1)*. மற்றையக் குறிப்பு இதே நூலின் எட்டாம் அத்தியாயத்தில் வருகிறது. ராஜாவாகிய அகாஸ்வேருவுக்கு இரண்டாவதானவனும், யூதருக்குள் பெரியவனுமாகிய மொர்தெகாய் கற்பித்தபடியெல்லாம் "இந்திய தேசம் முதல் எத்தியோப்பியா தேசமட்டுமுள்ள நூற்றிருபத்தேழு நாடுகளின் தேசாதிபதிகளுக்கும், அதிபதிகளுக்கும், அதிகாரிகளுக்கும், அந்தந்த நாட்டில் வழங்கும் எழுத்திலும், அந்தந்த ஜாதியார் பேசும் பாஷையிலும், யூதருக்கு அவர்கள் பாஷையிலும் *(8.9)* எழுதப்பட்டது *(8.9)*" என்று சொல்லப்பட்டிருக்கிறது. இந்தியா பற்றி நேரல்லாத குறிப்பும் ஒன்று உண்டு. "சாலொமோன் ராஜாவின் கப்பல்கள் ஓப்பீருக்குப்போய், அவ்விடத்திலிருந்து நானூற்று இருபது தாலந்து பொன்னை ராஜாவாகிய சாலொமோனிடத்தில் கொண்டுவந்தார்கள்" என்ற செய்தி உண்டு (இராஜாக்கள் *9.26–28*). இங்கு குறிப்பிடும் ஓபீர், இந்தியா என்பதே பெரும்பாலான, முக்கியமாகக் கீழைத்தேய அறிஞர் மக்ஸ் முல்லரின் கருத்து.

இந்தியா மட்டும் அல்ல, இந்தியப் பொருட்கள்கூட யூத ராஜாக்களின் காலத்தில் சென்றடைந்திருக்கின்றன. சாலொமோன் ராஜாவின் கப்பல்கள் ஈராமின் கப்பல்களோடேகூட மூன்று வருஷத்துக்கு ஒருதரம் பொன்னையும், வெள்ளியையும், யானைத்தந்தங்களையும், குரங்குகளையும், மயில்களையும் கொண்டுவரும் என்று

1 ராஜாக்கள் கூறுகிறது *(10.22)*. யூதகுருமார் வழிபாட்டில் உபயோகிக்கும் தைலத்தின் கூட்டுப்பொருளான இலவங்கப்பட்டை, இந்திய வாசனைத் திரவியமான

சந்தனம் (நீதிமொழிகள் 7.17, சங்கீதம் 45.8, உன்னதப்பாட்டு 4.14) இந்தியாவிலிருந்துதான் பழைய ஏற்பாடு நாட்களில் சென்றடைந்தன. இது எப்படித் தெரியவந்தது என்றால் பொன், வெள்ளி, யானைத்தந்தம், குரங்கு, மயில், சந்தனம் போன்ற வார்த்தைகளுக்குப் பயன்படுத்தப்படும் எபிரேய பதங்களின் வேர் எபிரேய மொழியில் இல்லை. இவை இந்தியச் சொற்களின் சரிநேர் அல்லது சின்னாபின்னப்படுத்தப்பட்ட வடிவம் என்பது, மக்ஸ் முல்லர், ராபர்ட் காலட்வேல் போன்றவர்களின் கருத்து. உதாரணத்திற்கு ஒன்று; மயிலுக்கு எபிரேய மொழியில் உபயோகிக்கப்படும் 'துக்கி', தமிழ் வார்த்தையான மயிலின் தோகையிலிருந்து வந்திருக்கலாம் என்று கால்ட்வேல் அவருடைய திராவிட இலக்கணத்தில் எழுதியிருக்கிறார். இன்னுமொன்று, மயில் இந்தியப் பறவை; யூதர்களுக்கு அறிமுகமில்லாத பட்சி. அதுபோல் யானை அந்தப் பிரதேசத்து விலங்கு அல்ல. சந்தன மரங்கள் பாலஸ்தீன நாட்டுத் தாவரவகையைச் சேர்ந்தது அல்ல.

கிறிஸ்தவப் புனித நூற்தொகையில் சேர்க்கப்படாத தள்ளுபடி ஆகமங்களிலும் இந்தியா பற்றிச் செய்திகள் உண்டு. அவற்றில் ஒன்று 'தாமஸின் செயல்பாடுகள்'. இந்த நூல் மூன்றாம் நூற்றாண்டின் தொடக்கத்தில் எழுதப்பட்டதாகச் சொல்லப்படுகிறது. இந்திய அரசனுக்குத் தச்சு வேலை செய்யத் தாமஸ் வந்தார். அன்னியர்கள் இந்தியாவில் கட்டிட வேலை செய்வது புதிதல்ல. சோழர்களின் காவிரிப்பூம்பட்டினம் அரண்மனையைக் கட்டியதில் பிற நாட்டுக் கட்டிடக் கலைஞர்களின் பங்குண்டு. நவீன காலனித்துவம் இந்தியாவைக் கிறிஸ்தவப் பரப்புரைக்கு ஏற்ற வளமான நிலமாகக் கருத முதலே இந்த நூல், இந்தியா கிறிஸ்தவ நற்செய்திப் பரப்புரைக்குத் தக்க நாடு என்று கணக்கிடுகிறது. மூன்றுவிதமாக இந்தியா இந்த நூலில் பிரதிநிதித்துவப்படுத்தப்பட்டிருக்கிறது; ஒன்று, பிசாசுகளும் சாத்தான்களும் வாழும் நாடு. தாமஸ் அந்த நாளைய ஹாரி பாட்டர் போல் இவைகளின் பிடியிலிருந்து இந்தியாவைக் காப்பாற்றியதாக வர்ணிக்கப்பட்டிருக்கிறார். இரண்டாவது, இந்தியா வறுமையும் ஏழ்மையுமான நாடாகச் சித்திரிக்கப்பட்டிருக்கிறது. தாமஸ் இந்திய மன்னர் அரண்மனை கட்டக் கொடுத்த பணத்தை ஏழைகளுக்குக் கொடுத்துவிடுகிறார். இன்றைய பில் கேட்ஸ் போல் என்று வைத்துக்கொள்ளுங்கள். மூன்றாவது, இந்தியா சகிப்புத்தன்மையற்ற நாடு என்ற பிம்பத்தை ஏற்படுத்துகிறது. மிஸ்டயஸ் ராசாவின் மனைவிகளையும் அவருடைய உறவினரையும் மதமாற்றியதற்காகத் தாமஸ் கொல்லப்படுகிறார். இந்தப் பிரதியில் தாமஸ் அறிமுகப்படுத்திய இயேசு புதிய ஏற்பாட்டில் வரும் பாவிகளை மீட்க வந்த

சிலுவையில் அறையப்பட்ட யேசு அல்ல. புத்தரைப் போல் ஞான உபதேசியாக வருகிறார். சிலுவை, மீட்பு பற்றிப் பேசவில்லை. தன்னல மறுப்பு, ஆன்மீக சுத்தம், துறவு, அகிம்சை பற்றிப் போதிக்கிறார்.

விலங்கு, பறவை, தாவரம் மட்டுமல்ல இந்தியக் கதைகள் கூட மேற்கு ஆசியாவைச் சென்றடைந்திருக்கின்றன. அவற்றில் ஒன்று, சாலொமோனின் தீர்ப்பு; கிறிஸ்தவத்திற்கு வெளியே இருப்பவர்களுக்கு அதிகம் தெரிந்த இரண்டு வேதாகமக் கதைகளில் இதுவும் ஒன்று. அடுத்தது, கெட்ட குமாரன் கதை. சாலொமோனின் தீர்ப்பு யூதரின் ஞானத்திற்கு உயர்வான எடுத்துக்காட்டு என்று சொல்லப்படுவதுமுண்டு. கதையைச் சுருக்கித் தருகிறேன்.

ஒரே வீட்டில் குடியிருக்கும் இரண்டு தாய்மார்கள் சாலொமோன் ராஜாவுக்கு முன்பாக வந்தார்கள். அவர்களில் ஒருத்தி: ‘என் ஆண்டவனே, நானும் இந்தப் பெண்ணும் வீட்டிலிருக்கையில் ஆண்பிள்ளை பெற்றேன். நான் பிள்ளைபெற்ற மூன்றாம் நாளிலே, இவளும் ஆண்பிள்ளை பெற்றாள்; நாங்கள் ஒருமித்திருந்தோம். எங்கள் இருவரையும் தவிர, வீட்டுக்குள்ளே வேறொருவரும் இல்லை. இராத்திரித் தூக்கத்திலே இவள் தன் பிள்ளையின்மேல் புரண்டுபடுத்ததினால் அது செத்துப்போயிற்று. அப்பொழுது, உமது அடியாள் நித்திரைபண்ணுகையில், இவள் நடுஜாமத்தில் எழுந்து, என் பக்கத்திலே கிடக்கிற என் பிள்ளையை எடுத்துத் தன் மார்பிலே கிடத்திக்கொண்டு, செத்த தன் பிள்ளையை எடுத்து, என் மார்பிலே கிடத்திவிட்டாள்; என் பிள்ளைக்குப் பால் கொடுக்கக் காலையில் நான் எழுந்தபோது, அது செத்துக்கிடந்தது; பொழுது விடிந்தபின் நான் அதை உற்றுப் பார்த்தபோது, அது நான் பெற்றபிள்ளை அல்லவென்று கண்டேன்’ என்றாள். அதற்கு மற்ற தாயானவள்: ’அப்படியல்ல, உயிரோடிருக்கிறது என் பிள்ளை, செத்தது உன் பிள்ளை’ என்றாள். இவளோ: ‘இல்லை, செத்தது உன் பிள்ளை, உயிரோடிருக்கிறது என் பிள்ளை’ என்றாள்; இப்படி ராஜாவுக்கு முன்பாக வாதாடினார்கள். அப்பொழுது ராஜா: ‘உயிரோடிருக்கிறது என் பிள்ளை, செத்தது உன் பிள்ளை என்று இவள் சொல்லுகிறாள்; அப்படியல்ல, செத்தது உன் பிள்ளை, உயிரோடிருக்கிறது என் பிள்ளை என்று அவள் சொல்லுகிறாள் என்று சொல்லி, ‘ஒரு பட்டயத்தைக் கொண்டுவாருங்கள்’ என்றான்; அவர்கள் ஒரு பட்டயத்தை ராஜாவினிடத்தில் கொண்டுவந்தார்கள். ராஜா உயிரோடிருக்கிற பிள்ளையை இரண்டாகப் பிளந்து, பாதியை இவளுக்கும் பாதியை அவளுக்கும் கொடுங்கள்’ என்றான். அப்பொழுது உயிரோடிருக்கிற பிள்ளையின் தாய்,

தன் பிள்ளைக்காக அவள் குடல் துடித்ததினால், ராஜாவை நோக்கி: 'ஐயோ, என் ஆண்டவனே, உயிரோடிருக்கிற பிள்ளையைக் கொல்லவேண்டாம்; அதை அவளுக்கே கொடுத்துவிடும்' என்றாள்; மற்றவள் 'அது எனக்கும் வேண்டாம், உனக்கும் வேண்டாம், பிளந்து போடுங்கள்' என்றாள். அப்பொழுது ராஜா 'உயிரோடிருக்கிற பிள்ளையைக் கொல்லாமல், அவளுக்குக் கொடுத்துவிடுங்கள்; அவளே தாய்' என்றான். ராஜா தீர்த்த இந்த நியாயத்தை இஸ்ரவேலர் எல்லாரும் கேள்விப்பட்டு, நியாயம் விசாரிக்கிறதற்கு தேவன் அருளின ஞானம் ராஜாவுக்கு உண்டென்று கண்டு, அவனுக்குப் பயந்தார்கள் (1 ராஜாக்கள் 3.16–27).

இதை ஒத்த ஒரு பௌத்தக் கதை உண்டு. இந்த இந்தியக் கதையில் தீர்ப்பளிப்பவர் ஆண் அல்ல; விசாக்கா என்ற பெண். சாலொமோன் போல் அரிவாள், கத்தி என்று பயமுறுத்தாமல், தாய்மார்களேயே முடிவெடுக்கச் சொல்லுகிறார். இருவரும் குழந்தையை எடுக்க முயன்ற இழுபறியில் குழந்தை அழத் தொடங்குகிறது. குழந்தையின் அவதியைப் பார்த்த உண்மையான தாய் விட்டுக்கொடுத்துவிடுகிறாள். இந்த இரண்டு கதைகளைப் படித்த கீழை ஆய்வாளர் மக்ஸ் முல்லர், இந்தியக் கதை முந்தியது என்றும், பொதுசகாப்தத்திற்கு ஆறாம் நூற்றாண்டுக்கு முன் இந்தியா, பாரசீகம், கிரேக்கம், சின்ன ஆசியாவுக்குமிடையே இலக்கியப் பரிவர்த்தனை நடந்திருக்கிறது என்றும் கூறுகிறார். இந்தியக் கதை யூதர்களைச் சென்றடைந்திருக்கலாம். பட்டயத்தினால் வெட்டுங்கள் என்ற சாலொமோனின் தீர்வைப் படித்தபோது தனக்குள் ஒரு நடுக்கம் ஏற்பட்டதாக மக்ஸ் முல்லர் எழுதுகிறார். பௌத்தக் கதையில் ஆழமான மனிதத்துவமும், மதிநுட்பமான தீர்வும் தெரிவதாக இவரது அனுமானம்.

கதைகள் மட்டுமல்ல. தமிழ்க் கவிதைச் சாயல்கள் பழைய ஏற்பாட்டில் உண்டு. யூதர்களின் ஆகமத்தில் உன்னதப் பாட்டு என்ற ஒரு நூல் இருக்கிறது. இது எப்படி புனித நூல்தொகைக்குள் நுழைந்தது என்று பெரும் கேள்வி உண்டு. உன்னதப் பாட்டு மற்றைய பழைய ஏற்பாட்டுப் புத்தகங்களுடன் பார்க்கும்போது சற்று வித்தியாசமானது. யூதர்களின் வாழ்க்கையில் நடந்த சம்பவங்களான ஆபிரகாமின் அழைப்பு, யூதர்கள் எகிப்தில் அடிமைகளாக இருந்தது, பாபிலோனில் சிறை, இஸ்ரவேலருக்கு வெளிப்படுத்தப்பட்ட தீர்க்கதரிசனம், மெசியாவின் வருகை போன்றவை பற்றிய குறிப்புகள் ஒன்றுமே இல்லை. ஏன், யூதக் கடவுளின் பெயர்கூட இல்லை. ஆனால் முழுக்க முழுக்கக் காதல் பற்றியது; பெயரிடப்படாத காதலனுக்கும் காதலிக்கும் இடையே

ஏற்பட்ட காதல், காமம் பற்றி வர்ணிக்கிறது. இந்த நூலையும் அகப் பாடல்களையும் ஆராய்ந்த எபிரேய அறிஞரான கையம் ராபின் உன்னதப் பாட்டின் இலக்கிய மரபணு சங்ககாலக் காதலாக இருக்கலாம் என்கிறார். சங்க காலத்துத் தமிழ்ப் பெண்போல் யூதப் பெண்ணே முன்னணியில் நிற்கிறார்; தலைவனிடம் காதலை வெளிப்படுத்துகிறாள். பண்டைய தமிழ் இலக்கியங்கள் காதலை நிலப்பிரிவுகளுடனும் காலத்துடனும் இயற்கையுடனும் தொடர்புபடுத்துவது யூதப் பிரதியிலும் உண்டு. அகப்பாடல்கள் வகுத்த புணர்தல், பிரிதல், இருத்தல், இரங்கல், ஊடல் எல்லாம் யூதத் தலைவனும் தலைவியும் அனுபவிக்கிறார்கள். வியாபார நோக்கமாகத் தென்னகம் வந்த யூதர்கள் இந்தப் பாடல்களில் காணப்பட்ட அழகியல் கூறுகள், காதல் வெளிப்பாட்டின் நேரடித் தன்மை, வாழ்வியல் உணர்வுகளால் ஈர்க்கப்பட்டுத் தம் நாட்டு நிலைமைக்கு ஏற்பத் தமிழரின் காதலை உருமாற்றி உன்னதப் பாட்டை எழுதியிருக்கலாம் என்பது ராபின் கருத்து.

எபிரேய–கிரேக்க கருத்துப் படிவங்களுக்கு அப்பாற்பட்ட எண்ணங்கள், செய்கைகள் புதிய ஏற்பாட்டில் உண்டு. ஒன்று தூய பவுல் எழுதிய வசனம்: ‘எனக்கு உண்டான யாவற்றையும் நான் அன்னதானம் பண்ணினாலும் என் சரீரத்தைச் சுட்டெரிக்கப்படுவதற்குக் கொடுத்தாலும் அன்பு எனக்கிரா விட்டால் எனக்குப் பிரயோஜனம் ஒன்றுமில்லை” (1 கொரிந்தியர் 13.3). இந்த உடல் சுட்டெரிப்பு யூத–கிரேக்கப் பழக்கம் அல்ல. ஒருவேளை பவுல் இருபது ஆண்டுகளுக்குமுன் நடந்த ஒரு சம்பவத்தை அவர் நினைவுகூர்ந்திருக்கலாம். ஏதேன் பட்டண மக்களுக்கு முன்னால் அரைக்கச்சை அணிந்த ஒரு இந்தியன், முகத்தில் புன்முறுவலுடன் தீக்குளித்ததாக வரலாறு இருக்கிறது. இவர் ரோமச் சக்கரவர்த்தி அகஸ்டசுக்குப் பரிசுகள் கொண்டு வந்த எட்டு இந்தியர்களில் ஒருவர். அதுபோல் அலெக்சாண்டர் ஆட்சிக்காலத்தில் எழுபத்து மூன்று வயதான இன்னுமொரு இந்தியர் தீக்குளித்திருக்கிறார். இவர் அரசரின் புகழுரையாளராகப் பணிபுரிந்திருக்கிறார். கிரேக்க அரசன் இந்த வயோதிக இந்தியரைத் தடுத்தபோதும் இவர் தங்கத்தினால் செய்யப்பட்ட பாடையில் தீயூட்டி மரித்திருக்கிறார். ஸ்ரபோ (பொது சகாப்தத்திற்கு முன் 63 முதல்–பொது சகாப்தம் 21 வரை) என்ற கிரேக்கப் புவியியலாளரும், தத்துவ ஞானியுமான இவரின் நூலில் இவற்றைக் காணலாம்.

மற்றது யோக்கோபு நிருபத்தில் வரும் வசனம்: “நாவும் நெருப்புத்தான்; அது அநீதி நிறைந்த உலகம்; நம்முடைய அவயங்களில் நாவானது முழு சரீரத்தையும் கறைப்படுத்தி,

ஆயுள் சக்கரத்தைக் கொளுத்திவிடுகிறதாயும் நரக அக்கினி யினால் கொளுத்தப்படுகிறதாயும் இருக்கிறது!" (யோக்கோபு 3.6). இதில் காணப்படும் சொல்தொடுப்புகள், ஆயுள் சக்கரம், நாவும் நெருப்புதான் போன்றவை யூத–கிரேக்க இறையியல், தத்துவங்களுடன் இயல்பாக ஒன்றிணைந்தவை அல்ல. இவை இரண்டுமே பௌத்த சிந்தாந்தச் சொற்களஞ்சியத்தைச் சேர்ந்தவை. ஆயுள் சக்கரம் பௌத்தர்களின் சொல்லாடலில் அடிக்கடி வரும் பதம். யோக்கோபு நிருபத்தில் வரும் 'நாவும் நெருப்புத்தான்' என்ற வரிகள் புத்தரின் எரிதல் பற்றிய பிரசங்கத்தின் சாயலைக் கொண்டுள்ளது.

கட்டுரையை முடிவுக்குக் கொண்டுவரு முன் ஒன்றுக்கொன்று தொடர்பில்லாத சில எண்ணங்கள்: இங்கே சொல்லப்பட்ட விசயங்கள் எல்லாம் "நேரிடக் கூடியது, நிகழ்ந்திருக்கலாம், வாய்ப்புண்டு" என்ற ஐயுறு வகை சார்ந்தவை. ஊசலாட்டத் தளத்தில்தான் வைக்கப்படவேண்டியவை. இவை எல்லாம் சத்தியமாக நடந்தவை என்று வீட்டைப் பணயம் வைக்க வேண்டியதில்லை. நான் இங்கே தந்த சில உதாரணங்கள் அப்படி ஒன்றும் புத்தம் புதிதல்ல. உங்கள் சர்க்கரை அளவை அதிகரிக்கச் செய்யப் போவதுமில்லை. 19ஆம் நூற்றாண்டு இந்தியவியல், மற்றும் கீழ்த்திசையியல் ஆராய்ச்சிகளில் பரீட்சையமானவர்களுக்கு இந்தச் செய்திகள் மட்கிப்போன பழைய பூசணி. மத்தியத் தரைக்கடற் பிரதேசங்களில் பௌத்தக் குடியிருப்புகள் இருந்திருக்கின்றன. ஒரு கணக்குப்படி கிட்டத் தட்ட பத்தாயிரம் பௌத்தப் பிக்குகளும் பிக்குனிகளும் அந்த நிலப்பகுதிகளில் ஊழியம் செய்திருக்கிறார்கள். 1890–1910 இடையே வெளிவந்த *Journal of the Royal Asiatic Society of Great Britain and Ireland* இதழ்களில் இந்திய–மத்தியதரைக்கடல் வியாபார, கலாச்சாரப் பரிமாற்றங்கள் காரசாரமாக ஆராயப்பட் டிருக்கின்றன. இந்தத் தொடர்புகள் பற்றி அதிகம் அலட்டிக் கொள்ளாதவர்கள் மேற்கத்திய விவிலியக் கற்றறிவாளர்கள். இவர்களின் எண்ணப்படி எபிரேயமும் கிரேக்கமும் மேற்கத்தியப் பண்பாட்டின் இரட்டைத் தூண்கள். இவர்களுக்குப் பாலஸ்தீனம், வேறு எந்தக் கலாச்சாரத்தினாலும் பாதிக்கப்படாத சுற்றாடல் தூய்மையான பிரதேசம் என்று நகர்த்தமுடியாத, இறுக்கமான ஒரு எண்ணம் உண்டு. அன்னிய ஒப்பீடுகள், இரவல்கள், இணைவான கருத்துகள் முக்கியமாகக் கீழைப் பாதிப்புகள் கிறிஸ்துவத்தின் தூய்மையைப் பழுதடையச்செய்துவிடும் என்று நம்புகிறார்கள். இந்தியாவுக்கும் மத்திய தரைக்கடல் நாடுகளுக்கும் நடந்த வணிகத் தொடர்புகள் நினைத்ததைவிட மிகவும் கணிசமானவை. பண்டைப் பொருளாதாரத்தை

ஆராய்ந்த E.H. வார்மிங்டன் ரோமாபுரிக்கும் இந்தியாவுக்கும் நடந்த வர்த்தகத்தில் இந்தியாவே அதிகமாகப் பொருட்களை ஏற்றுமதி செய்தது என்கிறார் (*The Commerce Between the Roman Empire and India.*) இந்தப் பெருகிய செலவை நிகர்படுத்த ரோம அரசாங்கம் இன்று ஒபாமா செய்தது போல் அதிகப் பண நோட்டுக்களை அச்சடிக்க வேண்டியதாயிருந்தது.

உலகமயமாக்கல் அம்மா குடிநீர் போல் நேற்று அவதரித்த அவதாரம் அல்ல. சரக்குகளும் சனங்களும் இடம் பெயர்வது நவீனத்திற்கு முந்தியது. வணிகப் பெருவழிகளில் மிகப் பெரியது பட்டுச்சாலை (*Silk Road*). இந்தியா மட்டும் அல்ல, சீனாவும் விவிலியத்தில் குறிப்பிடப்பட்டிருக்கிறது. இது முன் நவீன, புல, பொருள் பெயர்ச்சி இன்னுமோர் எடுத்துக்காட்டு. ஏசாயா தீர்க்கதரிசியின் புத்தகத்தில் கூறப்பட்ட 'சீனீம்' இன்றைய சீனாவாகும்: "இதோ, இவர்கள் தூரத்திலிருந்து வருவார்கள்; இதோ, அவர்கள் வடக்கிலும் மேற்கிலுமிருந்து வருவார்கள், இவர்கள் சீனீம் தேசத்திலுமிருந்து வருவார்கள் என்கிறார்" (49.12). எசேக்கியேல் புத்தகத்தில் சொல்லப்படும் பட்டு, மற்றும் பட்டுச் சால்வை (16.10, 13) சீனாவிலிருந்து வந்ததுதான். பண்டைநாட்களில் சீனா மட்டுமே பட்டுத் தயாரிப்பில் ஈடுபட்டிருந்தது. பொது சகாப்தத்திற்கு முன்னைய– 700களில் யூதக் குடியிருப்புகள் சீனாவிலிருந்திருக்கின்றன.

கிறிஸ்தவ ஏற்பாடுகளுக்கு வெளியே நடந்த ஒரு சம்பவத்தையும் சொல்லிவிடுகிறேன். இங்கிருந்து சந்தனம் மட்டுமல்ல; மெய்யியற்சிந்தனைகளும் பரிமாறப்பட்டிருக்கிறது என்பதற்குச் சான்று. இந்திய வேதாந்திகள் கிரேக்க அறிஞரான சாக்கிரட்டிசுடனும் ஏதேன்ஸ் நகரில் வாதாடியிருக்கிறார்கள். அவரிடம் மெய்யியலின் நோக்கம் என்ன என்று இந்தியர்கள் கேட்டிருக்கிறார்கள். அதற்குக் கிரேக்க ஞானி மனித நடப்புகளை விளங்கிக் கொள்வதுதான் என்று கூறியிருக்கிறார். இதைக் கேட்ட இந்தியர்கள் வாய்விட்டுச் சிரித்திருக்கிறார்கள். தெய்வீகத்தை அறிந்திருக்காவிட்டால் எப்படி மானிட அலுவல்களைப் புரிந்து கொள்ளமுடியும் என்று அவரை மடக்கியிருக்கிறார்கள். இதன் முழு விபரங்களையும் சீசெசரியா மேற்றிராணியார் ஏசுபியசின் நூலில் பார்க்கலாம். (*Eusebius of Caesarea: Praeparatio Evangelica.*) சாக்கிரட்டிசுடன் வாதாடிய இந்தியர்களைப் பற்றிப் படித்தபோது அமர்தியா சென்னின் '*The Argumentative Indian*' நினைவுக்கு வந்தது. தர்க்கம், முரண், எதிர்ப்படுதல், கருத்துமோதல் இந்தியர்களின் மரபணுவில் இருக்கிறது என்று நினைக்கிறேன்.

வாசகர்களுக்கு ஒரு பின்குறிப்பு: இங்கே சொல்லப்பட்ட விசயங்களைச் சரித்திர ஆவணங்களுடனும் ஆசிரிய அடிக்குறிப்புகளுடனும் பொருளாதார, கலாச்சாரக் கொடுக்கல்-வாங்கல் ஏற்படுத்திய சர்ச்சை, இவற்றுக்கு மாறான நிலைப்பாடுகள் பற்றி The Bible and Asia: From the Pre-Christian Era to the Postcolonial Age, Harvard University Press, 2013 என்ற நூலில் இருந்து விபரமாகத் தந்திருக்கிறேன். எளிதான வாசிப்புக்கு மேற்கோள் குறிப்புகள் பயனர்களுக்கு சினேகமானவை (user-friendly) அல்ல. அதனால் இங்கே தவிர்த்திருக்கிறேன்.

காலச்சுவடு இதழ் 171, மார்ச் 2014

14

அக்பருக்காகத் தலைப்பாகை கட்டிய இயேசுநாதர்

அகிலத்தை அசத்தும் செய்தியாக இல்லா விட்டாலும் உங்கள் புருவங்களை சற்றுக் கிளர்ச்சி யடைச் செய்யும் சங்கதி ஒன்று சொல்கிறேன். நவீன இயேசுநாதர் வரலாறு கிறிஸ்துவத்தைத் தழுவிய ஐரோப்பாவிலோ, அல்லது கிறிஸ்தவர்களுக்காகவோ எழுதப்படவில்லை. பல சமய, பல இன நாடான இந்தியாவில் எழுதப்பட்டது; அதுவும் ஒரு இஸ்லாம் மதத்தினருக்காக. எழுதப்பட்ட மொழிகூட இந்திய மொழியில் அல்ல; அன்று ஆட்சியிலிருந்த அன்னிய பாஷையான பாரசீக மொழியில். இந்த வரலாற்றை உருவாக்கியவர் பிரபல ஜேசு சபை (Society of Jesus) பாதிரியார் பிரான்சிஸ் சவரிராயரின்(1506–1552) உறவினரான ஜெரோம் சவரிராயர்(1549–1617). இவரின் மொழியைச் செம்மைப்படுத்தியவர் லாகூரைச் சேர்ந்த Abdul-Sattar b. Qasim. இது எழுதப்பட்ட ஆண்டு 1602. இந்த இயேசு பற்றிய சரித்திர வரலாறு உருவாகக் காரணமாக இருந்தவர் முகலாயச் சக்கரவர்த்தியான அக்பர் (1556–1605). இவரின் சமய சமத்துவம், இவர் உற்பத்தி செய்ய முயன்ற ஒரு புதிய சமயம், இவரின் தர்பார்களில் இவர் நடத்திய சமய உரையாடல்களை இங்கு நினைவு கூரவேண்டியதில்லை. அக்பர் பற்றிய தொன்மங்களில் உங்களைச் சோர்வடையச் செய்யும் அளவிற்கு இவை மீள் சுற்றோட்டம் செய்யப்படும் சங்கதிகள்.

இடைக்கால நாட்களில் (மெடீவல்) இயேசுவின் வரலாறு துண்டு துண்டாகப் பிறப்பு, மரணம்

பற்றிய கதைகளாகத்தான் புழக்கத்தில் இருந்தன. நவீன சரித்திர நோக்குடன், திறனாய்வு சார்ந்த, வரலாற்றில் வாழ்ந்த இயேசு பற்றி முதல் முதலாக எழுதப்பட்ட வாழ்க்கை வரலாறு ஜெர்மனியில் வெளியாகியது. சர்ச்சைக்குரிய *The Life of Jesus, Critically Examined (1835/36)* இந்த நூலை எழுதியவர் *avid Friedrich Strauss*. இதன் ஆங்கில மொழிபெயர்ப்பு 1846இல் வந்தது. இதனை ஆங்கிலத்தில் தந்தவர் *George Eliot* என்ற ஆண் புனைப்பெயர் கொண்ட *Mary Ann Evans* என்ற விக்டோரியன் நாவலாசிரியை. ஆங்கில இலக்கிய வாசகர்களுக்கு இவரின் *Adam Bede, The Mill on the Floss, Silas Marner, Middle march* பரிச்சயமாகியிருக்கலாம். சரித்திர இயேசுவைத் தேடமுயன்ற முதல் இந்தியர் ராஜாராம் மோகன்ராய். சுவிசேஷங்களில் காணப்படும் இயேசுவின் அற்புதங்கள், அவருக்கு நடந்த தெய்வீக அருநிகழ்வுகளை நீக்கிவிட்டு அவருடைய போதனைகளை மட்டுமே வைத்து, இயேசுவை ஒரு கீழைத்தேய தார்மீக உபதேசியாக மோகன் ராய் உருவாக்கியிருந்தார் *(Precepts of Jesus 1820)*. வழமைபோல் கடும்தூய்மைக் கொள்கையாளர்கள், ஞானஸ்நான சபையைச் சேர்ந்த *(Baptist Church)* ஆங்கில மதப்பிரசாரகர்கள் ராயின் மீது துள்ளிவிழுந்தார்கள்.

சவரிராயரின் இயேசு சரிதை பற்றிக் கூறுவதற்கு முதல் அது உருவாகிய அரசியல், கலாச்சாரப் பின்புலம் பற்றிச் சில சுருக்கக் குறிப்புகள்: போர்த்துக்கீசியர் இந்தியாவுக்கு வந்தபோது இந்த மேற்கத்தைய நாடு பலம் பொருந்திய வல்லரசாக இருக்கவில்லை. முகலாயர்கள் வட இந்தியாவில் 17ஆம் நூற்றாண்டில் ஒரு பேரரசாக இருந்தனர். அவர்களின் அரண்மனை ஆடம்பரமும், வணிகச் செல்வாக்கு, நுண்கலை படைப்புகள் உலகத் தரத்தில் இருந்தன. போர்த்துக்கீசியரின் ஆதிக்கம் இந்திய கடலோரப் பகுதிகளில்தான் இருந்தது. இவர்களை முகலாயர்கள் ஆழி சூறையாடிகளாகத்தான் கருதினார்கள். இந்திய மற்றும் ஆசிய மாலுமிகள் கொடுத்துதவிய கடலோடிகளுக்குரிய வழிகாணல் போர்த்துக்கீசியருக்கு இருந்திருக்காவிட்டால் இந்தியாவின் பக்கமே போர்த்துக்கீசியர் வந்திருக்கமுடியாது என்கிறார் *John M Hobson*. (பார்க்க: *The Eastern Origins of Western Civilization, 2004)*. போர்த்துக்கீசியர் இந்திய அரசருக்குக் கொடுத்த பரிசுப் பொருட்களின் மலிவுத்தன்மையைப் பார்த்துக் கோழிக்கோடு ராஜாவின் அரண்மனைச் சேவகர்கள் வாய்விட்டுச் சிரித்ததாக சஞ்ஜே சுப்ரமணியம் தன் நூலில் *(The Career and the Legend of Vasco da Gama,1997)* எழுதியிருக்கிறார்.

போர்த்துக்கீசியர் கிழக்கே வந்த தருணத்தில் கத்தோலிக்கத் திருச்சபை மார்டின் லூதரின் சீர்திருத்தத்தினால் துண்டாகி

ஆன்மீகபலம் இழந்திருந்தது. அதன் முன்புதான் விவாகரத்துப் பிரச்சினையினால் ஆங்கிலேய அரசனான 8வது ஹென்றி கத்தோலிக்கத் திருச்சபையிலிருந்து விடுவித்துக்கொண்டார். இதனால் கத்தோலிக்கத் திருச்சபையின் கட்டமைப்பு தளர்ச்சியடைந்திருந்தது. இந்தச் செயலிழப்புகளிலிருந்து மீளவும் கிறிஸ்தவத்துக்கு ஆள் சேர்க்கும் நோக்கத்துடன்தான் கிழக்கு நாடுகளுக்கு இயேசு சபை குருமார்கள் வந்தார்கள். இந்திய அரசனின் மதமாற்றம் கத்தோலிக்கருக்குத் தெம்பை ஊட்டலாம் என்று சவரிராயர் நினைத்திருக்கக்கூடும்.

முற்போக்கு எண்ணங்கள் மேற்கு உலகைவிட இந்தியாவில்தான் அந்த நாட்களில் அதிகம் காணப்பட்டது. அறிவொளிக் காலத்தின் பொற்கனிகளான சகிப்புத்தன்மை, நியாயவாதம், பகுத்தறிவு, மனித உரிமைகள், சமய உரையாடல்கள் மேற்கின் தனிச் சொத்தல்ல. அன்றைய அக்பரின் இந்தியாவில் பாவிப்பிலிருந்த சம்பவங்கள்; அக்பர் சமய தாராளம் காட்டிய அதேவேளையில் அக்பரின் சம காலத்த ஸ்பானிய அரசர் *Prince Philip II* மத விசாரணை என்ற சாக்கில் திருச்சபையின் எதிரியக்கத்தினரை வதைத்துக்கொண்டிருந்தார். அக்பர் எல்லா மதங்களையும் வரவேற்றபோது *Aleixo de Menezes* என்ற கத்தோலிக்க அதிமேற்றிராணியார் கேரளாவில் சக கிறிஸ்தவர்களான தாமஸ் சபையினரை வலுக்கட்டாயமாகக் கத்தோலிக்கராக்கும் பணியில் ஈடுபட்டிருந்தார்.

இனி சவரிராயரின் இயேசு சரிதைக்கு வருவோம். பாரசீக மொழியில் எழுத்தப்பட்ட சவரிராயரின் இந்த நூல் லத்தீனில் *1639*இல் மொழி பெயர்க்கப்பட்டது. ஐரோப்பாவில் அதிகம் கவனம் பெறவில்லை; செயல்திறனாற்ற நாணயமில்லாத வரலாறு என்று இதனை மேற்கத்திய திருச்சபையினர் முக்கியமாகச் சீர் திருத்தவாதிகள் ஒதுக்கிவிட்டார்கள். தள்ளுபடியாகமங்களிலிருந்து *(Apocryphal Books)* இயேசு பற்றிய செய்திகளை இணைத்தது ஒரு காரணமாக இருக்கலாம். சவரிராயரின் இயேசு சரிதத்தின் ஆங்கில மொழிபெயர்ப்பு *'Mir āt al-quds (Mirror of Holiness): A Life of Christ for Emperor Akbar'* – என்ற தலைப்பில் 2011இல் வெளிவந்திருக்கிறது. ஆங்கில வடிவம் தந்து அத்துடன் வியாக்கியானமும் எழுதியவர் *Wheeler M. Thackston.*

இயேசு கிறிஸ்து பற்றிய நூலானாலும் முகமது நபிகளுக்குச் சலாம் கூறியே சவரிராயர் ஆரம்பிக்கிறார். முஸ்லிம்கள் நபியின் பெயரை உச்சரிக்கும் போது உடன் சொல்லும் "இறைவன் அவர்மீது அருள்பொழியட்டும்'' என்ற வார்த்தைகள் இந்தப் பிரதியிலும் இயேசுவிற்குப் பயன்படுத்தப்படுகிறது. இந்த நூல்

நான்கு பாகங்கள் கொண்டது. இயேசு நாதர் பிறப்பும், குழந்தைப் பருவமும்; அவர் நிகழ்த்திய அற்புதங்களும், போதனைகளும்; அவரின் பாடுகளும் மரணமும்; உயிர்த்தெழுதலும் பரமேறுதலும்.

சவரிராயர் நிலைப்படுத்திய இயேசு அப்படி ஒன்றும் அக்பருக்கு ஆன்மீக நெருக்கடியை ஏற்படுத்தி அவரின் நித்திரையைக் குழப்பப்போவதில்லை. இதை வாசித்துவிட்டு ரமழானுக்குப் பதிலாக அக்பர் கிறிஸ்தவ உபவாச விரதம் (lent) அனுசரிக்கச் சந்தர்ப்பமே வராது. தெய்வீகத்தன்மையுள்ள, தெய்வீக மானிடராக மரபுசார் இயேசு சித்திரிக்கப்பட்டிருக்கிறார். இஸ்லாத்தில் இயேசு அல்லாஹ்வின் ஒருவாக்காக, அவரின் தூதர்களில் ஒருவராகவே கருதப்படுகிறார். இறைவனுக்கு இணையாகவோ, துணையாகவோ ஒருவருமில்லை என்ற செய்தி திருக்குர்ஆன் நெடுகிலும் உள்ளது. எடுத்துக்காட்டுக்கு ஒரு சுராஹ் "(நபியே!) நீர் கூறுவீராக: அல்லாஹ் அவன் ஒருவனே. அல்லாஹ் (எவரிடத்தும்) தேவையற்றவன். அவன் (எவரையும்) பெறவுமில்லை; (எவராலும்) பெறப்படவுமில்லை. அன்றியும், அவனுக்கு நிகராக எவரும் இல்லை" (சுராஹ் 112). வேறுசொற்களில் சொன்னால் இஸ்லாமியப் பார்வையில் இயேசு கடவுளின் கடைசி வார்த்தையல்ல; இறைவனின் இறுதித் தூதரும் அல்ல. இயேசு சாதாரண மனிதர். ஆனால் சவரிராயரின் இயேசு சரிதத்தில் அவர் தெய்வ மகனாக, தெய்வீக வல்லமையுடையவராக, தெய்வீக அவதாரமாக, கடலும் மலைகளும் அடிபணியும் சிருஷ்டிகளின் கர்த்தராக வடிவமைக்கப்பட்டிருக்கிறார். அவரின் தெய்வீகத் தன்மையை வலுவூட்ட இயேசுவின் வாழ்வில் நடந்த ஒவ்வொரு சம்பவத்திற்கும் எபிரேய தீர்க்கதரிசிகளின் முன்னறிவித்தல் நிறைவேறியதாகத் திட்பமாக எடுத்துக்கூறுகிறார். அவர் கையாண்ட இன்னும் ஒரு உத்தி, இயேசுவை ராஜா குடும்பத்தினராக்கியது; மாபெரும் யூத அரசனான தாவீதின் வம்சத்தைச் சேர்ந்தவர் என்று அடையாளப்படுத்துகிறார். முகமது நபிகூட ஆபிரகாம் குடும்பத்திலிருந்து வந்தவர்தான். அடிமைப் பெண்ணான ஆகாருக்கும் ஆபிரகாமுக்கும் பிறந்த இஸ்மவேலின் எளிமையான வழித்தோன்றலாகிய முகமது நபியைவிட இயேசு பிறப்பாலும், பூர்வீகத்தாலும் மேன்மையானவர் என்பதே சவரிராயர் அக்பருக்குச் சொல்லிய மறைமுகமான செய்தி.

சவரிராயரின் பதிப்புருவில் இயேசுவிற்குக் கொடுக்கப்பட்ட கணிசமான இடம் அவரின் தாயாரான மரியாளுக்கும் ஒதுக்கப்பட்டிருக்கிறது. நூலின் முதல் பாகம் முழுக்கவே மரியாளைப் பற்றியதுதான். இதற்கு இரண்டு காரணங்கள்

இருக்கலாம். முதலாவது திருக்குர்ஆனில் பெயரிட்டப்பட்ட ஒரே ஒரு பெண்மணி யூத மரியாள்தான். ஒரு ஆச்சரியம் என்னவென்றால் புதிய ஏற்பாட்டில் மரியாளின் பெயர் 19 தடவைகள் வருகிறது. ஆனால் திருக்குர்ஆனில் 34 இடங்களில் குறிப்பிடப்பட்டிருக்கிறார். திருக்குர்ஆனில் இயேசுவைப் பற்றிப் பேசும்போது "மர்யமுடைய மகனாகிய ஈஸா" என்றே அழைக்கப்படுகிறார். முகமது நபியின் மனைவியான ஆயிஷாவின் பெயருடன் தொடரும் "இறைவன் அவர்களையும் அவர்களின் இறைவனையும் பொருந்திக் கொள்ளட்டும்" என்ற வசனங்கள் மரியாளுக்கும் உபயோகிக்கப்படுகிறது. மரியாளுக்குச் சவரிராயர் முக்கியத்துவம் கொடுத்ததற்கு இரண்டாவது காரணம், அக்பருக்கு மரியாள்மீது உள்ள மரியாதையும் பிரியமுமாக இருக்கலாம். அக்பர் ஒருமுறை மரியாள் பரலோகத்திற்கு எடுக்கப்படும் சித்திரத்தைப் பார்த்துப் பரவசமடைந்தாகச் செய்திகள் உண்டு. நற்செய்திகளில் இல்லாத ஒரு சங்கதியைச் சவரிராயர் அவருடைய பனுவலில் செருகியிருக்கிறார். உயிர்தெழுந்த இயேசு நற்செய்திகளில் பதிவு செய்யப்பட்டதுபோல் மகதலேனா மரியாளுக்கு அல்ல அவரின் தாயாருக்குத்தான் காட்சியளிக்கிறார். இயேசுவின் உயிர்த்தெழுதலில் இஸ்லாமியர் களுக்கு அவ்வளவு நம்பிக்கை இல்லை. ஒருவேளை இஸ்லாமியர்களுக்கு முக்கியமாக அக்பரின் நம்பிக்கையின் பாத்திரமான அவரின் தாயாரான மரியாளுக்கு இயேசு தரிசனம் கொடுத்திருந்தால் அவர்கள் நம்பலாம் என்று வரலாறு ஆவணப் படுத்தாத சம்பங்களைச் சவரி ராயர் புகுத்தியிருக்கலாம்.

முஸ்லீமான அக்பரைத் திருப்திப்படுத்த சில காரியங்கள் சவரிராயர் சரிதையில் உண்டு. இஸ்லாமியர்களுக்குப் புனித நாளான வெள்ளிக்கிழமையில் சில விவிலிய சம்பங்கள் நடந்தாக வர்ணித்திருக்கிறார். இயேசுவின் தாயாரான மரியாளின் பிறப்பு, அவர் தேவாலயத்திக்குப்போன முதல் நாள், தூய யோவானின் பிறப்புத் தினம் போன்றவை வேதாகமச் சான்றுகள் இல்லாவிட்டாலும் வெள்ளிக்கிழமை நடந்ததாக எழுதியிருக்கிறார். அதுமட்டுமல்ல, இயேசு தலைப்பாகை அணிந்தவராகக் காட்சியளிக்கிறார். பிரியாணி தயாரித்தாகத் தகவல் இல்லை. இஸ்லாத்தில் மண உறவினைத் தள்ளுபடி செய்வது பற்றி இறுக்கமற்ற, சகாயமான அணுகுமுறை உண்டு. இதுபற்றிக் கத்தோலிக்கர்களிடையே கடினமான போக்கு இருக்கிறது. அக்பருக்கும் முஸ்லீம்களுக்கும் இடைஞ்சலாக இருக்கும் விவாகரத்துப் பற்றிய இயேசுவின் கூற்றுகளைச் சவரிராயர் தவித்திருக்கிறார். திருமணவிலக்கு பற்றி நற்செய்திகளில் பதிவு செய்யப்பட்ட இயேசுவின் கடுப்பான வாக்கியங்களுக்கு

ஒரு எடுத்துக்காட்டு: "ஆதியிலே மனுஷரை உண்டாக்கினவர் அவர்களை ஆணும் பெண்ணுமாக உண்டாக்கினார் என்பதையும், இதன் நிமித்தம் புருஷனானவன் தன் தகப்பனையும் தாயையும் விட்டுத் தன் மனைவியோடே இசைந்திருப்பான்; அவர்கள் இருவரும் ஒரே மாமிசமாயிருப்பார்கள் என்று அவர் சொன்னதையும், நீங்கள் வாசிக்கவில்லையா? இப்படி இருக்கிறபடியால், அவர்கள் இருவராயிராமல், ஒரே மாமிசமா யிருக்கிறார்கள்; ஆகையால் தேவன் இணைத்ததை மனுஷன் பிரிக்காதிருக்கக்கடவன்". இந்த வசனங்கள் தற்கரிசனமாய் சவரிராயர் பிரதியில் விடுபட்டிருக்கின்றன. அதுபோல் ஆசீர்வதிக்கப்பட்ட திருவருட்சாதனங்களான அப்பமும், திராட்சை ரசமும் இயேசுவின் உடலாகப் பொருண்மை மாற்றமடையும் என்ற கத்தோலிக்கப் போதனை அக்பருக்கும் அவருடைய அரசவைக்கும் விளங்காத இறையியல் புதிராக இருக்கலாம் என்று இயேசு சொன்ன வரிகளை சவரிராயர் மழுப்பி விடுகிறார்.

புனித நூல்தொகை, நற்செய்திகளில் *(Canonical Gospels)* இல்லாத சம்பங்கள் இந்த நூலில் சவரிராயர் சேர்த்திருக்கிறார். யோசேப்புக்கும் மரியாளுக்கும் ஒரு மாடு இருந்தாகவும், அவர்கள் பெத்தலேகம் சென்றபோது அது அவர்களுடன் போனதாகவும், அதை விற்று அவர்கள் தங்கியிருந்த சத்திரத்திற்குப் பணம் கட்டியதாகவும் குறிப்பிடுகிறார். நற்செய்திகளில் இயேசுவிற்குக் கொடுக்கப்பட்ட தண்டனை ஒருவரியில் முடிந்துவிடுகிறது. ஆனால் சவரிராயரின் பதிப்பில் கொடூரமாக இயேசு வதைக்கப்படு கிறார். ஆறு பேர் அவருக்கு 5780 சவுக்கடிகள் கொடுத்தாக எழுதியிருக்கிறார். ரோமர் காலத்தில் இன்று அமெரிக்கர்கள் பயங்கரவாதிகளுக்குப் பயன்படுத்தும் நீராட்டம் *(water boarding)* இருக்கவில்லை. பழக்கத்தில் இருந்திருந்தால் சவரிராயர் இதையும் இயேசுவிற்குக் கொடுக்கப்பட்ட தண்டனையாகச் சேர்த்திருப்பார். இஸ்லாமியர்களிடையே இயேசு மரிக்கவில்லை என்ற எண்ணம் உண்டு. இப்படிச் செம அடிவாங்கியவர் உயிருடன் இருந்திருக்கமாட்டார் என்று சவரிராயர் மறைமுக மாகச் சொல்லியிருக்கலாம். இவ்வளவு அடிவாங்கியும் ஆக்கினைப்படுத்தியவர்களை மன்னித்ததின் மூலம் இயேசுவின் கருணைத் தன்மையையும் அக்பருக்கு எடுத்துச்சொல்ல இந்தக் குரூரவதைகள் இணைக்கப்பட்டிருக்கலாம்.

இயேசுவின் புறத்தோற்றம் பற்றிய வர்ணிப்பு விவிலியத்தில் இல்லை. ஆனால் எடுப்பான தோற்றம், களங்கமில்லாத, இணக்கமான சிவப்பு முகம், அகன்ற நெற்றி, நீலக்கண்கள், நேர்மை

வாய்ந்த முதிர்ந்த பார்வை, மாசற்ற மூக்கு, வாய், அடர்த்தியான தாடி, பழுப்புவண்ண உரோமம் என்று இயேசுவை கிட்ட இருந்து பார்த்தவர்போல் சவரிராயர் வர்ணிக்கிறார். சவரிராயரின் இந்த இயேசு மத்திய தரைக்கடல் ஆள் மாதிரி அல்ல, ஐரோப்பியக் குடிமகனாகக் காட்சியளிக்கிறார். இயேசுவைத் தெரிந்தவர்போல் இந்த நேரடியான வர்ணிப்பு சவரிராயரை இயேசு சீடர்களின் வாரிசாக அக்பர் கற்பிதம் செய்யத் தூண்டியிருக்கலாம்.

இந்த நூல் இந்தியாவில் எழுதப்பட்டாலும் இந்தியா பற்றிய சமாச்சாரங்கள் இரண்டு இடத்தில்தான் சவரிராயர் பதிவு செய்கிறார். இயேசுவின் உவமையில் வரும் நாணயங்களை இந்தியக் காசில் சொல்லிருக்கிறார். மற்றது ஒரு ஆயுததாரியான ஒரு படை வீரனுக்கு வடமொழி வார்த்தை உபயோகித்திருக்கிறார். இந்தப் பிரதியில் இந்தியமாக்கலைவிட, முகலாயமயமாக்கலே அதிகமாகப்படுகிறது. இயேசுவின் கடைசி இராப்போசனம் நடந்த மேல் வீட்டறை முகலாயருக்குப் பரிச்சயமான விதான மண்டபமாக ஆக்கப்பட்டிருக்கிறது. ஒரு விதான மண்டபத்தில்தான் அக்பர் முடிசூட்டப்பட்டார். அதுமட்டுமல்ல மூலத்தில் இல்லாததொன்றையும் சவரிராயர் சேர்த்திருக்கிறார். இந்த மண்டபத்தை முகலாயர்களுக்குப் பிடித்தமான கம்பளம் அலங்கரித்தாக எழுதியிருக்கிறார். அதுபோல் இயேசுவின் உவமையில் சொல்லப்பட்ட திராட்சைத் தோட்டம் முகலாயர் அதிகம் ஆர்வம் காட்டிய பூந்தோட்டங்களாக மாற்றப்பட்டிருக்கின்றன. முகலாயர்கள் தாவரப் பூங்காவின் பிரியர்கள். அவர்கள் உருவாக்கிய பூந்தோட்டங்கள் பற்றி நூற்களே உண்டு. ஒரு உதாரணம்: *C.M. Villiers-Stuart, Gardens of the Great Mughals (1913)* முகலாயர்கள் அப்படி ஒன்றும் மதுபானத்திற்கு எதிரிகள் அல்ல. டெக்கானில் அவர்களுக்குத் திராட்சைச் தோட்டங்கள் இருந்திருக்கின்றன.

இந்தியாவில் எழுதப்பட்ட இந்த நூல் சாதாரண இந்தியர்களைச் சென்றடையவில்லை. அதற்குக் காரணம் இது எழுதப்பட்ட மொழி. பாரசீக மொழி. ஆட்சி மொழியாக இருந்தது; இதைத் தெரிந்திருந்தவர்கள் ஆளும் வர்க்கத்தினரிடம் நெருங்கியிருந்த மிகச் சில இந்தியர்களே. வட இந்தியர்கள் தங்களுடைய சொந்தப் பேச்சு மொழியில் இயேசுவின் வாழ்வை அறிந்துகொள்ள இன்னும் இரண்டு நூற்றாண்டுகள் காத்திருக்க வேண்டியிருந்தது. இயேசு பற்றிச் சித்திரிக்கும் நான்கு நற்செய்திகளில் உருது மொழிபெயர்ப்பு 1802இல் கல்கத்தாவி லிருந்த விவிலியக் கோட்டைக் கல்லூரியில் இந்தியர்களால் வெளியிடப்பட்டது. அடுத்த ஆண்டு இந்தி மொழிபெயர்ப்பு கீழ்த்திசைவாணர் *Henry Thomas Colebrook* செய்திருந்தார்.

இந்திய மதங்களான இந்து, பௌத்த சமயங்கள் இருந்தாகச் சவரிராயர் அவருடைய பிரதியில் காட்டிக் கொள்ளவில்லை. அன்றைய முகலாயர் நாட்களில் இந்து சமயம் நாடோடிகளின் பல தெய்வ வழிபாடுடைய சிற்றூர் வழிபாடாகக் கருதப்பட்டது என்கிறார் பர்சீவல் ஸ்பீய்ர். இந்தியாவின் ஞான, தத்துவப் பிரதி கீழ்த் திசைவியலாளர்களால் இன்னும் கண்டுபிடிக்கப்படவில்லை. அந்த பணிகள் *William Jones, Monier-Williams* போன்றவர்களின் வருகையுடன்தான் ஆரம்பமாகியது.

இயேசு சபைப் பாதிரிமார் எதிர் பார்த்ததுபோல் அக்பர் சவரிராயரின் இயேசு சரிதையைப் படித்து மதம் மாறவில்லை. முஸ்லீமாகவே இறந்தார். பிறகு காலனியப் பாதுகாப்புடனும், ஆங்கில நிர்வாக அமைப்பின் துணையுடனும் கிறிஸ்தவம் இந்தியாவில் பரப்பப்பட்டபோதிலும், அதன் தாக்கம் மெல்லியதாகவே இருந்தது. ஒருவேளை ஒரு கிறிஸ்தவ அசோகர் எழுந்திராதது காரணமாக இருக்கலாம்.

சவரிராயரின் இயேசு சரிதைக்குப் பிறகு வரலாற்றில் வாழ்ந்த சரித்திர இயேசுவைப் பற்றி எத்தனையோ நூல்கள் வந்துவிட்டன. இவற்றைப் படிக்கும்போது ஒன்று மட்டும் நிச்சயமாகிறது. அந்த அந்தக் காலகட்ட அரசியல், கலாச்சார, நாட்டுத் தேவைகளுக்கு ஏற்ற மாதிரி இயேசு உருவாக்கப்பட்டிருக்கிறார். இவர்களின் பிரதிகளில் வரலாற்று இயேசுவைவிட இந்தப் புத்தகங்கள் எழுதியவர்கள் பற்றியே நாம் அதிகமாகத் தெரிந்து கொள்ளுகிறோம். ஆக்கியோன்களின் இன, பாலியல், கருத்தியல்கள், தேசியத்தன்மை மற்றும் அவர்களின் தன்னிலமைதான் பெரும்பாலும் இப்படைப்பு களில் வெளிப்படுகின்றன. வேறொரு கட்டத்தில் பாடகி மடோனா சொன்னது இங்கேயும் பொருந்தும். உங்கள் ரசிகர்கள் உங்களில் யாரைப் பார்க்கிறார்கள்? என்று கேட்டபோது அந்தப் பொதுவிருப்பச் சங்கீதக்காரி சொன்ன பதில்: 'அவர்களின் உருவங்களை.'

காலச்சுவடு இதழ் 173, மே 2014

15

தேவனின் மகிமை கீழ்த்திசையில்

இந்தக் கட்டுரை பதினொரு மாதம் பிந்தி வெளிவருகிறது. இந்த ஆண்டு சுவாமி விவேகானந்தர் பிறந்து 150 வருடங்கள் ஆகின்றன. அவர் பிறந்த தினம் ஜனவரி 12, 1863. இங்கே நீங்கள் வாசிக்கப் போவது சுவாமி விவேகானந்தர் பற்றிய ஒரு விசாலமான கூர்ந்தாராய்வு அல்ல. ஆனால் அவர் கலந்து கொண்ட ஒரு சர்வதேசக் கூட்டம் பற்றியது.

விவேகானந்தர் என்றதும் ஞாபகத்திற்கு வருவது அவர் 1893இல் சிக்காக்கோ நகரில் சமயங்களின் பிரதிநிதி சபையில் ஆற்றிய அந்தப் பேருரை. எழுபது வருடங்கள் கழித்து 'ஒரு நாளைக்கு நாங்களும் விடுபடுவோம்' என்று மார்டின் லூதர் கிங் ஜுனியர் வாஷிங்டனில் ஆற்றிய உடல் சிலிர்க்கச் செய்கிற, மின் ஊட்டும் பிரசங்கம் ஏற்படுத்திய செயல்விளைவு சுவாமிகளின் பேச்சுக்குச் சரிநிகரானது. ஒன்று, அமெரிக்க வெள்ளையர் – கறுப்பர் இன உறவை மாற்றி அமைக்கத் தூண்டுதலாக இருந்தது, மற்றையது கிறித்தவ மிஷனரிகளின் இகழுரையிலிருந்து தோற்ற வேறுபட்ட இந்து சமயத்தை உலக அரங்கின் மீதாகப் பரப்ப இயங்குதளமாகயிருந்தது. அகிலத்தை அசர வைத்த பத்து மேடைப்பேச்சுகளை வரிசைப்படுத்தினால் கட்டாயமாக சுவாமிகளின் உரையும் கணக்கில் எடுக்கப்படும் என்று நினைக்கிறேன்.

கீழைய சமயங்கள் பற்றிய மேற்கத்தையவர்களின் எண்ணத்தை மாற்ற இந்த சிக்காக்கோ பேரவை ஒரு திருப்புமுனை யாக இருந்தது என்பதை 19ஆம் நூற்றாண்டு அரசியல், கலாச்சார விசயங்களை ஆடு தழை தின்பது போலே பார்க்கிறவர்களுக்கும் தெரிந்த விஷயம். ஆனால் காலனிய நாட்களில் இன்னும் இரண்டு நிகழ்ச்சிகள் கீழை மதங்கள் பற்றிய ஏளனமான கருத்தை மாற்ற உதவின. இவை அதிகம் பேசப்படுவதில்லை. ஒன்று இலங்கை பானதுறையில் கிறித்தவர்களுக்கும் பௌத்தர்களுக்கும் நடந்த காரசாரமான வாதங்கள் (The Panadura Debates) (1873); இரண்டாவது கீழைத்திசைவாணர் மக்ஸ் முல்லர் (Max Müller) தலைமையில் வெளிவந்த கீழைய புனிதப் பிரதிகளின் மொழிபெயர்ப்பு (The Sacred Books of the East) (1879–1910). இந்த மூன்று நிகழ்ச்சிகள் ஒன்றுக்கொன்று தொடர்பில்லாவிட்டாலும் இவற்றின் திரள்விளைவு இந்து சமயமும் பௌத்தமும் கான்பூசியமும் தாவோயிசமும் இறையியல் கோட்பாடுகள், போதனைகள், அறம் சார்ந்த படிப்பினைகள், சமுதாய நிலை – பண்பு – திறமைகள் போன்றவற்றில் கிறித்தவ மதத்திற்கு எந்த விதத்திலும் சளைத்தவை அல்ல என்று நிரூபிக்க வாய்ப்பாயிருந்தது.

முதலில் இந்த பானதுறை விவாதங்கள். கிறித்தவர்களுக்கும் பௌத்த சமயத்தினருக்குமிடையே கிறித்தவ மதப்பிரசாரகர்கள் பரப்புரை செய்த அவதூறுகள் பற்றி அடிக்கடி பொது விவாதங்கள் தென் இலங்கை சிறு பட்டணங்களில் நடந்துவந்தன. அவற்றில் பிரபலமானது பானதுறையில் பௌத்த பிக்குவான Migettuwatte Gunananda Thera வுக்கும் மெதடிஸ்த குருவான டேவிட் டி சில்வாவிற்கும் பொது வெளியில் நடந்த வாக்குவாதங்கள். இந்த இருவரும் வாதத்தை அணுகிய முறை மிக எளியது. இந்த இரண்டு மதங்களில் இருந்த குறைகளை அம்பலப்படுத்துவது, இகழ்வது, பழித்துரைப்பது. நேரடியாகப் பதில் சொல்லாமல் சுற்றி வளைத்துப் பேசுவது. இந்தப் பொதுமேடைப் பேச்சு மோதலில் யார் பிரகாசித்தார் என்பதைவிட இவர்களின் மேடைப் பேச்சு விளைவித்த பாதிப்புதான் இங்கே நான் சொல்லவந்த விஷயத்திற்கு முக்கியம். 19ஆம் நூற்றாண்டில் அய்ரோப்பியர்களுக்கும் அமெரிக்கர்களுக்கும் கீழைய மதங்கள் பற்றிய செய்திகள் மிஷனரிமார், கீழைத்தேய நிபுணர்கள், காலனிய ஆளுகையாளர்கள் மற்றும் மேற்கத்தைய பயணர்கள் மூலம்தான் வந்தடைந்தன. இந்தத் தகவல்கள் இந்து, பௌத்த சமயங்கள் ஏதோ சீர்கெட்டு, மந்தமடைந்து மரித்துப்போகும் நிலையில் இருப்பது போன்ற பிம்பத்தை ஏற்படுத்தி இருந்தன. வெகு விரைவில் கிறிஸ்து இந்தியாவை ஆட்கொள்வார் என்ற மருட்சியான எண்ணத்தையும் உருவாக்கின. இலங்கையில் மதம் பரப்பாளராகப் பணிபுரிந்த

ஸ்பென்சர் ஹார்டி விரைவில் பௌத்த விகாரைகள் அழிக்கப்பட்டு அதே அஸ்திவாரங்களில் தேவாலயங்கள் அங்கு எழுப்பப்படும்; பௌத்தக் கொடிக்குப் பதிலாக இயேசுவின் கொடி பறக்கும் என்று ஒரு தீர்க்கதரிசன மூர்க்கத்துடன் எழுதினார். ஹார்டி பௌத்த சமயம் பற்றிப் பல ஆராய்ச்சி நூல்கள் எழுதியவர். சிக்காக்கோ சமயங்களின் பிரதிநிதி சபையை ஏற்பாடுசெய்த ஜான் ஹென்றி பாரொவ்ஸ் கூட கிறித்தவம் பௌத்தத்தை அறுதியில் அகற்றிவிடும்; பௌத்த சமயத்தின் ஆன்மீக அறப்பேரார்வங்கள், இலட்சியங்களை கிறித்தவம் புனிதப்படுத்தி, பூர்த்தி செய்யும் என்று ஆரூடம் சொல்பவரின் துணிவுடனும் திமிருடனும் எழுதினார். ஆனால் பானதுறையில் நடந்த பொதுவாதம் பற்றிய ஊடக அறிக்கைகளும் அது பற்றிய தொகுப்பு நூலும் மேல்நாட்டினரின் கருத்தை மாற்ற உதவின. துடிப்புணர்வுடன், [illegible], பௌத்த மதம் [illegible]டிருக்கிறது என்று மேற்கத்தையர் அறிய நேர்ந்தது. இவைகளைப் படித்த விழிப்பானவர்களில் ஒருவர் அமெரிக்கரான ஹென்றி ஒல்கொட் *(1832–1907).*

இலங்கைக்கு ஒல்கொட் வந்ததும் பௌத்த மதத்திற்குப் புத்துயிரளிப்புச் செய்ததும் சிங்கள சமய, இனவாதிகளின் தொன்மவியலில் அடிக்கடி நினைவுகூரப்படும் சம்பவமாகும். ஒல்கொட் 1881இல் எழுதிய பௌத்த வினா – விடை ஏடு இன்றும் புழக்கத்தில் இருக்கிறது என்று நினைக்கிறேன். இந்தப் பானதுறை விவாதங்கள் வெளிநாட்டவர்களை மட்டும் பாதிக்கவிலை. உள்நாட்டினரிடமும் தாக்கத்தை ஏற்படுத்தியது. அப்படிப் பாதிக்கப்பட்டவர்களில் ஒருவர் அனாகரிக தர்மபாலா *(1864–1933).* இந்தச் சமயப் பரிமாற்றம் நடந்தபோது தர்மபாலா ஒரு சிறு பொடியன். ஆனால் இந்த வாதங்களைதான் தூர நின்று கேட்டதாகவும் பௌத்தர்களின் சார்பாளர் *Migettuwatte Gunananda Thera*வின் பேச்சுமுறை, வாதத்திறன் தன்னை ஈர்த்ததாகவும் தர்மபாலா அவருடைய வரலாற்றுக் குறிப்புகளில் பதிவு செய்திருக்கிறார். ஒருவிதத்தில் தர்மபாலாவைப் பௌத்த விவேகானந்தர் என்றும் சொல்லிக்கொள்ளலாம். விஷயம் தெரிந்தவர்களுக்கு இது ஒரு எளிய கணிப்பீடுபோல் படும். தர்மபாலாவும் அவருடைய அதிதீவிர இன, சமய எண்ணங்கள் குளறுபடியானவை, ஆபத்தானவை, சர்ச்சைக்குரியவை, சண்டையிடச் செய்பவை. இன்றைய சிங்கள இனவாதிகளுக்கு தர்மபாலாவின் எழுத்துக்கள் கட்டாயப் பாடப்புத்தகம். தர்மபாலா மறுபடியும் இந்தக் கட்டுரையில் வருவார்.

இரண்டாவது *50* பிரதிகளைக் கொண்ட மக்ஸ் முல்லர் தலைமையில் வெளிவந்த கீழையப் புனித நூல்களின்

மொழிபெயர்ப்புகள். முல்லரின் பெயர் இந்தநூல்களில் இருந்தாலும் இவ்வளவு பருமனான, புத்தகத்தொகுதிகள் வரக்காரணமாக இருந்தவர் கல்கத்தா உயர்நீதி மன்றத்தில் நீதியாளராக இருந்த சர் வில்லியம் மார்க்பை. 1879இல் தொடங்கிய வேலை 1910இல்தான் முடிவுக்கு வந்தது. பெரும்பாலான மொழிபெயர்ப்பாளர்கள் ஆங்கிலேயரும் ஜெர்மனியருந்தான். இரண்டே ஆசியர்கள். அதில் ஒருவர் கீதைக்கு ஆங்கில வடிவம் தந்த இந்திய நீதிபதி *Kashinath Trimbak Telang* மற்றையவர் *The Amitayur dhyana-sutra* என்ற மகாயான பிரதி ஒன்றை மொழிபெயர்த்த ஜப்பானியர் *Junjiro Takakusu*. முல்லரின் மூல யோசனை ஆறு சமயங்களின் பிரதிகளுடன் மொழிபெயர்ப்பை நிறுத்திவிடுவதுதான். இதனை விரிவாக்கித் திருமறை நூல்களை மட்டுமல்லாது நீதி நூல்களையும் சேர்த்துக்கொண்டவர் இந்த மார்க்பை.

கீழைத் தொல்ஆவணங்களை மீள் கண்டுபிடித்து அவைகளை மொழிபெயர்ப்புச் செய்தது ஆங்கில ஆட்சியாளர்களின் தன்னலமற்ற செயலுக்கான உன்னத உதாரணமல்ல. இதற்கு ஒரு மறைவான காரணமும் இருந்தது. ஆட்சிக்குட்படுத்திய மக்களின் மதக் கோட்பாடுகள் அவர்களின் சமுதாய ஒழுக்க அமைப்புகள் பற்றி ஆண்டைகள் அறிந்து கொள்ளவும், அவர்களைத் தங்களின் கட்டுப்பாட்டுக்குள் கொண்டு வரவும் இந்த மொழிபெயர்ப்புகள் உதவின. மொழிபெயர்க்கப்பட்ட கீழைப் பிரதிகளால் ஒரு உபபயனும் இருந்தது. இந்தியர்கள்கூட தங்கள் பண்டைய அறிவார்வம், தத்துவம், மெய்யியல் மற்றும் சட்டப்படி தங்களுக்கு உரியதான பரம்பரை உடைமைகளையும் சொத்துரிமைகள் பற்றியும் தெரிந்துகொள்ள இந்த மொழிபெயர்ப்புகள் துணைபுரிந்தன.

மொழி பெயர்க்கப்பட்ட இந்தப் பிரதிகள் ஏற்படுத்திய பெரும் முக்கிய விளைவு இதுவரை கிறித்தவமும் அதன் திருமறையும் பரப்புரை செய்த இறையியல் கருத்துக்கள் அவற்றிற்கே தனித்தன்மை வாய்ந்தவை, பிரத்தியோகமாக அருளப்பட்டது என்ற எண்ணத்தைக் கொஞ்சம் நகர்த்தின. அத்துடன் கிறிஸ்தவத் திருமறையில் காணப்படும் இறையியல் செய்திகள் விசேச வெளிப்பாடு என்ற அகம்பாவத்தைத் திரும்ப விசாரணைக்கு உட்படுத்தின. இந்தப் பன்சமயப் பிரதிகள் தந்த செய்தி தெய்விக நம்பிக்கைகள், மானிடம் பற்றிய கேள்விகள், கடவுள் – மனித உறவுகள் எல்லா மதங்களிலும் உண்டு. பத்துக் கற்பனைகளும் அயலவனையும் நேசி என்பது யூத மார்க்கத்திற்கும் கிறிஸ்தவத்துக்கும் தனிவகையான வெளிப்பாடு அல்ல. மற்ற மதங்களிலும் இதே ஒத்த அறநெறிகள் இருக்கின்றன என்று இந்தக் கீழை நூற்கள் தெரிவித்தன. கிறிஸ்தவம் தனக்கு மட்டுமுள்ள உன்னதப் போதனையான உன் எதிரியையும்

நேசி என்பது வேறுவிதமான உருவக வழக்கில் புத்தரும் கான்பூசியசும் லாவோட்ஸுவும் சொல்லியிருப்பதை இந்தப் பிரதிகளில் படிக்க முடிந்தது. மற்ற மதங்களைவிட எதிரிகளை நேசி என்ற கோட்பாடு இந்து மதத்தில் நவீனத்தன்மையுடன் மிகச் சிறப்பாகக் குறித்துரைக்கப்பட்டிருக்கிறது என்று முல்லர் கூறியுள்ளார். அதற்கு அவர் காட்டிய உதாரணம் பன்னிரண்டாம் நூற்றாண்டு *Hitopadesha* என்ற புராணக்கதைத் திரட்டிலிருந்து வருகிறது: 'எதிரியோ, நண்பனோ உங்கள் வாசல் கதவுகளை மூடாதீர்கள். தன்னை வெட்டவரும் மரம்வெட்டிக்கும் மரம் நிழல் தரும்'. இந்த மதங்களின் திருப்பிரதிகளை அருகருகே வைத்துப் படிக்கும்போது சில உண்மைகள் தெரியவருகின்றன. எல்லாச் சமயத் திருப்பிரதிகளில் இயல்பாகவே முரண்பாடான செய்திகள் இருக்கின்றன. அவற்றில் தூய்மையான செய்திகளும் உண்டு. அதுபோல் நேர்மாறான, இருண்ட தகவல்களும் உண்டு. இதைவிட இந்தப் திருப்பிரதிகள் தெரிவித்த குறிப்பிடத்தகுந்த செய்தி கிறிஸ்தவம் இதுவரை ஏகபோக முன்னுரிமை கொண்டாடிய இறையியல் கருத்துகள் – அன்பு, நீதி, கருணை, நேர்மை – போன்றவை அதன் தனிக் குத்தகைக்குரிய சொத்துக்கள் அல்ல. இன்றைக்கு நமக்கு சமயங்களிடையே காணப்படும் பொதுக்கருத்துக்கள் ஷிரி ராம் சீட்ஸ் உங்கள் நிதித் தேவைகளுக்குத் தீர்வு தரும் என்பதைப் படிப்பது போல் சாதாரணமாகப்படலாம். ஆனால் அன்றைய அய்ரோப்பிய, கிருத்தவ எண்ணங்கள் சமூக, சமய, அரசியல் மேலாதிக்கம் செய்த சூழ்நிலையில் இது பெரிய காரியம்.

இனி, சிக்காக்கோ மகாநாட்டிற்கு வருவோம். பொதுஅறிவில் ஏதோ கிழக்கிலிருத்து விவேகானந்தர் மட்டும்தான் சென்றார் என்று ஒரு எண்ணம் உண்டு. இந்தியாவிலிருந்து விவேகானந்தர் மட்டுமல்ல அவருடன் பிரம்ம சமாஜைச் *(Brahmo Samaj)* சேர்ந்த *B.B.* நாகர்கர், *P.C.* மஜூம்தார், சமணர்கள் சார்பாக வீர்சந்த் காந்தி ஆகியோரும் சென்றிருந்தார்கள், சீக்கியர்கள் பங்குபற்றவில்லை. இலங்கையிலிருந்து அனாகரிக தர்மபாலா தேரவாத பௌத்தத்தின் பிரதிநிதியாக அழைக்கப்பட்டிருந்தார். ஜப்பானிலிருந்து *Kinza Rigue M.Hirai* மற்றும் *Soyen Shaku* போயிருந்தார்கள். பின்னையவர் *Zen* பௌத்த மதப்பிரிவைச் சேர்ந்தவர். ஆப்பிரிக்காவிலிருந்து ஒருவரும் இல்லை. அதுமட்டுமல்ல, சுதேசி அமெரிக்கர்கள் *(Native-Americans)* வரவழைக்கப்படவில்லை.

இதுவரை மேல்நாட்டினரின் ம்ற்ற சமயங்கள் பற்றி அறிவு பிறர் சொல்லி முக்கியமாகக் கிறித்தவ மதப்பரப்புப் பிரசுரங்கள் மூலம்தான் கிட்டியது. இந்த சிக்காகோ மகாநாட்டில் முதல்

முறையாக அந்த மதங்களைச் சார்ந்தவர்கள் தங்கள் சொந்த வார்த்தைகளிலும் குரலிலும் இந்து, பௌத்த, கன்பூசியனிசம் பற்றி மட்டுமல்லாது உலக அரங்கில் தேசியம், தேசியவிடுதலை, சுய ஆட்சி பற்றிப் பேசுவதையும், விளக்குவதையும் அன்னியர்கள் முக்கியமாக அமெரிக்கர்கள் நேரடியாகவே கேட்கமுடிந்தது.

இவர்களின் தனிப்பட்ட உரைகளை இங்கே ஆராய்வதற்கு இந்தக் கட்டுரைக்கு என்று ஒதுக்கப்பட்ட பக்கங்கள் இடம்தராது. அதைச் செய்வதற்கு எனக்கு நேரமும் அதைவிட தகுதியும் இல்லை. ஆகையினால் இவர்களின் உரைகளை ஒன்றுசேர்த்துப் படித்து அவற்றில் உட்பொதிந்திருக்கும் சில பொதுப்படையான விமர்சனங்கள், கண்டனங்கள், கருத்துப்படிவங்கள், எதிர்பார்ப்புகளைத் திரட்டித் தரலாம் என்று நினைக்கிறேன். அதில் ஒன்று கீழைநாட்டவர் சுட்டிக்காட்டிய கிறித்தவ போதனைக்கும் கிறித்தவர்களின் முக்கியமாகக் காலனிய ஆண்டைகளுக்கும் மிசனரிமாரின் நடத்தைக்குமுள்ள அகலமான, தெளிவான இடைவெளி. இதுவரை கீதை, தம்மபதம், அனலேக்ட்ஸ் (the Analects) போன்ற கீழைப் பிரதிகளை மேல்நாட்டினரே அலசியாராய்ந்தார்கள், அதன் குற்றம் குறைகளை அம்பலப்படுத்தினார்கள். இப்போது இந்துக்கள், பௌத்தர்கள், கன்பூசியர்கள் கிறித்தவத் திருமறையை விசாரணைக்குட்படுத்தினார்கள். கிறித்தவத் திருமறை கற்பித்த மெய்ம்மைக்கும் ஆட்சியாளர்களினதும், கிறித்தவ மதப்பிரசாரகர்களினதும் நாளாந்த வாழ்வில் செயல்பட்டதிற்குமுள்ள வெளிப்படையான வேற்றுமையைக் காணமுடிந்தது. அரசியல் சக்திமிக்க நாடுகளின் தான்தோன்றித் தனமான செய்கைகள், இனவுணர்ச்சி மனப்பான்மைகள், காலனிய ஆண்டைகளின் இராட்சதத்தனங்கள், கிறித்தவ மதப்பரப்பாளர்களின் வெறிச்செயல்களைப் பற்றிப் பொதுவெளியில் அழுத்தமாக, அஞ்சாமல் கீழைப் பிரதிநிதிகள் பேசினார்கள். ஜப்பானியரான ஹிராய் பட்டியலிட்டுக் காட்டியவை: சர்வதேச மன்றங்களில் ஜப்பானியருக்கு எதிராக வழங்கப்பட்ட தீர்ப்புகள், சான் பிரான்சிஸ்கோவில் ஜப்பானியர் சந்தித்த இனவெறிச் செயல்கள், அமெரிக்கக் கப்பல்கள் ஜப்பானிய கடல்நாய் மீன்வளங்களைக் கடத்தல். இதுதான் கிறித்தவம் என்றால் நாங்கள் காட்டுமிராண்டிகளாகவே இருந்துவிடுகிறோம் என்று ஹிராய் திடமாகச் சொன்னார். வங்காளப் பஞ்சத்தின்போது மக்களுக்கு நிவாரணம் அளிக்காமல் அவர்கள் அவதிப்பட்ட நிலையை தங்களுக்குச் சாதகமாக்கிக் கிறித்தவ மதப்பிரசாரகர்கள் தங்கள் மதத்தை அவர்கள் மீது திணிக்க முயன்றதை விவேகானந்தர் சூடாக விமரிசித்தார். கிறித்தவ மதபோதகர்களைக் கண்டிக்க

கலாச்சாரக் கவனிப்புகள்

விவேகானந்தர் இயேசுவின் போதனையையே அரங்கினருக்கு நினைவூட்டினார்: ‘மக்கள் அப்பத்தைக் கேட்டார்கள், நீங்கள் கற்களைக் கொடுத்தீர்கள்’.

இரண்டாவதாக இந்த அரங்க உரைகளில் கீழைமதங் களின் உன்னதத்தன்மையும் அதன் ஆன்மீக வலுவுகளும் மிக அழுத்தமாக எடுத்துரைக்கப்பட்டிருந்தது. சிக்கல் இல்லாத, ஒருமைப்படுத்தப்பட்ட தாராள, உலகப் பொதுமையான கோட்பாடுகள் கொண்ட இந்து சமயத்தை விவேகானந்தர் அறிமுகப்படுத்தினார். மேற்கின் பொருளாயதனத்திற்கும், நுகர் கலாச்சாரத்திற்கும் ஒரு மாற்று மருந்தாக இந்து சமயம் பிரகடனப்படுத்தப்பட்டது. குறுகிய பிராந்திய வட்டத்தில் தழைத்த இந்து மதம் உலக சமய குடும்பங்களில் ஒன்றாக கட்டமைக்கப் பட்டது. விவேகானந்தர் தன்னுடைய சொற்பொழிவில் இந்திய சமயத் தத்துவ ஞானமான வேதாந்தம் உலகினை உய்விக்கும் என்று பகிரங்கமாக அறிவித்தார்.

விவேகானந்தரின் அகண்ட, எல்லோருக்கும் பொருத்தமான, சகிப்புத்தன்மையான பார்வைக்கு மாறாகத் தர்மபாலா பௌத்தத்தை ஒடுங்கிய, குறுகலான, குறிப்பிட்ட ஆரிய சிங்களவர்களின் மதமாக்கினார். மதங்களிடையே மெலிதாகப் பரந்துகிடக்கும் கருத்து ஒப்புரவுணர்வான கோட்பாடுகளை இவர் தேடமுயலவில்லை. இயேசுவிற்கும் புத்தருக்குமுள்ள சமாந்தரங்களைச் சுட்டிக்காட்டி எந்த சரித்திர ஆதாரங்களையும் தராமல் கிறித்தவம் பௌத்த போதனைகளிலிருந்து இரவல் வாங்கியிருக்கலாம் என்றார். புத்தர்தான் உலகம் கண்ட பெரிய சீர்திருத்தவாதி என்றார். உலகின் மீட்பு புத்தர் மூலம்தான் என்று மெதுவாக ஆனால் உறுதியாக அவையினருக்குக் கூறினார். மிலேச்சரான இயேசுவிடம் ஆரிய சிங்களவர்கள் கற்றுக்கொள்வதற்கு ஒன்றுமே இல்லை என்று மிகத் தெளிவாகச் சொன்னார். கிறித்தவத்தின் தனித்தன்மையை எதிர்த்தது மட்டுமல்ல, பௌத்தம் அறிவியலுடன் நேரடியான முரண்பாடில்லாத மதமாக தர்மபாலா அதை உருமாற்றினார்.

எதிர்பார்த்ததற்கு மாறாக இவர்கள் மேற்கின் விஞ்ஞான வளர்ச்சியையும் இயந்திரத்தொழில் முன்னேற்றத்தையும் வாங்கு வாங்கு என்று வாங்கவில்லை. கிழக்கும் மேற்கும் பரஸ்பர கலாச்சார, ஆன்மீக, விஞ்ஞான கொடுக்கல் வாங்கலையே விரும்பினார்கள். மேற்கை வெறுத்த தர்மபாலா கூட தேவாலயங் களுக்குப் பதிலான தொழில்நுட்பக் கல்லூரிகளை ஆரம்பியுங்கள் என்றார். இந்தக் கலப்பினம் (*hybridity*) பயன்படத்தக்க வழிநுட்பமாக (*strategic*) இருந்தது. அதுமட்டுமல்ல கிறிஸ்தவத்தின் முன்னேற்றத்தையும் இது தடுக்கும் என்று நம்பினார்கள்.

கீழைப் பிரதிநிதிகள் சமயங்கள் மட்டும் பேசவில்லை. அன்னிய நாட்டின் ஆட்சிக்குக் கீழ் இருந்த நாட்டவர்கள் தங்கள் நாட்டு விடுதலை பற்றியும் துணிந்து பேசினார்கள். இதில் இந்தியரான நாகர்கரின் பேச்சு முக்கியமானது. ஆங்கில காலனிய ஆட்சி விளைவித்த அரசியல் நெருக்கல்கள், ஆக்கினைகளை விபரித்தது மட்டுமல்ல ஆங்கிலேய ஆட்சி ஏற்படுத்திய கலாச்சார விபரீதங்களையும் எடுத்துச்சொன்னார். இந்தியாவின் ஆபூர்வக் கலைப்பொருட்களைச் சூறையாடி இங்கிலாந்து நாட்டுக்கு அனுப்புவது பற்றிச் சபையினருக்கு முறையிட்டார். காலனிய ஆண்டைகள் மேற்கத்தைய அறிவை அறிமுகப்படுத்தினார்கள். அந்த அறிவே நமக்கு ஆயுதம். அதை வைத்தே ஆங்கிலேய ஆட்சியை முறியடிப்போம் என்று தைரியமாக நாகர்கர் பேசினார். ஆங்கிலேயரிடமிருந்து விடுதலையடைந்த அமெரிக்கா இன்னும் அன்னியப் பிடியிலிருந்த கீழை நாட்டவர்களுக்கு அந்தக் காலகட்டத்தில் ஒரு முன்னுதாரணமாக இருந்தது. இன்றைய அமெரிக்கா ஆதர்சமாக இருக்க வாய்ப்பில்லை. அமெரிக்காவின் சுதந்திரப் பிரகடனத்தைப் படிக்கும்போது உணர்ச்சிவயப்பட்டுக் கண்ணீரால் உருகுவேன் என்று ஹிராய் அவையினருக்குச் சொன்னார். அமெரிக்காவுக்குச் சுதந்திரம் கொடுத்த கண்ணியம் தங்களுக்கும் கிடைக்கும் என்று நம்பியது மட்டுமல்ல. தங்களின் சங்கடமான நிலைமையை அமெரிக்கா அறிந்து ஆதரவு தரும் என்றும் நம்பினார்கள். இளையபாரதம் தன் அரசியல் ஆசைகளைச் செயலுருவாக்க அமெரிக்கா உதவிபுரியும் என்ற எதிர்பார்ப்புடன், வேண்டுதலுடன் நாகர்கர் தன் உரையை முடித்தார். இந்தியாவின் சுதந்திரத்திற்கான குரல் காந்திக்கு முன்னமே இங்கேதான் எழுப்பப்பட்டது என்று நினைக்கிறேன். ஒருவேளை இது பிழையான தகவல் என்றால் தயங்காமல் இதைத் திருத்தத் தயாராகயிருக்கிறேன்.

இந்தக் கட்டத்தில் இக்கட்டுரைக்குச் சம்பந்தமில்லா விட்டாலும் இதையும் சொல்லவேண்டும் என்று நினைக்கிறேன். விவேகானந்தரைத் தொடர்ந்து இந்து மதத்தைப் பரப்புரை செய்ய இன்னுமொரு கீழைதேசத்தவர் அமெரிக்கா போனார். அவரின் பெயர் பொன்னம்பலம் ராமநாதன் (1851–1930). ஒரு தலைமுறையைச் சேர்ந்த இலங்கையர்களுக்கு அந்தக் காலக்கட்டத்தின் நாயகராக இருந்தார். காலனிய இலங்கை அரசியலை அவதானிப்பவர்கள் அவரின் அரசியல் பங்களிப்புப் பற்றிக் காரசாரமாகத் திறனாய்வுக்குட்படுத்தினாலும் ராமநாதனின் சேவகம் பற்றி ஒரு மரியாதையும் பெருமையும் மதிப்பும் உண்டு. விவேகானந்தரைப் போலவே இவரும் தலைப்பாகையும் வைத்துக்கொண்டார். விவேகானந்தர் மாதிரி பெரிய பரபரப்பை ஏற்படுத்தாவிட்டாலும் பயனுறுதியுள்ள

பாதிப்பை ஏற்படுத்தினார். ஒருவர் சமஸ்கிருத வேதாந்தத்தை அறிமுகப்படுத்தினார். மற்றவர் தமிழ்ச் சைவத்தையும் மாணிக்கவாசகரையும் வெளிநாட்டவரின் பழக்கத்திற்குக் கொண்டு வந்தார்.

இராமநாதனின் கிறிஸ்தவம் பற்றிய எழுத்திலிருக்கும் ஆழமும் அவதானிப்பும் விவேகானந்தரிடம் இல்லை என்றுதான் எனக்குப்படுகிறது. ஒரு இலங்கையினரின் ஒருபுறச் சாய்வு எண்ணம் என்று எடுத்துக்கொள்ளாதீர்கள். உதாரணத்திற்கு இராமநாதன் மத்தேயூ, யோவான் சுவிஷேச நூல்களுக்கு எழுதிய உரையைப் படித்துப்பாருங்கள். அந்த நாட்களில் பிரபலமாக இருந்த மேற்கத்தைய வேதவிற்பன்னரின் இறையியல் குறைகளை எடுத்துக்காட்டினார். தப்பான வேத மொழிபெயர்ப்பு வசனங்களை உதாரணம் காட்டி அவரே அவற்றிற்குப் புதிய திருப்புதலும் செய்தார். இவருக்கு வேத மொழிகளான கிரேக்கம், எபிரேயம், லத்தீன் தெரிந்தது இன்னுமொரு கூடுதலான பலம். இந்தியப் பிரதிநிதிகள் இந்தப் பொது அரங்கில் அறிமுகம் செய்த இந்துசமயம் ஒருவிதத்தில் புனைவியலானது *(idealistic)*.

இந்துமதத்தின் சகிப்புத்தன்மையும் அதன் தாராள மனப்பான்மையும் மற்றைய மதங்களுடன் இணங்கிப்போகும் நெகிழ்வான தன்மை, சக சமயத்தவர்களுக்குக் காட்டும் அனுசரணை எல்லாம் திரும்பத்திருப்பப் பேசப்பட்டன. உபத்திரவப்படுத்த யூதர்களுக்கும் சோராஸ்ரியர்களுக்கும் *(Zoroastrians)* புகலிடம் கொடுத்தது உண்மை, அதேவேளையில் இந்து அரசர்கள் பிற மதத்தினருக்குச் செய்த கொடுமைகள் பற்றி ஒரு நீண்ட பட்டியலே இருக்கிறது. அதுமட்டுமல்ல, இந்து மதத்திற்குள்ளேயே சகிப்பின்மையும் அடிக்கடி சமய மோதல்களும் நடந்திருக்கின்றன. சில உதாரணங்கள்: சமணராக இருக்கையில் அப்பரை ஆக்கினைப்படுத்திய பல்லவ அரசன் மகேந்திரவர்மன், பின்பு சைவரானபோது முந்தைய சக சமணரைத் துன்புறுத்தியது. சம்பந்தருக்கு ஆதரவு கொடுத்த நின்றசீர் நெடுமாறன் சமணர்களைக் கழுவேற்றியது. சோழ அரசர்கள் புத்த விகாரைகளை இடித்துத் தள்ளியதாக மகாவம்சம் பதிவு செய்கிறது. இவற்றுடன் பதினோராம் நூற்றாண்டில் கீழைத் தஞ்சாவூர் சைவர்களுக்கும் பிராமணர்களுக்கும் நடந்த குகைஇடிக் கலவரத்தையும் சேர்த்துக்கொள்ளலாம். இப்படியே நீட்டிக்கொண்டுபோனால் அயோத்தியாவரை கொண்டுபோகலாம்.

19ஆம் நூற்றாண்டில் விவேகானந்தர் மீட்டெடுத்த இந்துசமயம் 8ஆம் நூற்றாண்டு சங்கரருடையது. சங்கரரின் வேதாந்தம் குடும்ப வாழ்விலோ இந்திய அரசியலிலோ

அல்லது சர்வதேச அரங்கிலோ எப்படி செயல்பட்டதென்று உதாரணங்கள் இல்லை. இன்னுமொன்று. கிறிஸ்தவம் சமய ஏகாதிபத்தியம் என்றார். ஆனால் அவர் மீள் கண்டுபிடித்த வேதாந்தம்தான் சர்வதேச மதமாகும் தன்மைகள் உடையது என்று உறுதியாகயிருந்தார்: *'Vedanta, and Vedanta alone that can become the universal religion of man, and that no other is fitted for the role'*. இந்திய ஆன்மீகத்தினால் உலகை ஆளத் தயாராகுங்கள் என்று திருவல்லிக்கேணி இலக்கிய மன்றத்தில் 1897இல் ஆற்றிய உரையில் சபையினரை எழுச்சியூட்டினார். ஒரு காலனியத்திற்குப் பதிலாக இன்னுமொரு காலனியம் அறிமுகமாக்கப்பட்டது. அதேபோல் கிறிஸ்தவம் என்ற காலனியத்தை எதிர்த்த தர்மபாலாவும் ஆரிய பௌத்தத்தைத் தூக்கிப்பிடித்தார். புத்தரின் தர்மமே அகிலத்தை ஆட்கொள்ளும் என்று நம்பினார். காலனியத்தை எதிர்த்தவர்களே பிறகு காலனியவாதிகளாக மாறுவதுண்டு என்று பிரன்ஸ் பன்னானோ *(Frantz Fanon)* அல்லது அல்பெர்ட் மீமீயோ *(Albert Memmi)* சொன்னதாக ஞாபகம்.

சிக்காக்கோ மகாநாட்டுக் கீழைநாட்டவரின் உரைகளைப் படிக்கும்போது ஒன்று புலனாகிறது. கீழைத்தேசங்களின் காலம் வந்துவிட்டது என்ற ஒரு அனுமானமும் தற்செருக்கும் இவர்களின் பேச்சுகளில் பரவலாகக் காணப்படுகிறது. இதை வலியுறுத்தக் காட்டியசான்று இந்துப் புனிதப் பிரதிகளிலிருந்தோ அல்லது இந்திய வரலாற்றிலிருந்தோ வரவில்லை. எந்தக் கிறிஸ்தவத் திருமறையை அலசியாராய்ந்து குறைகண்டார்களோ அதிலிருந்து எடுக்கப்பட்டது. மசூம்தார் அவரின் பேச்சில் இந்தியாவின் ஆன்மீகம் உலகை ஆட்கொள்ளப்போவதை அவையினருக்கு அழுத்த அவர் பாவித்த வசனம் கிறிஸ்துவிற்கு முன் ஐந்தாம் நூற்றாண்டில் வாழ்ந்த எபிரேயா தீர்க்கதரிசி எசேக்கியலின் புத்தகத்திலிருந்து எடுக்கப்பட்டது: 'இதோ, தேவனுடைய மகிமை கீழ்த்திசையிலிருந்து வந்தது' *(43.2)*.

***காலச்சுவடு* இதழ் 167, நவம்பர் 2013**

16

ஐக்கிய இராச்சியத் தேர்தல்: குழப்பமும் சிக்கலும்

பிரித்தானியத் தேர்தல் விசித்திரமான முடிவைத் தந்திருக்கிறது. வென்றவர், தோற்றவர் போல் தெரிகிறார். தோற்றவர், வென்றவர் போல் கொண்டாடப்படுகிறார். தேர்தலில் தெரேசா மேயின் பழைமைவாதக் கட்சி அதிக இடங்களைப் பெற்றிருந்தது. ஆனால் 12 நாடாளுமன்ற உறுப்பினர்களை இழந்த சிறுபான்மை அரசை, பழைமை பேணும் இன்னுமொரு கட்சியான வட அயர்லாந்து ஜனநாயக ஒன்றியக் கட்சியுடன் (Democratic Unionist Party) கூட்டணி வைத்து ஆட்சி அமைக்க முயற்சிகள் நடத்திக்கொண்டிருக்கிறது. ஜெரமி கொர்பினின் தொழிலாளர் கட்சிக்குக் கூடுதலாக 30 இடங்கள் கிடைத்துள்ளன. ஆனால், ஆட்சி அமைக்கும் வாய்ப்புக் கிட்டவில்லை. ஐக்கிய இராச்சிய நாடாளுமன்ற வரலாற்றில் இது ஆறாவது தொங்கு நாடாளுமன்றம்.

இந்த இடைத் தேர்தல் தேவை இல்லாத ஒன்று. தெரேசா மே 2020 வரை ஆட்சியைத் தொடர்ந்து நீட்டித்திருக்கலாம்; இடைக்காலத் தேர்தல் இல்லை என்று மே சொல்லிக்கொண்டே இருந்தார்.

திடீரென்று சென்ற ஏப்ரல் மாதத்தில் தேர்தலை அறிவித்தார். ஏன் இந்த முடிவை எடுத்தார் என்பது அவருடைய கட்சியாளர்களுக்கும் புதிராகவே

இருந்தது. அரசியலில் அக்கறை காட்டாதவர்கள்கூட இவரின் காரணங்களை யூகித்துவிடலாம். கருத்துக் கணிப்புகளின்படி பழைமைவாதக்கட்சிக்கும் தொழிலாளர் கட்சிக்கும் 20 புள்ளிகள் வித்தியாசம் இருந்தன. ஜெரமி கொர்பின் பலமில்லாத தலைவர் போல் காணப்பட்டார். இவருடைய இடதுசாரிக் கொள்கைகள் ஐக்கிய இராச்சியத்தை இருண்ட 70களுக்கு இழுத்துச் செல்லும் என்று முதலாளித்துவ ஊடகங்கள் பயமுறுத்தின, பகிடி செய்தன.

ஐரோப்பிய ஒன்றியத்திலிருந்து பிரிட்டன் வெளியேற்றப் பேச்சுவார்த்தைகளில், ‘என் கையைப் பலப்படுத்த எனக்கு அதிக பலமான வெற்றியைத் தாருங்கள்,’ என்று மே கேட்டார். தேர்தல் முடிவுகள் இவரின் முடிசூடும் விழா என்று எதிர்பார்த்தார்கள். இப்போது அவரின் செருக்குக் கலைக்கப்பட்டிருக்கிறது; வன்மை குறைந்திருக்கிறது. அதுமட்டுமல்ல, அவமானத்துக்கும் கேலிக்கும் உள்ளாகியிருக்கிறார். ஜெயலலிதா போல், ‘உங்களுக்காக நான், உங்களால் நான்,’ என்று சேப்பக் கிழங்குத்தனமான வாக்கியங்களில் பிரச்சாரம் செய்தார். இவரின் மொக்கு வசனங்களில் ஒன்று, “பலமான, நிலையான ஆட்சியை என்னால்தான் அமைக்கமுடியும்.” இந்த வரிகளை எந்தவிதமான உணர்ச்சியும் இல்லாமல் பிரச்சாரத்திலும் பேட்டிகளிலும் அலுப்புத்தட்டும் வரை சொல்லிக்கொண்டே இருந்தார். ரஜினியின் ‘எந்திர’னில் வரும் சிட்டி இதே வரிகளுக்குக் கொஞ்சம் உயிர் கொடுத்துப் பேசியிருப்பான். எதிர்க்கட்சிகளைக் குழப்பத்தின் கூட்டணி என்று கிண்டல் செய்தார். அதே வார்த்தைகள் திருத்தப்பட்டு அவருக்கு எதிராகவே இப்போது உபயோகிக்கப்பட்டுள்ளன. ஜனநாயக ஒன்றியக் கட்சியுடன் இவர் செய்யப்போகும் உடன்பாட்டை ‘கிறுக்கர்களின் கூட்டணி’ என்று பத்திரிகைகள் விமர்சிக்கின்றன. இந்த ஜனநாயக ஒன்றியக் கட்சியின் வேர்கள் காரிய, கொள்கைப்பிடிவாதமான சீர்திருத்தக் கிறிஸ்தவச் சபையில் ஊன்றிக் கிடக்கின்றன. இவர்களுடைய தீவிர மதத் துவேசம் இந்துத்துவ ஆசாமிகளை மாசற்ற மதச்சார்பற்றவர்கள் போலாக்கும். இவர்களின் ஒரு பாலார் திருமணம் ஏற்காமை, பருவநிலை மாற்றம் பற்றிய சந்தேகம், கருக்கலைப்புக்கு எதிர்ப்பு எல்லாம் இடைக்காலக் கருத்துகள்.

இந்தப் புதிய நாடாளுமன்றத்தில் 208 பெண் உறுப்பினர்கள் தெரிவு செய்யப்பட்டிருக்கிறார்கள். கடந்த நாடாளுமன்றத்தை விட 17 பேர் அதிகம். பிரித்தானிய நாடாளுமன்றத்துக்குத் தேர்ந்தெடுக்கப்பட்ட முதல் சீக்கியப் பெண் எம்.பி. என்ற பெருமையை பிரீத் கவுர் கில் பெற்றுள்ளார். நான் வசிக்கும் செலி ஒக்குக்கு அடுத்த தொகுதியான எட்ஜ்பஸ்டனில் தொழிலாளர்கட்சி

சார்பில் போட்டியிட்டார் அவர். ஒட்டுமொத்தமாக 12 இந்திய வம்சாவளி வேட்பாளர்கள் தேர்தலில் வெற்றி பெற்றுள்ளனர். தொழிலாளர் கட்சியினர் ஏழு, பழைமைவாதக் கட்சியினர் ஐந்து.

இந்தத் தேர்தல் முடிவுகள் சில தொன்மங்களைத் தகர்த்திருக் கின்றன. ஒன்று, தேர்தல் முடிவைத் தீர்மானிப்பதில் அச்சு ஊடகங்களின் முக்கியமான செல்வாக்கு. 1992 பழைமைவாதிக் கட்சியின் வெற்றிக்கு *'It's The Sun Wot Won It'* என்று தலைப்புச் செய்தியைப் பத்திரிகைகளின் வாக்காளர்களிடையே ஏற்படுத்திய தாக்க விளைவுக்கு உதாரணமாகக் காட்டுவதுண்டு. இன்று வாக்காளர்கள், அரசியல்வாதிகளிடையே இவற்றின் பங்கு மங்கிப்போயிருக்கின்றது. தீவிர வலதுசாரிச் சார்புடைய *Sun, the Daily Mail* கொர்பினைத் தாக்கியது. தேர்தலுக்கு முதல் நாள் *Daily Mail* 13 பக்கங்கள் அவர் ஹமாஸ், ஐஆர்ஏ ஆதரவாளர், தீவிரவாதிகளின் அனுதாபி என்று பொய்யும் கற்பனையும் கலந்து கட்டுரை எழுதியிருந்தது. எந்தத் தறுவாயில், எந்த நோக்கத்துடன் இந்தக் குழுக்களை கொர்பின் சந்தித்தார் என்ற தடயங்கள் இந்த வியாசத்தில் இல்லை. இந்த வலதுசாரி நாளிதழ்களின் குறும்புத்தனங்களுக்கு முன்னால் நக்கீரன் அந்தக் காலத்து அம்புலிமாமா போல் தெரியும். தேர்தல் தினமன்று வாசகர்களுக்கு *Sun*இன் முதல்பக்க அறிவுரை: *Don't chuck Britain in the Cor-bin* இந்த தலைப்பைத் திரும்பி இன்னுமொரு தடவை படியுங்கள். அதிலிருக்கும் நச்சும்நக்கலும் தெரியவரும். இந்த இருட்டான, விசனமுள்ள பத்திரிகைகளின் பரப்புரையை வாக்காளர்கள் முக்கியமாக இளைஞர்கள் கவனத்திற்கு எடுத்த தாகத் தெரியவில்லை. இன்றைய தலைமுறையினர் செய்திக்கும் அரசியல் தகவலுக்கும் அச்சு ஊடகத்தை நம்பியிருப்பதில்லை. வலைதளங்கள் மூலம் பெற்றுக்கொள்கிறார்கள். கொர்பீனின் கீச்சொலியான் கணக்கில் பின்பற்றுபவர்களின் தொகை 1.2 மில்லியன். தெரேசா மேக்கு 3,51,000 மட்டுமே.

இரண்டாவதாகத் தகர்ந்த தொன்மம், அரசியல் கட்சிகள் மையத்திற்குத் தங்கள் கொள்கைகளை நகர்த்தாவிட்டால் தேர்தலில் வெற்றிபெறுவதில் வாய்ப்பில்லை. இந்த மையநிலை நிரந்தரமானதல்ல; தனியார்மயமாக்கப்பட்ட ரயில், மின்சாரம், பொதுமக்கள் பயன்பாட்டுச் சேவைகளை அரசின் கைக்குக் கொண்டுவருவது வலதுசாரிகளுக்குத் தூஷணமான வார்த்தைகள். கொர்பின் இதைச் செயல்படுத்திக் காட்டுவேன் என்றார். அது மட்டுமல்ல திராவிடக் கட்சிகள் போல் சில இலவசங்களையும் வாக்குறுதியளித்தார். கட்டணமில்லாத பல்கலைக்கழகப் படிப்பு, பள்ளிப்பிள்ளைகளுக்கு இலவச உணவு, சிறார் பராமரிப்புச்

சலுகைகள், ஒவ்வொரு வீட்டுக்கும் இலவச அகண்டலை வரிசை இணைப்பு. கடைசியாகப் படித்த சமாச்சாரம் அவர் சொல்லவில்லை. உங்கள் கவனத்தை ஈர்க்க என்னால் சும்மா புகுத்தப்பட்டது. எல்லாக் கட்சிகளும் ஒன்றைத்தான் சொல்லுகின்றன என்ற நிலையை மாற்றி வாக்காளர்களுக்கு முரணிய இரட்டை நிலைப்பாடுகளை கொர்பின் முன்வைத்தார். ஒன்று, திட்பம் தளர்ந்த இடதுசாரிக் கொள்கைகள், மற்றது சமச்சீர்மையற்ற வலதுசாரிப் பொருளாதாரத் திட்டங்கள். அரசின் விரதத்துவ பொருளாதாரக் கொள்கைகளால் வாடிப்போயிருந்த வாக்காளர்களுக்கு, முக்கியமாக இளைஞர்களுக்கும் ஒற்றைப் பெற்றோருக்கும் கொர்பனின் சமூகநலத் திட்டங்கள் கவர்ச்சியாக இருந்தன. இதனால் 2015இல் 30% ஆக இருந்த வாக்காளர் பங்கை 41% ஆக கொர்பீன் அதிகரித்தார். பிரதமராக வருவாரோ என்று தெரியாது. 1910க்குப் பிறகு தாடி வைத்தவர் பிரதமர் ஆகவில்லை. ஆனால்,பேசக் கூச்சப்பட்ட இடதுசாரிக் காரியங்களை மறுபடியும் மையநீரோட்ட அரசியல் கருத்தாடலில் புகுத்தியவர் என்று எதிர்காலத்தில் நினைவுகூரப்படலாம்.

தெரேசா மேயின் தோல்விக்குக் காரணம் நிலுவையிலுள்ள கடனைத் தீர்த்திட அவரின் சிக்கனப் பொருளாதாரச் செயல்திட்டங்களாகும். இவரின் பொதுச் செலவைக் குறைக்கும் திட்டங்களினால் அதிகமாகப் பாதிக்கப்பட்டவர்கள் வழமையாக மரபுவாதக் கட்சிக்கு வாக்குப் போடும் ஓய்வூதியர்கள். ஓய்வுச் சம்பள ஒழுங்கில் தெரேசா மே செய்ய இருந்த மாற்றங்கள், ஆண்டுதோறும் வழங்கப்படும் குளிர்கால வெப்பமூட்டல் உதவித் தொகையைத் தள்ளுபடி செய்வது, அவர்களுடைய கடைசி நாட்களில் பராமரிப்புச் செலவைச் சரிக்கட்ட அவர்களின் வீட்டை அரசுக்குக் கொடுக்க வேண்டும் என்ற திட்டங்கள் பழைமைவாதக்கட்சி மீது மூத்த குடிமக்களுக்கு நம்பிக்கை தரவில்லை. 75 வயதுக்கு மேற்பட்டவர்கள் எல்லோரும் கட்டாயக் கருணைக்கொலைக்கு உட்படுத்தப்படலாம் என்றுமட்டும் சொல்லவில்லை. தெரேசா மே, இத்தேர்தல் பிரித்தானிய வெளியேற்றம் பற்றியதாக இருக்க வேண்டும் என்று எதிர்பார்த்தார். ஆனால், இந்தத் தேர்தல் கருத்தாடல் மக்களை நாளாந்தம் பாதிக்கும் சமத்துவ சமூகநலச் சலுகைகள், உதவிகள், தேசிய சுகாதார சேவையைப் பெரிதுபடுத்தின, முன்னிலைப்படுத்தின.

இப்போதைக்கு ஸ்காட்லாந்தின் விடுதலைக்காக இரண்டாவது பொதுக்கணிப்பு சாத்தியமில்லை. 2015 தேர்தலில் ஸ்காட்லாந்து தேசியக் கட்சியின் நாடாளுமன்ற உறுப்பினர் எண்ணிக்கை 56 ஆக இருந்தது; இன்று 35 ஆகக் குறைந்திருக்கிறது.

ஸ்காட்லாந்து தேசியக் கட்சியின் தலைவரும் அந்தப் பிராந்தியத்தின் முதல் அமைச்சருமான நிக்கோலா ஸ்டர்ஜன் விடுதலை கேட்டு அழுத்தம் கொடுக்கும் பலத்தை இழந்துவிட்டார்.

இனி என்ன நடக்கும் என்று தெரியாது. ஐக்கிய இராச்சிய அரசியலில் குழப்பமும் சிக்கலும் காணப்படுகிறது. இந்தத் தேர்தல் கடந்த மூன்றாண்டுகளில் நடைபெற்ற மூன்றாவது தேர்தல். வாக்காளர்களிடையே தேர்தலில் ஒருவிதச் சோர்வு காணப்படுகிறது. இன்னுமொரு தடவை வாக்குச்சாவடிக்குப் போகத் தயாராக இல்லை. அரசியல்வாதிகளிடையே முக்கிய மாகப் பழைமைவாத உறுப்பினரிடையே தயக்கமும் தெரிகிறது. 'அரசியலில் ஒருவாரம், நீண்டகாலம்' என்று இறந்துபோன பிரித்தானியப் பிரதமர் வில்சன் சொல்லியிருந்தார். இதை நீங்கள் வாசிக்கும்போது அடுத்த தேர்தல் திகதி அறிவிக்கப்பட்டிருக்கலாம்.

காலச்சுவடு இதழ் 211, ஜூலை 2017

17

ஐரோப்பிய வாக்கெடுப்புகள்: சில அவதானிப்புகள்

"அதிகம் சிரிக்காதே. இன்னும் சில நாட்களில் நீ உன் சொந்த ஊருக்குப் போய்விடுவாய்." இது போலந்து நாட்டு மேசைப் பணியாளிக்கு உணவு அருந்த வந்த ஒரு ஆங்கிலேயர் சொன்னது. பிரித்தானிய பாகிஸ்தானி வாடகை வண்டி ஓட்டுநர் அவருடன் சவாரிக்கு வந்த ஆங்கிலேயரிடம் கேட்கிறார், "நீங்கள் எப்படி வாக்களித்தீர்கள்?" "வெளியேறுவதற்கு" என்று பதில் வந்தது. "ஏன்" என்று அப்பாவித்தனமாகக் கேட்கிறார் ஓட்டுநர். அவருடைய முகத்தில் அடித்ததுபோல் "உன்னைப் போன்றவர்களை உன் நாட்டுக்கு அனுப்புவதற்காக" என்று கடுங்காரமான பதில் வருகிறது. ஐரோப்பிய ஒன்றிய வாக்கெடுப்புக்குப் பின் நடந்த இப்படியான இன எதிர்ப்பாடுகளைச் சொல்லிக்கொண்டு போகலாம். பொது இடங்களில் நேருக்குநேர் நடைபெற்ற இன, அரசியல் சிடுசிடுப்பு உரையாடல்களில் உதிர்ந்த தூஷணச் சொற்களை அச்சில் பதிவு செய்தால் அந்தக் கரங்களைச் சுத்திகரிக்க யோர்தான் நதிக்குத்தான் போக வேண்டும்.

ஏறத்தாழ 36 ஆண்டுகள் இந்த நாட்டில் வாழ்ந்திருக்கிறேன். தாட்சரின் இருண்மையான, கருணையற்ற ஆட்சி நாட்களில்தான் என்

பிரித்தானிய வாழ்க்கை ஆரம்பமாகியது. போஃக்லாண்டு யுத்தம், இரண்டு ஈராக் போர்கள், ஐரிஷ், அடிப்படைவாதப் பயங்கரவாதங்கள், பல இனக்கலவரங்களைப் பார்த்திருக்கிறேன். ஆனால் இப்படி கடுநச்சுத் தன்மை துவேஷ உணர்வைப் பார்த்ததில்லை. இந்த விவாதம் வெளிப்படுத்திய உண்மைகளில் ஒன்று: வெளிப்படையாகவே ஒருவர் இனவாதியாக இருக்கலாம். ஓரத்தில், மறைமுகமாக இருந்த அவதூறுகள், பிற இனம் பற்றிச் சாடையான குத்தல் பேச்சுகள் இப்போது நடப்புநிலைச் சொல்லாடல்களில் வந்திருக்கின்றன. 1964 ஆங்கில நாடாளுமன்றத் தேர்தலில் உங்களுடைய அயலவர் கறுப்பராயிருக்க வேண்டும் என்றால் தொழில் கட்சிக்கு வாக்குப் போடுங்கள் என்று சொன்னவர் கட்சியிலிருந்து உடனடியாக நீக்கப்பட்டார். துருக்கி ஐ.ஒ.த்தில் அங்கத்தினரானால் 80 லட்சம் முஸ்லிம்கள் உங்களுக்குப் பக்கத்து வீட்டாளர்களாகி விடுவார்கள் என்று தொலைக்காட்சி விவாதங்களில் வெளியேறிகள் ஒருவிதமான உள்ளூறுத்தல், உணர்ச்சித் தயக்கமில்லாமல் பயமுறுத்தினார்கள். துருக்கி இந்த நூற்றாண்டில் ஐரோப்பிய ஒன்றியத்தில் அங்கத்தினராக வாய்ப்பே இல்லை. எல்லா மக்களிடையே காணப்படும் ஒரு மெல்லிய இன வெறுப்பு ஆங்கிலேயர்களிடையே எப்போதும் உண்டு. இப்போது பொது வெளியில் பகிரங்கமாக எந்தவித மனவருத்தமும் இல்லாமல் பேசக் கூடாததைப் பேசுகிறார்கள்.

இந்த விவாதம் துவித எதிர்நிலைகளில் நடத்தப்பட்டது. விவாதத்தில் குழப்பமான விஷயங்கள், மிக எளிதாகக் கறுப்பு – வெளுப்பு என்ற பார்வையில் சுருக்கப்பட்டன. ஆப்பிரிக்க அமெரிக்கர் ஜேம்ஸ் போல்ட்வின் ஒரு நாட்டின் கல்வித் தராதரத்தை அதன் அரசியல் சொல்லாடலை வைத்து அளவிடலாம் என்று சொல்லியிருந்தார். இதே அளவுகோலுடன் பார்த்தால் ஐ.ஒ.த்தை ஆதரித்தவர்களுக்கும் எதிர்த்தவர்களுக்கும் நடந்தசொற் போருக்கு முன்னால் தமிழ்தொலைக் காட்சிப் பட்டிமன்ற விவாதங்கள் ஏதோ பல்கலைக்கழகக் கருத்தரங்குகள் போல் தெரியும். பயம் – பகைமை, பொருளாதாரம் – கலாச்சாரம் என்ற முரண்பாடான இருமையில்தான் விவாதம் பொது வெளியில் நடத்தப்பட்டது.

ஐரோப்பிய ஒன்றியத்தில் தொடர்ந்து நீடித்திருக்க விரும்பியவர்கள் வெளியேறினால் நாட்டின் பொருளாதாரத்தில் ஏற்படும் விளைவுகள், ஒரு தனி ஆள்சம்பளத்தில் ஏற்படும் பாதிப்புகள், வேலை வாய்ப்பு இழப்புகள், அந்நிய முதலீட்டாளர்களின் தயக்கங்கள் பற்றிப் பயமுறுத்தினார்கள். வெளியேறிகள் பிரித்தானியாவின் எல்லாப் பிரச்சனைகளுக்கும் ஒற்றை

விளக்கம் தந்தார்கள்: 'குடியேற்றவாசிகள்' வீடுகள் பற்றாக்குறை, பள்ளிகளில் சிறுவர்களுக்கு இடம் கிடைக்காமை, மருத்துவர் அல்லது அறுவை சிகிச்சைக்கு நீண்ட நேரக் காத்திருக்கை, ஆங்கிலத் தொழிலாளர்களின் சம்பளக்குறைப்பு எல்லாவற்றுக்கும் வந்தேறிகளே காரணம் என்று சொன்னார்கள். இவர்கள் சொல்ல மறந்தது அல்லது மறைத்தது இந்தப் பற்றாக்குறைகளுக்குக் காரணம் குடியேறிகள் அல்ல அரசாங்கம் மேற்கொண்ட ஆறுவருட சிக்கனப் பொருளாதார விரதத்துவமாகும் *(Economic austerity).*

வங்கியில் எவ்வளவு காசு இருக்கிறது என்பதைவிடக் கலப்படமில்லாத ஒரு குறுகிய ஆங்கிலக் கலாச்சாரமே ஆங்கிலேயர்களுக்கு முக்கியமாகப்பட்டது என்று தேர்தல் முடிவுகள் தெரிவிக்கின்றன. பொதுமக்கள் சார்ந்த தேசிய வாதம் இன்று உலகில் வீசிக்கொண்டிருக்கிறது. இது பிரித்தானியாவுக்கு மட்டும் சொந்தமான காப்புரிமை இல்லை. இந்தக் குறுந்தேசியவாதத்தை டிராம்பின் அமெரிக்காவிலும், ஆபேவின் ஜப்பானிலும், ஏர்கொனின் துருக்கியிலும், ஏன் மோடியின் இந்தியாவிலும் பார்க்கலாம். உலக முழுதளாவிய உலகமயமாக்குதலுக்கு எதிரான வட்டார மன எழுச்சி நிலை என்றும் எடுத்துக்கொள்ளலாம். இது விளிம்பு நிலை மக்களின் முற்போக்கான உக்கிரச் சீற்றம் அல்ல. மத்தியதர ஆங்கிலக் கலாச்சாரப் பாதுகாப்புவாதமாகும். இதில் ஆங்கிலேயர்கள் ஐரோப்பியர்களைவிடத் தனித்தன்மையானவர்கள் என்ற இறுமாப்பும் உண்டு. வெளியேற்றாளர்களின் ஒரு கவர்ச்சி வாசகம் "நாட்டை நம் கட்டுப்பாட்டுக்குக் கொண்டு வாருங்கள்." அரசியலில் அரிவரி அறிவுள்ளவர்களுக்கும் தெரியும் இவர்களின் தேசிய இறையாண்மை ஒரு கனவே. உலகத்தன்மையான நாட்களில் மூன்று முக்கிய சர்வதேசப் பொருளாதார அமைப்புகளான உலக வங்கி, சர்வதேச நாணய நிதி, உலக வணிக நிறுவனம் போன்றவைதான் ஒரு நாட்டின் பொருளாதாரத்தையும் உலக நிதிப் பரவல்களையும் கட்டுப்படுத்துகின்றன, நிர்ணயிக்கின்றன. வெளியேறிகளின் இன்னுமொரு பிரச்சாரச் சுலோகம் "நாட்டை மீண்டும் பெற்றுக் கொள்ளுங்கள்" என்பது. இவர்கள் மீட்டெடுக்க முயலும் பிரித்தானியா பல் வகையான இன, மத, கலாச்சார நாடு அல்ல. ஆங்கிலத் திரைக்கதாசிரியர், இயக்குநர் ரீச்சர்ட் கேர்டிஸின் *'Four Weddings and a Funeral', 'Love Actually'* போன்ற படங்களில் வரும் ஆங்கில உலகம். இது முழுக்கமுழுக்க மத்தியதர வெள்ளையர் களின் வாழ்க்கையைப் பிரதிபலிக்கிறது. இவர்கள் ஏங்கும் அந்தப் பழைய ஏகாதிபத்திய இங்கிலாந்து வரப்போவதில்லை.

இது பின் – உண்மை அரசியல் நாட்கள். சான்றுகள், சாட்சியங்கள் முக்கியமல்ல. உங்களுடைய கொள்கைகளுக்கேற்ப எந்தவிதமான ஆதாரங்களும் அத்தாட்சிகளும் இல்லாமலே எது வேண்டுமானாலும் சொல்லலாம். இந்த பின் – உண்மை அரசியலைக் கலை வடிவமாக்கியவர் டோனால்ட் டிராம்ப். இவரின் பிரச்சாரங்களில் 70% பொய் என்று தகவல் திருத்திகள் உதாரணங்கள் காட்டி நிரூபித்திருக்கிறார்கள். இதனால் மிகுதி 30% முழுக்க மெய் என்று அர்த்தமல்ல. வெளியேற்றாளர்கள் சொன்ன பொய்களில் ஒன்று, வாராவாரம் ஐக்கிய இராட்சியம் 350 மில்லியனை ஐரோப்பிய ஒன்றியத்துக்கு அனுப்புகிறது. இந்தப் பணத்தைக் காசு தட்டுப்பாடுள்ள தேசிய சுகாதாரச் சேவைக்குப் பயன்படுத்தலாம் என்றார்கள். இவர்கள் சொன்ன 350 மில்லியன் பாதி உண்மை விபரம் தெரிந்தவர்களின் கணக்குப்படி தள்ளுபடி எல்லாம் போக ஐக்கிய இராட்சியம் கட்டும் தொகை £100 மில்லியன்தான். வெளியேறிகள் சொல்ல மறந்தது ஐ.ஒ.லிருந்து ஐக்கிய இராட்சியத்திற்கும் வரும் கணிசமான தொகை. ஒரு ஆண்டுக்கு மட்டும் 90 லட்சம் பவுண்டுகள் பார்மீங்கம் பல்கலைக்கழகம் ஆராய்ச்சிக்காகப் பெறுகிறது. இந்தத் தொகையை இனி எங்கு கண்டுபிடிப்பது என்று துணைவேந்தர் அங்கலாய்ப்புடன் எங்களுக்கு மின்னஞ்சல் அனுப்பியிருக்கிறார்.

பிரித்தானிய வெளியேற்றத்தை ஆதரித்தவர்கள், தொடர்ந்து நீடித்திருப்பவர்கள் செய்த கெட்டித்தனமான காரியம் இவர்கள் சாதாரணமான மக்கள் சார்பாகப் பேசுவதாக, போராடுவதாக ஏற்படுத்திய ஒரு மருட்சியாகும். இந்த இருசாராருமே பெரும்பான்மையான ஆதிக்கமிகைப்புடைய (Establishment) உயர்ந்தோர் குழுமத்தைச் சேர்ந்தவர்கள். ஜான்சான், கொவ், பாராஜ் போன்ற வெளியேற்ற உத்தியாளர்களும் மற்றும் கமேரன், ஒஸ்போன் போன்ற தங்கியிருப்பாளர்களும் படித்த மேல்தட்டுப் பள்ளிக்கூடங்கள், மேட்டிமைத்தனமான பல்கலைக்கழகங்கள், இவர்கள் வசிக்கும் உன்னதமான குடியிருப்புகள் ஒரு சராசரி வெள்ளைத் தொழிலாளியால் நினைத்துப் பார்க்கமுடியாதவை. வெளியேற்றத்தினால் ஏற்பட்ட இடைக்காலப் பொருளாதார வீழ்ச்சிகள் இவர்களைப் பாதிக்கப்போவதில்லை. இந்த வாக்கெடுப்பு விவாதத்தில் ஒலி, ஒளி, அச்சு ஊடகங்களில் மத்தியத் தர ஆண் வர்க்கத்தின் குரல்கள்தான் அதிகமாகக் கேட்டன. பிபிசி கூட தன்னுடைய கடமையைச் சரிவரச் செய்யவில்லை என்றுதான் தோன்றுகிறது. நடுநிலை என்ற பம்மாத்தில் இருசாராருக்கும்

சமமான தொலைக்காட்சி நேரத்தை ஒதுக்கியிருந்தது. இவர்கள் அமிலமான கருத்துகளை எடுத்துரைத்து, தவறென்று சொல்லத் தயக்கம் காட்டியது.

ஐரோப்பிய ஒன்றியம் பூலோகத்தில் உதித்த கடவுளுடைய இராச்சியமில்லை. இது சுதந்திரச் சந்தையின் சொர்க்கப் பூமி. கிரேக்க நாட்டுக் கடன் விசயத்தில் ஐ.ஒ. பணித்துறைஞர்கள் *(Bureaucrats)* சர்வாதிகாரத் தன்மையுடன் அந்த நாட்டுக்கு விதித்த நாணயக் கட்டுப்பாடுகள், வரி முறைகள், ஓய்வூதியத்தில் ஏற்படுத்திய மாற்றங்கள், பொதுச் சொத்துக்களைத் தனியார்ப் படுத்துதல் போன்ற செய்கைகள் அரசியலை ஊன்றிக் கவனிக்காதவர்களுக்குக்கூடத் தெரியும். ஆனால் இந்த முகம்தெரியாத பணித்துறைஞர்கள் அவர்களின் இறுக்கமான கட்டுப்பாடுகளையும் மீறிச் சில நல்ல காரியங்களையும் செய்திருக்கிறார்கள். இன்று ஆங்கிலேயர்கள் அனுபவிக்கும் மகப்பேறு விடுப்பு, தொழிலாளருக்குக் குறைந்தபட்சம் வேலை நேரம் போன்றவை ஐ.ஒ. அறிமுகப்படுத்தியதுதான். இவற்றுடன் அதிக பயனுள்ளது ஐ.ஒ.வின் நான்கு தூண்களில் ஒன்றான மக்கள் நடமாட்டம். இந்த வசதியைப் பயன்படுத்தி ஐரோப்பிய ஒன்றியத்திலிருக்கும் 28 நாட்டு மக்கள் இந்த நாடுகளுக்குள் எங்கு வேண்டுமானாலும் மிகச் சுலபமாக நுழையலாம், எந்த நாட்டிலும் வசிக்கலாம், அந்த நாட்டுச் சமூகப் பொருளாதாரப் பயன்களை அனுபவிக்கலாம். இரண்டு இலட்சம் ஆங்கிலேயர்கள் ஐரோப்பிய நாடுகளில் வசிக்கிறார்கள்.

இடதுசாரிகளிடையே ஐ.ஒ. பற்றி எப்போதும் ஒரு ஆர்வமற்ற, ஏனோதானோ என்ற போக்கே இருந்தது. பெருகிவரும் சமத்துவமின்மைக்கு பிரஸ்சால்ஸ் (ஐ.ஒ.வின் தலைமைப் பீடம்) எடுக்கும் சிக்கனச் செயல் திட்டங்களே இவர்களின் ஐரோப்பிய ஒன்றிய எதிர்ப்புக்குக் காரணம் ஐ.ஒ.வின் மேலிருந்து உலகமயமாக்கல் விளிம்புநிலை மக்களை முக்கியமாக சிறு வணிக உரிமையாளர்கள், விவசாயிகள், தொழிலாளர்கள் போன்றோரை இன்னும் பின்னுக்குத் தள்ளிவிடுகிறது என்று இடதுசாரிகள் நினைக்கிறார்கள். இந்த வாக்கெடுப்பில் தொழில் கட்சி எடுத்த முடிவு உள்ளுக்குள் இருந்தே முதலாளித்துவ நிறுவனத்தைத் திருத்துவதாகும். தேர்தல் தோல்விக்குத் தொழில் கட்சியின் முக்கியமாக அதன் தலைவர் ஜரேமீ கொர்பீனின் சுமாரான வெதுவெதுப்புள்ள பிரச்சாரமே ஒரு காரணமாகச் சொல்லப்படுகிறது. இதையும் நினைவுபடுத்துகிறேன். கடைசியாக 1975இல் நடந்த வாக்கெடுப்பில் கொர்பீன் வெளியேற வாக்களித்தார்.

முடிவாக, ஷேக்ஸ்பியரின் 'Richard II'வில் ஒரு வாசகம் வரும். பிரித்தானிய வாக்கெடுப்பை வைத்து 17ஆம் நூற்றாண்டு ஆங்கில ஆசிரியர் சொல்லியிருக்கமாட்டார், ஆனால் அவை இன்றைக்குப் பொருந்தும்போல் தெரிகிறது:

> That England that was wont to conquer others/ Hath made shameful conquest of itself."

காலச்சுவடு இதழ் 200, ஆகஸ்ட் 2016

18

டொனால்ட் டிரம்பும் வின்ட்ரிப்பும்

நீங்கள் இங்கே வாசிக்கப்போவது முழுக்க முழுக்க அமெரிக்க அதிபர் பதவி வேட்பாளர் டொனல்ட் ட்ரம்ப் பற்றியது அல்ல. இவருக்கு முன்னர் மக்கள் உணர்ச்சிகளைக் கிளறிப் பயன்படுத்திய இன்னுமொரு அமெரிக்கர் பற்றியது. அவர் புதிய ஏற்பாட்டு மொழியில் மாமிசமும் இரத்தமுமுடைய நிச மனிதர் அல்ல; ஒரு கற்பனைக் கதாபாத்திரம். இவர் *Sinclair Lewis* எழுதிய *'It Can't Happen Here'* (இது இங்கே நடக்காது) என்ற நாவலில் *'Berzelius 'Buzz' Windrip* என்ற பெயருடன் வருகிறார். இந்த விண்ட்ரிப் டிரம்புக்கு முன்நிழலீடு என்று வைத்துக்கொள்ளுங்கள்.

இந்த நாவல் 1935இல் வெளிவந்தது. ஜெர்மனியில் மூன்றாம் ஆட்சிமுறை *(Third Reich)* வந்த இரண்டு ஆண்டுகளுக்குப் பின் அதே வல்லாண்மை (பாசிசம்) முறைமை அமெரிக்காவில் அறிமுகப்படுத்தப்பட்டால் அதன் விளைவுகள் என்ன என்பதைப் பகடி செய்து அதே நேரத்தில் அமெரிக்கர்களை எச்சரிப்பதாகவும் நாவல் இருக்கிறது. எண்பது ஆண்டுகளுக்கு முன்பு லூயிஸ் 'இது இங்கே நடக்காது' நாவலை எழுதிய போது விண்ட்ரிப்பைப் போல் ஆட்கவர்ச்சியும் சொல்வாக்கும் அதிகாரமும் அன்னியர்

வெறுப்பும் முரட்டுத்தனமுடைய ஒரு அரசியல்வாதி அமெரிக்க வரலாற்றில் உருவாகுவார் என்று நினைத்திருக்கவே மாட்டார். இந்த நாவலில் லூயிஸ் பதிவுசெய்த இன்னுமொரு சங்கதியும் அமெரிக்க வாழ்வில் நடந்திருக்கிறது. ஜெர்மனியர்கள் பற்றிய இன துவேஷமான அந்த நாட்களில் அமெரிக்கர்கள் விரும்பி உண்ணும் ஜெர்மனியரின் உணவான புளித்த முட்டைக்கோசுக்கு *(sauerkraut)* 'விடுதலை முட்டைக்கோசு' *(Liberty cabbage)* என்று பெயர் சூட்டினார்கள். சமீபத்திய ஈராக் போரில் அமெரிக்காவைப் பிரான்சு ஆதரிக்கத் தவறியபோது அமெரிக்கத் தெருச் சாப்பாட்டில் பிரபலமான ஒரு தீங்குமறியாத *French Fries* (உருளைக்கிழங்குப் பொரியல்) 'விடுதலைப் பொரியல்' என்று அதன் அடையாளத்தையே அமெரிக்கர்கள் மாற்றினார்கள். ஒரு தீர்க்கதரிசியின் அந்தஸ்துக்கு லூயிசைத் தூக்கிவைக்காவிட்டாலும் ஒருவிதத்தில் இது தொலைநோக்குப் பார்வைகொண்ட நாவல். இலக்கிய விருதுகளில் அக்கறை காட்டாதவர்களுக்கு லூயிஸைப் பற்றி ஒரு செய்தி. இலக்கியதிற்காக நோபல் பரிசு பெற்ற முதல் அமெரிக்கர் இவர். கிடைத்த ஆண்டு 1930. இந்த ஆண்டுப் பரிசு அமெரிக்கப் பாடல் ஆசிரியர் பாப் டிலனுக்குக் கிடைத்திருக்கிறது. வெறும் மக்கள் சுவைக்கேற்ப எழுதப்பட்ட பாடல்களுக்கா இந்தப் பரிசு என்று சர்ச்சை எழுந்திருக்கிறது. "நெருப்புடா நெருங்குடா முடியுமா . . . பயமா ஹா ஹா நெருப்புடா நெருங்குடா" போன்ற வரிகள் எழுதுகிறவர்களுக்கு ஆறுதலையும் ஒரு எதிர்பார்ப்பையும் இந்தப் பரிசு ஏற்படுத்தியிருக்கலாம். சாகித்திய அக்காதமி கந்தோரிலிருந்து தொலைபேசி அழைப்பைத் தமிழ்த் திரைப்படங்களுக்குப் பாடல் எழுதுகிறவர்கள் எதிர்பார்க்கலாம். சொல்லவந்த விசயத்திலிருந்து எங்கேயோ போய்விட்டேன் என்று தெரிகிறது. மறுபடியும் இங்கே எழுதும் செய்திக்கு வருகிறேன்.

நாவலின் பின்புலம் அமெரிக்காவின் 1930களில் ஏற்பட்ட பொருளாதார வீழ்ச்சி. இதனால் ஏற்பட்ட வேலைவாய்ப்பின்மை, சாதாரண மக்களின் ஏற்பட்ட கடன்அதிகரிப்பு, பெரும்பான்மையான வெள்ளைகாரர்கள் முக்கியமாக அமெரிக்க ஆண்கள் பலம் இழந்தமையைக் காரணம் காட்டி ஒரு கிளர்ச்சித்தலைவர் அமெரிக்காவில் தன்னிச்சையாட்சி *(dictatorship)* அமைப்பதை நாவல் விவரிக்கிறது. கொடுந்தேசியவாதம் தலைதூக்கினால் என்னதான் வலுவான ஜனநாயக மரபுக்கூறுகளும், அமைப்புமுறைகளும் ஆழமாகப் பதிந்திருந்தாலும் அவை எளிதில் தளர்ந்துவிடக்கூடியவை என்பதை முன்னறிவிப்பு செய்யும் நாவல் இது.

அன்று லூயிஸ் வேடிக்கையாக எழுதியது இன்று நம் கண்முன் நடந்துகொண்டிருக்கிறது. லூயிஸ் சித்திரித்த விண்டிரிப்பின் சில இணையான சாயல்களை டிரம்ப்பில் காணலாம். இவர்கள் இரண்டுபேருமே முரட்டுத் தன்மை யானவர்கள். மத, இன வெறியர்கள், வெடுவெடுப்பானவர்கள். இவர்களின் கடுவெறுப்புடைய வெள்ளை ஆண் தொழிலாளர் வர்க்கத்தினர்தான் முக்கிய ஆதரவாளர்கள். இவர்களுக்கு லூயிஸிசின் நாவலில் கொடுத்த பெயர் 'மறக்கப்பட்ட ஆண்கள்'.

விண்ட்ரிப், டிரம்ப் இருவருமே படுமோசமான பெண்ணிய எதிர்ப்பாளர்கள்; பெண்கள் வீட்டுக்குத் திரும்ப வேண்டும் என்று நினைக்கிறவர்கள்; துப்பாக்கி சுமந்த குடிமக்களே அசல் அமெரிக்கர்கள் என்று கருதுகிறவர்கள். அனைத்துநாட்டுக் கூட்டமைப்புகளுக்கு உடன்படும் அரசாங்கத்திற்கு எதிராக மக்களைக் காப்பாற்ற வேண்டும் என்ற நோக்கம் கொண்டவர்கள். உலகமயமாக்கல் தேசிய அரசுகளைச் சிதைக்கக்கூடும் அத்துடன் புதிய உலகமைப்பு, அன்னிய வணிகக் கூட்டாண்மைகள் அமெரிக்கத் தேவைகளுக்கு எதிரானவை என்று கடுமையாக விமர்சிப்பவர்கள். சோஷலிசம் இந்த இருவருக்குமே எதிரி, தொழில்சங்கங்களை முக்கியமாக வேலைநிறுத்தங்களை முற்றிலுமாக வெறுப்பவர்கள்.

சிறுபான்மை இனத்தவர்மீது இந்த இருவருக்கும் அதீத துவேஷம் உண்டு. விண்டிருப்புக்கு யூதர்கள்; டிரம்ப்புக்கு இஸ்லாமியர்கள், மெக்சிக்கர்கள். பெரும்பான்மை இனத்தின் பண்பாட்டு நலன்களுடன் ஒத்துப்போகாதவர்கள் அமெரிக்காவில் சமஉரிமை பெறும் குடிமக்களாக இருக்க முடியாது என்று நம்புகிறவர்கள். நம்மைப்போல் இல்லாதவர்கள் தகுதி யற்றவர்கள் என்ற எண்ணமுடையவர்கள். குடியேறிகளை ஒருவகையில் கட்டுப்படுத்த வேண்டும், குடியேறிகள் அமெரிக்கத் தேசிய அடையாளத்தைக் குழப்பக்கூடியவர்கள் என்ற கருத்துடையவர்கள். இருவருமே தங்களுக்குச் சாதகமில்லாத ஊடங்களைப் பகைப்பவர்கள். ஒருவர் அமெரிக்க–மெக்சிக்கோ எல்லையில் சுவர் எழுப்புவேன் என்றார். மற்றவர் ஆட்சியைக் கைப்பற்றியபோது மெக்ஸிக்கோவிற்கு அமெரிக்கப் படையை அனுப்பினார்.

இந்த இருவரும் மேல்தட்டைச் சேர்ந்தவர்கள், ஆனால் இவர்கள் செய்த பெரிய மாயத் தந்திரம் தங்களைச் சாதாரண மக்களாக, அவர்கள் சார்பாகப் பேசுவதாகச் செய்த பாவனை. இருவருமே ஆதிக்கமிகைப்புடைமையைச் (*establishment*) சேர்ந்தவர்கள். ஆனால் நிறுவன எதிர்ப்புக்கொண்ட

பொதுமக்கள் விருப்புவாதத்தின் பிரதிநிதிகளாகத் தங்களை ஆக்கிக்கொண்டார்கள். இவர்களின் பிரசாரச் செய்தி ஒன்றுதான்: "மறுபடியும் அமெரிக்காவை மேன்மையாக்குவது."

இவர்களிடையே வித்தியாசங்கள் உண்டு. விண்ட்ரிப்புக்கு எதிராகப் போட்டியிடவர் ரூஸ்வேல்ட்; டிரம்புக்கு ஹிலாரி. ஆனால் விண்ட்ரிப், ரூஸ்வேல்டை நெறிகெட்ட கோணலாளர் என்று திட்டவில்லை. டிரம்பின் பிரச்சார வசைமொழிக்கு முன்னால் தமிழ்நாட்டு அரசியல்வாதிகளின் அரசியல் மேடைப் பேச்சு அவ்வையாரின் ஆத்திசூடிபோல் தெரியும். விண்டிரிபிடம் *Minute Men* என்ற தனியார் படையிருந்தது. இவர்களின் வேலை விண்ட்ரிபின் கொள்கைகளை எதிர்ப்பவர்களைத் தாக்குவது, மிரட்டுவது, தங்களுக்கு வேண்டாதவர்களைக் காணாமல் போகச் செய்வது. டிரம்பிடம் பிரேத்தியேகப் படை இல்லை. ஆனால் சுயமாக நியமிக்கப்பட்ட காப்புக் குழு உண்டு. இவர்களின் வேலை டிரம்புக்கு முரண்பாடான கருத்துடையவர்களுடன் மோதுவது. இதைத் தொலைக்காட்சிச் செய்திகளில் பார்த்திருக் கலாம். விண்ட்ரிப் தன்னுடைய கருத்தியலுக்கு எதிரான பத்திரிகைளைக் கட்டுப்பாட்டுக்குள் கொண்டுவந்தார். பாடத் திட்டங்களைத் திருத்தி எழுதச் சொன்னார். நூல்களை எரித்தார். அப்படி எரித்த நூல்களில் டிக்கின்ஸின் கதைப் புத்தகங்களும் ஒன்று. டிக்கின்ஸின் புத்தகங்களை எரித்ததற்குக் காரணம். இவை சமூதாய ஏற்றத் தாழ்வுகளைப் பிரதிபலிக்கும் எண்ணப் படிவங்கள். டிரம்ப் இதுவரை நூல்களைத் தீக்கிரையாக்குவதில் ஈடுபடவில்லை. ஆனால் இலக்கியம் படிப்பதற்கான சாயல்கள் டிரம்பில் இல்லை.

இவர்களிடையே இன்னுமொரு வித்தியாசம். டிரம்பிடம் தீர்வான, கெட்டியான கொள்கைகள் இல்லை. தொலைக்காட்சி விவாதங்களை அரைத் தூக்கத்தில் பார்த்தவர்களுக்கும் இது தெரிந்திருக்கும். அப்படி இருந்தாலும் இவரின் வெளிவிவகாரக் கொள்கைகளை ஒரு தபால்தலையின் பின் பக்கத்தில் எழுதி விடலாம். விண்ட்ரிப் மிகத் தெளிவான திட்டங்கள் வைத்திருந்தார். பண வருமானத்துறை, வங்கிகள், காப்புறுதி நிறுவனங்கள், தொழில் சங்கங்கள் போன்ற அரசின் கட்டுப்பாட்டுக்கு கொண்டுவருவது புதிய ஏற்பாட்டையும் அமெரிக்கக் கொடியையும் மதிக்காதவர்களுக்கு உபாத்தியாயர், விரிவுரை யாளர், நியாய துரந்தர் (ஈழத்து எழுத்தாளர் மங்களநாயகம் தம்பையாவின் 'நொறுங்குண்ட இருதயம்' 1914 நாவலில் பாவிக்கப்பட்ட சொல்) நீதிபதி போன்ற பதவி நியமனங் களுக்குத் தடை விதிப்பது. கறுப்பர்களின் வாக்குரிமை பறிப்பது.

இவர்கள் பொதுத்துறைப் பணிகளான வைத்தியம், சட்டப் பயிற்சி போன்றவற்றில் ஈடுபட அனுமதிக்கப்படுவதில்லை. கறுப்பர்கள் சட்டாம்பிள்ளை வேலை பார்க்கலாம். ஆனால் அரிவரி வகுப்புக்கு மட்டும்தான். பெண்கள் அவர்களின் புனித பூமியாகிய குசினிக்குத் திரும்ப வேண்டும், பொதுவெளியில் அவர்கள் பெண்களுக்குகந்த வேலைகளான தாதி அல்லது ஒப்பனைக் கலைஞராக அழகு நிலையங்களில் வேலைசெய்யலாம். விண்ட்ரிப் அறிவித்த திட்டங்களில் 15 ஆவது அச்சம் தருகிறது. அமெரிக்கக் கூட்டரசின் சட்டமாமன்றம் (காங்கிரஸ்), ஆட்சிப் பேரவை (செனட்) உயர் நீதிமன்றம் போன்ற ஜனநாயக நிறுவனங்களைக் கலைத்துவிட்டு முழு அதிகாரத்தையும் தானே எடுத்துக்கொள்கிறார். இதைச் செய்யக்கூடிய அறிகுறிகள் டிரம்பில் உண்டு. அவருடைய பாலியல், வருமானவரி செய்கை களை அம்பலப்படுத்தி விமர்சித்த ஊடகவியலாளர்களை அவரின் பிரசாரக்கூட்டங்களுக்கு வருவதற்குத் தடைவிதித்தது அச்சுறுத்தும் முன் சைகை.

விண்டிரிப்புக்கும் டிரம்புக்குமிடையே காணப்படும் பெரிய வித்தியாசம், விண்டிரிப் தேர்தலில் வென்றுவிடுகிறார். முக்கியமாக பாலியல் குற்றச்சாட்டுக்குப்பின் டிரம்ப் வெல்வதற் கான வாய்ப்புகள் இல்லைபோல் தெரிகிறது. இந்தப் பெரிய நாட்டில் அமெரிக்க மக்களின் அரசியல் தெரிவுகள் குறுகியவை. ஒருவர் கோமாளி மற்றவர் சூனியக்காரி என்று பார உந்து ஓட்டுநர் ஒரு ஊடக நேர்காணலில் கூறியிருந்தார். வீக்கீலிக்ஸ்

அசாஞ்சேவிடம் போட்டி போடும் கிளிண்டன், டிரம்பில் யாரை விரும்புகிறீர்கள் என்று கேட்டபோது அவர் சொன்ன பதில்: “இது உனக்குப் பிடித்தது காலரா வா அல்லது *gonorrhea* வா என்பதைப் போல் இருக்கிறது.”

இது அமெரிக்காவில் உருவாகிய தனித்தன்னாட்சியாளர் பற்றிய நாவல் மட்டும் அல்ல. ஜனநாயக ஆட்சியில் சாதாரண அமெரிக்க மக்கள் பற்றியது. ஜனநாயகப் பண்பற்ற, அதன் நிறுவனங்களில் நம்பிக்கை இல்லாத ஆணவப்போக்குடைய ஒருவர் பதவிக்கு வந்தால் சாதாரணக் குடிமக்கள் செய்ய வேண்டிய முக்கியக் கடமை என்ன? அவர்கள் எதிர்ப்புணர்வைத் தெரியப்படுத்துவது எப்படி? அல்லது சமாதானமாக தன்னிச்சையாட்சியை ஏற்றுக்கொள்வதா? மத்தியதர, வெள்ளைத் தாராளவாதிகளின் இரண்டக நிலையை இது இங்கே நடக்காது என்று நாவல் மிகத் தெளிவாகப் பதிவு செய்கிறது. இந்த அரசியல் கருத்தியல் முட்டுப்பாட்டை *Doremus Jessup* என்ற கதாப்பாத்திரம் பிரதிபலிக்கிறது. இவர்

ஒரு முற்போக்குப் பத்திரிகை நடத்துகிறார். விண்ரிப்பின் அட்டூழியங்களை ஒரு தாராளவாதியின் பண்புக்கு ஏற்ப ஓரத்திலிருந்து பார்க்கிறார். ஒருதலைச் சார்பு இல்லாமல் விமர்சிக்கிறார். ஒருவிதத்தில் இவர்தான் அமெரிக்க மக்களின் தாராளத்தன்மையின் உருவகம் என்று எடுத்துக்கொள்ளலாம். மக்கள் ஆட்சி தளர்ந்துவிடும்போது தாராளவாதிகளின் அங்கலாய்ப்புகள், அரசியல் சார்ந்த நெருக்கடிகளை ஆழ்ந்த நினைவுடன் ஜெசப் சிந்திக்கிறார். கடைசியில் இவருடைய அச்சகம் விண்ரிப்பின் ஆட்களினால் கைப்பற்றப்படுகிறது. இவரும் கைதாகிறார். ஆக்கினைக்குள்ளாக்கப்படுகிறார். இது வரை எந்தக் கருத்தியலோடும் ஒட்டிக்கொள்ளாமல் பாரபட்சமில் லாமல் நாட்டின் நடப்புகளை அவதானித்தவர் நேரடி நடவடிக்கையில் ஈடுபடுகிறார். தப்பி ஓடி கனடாவிலிருந்து விண்ரிப்பின் அரசுக்கு எதிராகப் போராடுகிறார். கடைசியில் மேற்குலக மாட்டிடையன் (*Western cowboy*) திரைப்பட இலக்கணப்படி தீயசக்திகள் அழிக்கப்பட்டு, நாடு சுபிட்சம் பெறுவதுடன் நாவல் முடிகிறது.

நடைமுறையில் நிகழக்கூடிய வல்லாண்மைக்கான தீர்வு களை நாவலில் லூயிஸ் தரவில்லை. தன்னிச்சையாட்சிவாதிகள் விளைவிக்கக்கூடிய ஆபத்துகளை ஒரு தலைமுறை அமெரிக்கர் களுக்கு நினைவூட்டினார் என்பதோடு அவரின் வேலை முடிந்து விடுகிறது. ஒரு சமூகத்தின் மறுவார்ப்பையும் வரலாற்றின் போக்கையும் ஒரு தனிமனிதனால் மாற்றி அமைக்க முடியும் என்று நாவல் நம்புகிறதாகத் தெரிகிறது. ஒரு நாட்டின் விமோசனம் குழுவுணர்ச்சி அல்லது ஒரு கூட்டு முயற்சியில் அல்ல, ஐரோப்பியப் புத்தொளிச் சித்தனையால் அருமையாகப் பேணப்பட்ட தனியார் சுதந்திரம், தனியுரிமை பேறுகளில்தான் இருக்கிறது என்று நாவலில் லூயிஸ் சொல்லுகிறார். நேர்மை, தனி ஆளின் தார்மீகம், தனியார் நல நிறைவுபற்றி அவர் எழுப்பிய கேள்விகள் எப்பொழுதும் நிலைத்திருக்கிற, அமெரிக்கர்கள் காப்பாற்றவேண்டிய பண்புகள் என்ற பிரசங்கத் தொனி நாவலில் கேட்கிறது.

கடைசியாக இந்த நாவல் எழுதப்பட்ட நாட்களில் ஒரு பத்திரிகையாளர் பதிவுசெய்த ஒரு வசனத்தை நினைவுகூர்ந்து இக்கட்டுரையை முடிவுக்குக் கொண்டுவருகிறேன். நீங்கள் படிக்கப்போவது சுகம் தரும் வாக்கியமல்ல. பொருளாதார மந்தமும் கலகச் சூழ்நிலையும் நிலவிய அந்த நாட்களில் அமெரிக்கர்களை ஆறுதல்படுத்த *William Randolf Hearst* என்ற பத்திரிகையாளர் இந்த வாக்கியங்களை எழுதினார்: “முதன்மை

வாய்ந்த ஒரு அமெரிக்கரை வல்லாண்மையாளர் 'Fascist' என்று யாராவது அவரை அழைத்தால் அவருக்குப் பின்னால் அமெரிக்க விழுமியங்களைப் பிரதிபலிக்கிற ஒரு அரசுப்பற்றுள்ள ஒரு உத்தம அமெரிக்கக் குடிமகன் இருப்பார் என்று மனதில் கொள்ளுங்கள்." இந்த வார்த்தைகளை வைத்துப் பார்க்கும்போது சிடுசிடுப்பான, சிணுக்கமான, குருட்டுப் பிடிவாதமுடைய டிரம்பும் அவரின் குண்டாத்தனமான ஆதரவாளர்களும் அச்சத்தைத் தருகிறார்கள்.

காலச்சுவடு இதழ் 203, நவம்பர் 2016

19

அமெரிக்கத் தேர்தல்: சில அவசரமான அவதானிப்புகள்

அமெரிக்கத் தலைவர் தேர்தல் அறிவிக்கப் பட்ட அடுத்த நாள் காலையில் இப்பதிவைக் கணினியில் எற்றுகிறேன். இக்கட்டுரையை நாலாண்டு கழித்து அதாவது டிரம்பின் ஆட்சியின் முதல் தவணைக்குப் பின் படிக்கும்போது இங்கே சொல்லப்பட்டவை கோமாளித்தனமானதா அல்லது தீர்க்கதரிசனமானதா என்பது டிரம்பு நடந்துகொள்ளும் விதத்திலும் அவரைச் சரித்திரம் எப்படி விசாரணை செய்கிறது என்பதிலும் பொறுத்திருக்கிறது.

டொனால்ட் டிரம்ப்பின் வெற்றி அறிவிக்கும் முக்கியச் செய்தி அமெரிக்கத் தலைவர் பதவிக்கு முன் அனுபவம், அறிவு, மற்றும் தகுதிகள் போன்ற வற்றைத் தேவை இல்லை. பணமும், சொல்வாக்கும், வீறாப்பும் எளியவரைக் கேலி செய்யும் அடாவடி த்தனமும் முக்கியமாக ஊடங்களின் தலைப்புச் செய்திகளை வசியவக்கும் தன்மை இருந்து விட்டால்அமெரிக்கக் கனவை ஒரு வெள்ளை இனத்தவர் சாதித்துவிடலாம். ஈழப் பெற்றோரின் அவ்வையார் தன்மையான “பிள்ளையே கவனமாகப் படி” என்ற வார்த்தைகள் மோடி செல்லாது என்று அறிவித்த 500, 1000 ருபாய் நோட்டுகள் போல் இனி அதிக மதிப்பிருக்காது.

ஒரு ஆபிரிக்க அமெரிக்கரின் ஆட்சிக்குபின் வெள்ளையர் பெருபேரினவாதத்தை ஆதரிக்கும்

கே.கே.கேயின் ஆசீர்வாத்துடன் பதவிக்கு வருவது ஒபாமாவின் தேர்வு உருவாக்கியதாகச் சொல்லப்படும் பின் – இனஞ்சார்ந்த *(post racial)* சமூதாயம் வெறும் கற்பிதம் என்று தெரிகிறது. "மீண்டும் அமெரிக்காவை மகத்தான நாடாக்குவோம்" என்ற இவரின் தேர்தல் பிரசாரத்தில் பொதிந்துகிடக்கும் உப பிரதி: அமெரிக்காவை மறுபடியும் வெள்ளையர் கைக்குக் கொண்டுவருவதே.

டிரம்ப் எற்படுதிய நவீன புராணக்கதைகளில் ஒன்று இவர் தன்னை உழைக்கும் வர்க்கத்தினருடனும் ஹிலரிஜை தற்போதைய ஆதிக்கமிகைப்புடமையுடன் *(establishment)* பிரதிநிதித்துவப்படுத்தும் வேட்பாளராகவும், சித்தரித்தே. குடியேறிகள், அரசின் நல உதவிபெறுகிறவர்கள், பிரத்தியேக மான சலுகைகளை அனுபவிக்கும் சிறுபான்மையினர், கூட்டு நிறுவனங்கள் அமெரிக்காவுக்குப் பாதகமாகத் திணித்த ஒப்பந்தங்களுக்களுக்கு எதிரான கடினமாக வேலைசெய்யும் அமெரிக்க உழைப்பாளிகளைப் பாதுகாக்கும் நாட்டுப்பற்றுமிக்க வராக எதிர்ப்பு வேட்பாளராகவும், அவர்களில் ஒருவராகத் தன்னை டிரம்ப் அடையாளப்படுத்திக்கொண்டார். இது உண்மையல்ல. இவரும் ஆதிக்கமிகைப்புடமையைச் சேர்ந்தவர். துருப்பிடித்த பகுதி *(Rust belt)* என்று அழைக்கப்படும் ஊர்களிலிருக்கும் டிரம்பின் ஆதரவாளர்கள் இவர் நடத்தும் உண்டுறை விடுதியில் ஒரு நாள் தங்க இவர்களின் ஒரு மாதச் சம்பளம் போதாது. இந்தத் தொழிலாளர்களுக்கும் டிரம்புக்கும் இடையே காணப்படும் வர்க்க இடைவெளி தலைமன்னாரையும் ராமேஸ்வரத்தையும் பிரிக்கும் பாக்கு நீரிணையைவிட விரிவானது, அழமானது. இவர் அமைச்சரவை யில் நியமனமாகப்போகும் பெயர்களைப் பாருங்கள். எந்தச் சகதியை வடிகட்டவேண்டும் *(drain the swamp)* என்று சொன்னாறோ அதே வாஷிங்டன் என்ற சகதியில் இருந்து வந்தவர்கள்.

டிரம்ப் பற்றிய இன்னுமொரு புராணக்கதை வெள்ளை இன உழைப்பாளர் வர்க்கத்தின் கோபமே இவரின் வெற்றிக்காரணம் என்பது. புள்ளிவிபரங்களைச் சற்று ஊன்றிப்படித்தால் கிடைக்கும் செய்தி சற்று வேறானது. இது தொழிலாள வர்க்கம் கொதித்து எழும்பி நடத்திய புரட்சி அல்ல. ஆண்டுக்கு $250,000 மேலாகச் சம்பளம் வாங்குவர்களில் 48 விதத்தினரும் டிரம்புக்கு வாக்களித்திருக்கிறார்கள். அதே போல் வருடத்திகு $30,000 கீழ் ஊதியம் பெறுகிறவர்களில் 53 வீதம் ஹிலரி கிலிண்டனுக்குத் தங்கள் சம்மதத்தைத் தெரிவித்திருந்தார்கள். மற்றும் 49 வீத வெள்ளைப் பட்டாதாரிகள் வாக்கு டிரம்புச் சென்றிருக்கிறது. இந்தப் புள்ளிவிபரம் தரும் இன்னும் ஒரு

விநோதமான செய்தி. பெண்ணின வெறுப்பைத் தன் வாழ்நாள் சாதனையாக்கிய டிரம்பிக்கு வெள்ளைப் பெண்களில் 53 வீதம் அவருக்கே வாக்கைப்போட்டார்கள். வெள்ளையர்களின் சிறப்புரிமை, அந்த இனத்தின் தனிச்சலுகைகள் இந்த வெள்ளைப் பெண்களுக்கு முக்கியமாகப்பட்டது. பெண்ணிய உரிமைகள் அல்ல. கருக்கலைப்பு பற்றிய டிரம்பின் கல் தோன்றி மண் தோன்றாக் காலத்துப் பிற்போக்கான கருத்துகளைப் பற்றி இவர்கள் கவலைப்பட்டதாகத் தெரியவில்லை. மக்கள் கணிப்பியலில் ஆயிரம் ஆண்டுக் காலத்தினர் (millennial) என்று அழைக்கப்படும் இளம் வயதினர்களில் பெரும்பான்மையினர் டிரம்புக்கு எதிராக வாக்களித்தது இந்தப் புள்ளிவிபரம் தரும் ஆறுதலளிக்கக்கூடிய வாசிப்புகளில் ஒன்று.

டிரம்பின் சாதனைகளில் ஒன்று பின் – உண்மை அரசியலைப் (post-truth politics) பொதுச் சொல்லாடலில் புகுத்தியது. இந்த அரசியல் தகமையற்ற கூற்றின் ஆக்கியோன் டிரம்ப் இல்லை. ஆனால் இந்தக் கருத்தாடலைத் தீவிரப்படுத்தியவர்களில் இவரும் ஒருவர். உண்மைகள், சான்றுகள், உறுதிசெய்யக்கூடிய நிகழ்பாடுகள் ஒன்றுமே இப்போது முக்கியமல்ல. வாய்க்கு வந்தபடி சொல்லவேடியது அது உண்மையா பொய்யா என்ற கவலை இல்லை. ஹிலரி பொய்பேசுகிறவர், தார்மீகக் கோணலானவர் என்றார். இவைகளுக்கான ஆதாரங்கள் ஒன்றுமே தரவில்லை.

“செய்யுளில் பிரசாரம் செய்யுங்கள், வசன நடையில் ஆட்சியை நடத்துங்கள்” என்ற படிப்பதற்குப் புத்திசாலித்தனமான ஆனால் நடைமுறைக்கு ஒன்றுக்கும் உதவாத வசனங்களை நியூ யோர்க் ஆளுநர் Mario Cuomo சொன்னதாகக் கூறப்படுகிறது. டிரம்ப் தன்னுடைய பிரசாரத்தை வசையில்தான் நடத்தினார். டிரம்ப் ஒரு சமவாய்ப்பு வசவாளர். பெண்கள் முதல் வலுதளர்ந்தோர் வரை இழிவாகப் பேசினார். அவருடைய வசை மொழிக்கு முன் தமிழ் நாட்டு அரசியல்வாதிகள் திருவள்ளுவர் போல் தெரிகிறார்கள். இந்தக் கீழ்த்தரமான, கடுங்காரமான, பிறிதானவர்களக் (the other) குற்றம் சாட்டும் அரசியில் பிரசாரம் டிரம்பின் தனிக் குத்தகை அல்ல. இதற்கு முன்பும் அமெரிக்கத் தலைவர் தேர்தலில் காரசாரமான இன, மத வெறிப் பரப்புரை செய்யப்பட்டிருகிறது. அந்தப் பெருமை 1850 முதல் 1853 வரை குடியரசு அல்லது ஜனநாயக கட்சியைச் சேராத அமெரிக்கத் தலைவராயிருந்த Millard Fillmoreச் சேரும். இவர் அங்கம் வகித்த கட்சியின் பெயர் The Know-Nothing Party. இவர்கள் இன்றைய கே.கே.கே.யின் முன்னோடிகள் என்று வைத்துக்கொள்ளுங்கள். இவரின் கட்சியின் ஆதாரவாளர்கள் கிறிஸ்தவ சீர்திருத்தச் சபையைச் சேர்ந்தவர்கள். டிரம்பைப் போலவே இவர்கள்

குடியேறிகள் அமெரிக்க கலாச்சாரத்தைத் தீட்டுப்படுத்துகிறார்கள் என்ற விஷத்தைப் பரப்பினார்கள். டிரம்புக்கு முஸ்லிம்கள் போல் இருவர்களுக்குக் கத்தோலிக்கர். பாப்பாண்டவர் அமெரிக்காவை ஆட்கொண்டுவிடுவார் என்று பயம் இருந்தது. இன்று டிரம்ப்பின் சொல்லாடலில் காணப்படும் எல்ல அவதூறுகளும் இவர்களின் பிரசாரத்திலும் காணலாம். “எல்ல மனிதர்களும் சமனானவர்கள்” என்று எங்கள் அரசியல் சாசனம் கூறுகிறது. இவர்களுடைய பார்வையில் “எல்லா மனிதர்களும் சமனானவர்கள் ஆனால் கறுப்பர்கள், கத்தோலிக்கர்கள், அன்னியர்கள்” தவிர என்று ஆபிரகாம் லிங்கன் இவர்களின் மனப்போக்கை அங்கலாய்த்திருந்தார்.

இலக்கியத்தில் எதிர்காலம் பற்றித் தீர்க்கதரிசனமான எழுத்துக்கள் உண்டு. காப்கா நாஜிகள்களின் வாயுக் கூடங்கள் *(gas chambers)* பற்றி முன் எச்சரிகை செய்தார். *Orwell* அவருடைய *1984* இல் மக்கள் வாழ்வில் எங்கும் வியாபித்திருக்கிற சார்வாதிகார ஆட்சி எவ்வாறு ஒரு தனிமனிதனின் ஆளுமையையும், சுதந்திரத்தை ஒரு நாள் வன்முறையில் கட்டுப்பட்டுக்குக் கொண்டுவரும் என்று கற்பனை செய்தார். *Philip Roth* அவருடைய *Plot Against America*வில் யூத எதிர்ப்பாளர்கள் அமெரிக்க ஆட்சிக்கு வந்தால் எற்படும் விபரீதங்கள் புனை கதையாக எழுதினார். ஆனால் டிரம்பைப் போல் அதி தீவிரத் தனித்தன்னாட்சியாளர் ஒருவர் உருவாகலாம் என்று முன்னுணர்வுடன் சொன்ன நாவல் *Sinclair Lewis* வின் *It Can't Happen Here (1935)*. இந்த நாவலில் ஒரு வல்லாண்மையாளர் *(fascist)* அமெரிக்க ஆட்சியைக் கைப்பற்றினால் விளைவும் தாற்பரியங்களைக் கதையாகச் சொன்னார். அவர் கிட்டத் தட்ட எண்பது ஆண்டுகளுக்கு முன் நாவலில் பதிவு செய்தது இன்று நிறைவேறியிருக்கிறது. இந்த நாவலின் கதாநாயகன் வின்ரிப்புக்கும் டிரம்புக்கும் நிறைய ஒற்றுமைகள் உண்டு. இருவருமே ஆணவப்போக்கு டையவர்கள். இரண்டு பேருக்கும் மெக்சிக்கர்களே எதிரி. வின்ரிப்பு அந்த நாட்டு மீது போர் தொடுத்தார். டிரம்ப்பு அந்த வேலையை இன்னும் செயவில்லை. நாலாண்டுக் காலம் இருக்கிறது. இவர்கள் பார்வையில் பெண்கள் இருக்கவேண்டிய இடம் அடுப்படி. இந்த நாவல் பற்றி இன்னொரு இதழில் விரிவாக எழுதியிருக்கிறேன். இந்த நாவல் தரும் மறைமுகமான செய்தி: வல்லாண்மை அமெரிக்காவில் அமுலானால் அது அமெரிக்கத்தன்மையானது என்று அழைக்கப்படும் *When fascism comes to America, they will call it Americanism.*

டிரம்ப் அவருடைய பிரசாரத்தில் கூறிய மெக்சிக்கோ–அமெரிக்க எலையில் மதில் எழுப்புவேன், முஸ்லிம்கள்

அமெரிக்காவுக்கு வருவதைத் தடைசெய்வேன் என்ற அடாத வாக்குறுதியை நிறைவேற்றுவாரா என்று பதட்டத்துடன் இருப்பவர்கள் இரண்டு வார்த்தைகளை நினைவுபடுத்திக் கொள்ளுங்கள் – ஒபாமா மற்றது குந்தானமோ பே *(Guantanamo Bay)* ஆட்சிக்கு வந்த அடுத்த நாள் இந்தத் தடுப்புக் காவல் நிலையத்தை இழுத்து மூடுவேன் என்றார். எட்டு வருடங்கள் கழித்து இன்னும் கைதிகள் அங்கே இருக்கிறார்கள்.

மக்கள் தேசிய விருப்பு வாதம் உலகு எங்கும் காணப்படுகிறது. இன்றைய ஆட்சி நடத்தும் அரசியல் தலைவர்களைப் பார்க்கும் போது நம்பிக்கை தருவாக இல்லை. அமெரிக்காவில் டிரம்ப், துருக்கியில் *Tayyip Erdoğan* பிலிப்பின்ஸ் தீவுகளில் *Rodrigo Duterte* சேக் குடியரசில் *Miloš Zeman*, ஹாங்கேரியில் *Viktor Orban*. அதே போல் அய்ரோப்பாவில் ஆட்சியைப் பிடிக்கத் துடிக்கும் எதிர்க் கட்சிகளைப் பாருங்கள் அச்சம் இன்னும் அதிகமாகும். பிரான்சில் *Marine Le Pen*, ஒல்லாந்தில் *Geert Wilders* ஆஸ்ரியாவில் *Norbert Hofer*. இவர்கள் பரப்புரைக்கும் அதீத தேசியவாதம் தங்களுடைய நாடுகளுக்கெற்ற தன்மைகளைக் கொண்டிருந்தாலும் இந்தத் தலைவர்களை ஒன்றிணைக்கும் சாமச்சாரங்கள் உண்டு. குடியேறிகளைக் கட்டுப்படுத்தவேண்டும், அவர்கள் தூய தேசிய அடையாளத்தைக் கறைப்படுத்துகிறவர்கள்; இஸ்லாமியர்கள் பயங்கரவாதிகள், ஆகையினால் அவர்களைக் கண்காணிக்கவேண்டும்; உலகமயமாக்கல் தேசிய அரசுகளின் இறையாண்மை சிதைத்துவிடுகிறது, எனவே சுதந்திர சந்தையைக் கட்டுப்படுத்தவேண்டும். இவர்களின் ஒரே நோக்கம் அன்னியத் தீய சக்திகளிடமிருந்து பழைய வாழ்க்கை முறைகளைப் பாதுகாப்பதே. சமத்துவ சர்வ தேச, பன்முக ஒழுங்கினை உருவாக்குவதைவிடத் தத்தம் நாட்டுக் குடிமக்களின் தனிநிலைகளைப் பாதுகாப்பதில் அக்கறை காட்டுகிறார்கள். பிற நாடுகளிலிருந்து தொடர்பைத் துண்டித்து ஒரு ஒதுக்குநிலையை விரும்புகிறார்கள். எதிர் உலகமாயக்குதலுக்கு இவர்கள் தரும் விடை பொருளாதாரத் தேசியம்.

கடைசியாக, இதே போன்று தாராளவாதம் மங்கிப் போயிருந்த இருமையான நாஜி நாட்களில் *Bertolt Brecht* எழுதிய கவிதை நினைவுக்கு வருகிறது. அவரின் கவிதையை உரைநடையில் தந்திருக்கிறேன். இவை நல்லுணர்ச்சி தரும் வாக்கியங்கள் அல்ல. ஆனாலும் வாசித்துப் பாருங்கள்: இந்த இருண்ட நாட்களில் பாட்டுப் பாடலாமா? ஆம், பாடலாம். பாடல்கள் ஒலித்துக்கொண்டேயிருக்கும், இருண்ட நாட்கள் பற்றி.

***காலம்*, ஜனவரி 2017**

20

பயங்கரவாதம்: சுருக்கக் குறிப்புகள்

பயங்கரவாதம் ஒரு பண்புப் பெயர் அல்ல. நம் வாழ்வில் நாளாந்தம் அனுபவிக்கும் கொசுக் கடி, மின்சார வெட்டுபோல் உயிர்த்தோற்றமுள்ள ஒரு மெய்மை என்றுதான் ஏற்றுக்கொள்ள வேண்டும். நீங்கள் இதைப் படித்துக் கொண்டிருக்கும்போது ஏதாவதுஒருநகரின்தெருவிலோ அல்லதுசந்தையிலோ அரசியல், மத, கருத்தியல் காரணங்களுக்காகக் குண்டுகள் வெடித்துக் கொண்டிருக்கும்.

ஐந்து வார இடைவெளியில் இரண்டு பயங்கரவாதத் தாக்குதல்கள். ஒன்று அமெரிக்காவின் பொஸ்டன் நகரம். மற்றது ஐக்கிய ராச்சியத்தின் லண்டன். ஐக்கிய ராச்சியத் தெருக்களுக்குப் பயங்கரவாதம் 9/11க்குப் பிறகு வந்ததல்ல.இஸ்லாமிய குண்டுதாரிகளுக்கு முன்பு 70களிலும் 80களிலும் ஐரிஷ் விடுதலை இயக்கமான ஐ ஆர் ஏ கட்சி எண்ண மிகுதியாக வன்முறைத் தாக்குதல்களை நடத்தியிருக்கிறது. ஏன் சரித்திரத்தைக் கொஞ்சம் பின்னுக்கு நகர்த்தினால் சமய தீவிரவாதத்தின் தடயங்களை இங்கிலாந்திலும் காணலாம். கத்தோலிக்க சமய அனுதாபி Guy Fawkes ஜனநாயகத்தின் அன்னை என்று அழைக்கப்படும் ஆங்கிலப் பாராளுமன்றக் கட்டடத்திற்கே வெடிமருந்து வைத்திருந்தார். இது நவம்பர் மாதம்

ஐந்தாம் திகதி 1605இல் நடந்தது. எனவே பயங்கரவாதம் ஆங்கில வாழ்க்கைக்குப் புதிதல்ல.

நான் இங்கே சொல்லப்போகும் விஷயம் தீவிரவாதத்தின் சரித்திரம், தோற்றம், வளர்ச்சி பற்றி அல்ல. இந்த பொஸ்டன், லண்டன் பயங்கரவாதத் தாக்குதல் பற்றி ஆங்கில ஊடகங்களில் நடந்த கலந்தாய்வுகள் மற்றும் அவை எழுப்பிய கேள்விகள் பற்றித்தான்.

இந்த பொஸ்டன், லண்டன் தாக்குதல்கள் நடந்தபோது ஊடகத்தில் மிகவும் பம்பலாகப் பேசப்பட்ட விஷயம் மேற்குக் கலாச்சாரத்தில் வளர்ந்து அத்துடன் அன்னியோன்னியமான இவர்களால் எப்படி இந்த மாதிரியான தீவினையான காரியத்தைச் சாதிக்க முடிந்தது? பாஸ்டனில் குண்டு வைத்த Tsarnaev சகோதரர்களுடைய பெற்றோர். சேச்சினிய நாட்டிலிருந்து அமெரிக்கா வந்த குடியேறிகள். தற்போது அமெரிக்கக் கடவுச் சீட்டு வைத்திருப்பவர்கள். அதுபோல் லண்டனில் ஒரு ராணுவத்தினரை வெட்டிக் கொலை செய்த Michael Adebowale–வும் Michael Adebolajo–வும் நைஜீரியாவைச் சேர்ந்தவர்கள். ஆனால் உள்ளூர் ஆங்கில உச்சரிப்புடன் தாங்கள் சாதித்த செய்கைகள் சரியானவை என்று நியாயப்படுத்தியதை அவர்கள் தொலைக்காட்சி அலைவரிசைகளுக்குக் கொடுத்த தகவல் அளிப்பில் பார்த்திருக்கலாம். நவீன உலகுடன் தொடர்புடையவர்கள், ஜனநாயகப் பண்புகள் தெரிந்தவர்கள் எப்படி இந்தச் செயலில் ஈடுபட்டார்கள் என்ற வாதத்தில் வெள்ளையர்களின் இன இறுமாப்புத் தெரிகிறது. சேக்ஸ்பியரின் நாடகங்களில் மெய்மறந்தவர்களும் மொசாட்டின் இசையில் நெகிழ்ந்து போகிறவர்களும் செய்யும் காரியமல்ல இது என்பது வெள்ளைப் பேரினவாதிகளின் கருத்து. இந்தக் கூறுதலுக்குப் பின்னால் புதைந்திருக்கும் மறைபொருள் உள்நோக்கம் அமெரிக்க, அய்ரோப்பியக் கலாச்சாரம் பண்புள்ளது, தூய்மைகேடற்றது, தாராளமானது. ஆகையால் இந்த மாதிரி யான நச்சுத்தன்மை யுடைய தீய செயல்கள் இங்கு உருவாக வாய்ப்பில்லை. இவை பிறர்களுக்கு உரியவை. அய்ரோப்பியக் கலாச்சாரத்திற்கு அப்பாற்பட்டவை. புத்தொளி இயக்கத்தின் பிறப்பிடம் மேற்கு. ஆகையால் காட்டுமிராண்டிச் செய்கைகள் இங்கே உற்பத்தியாகச் சாத்தியங்கள் இல்லை. ஆனால் ஊடகவியலாளர்களாலும் வலதுசாரி அறிவுஜீவிகளாலும் மறைக்கப்பட்ட, மறந்துபோன சம்பவம் இதே மேற்குக் கலாச்சாரந்தான் ஹிட்லரின் நாசிசத்தையும், முசோலினியின் பாசிசத்தையும் உருவாக்கியது. வெள்ளையர் முன்னேற்றத்திற்கான

Ku Klux Klan அமைப்பு அமெரிக்காவில்தான் நிறுவப்பட்டது. *1995*இல் ஒக்லகோமா குண்டு வெடிப்பை நடத்திய தீமத்தி மக்வேயைத் தாராளவாத அமெரிக்காதான் உருவாக்கியது. இப்படியே இந்தப் பட்டியலை நீட்டிக்கொண்டே போகலாம்.

தீவிரவாதிகள் என்றால் கையில் தடல்புடலான தளவாடங் களும் ஆவேசமான ஆயுதங்களும் இருக்கும் என்ற எண்ணத்தை பொஸ்டன், லண்டன் சம்பவங்கள் மாற்றியிருக்கின்றன. ஒரு நாட்டையும் அந்த நாட்டு மக்களையும் அச்சங்கொள்ளச் செய்ய, அவர்களின் அமைதியைக் குலைக்க பீரங்கிகளும், கவசப் பாதுகாப்புடைய வாகனங்களும் இப்போது தேவை யில்லை. சமையல் அறைச் சாதனங்களே போதும்போல் தெரிகிறது. பொஸ்டன், லண்டன் குண்டுதாரிகள் தாக்குதலுக்கு உபயோகித்தது உயர் தொழில் நுட்பச் சாதனங்களை அல்ல. சாதாரணமாக நாள்தோறும் நம்முடைய வீடுகளில் புழக்கத்திலிருக்கும் சாப்பாட்டுப் பாத்திரங்களைத்தாம். பொஸ்டனில் தினமும் சமையலுக்குப் பாவிக்கும் அழுத்த சூட்டடுப்பு *(pressure cooker)*. லண்டன் தீவிரவாதிகள் உபயோகித்தது ஒவ்வொரு நாளும் அடுக்களையில் மாமிசமும் மரக்கறியும் வெட்டும் கத்தி. பழையமாதிரியான போர்த்திறச் செயல்பாடுகளிலிருந்து மாறி புதுவகைத் தாக்குதல்களை நடத்த வெகுஜன அழிப்பு ஆயுதங்களுமாக இப்போது சமையல் பாத்திரமும் குசினிக் கத்தியும் மறு உருவாக்கம் பெற்றிருக்கின்றன. நமது அடுப்படிப் பாத்திரங்கள் அழிக்க மட்டுமல்ல, அபாயத்திலிருந்து மீட்கும் ஆக்கப்பூர்வமான கருவிகளாகவும் இருக்கின்றன. விஸ்வரூபம் படத்தில் தீவிரவாதிகளின் தாக்குதலிலிருந்து அமெரிக்காவைக் காப்பாற்றியது உன்னதத் தொழில் நுட்பக் கருவிகள் அல்ல. நாம் தினமும் தக்காளிச் சாதத்தை உஷ்ணப்படுத்தப் பாவிக்கும் நுண்ணலை அடுப்புதான் *(microwave)*. பயங்கரவாதிகளின் ஆயுதங்களும் நடைமுறைக் காரியங்களுக்குச் சாதாரணமாக உபயோகிக்கும் கருவிகளாக உருமாறி இருக்கின்றன.

தகவல் தொடர்பு சாதனங்களில் பேசப்பட்ட இன்னுமொரு விஷயம் மக்கள் புழங்கும் பொதுவெளியில் தாறுமாறான தாக்குதல்களை நடத்தும் இந்தத் தீவிரவாதிகள் பயந்தாங்கொள்ளிகள், இவர்களுக்குத் தைரியமில்லை, பிரச்சினைக்குச் சம்பந்தமில்லாத அப்பாவி மக்களுக்குக் கடும் துயர் விளைவிக்கிறார்கள் என்பது. நல்லவேளையாக லண்டன் வன்முறை ஒரு மரணத்தில் முடிந்தது. ஆனால் பொஸ்டன் தாக்குதலில் மூன்று பேர்கள் மரணமடைந்திருக்கிறார்கள்.

நூற்றுக்கும் மேற்பட்டவர்கள் காயப்பட்டிருக்கிறார்கள். மக்கள் பொதுவெளியிடங்களான சந்தைகள், இருப்புப்பாதை நிலையங்களில் தாக்கப்படுவது தைரியமில்லாதவர்களின் செயலாகக் கருதப்படுகிறது. ஆனால் ஓட்டுநர் இல்லாத அமெரிக்க வான்கல குண்டுவீச்சால் *(drone attacks)* அப்பாவி பாகிஸ்தானிகள், ஆவ்கான்கள் உயிர் இழப்புகள் பற்றியோ அவர்களின் அங்கங்கள் ஊனமடைவது பற்றியோ கரிசினைப்படுவதில்லை. இந்த விவாதத்தைக் கேட்டபோது *The Battle of Algiers* என்ற திரைப்படத்தில் வரும் ஒரு காட்சி நினைவுக்கு வந்தது. 1966இல் வெளிவந்த அல்ஜிரீய விடுதலையை ஆவணப்படுத்தும் படம் இது. அல்ஜிரீயர்கள் தங்கள் நாட்டில் வந்து குடியேறி ஆட்சி நடத்தும் பிரான்சு நாட்டவர்களிடமிருந்து விடுதலை பெறப் போராட்டத்தில் ஈடுபடுகிறார்கள். ஆனால் பிரான்சின் நவீன, அசுரத்தனமான படைபலத்திற்கு முன்னால் அல்ஜிரீயர்களால் ஈடுகொடுக்க முடியவில்லை. ஆகையால் மரபுசாராப் போர்முறையில் நேர்ச் சண்டையைத் தவிர்த்துப் பொதுமக்கள் கூடும் இடங்களைக் குறிவைக்கிறார்கள். கடைத்தெருவுகளில் கூடைகளில் வைக்கப்பட்ட குண்டு வெடிப்புகளால் சாதாரண மக்கள் மரணமடைகிறார்கள். அதைவிடப் பொது மனநிலையில் கடுந்தளர்வும் அச்சமும் ஏற்படுகிறது. ஊடகவியலர் ஒருவர் அல்ஜிரீய விடுதலைப் போராளியிடம் ஒரு கேள்வி கேட்பார்: "பெண்கள் தூக்கித் திரியும் கைப்பைகளில் வெடிகுண்டு வைக்கிறீர்கள். எத்தனையோ குற்றமற்ற மக்கள் இறந்து போகிறார்கள். இது கோழைத்தனம் இல்லையா?" அதற்கு *M. Ben M'Hidi* என்ற அல்ஜிரீயப் போராளி சொல்லுவான்: "ஒன்றுமே அறிந்திராத எங்கள் கிராமத்து மக்கள்மீது நச்சுக்குண்டுகள் வீசப்பட்டபோது நீங்கள் எங்கே இருந்தீர்கள்? உங்களுடைய ஆகாச விமானம் எங்களிடம் இருந்தால் எங்களுடைய வேலை மிக இலகுவாயிருக்கும். உங்களுடைய குண்டு வீச்சு விமானங்களை எங்களுக்குத் தாருங்கள். எங்களுடைய கூடைகளை நீங்கள் எடுத்துக்கொள்ளலாம்." ஆக்கிரமிப்பாளர்களுக்கும் போராளிகளுக்கும் யுத்தத் தளபாடங்களில் சமமின்மை இருக்கும்போது வலுவற்றவர்கள் வலுகுறைந்த ஆயுதங்களால் தங்கள் குறிக்கோள்களைச் சாதிக்க முயல்வர்.

சூடாக்கு *(Sudoku)* போல் பயங்கரவாதத்தை எப்போதுமே எளிதாக விளங்கிக் கொள்ளமுடிவதில்லை. பயங்கரவாதம் ஒரு செயல்பாட்டு முறை என்பதைவிட ஒரு கருத்துக் கோணம், மனநிலை நிலைப்பாடு என்று எடுத்துக்கொள்வதுதான் சரியெனப்படுகிறது. ஆனால் பயங்கரவாதம் பற்றிய விவாதங்களில் வலதுசாரி விமர்சகர்கள் இச்செய்கைகளைக்

குற்றவியல் நடவடிக்கையாகப் பார்க்கிறார்கள். அவர்களுக்கு இது சட்டம் – ஒழுக்கம் பற்றிய பிரச்சினையாகப்படுகிறது. ஆனால் பயங்கரவாதத்தை மிக நுணுக்கமாக ஆராய்ந்த ராபர்ட் பேப் எழுதிய *Dying to Win: The Strategic Logic of Suicide Terrorism* இந்த வலதுசாரி கதைக்கூற்றுக்குச் சற்று வேறானது. பேப்பின் இந்த நூலைப் பற்றி ஏற்கனவே காலச்சுவடில் எழுதியிருக்கிறேன். ஹிஸ்சபூல்லா, ஹாமாஸ் முதல் மதச்சார்பற்ற தீவிரவாதிகளைப் பற்றி ஆராய்ச்சி செய்த பேப்பின் முடிவு பயங்கரவாதத்திற்கு மூல காரணம் மதமோ வேறு சமூக, பொருளாதார விளைவுகளோ அல்ல. அன்னிய நாட்டின் மீதான ஆக்கிரமிப்பே. பிற நாடுகளுடன் சண்டைக்குப் போவதும், அந்த நாடுகளை வலிமையால் கீழ்ப்படுத்த முயற்சிக்கும் மேற்கு நாடுகளின் அயல்நாட்டுக் கொள்கைதான் பயங்கரவாதச் செயல்களைத் தூண்டிவிடுகிறது என்பது பேப்பின் கண்டுபிடிப்பு. வலதுசாரி அரசியல் விமர்சகர்களும் அரசியல்வாதிகளும் பேப்பின் தெரியப்படுத்துதலை ஏற்றுக்கொள்வதில்லை. லண்டன் பயங்கரவாதிகளின் விவர அறிக்கைகளைச் சும்மா மெலிதாக வாசித்தால்கூட பேப்பின் ஆராய்ச்சியுடன் ஒத்துப்போவது தெரியவரும். இரு லண்டன் குண்டுதாரிகளும் சொன்னது: ‘எங்கள் நாட்டை நீங்கள் ஆக்கிரமித்திருக்கிறீர்கள். எங்கள் நாடுகளைவிட்டு நீங்கள் வெளியேறும் வரை உங்களுக்கு ஆக்கினை தந்துகொண்டே இருப்போம் . . .’

பயங்கரவாதத்தைப் பற்றிய இலக்கியங்களில் தீர்க்கதரிசன மான நாவல் யோசப் கொன்ராடின் *The Secret Agent*. கொன்ராடின் இலக்கியத் தரம் பற்றி பின் காலனிய வாசகர்களிடையே இரண்டு விதமான அபிப்பிராயம் உண்டு. ஆனால் இந்த நாவல் பயங்கரவாதம் விளைவிக்கும் தாத்பரியங்கள் பற்றி முன்னுணர்வுடன் எழுதப்பட்டுள்ளது. அராசகம், வேவுபார்த்தல், பயங்கரவாதம் பற்றிப் பரிசீலிக்கும் இந்நாவல் 1907இல் வெளி வந்தது. இது தீவிரவாதத்தின் பிரதி மட்டுமல்ல தீவிரவாதத்தைப் பற்றிய பிரதி என்று ஒரு விமர்சகர் கூறியிருக்கிறார். கதை பத்தொன்பதாம் நூற்றாண்டின் இறுதி நாட்களில் லண்டனில் நடக்கிறது. உயர் மாடிக் கட்டடங்களைத் தூளாக்குவது அல் கைதாவின் பிரத்தியேகக் கண்டுபிடிப்பல்ல. கொன்ராடின் நாவலில் கிரீன்விச் வானிலை ஆய்வுக்கூடம் குறிவைக்கப்படுகிறது. தீவிரவாதத்தைப் பற்றி இந்த நாவல் பேசுவதால் இரட்டைக் கோபுரத் தாக்குதலுக்குப் பின் அமெரிக்க ஊடகத்தில் அதிகம் சுட்டுரைக்கப்பட்ட மூன்று இலக்கியங்களில் இந்த நாவலும் ஒன்று.நாவலின் கதைச்சுருக்கத்தைத் தருவதைவிட கொன்ராட் தரும் மூன்று முன்கணிப்பான செய்திகள் எனக்கு முக்கியமாகப்படுகிறது.

ஒன்று பயங்கரவாதிகளின் நோக்கம் கொலை செய்வதைவிட மக்களைப் பயமூட்டுவதே. அவர்களை நிலைகுலைய வைப்பதே. இரண்டாவது, பயங்கரவாதம் ஏற்படுத்தும் அச்சுறுத்தலால் காவல் துறையினர் கட்டாயப்படுத்தப்பட்டுப் பொதுமக்களின் ஆதரவுடன் பகல் வெளிச்சத்தில் பயங்கரவாதிகளைச் சுட்டுக்கொல்வார்கள். இதுதான் பயங்கரவாதத்திற்குக் கிடைக்கும் பெரும் வெற்றி. கொன்ராடின் இரகசிய ஒற்றனின் கூற்றுப்படி காவல் துறையினரும் பயங்கர வாதிகளும் ஒரே கூடையிலிருந்து வந்தவர்கள். மூன்றாவது பழைய அறநெறிகள் சிதைவுறும். பழைய அறநெறிகள் என்று கொன்ராட் சொன்னது தனிமனித உரிமைகள் பற்றிய உத்தரவாதங்கள், தாராள மனப்பான்மை, சகிப்புத்தன்மை. இதை இன்னும் விரிவுபடுத்தினால் பயங்கரவாதம் ஏற்படுத்தும் விளைவு ஒரு ஜனநாயகச் சமூகம் தேசியப் பாதுகாப்பு என்ற சாக்கில் தனது ஒழுங்கமைவுக்கு மையமான ஒழுங்குநெறி விழுமியங்களைப் பணயம் வைக்கவேண்டி வரும்.

நான் நினைவுபடுத்தத் தேவையில்லை. கொன்ராட் நாவலில் கற்பனையில் எழுந்த செய்தி நம் கண்முன்னாலேயே நடந்திருக் கிறது. பொஸ்டன் நகரமும் அந்த மக்களும் குண்டுதாரிகள் கண்டுபிடிக்கும்வரை நிலைகுலைந்ததைத் தொலைக்காட்சிகளில் பார்த்தோம். இரகசிய ஒற்றன் கூறியபடி மக்களின் ஆதரவோடு குண்டுதாரிகள் பொதுவெளியில் சுடப்பட்டார்கள். இப்போது பாதுகாப்பைக் காரணமாகக் கொண்டு தனிமனித உரிமைகள்கூட படிப்படியாக அரிக்கப்படுகின்றன. இக்கட்டுரையைக் கணினியில் ஏற்றிக் கொண்டிருக்கும்போது அமெரிக்க தேசியப் பாதுகாப்பு செயற்பாட்டு நிலையம் லட்சக்கணக்கான மக்களின் தொலைபேசி உரையாடல்கள், இணையவலை தரவுகளைத் திரட்டியிருக்கிறது என்ற செய்தி வந்து கொண்டிருக்கிறது. சமூக வலைத் தளங்களான முகநூல், கூகுள், யாகூ, அமெரிக்க உளவுத் துறைக்குத் தகவல் களைக் கொடுத்ததாகத் தெரிகிறது. பயங்கரவாதத்தின் நோக்கமே ஒரு நாட்டின் அரசையும் அதன் மக்களையும் குழப்ப மடையச் செய்வதும் பயமுறுத்துவதும் ஆகும். முக்கியமாகத் தனி மனித சுதந்திரங்கள் சீர்குலைய வேண்டும். ஒவ்வொரு முறையும் நீங்கள் விமான நிலையத்தில் உங்கள் காலணிகளை அல்லது இடுப்பு வாரைக் கழட்டும்போது பயங்கரவாதம் வென்றுவிட்டது என்று நினைத்துக்கொள்ளுங்கள்.

கடைசியாகப் பயங்கரவாதத்திற்கும் அரசுகள் நடத்தும் எதிர்பயங்கரவாதத்திற்கும் சரியான எல்லை இல்லை. தன்னுடைய படைபலத்தைக்கொண்டு படுகொலைகள், பழிவாங்குதல் போன்ற பயங்கரவாகச் செயல்களில் அரசும் ஈடுபடுகிறது. தேசியப் பாதுகாப்பு, நாட்டின் கௌரவம் என்ற பெயரால்

அரசு நடத்தும் எதிர்த்தாக்குதல், பழிச்செயல்கள், அரசுக்கும் பயங்கரவாதிகளுக்குமான வித்தியாசங்களை அழித்து விடுகின்றன. கொன்ராட் சொன்னதுபோல் இருவருமே ஒரு கூடையில் இருந்து வந்தவர்கள்போல் தெரிகிறது. எனக்கு ஜார்ஜ் ஓர்வெலின் விலங்குப் பண்ணையில் வரும் கடைசிவரிகள் நினைவுக்கு வருகின்றன. இந்த வரிகளை ஏற்கனவே பழைய பத்தி ஒன்றில் எழுதியிருக்கிறேன். இங்கே சொல்ல வந்த விஷயத்திற்குப் பொருத்தமாக இருப்பதால் மறுபடியும் மேற்கோள் காட்டி இந்தக் கட்டுரையை முடிவுக்குக் கொண்டுவருகிறேன். 'வெளியில் இருந்த விலங்குகள் பன்றியின் முகத்தைப் பார்த்துவிட்டு மனிதனின் முகத்தைப் பார்த்தன. மறுபடியும் மனிதனின் முகத்திலிருந்தது பன்றியின் முகத்தைப் பார்த்தன. திரும்பவும் பன்றியின் முகத்திலிருந்து மனிதனின் முகம். உண்மையில், எது எதனுடைய முகம் என்று சொல்லமுடியவில்லை.'

***காலச்சுவடு* இதழ் 163, ஜூலை 2013**

21

புனிதப் போராளிகள்

முதலில் ஒரு திருத்தம். ஏளன ஓவியப் பத்திரிகை சார்லி எப்டோ முதல் பெருமாள் முருகன்வரை நடந்த சமீபத்தியக் கருத்துச் சுதந்திரச் சர்ச்சைகளில் தாராளவாதிகளால் அடிக்கடி பிரான்சின் ஞானபாரகன், சிந்தனையாளர் வால்டையருடைய ஒரு வாசகம் திரும்பத் திரும்பச் சொல்லப்பட்டது. அந்த வாக்கியம்: "நீ சொல்வதை நான் ஒத்துக்கொள்ளமாட்டேன். ஆனால் நீ அதைச் சொல்வதற்கு என் உயிரையும் கொடுப்பேன்". இது உண்மையில் அவர் சொல்ல வில்லை. இந்த வசனத்தின் சொந்தக்காரர் The Friends of Voltaire (1906) என்னும் அவருடைய வாழ்க்கை வரலாற்றை எழுதிய Evelyn Beatrice Hall (சொந்தப் பெயர் S.G. Tallentyre). வால்டையரின் எண்ணத்தைப் பிரதிபலிப்பதாக இந்த வசனத்தை அந்த நூலில் புகுத்தியிருந்தார். அதுவே வால்டையர் சொன்னதாகப் பொதுப்புழக்கத்தில் வந்துவிட்டது. உயிர்ப்பூட்டக்கூடிய – ஆனால் அதிகம் கவனம் பெறாத – வால்டையரின் இன்னுமொரு வாக்கியம் உண்டு. வேறொரு தத்துவஞானியின் நூலைத் தடைசெய்தபோது அவர் கூறியது, 'ஒரு முட்டைப் பொரியலுக்கா இவ்வளவு பரபரப்பு?'. ஒரு சகபடைப்பாளியின் எழுத்துக்கு ஏளனமான, இரண்டகமான, நுண்ணிய முகப்புகழ்ச்சிக்கு இது ஏகாந்தமான எடுத்துக்காட்டு.

இப்படிப் பிரபலங்கள் சொன்னதாகக் கூறப்பட்ட தவறான எடுத்துரைகள் நிறைய உண்டு.

அவற்றில் ஒன்றைக் கூறிவிடுகிறேன், சீர்திருத்தச் சமயத்திற்கு வித்திட்ட மார்டின் லூதர் கூறியதாகச் சொல்லப்படும் *"Here I stand; I can do no other"* என்னும் வாக்கியத்தை அவர் சொல்ல வில்லை. அது அவருடைய உரைகளைத் தொகுத்த *Georg Rörer* எழுதிய வசனம்.

வால்டையரின் அசல் பெயர்*Francois-Marie Arouet de Voltaire (1694-1778)*. வால்டையர் அப்படி ஒன்றும் பரந்த கொள்கையுடையவர் அல்லர். அவர் வாழ்ந்த காலச் சூழ்நிலை யின் எண்ணங்களுடன் ஒத்துப்போன மனிதர். கறுப்பர்களின் அடிமைத்தனத்தை ஆதரித்தார். இன்று சார்லி எப்டோ நகைப்படச் சித்திரக்காரர்கள் வெளிப்படுத்திய இஸ்லாமிய வெறுப்புக்கோளாறுகளின் ஒத்திசைவுகளை அவரது எழுத்துக்கள் அன்றே பதிவுசெய்தன. இறைத்தூதர் முகமதை 'மேதகு போலி ஆசாமி' என்றார். திருக்குர்ஆன் உணர்ச்சிக் கொந்தளிப்பான, இணைப்பு அற்ற, வரிசைப்படுத்தப்படாத நூல் என்றார். இந்துத்துவவாதிகளின் உள்ளத்தைக் குளிரவைக்க இவர் சொன்னது: "இந்து சாஸ்திரங்கள் மேற்கு நாட்டினருக்குக் கிழக்கு தந்த தானம்." வால்டையர் பற்றி வீணான ஒரு தகவலையும் தருகிறேன். அவர் காய்கறி உணவாளர்.

சார்லி எப்டோ புரளி ஏற்படுத்திய அதே வாரம் *'American Sniper'* திரைப்படம் வெளியானது. முதலாவதில் பிரான்சின் கருத்துப்படச் சித்திரக்காரர்கள் இஸ்லாமியர்களைக் கேலிசெய்தார்கள்; மற்றதில் அமெரிக்க ஹாலிவுட்காரர்கள் இஸ்லாமியர்களைச் சுடுகிறார்கள். ஈராக்கில் அமெரிக்க ராணுவத்துடன் இணைந்திருந்த *Chris Kyle* தனது அனுபவம்பற்றி எழுதிய நூலுக்கு *Clint Eastwood* கொடுத்த சினிமா வடிவம் இந்தத் திரைப்படம். ஈஸ்ட்வுட்டின் கதைசொல்லலில் ரசிகர் களுக்கு உணர்ச்சியூட்ட முஸ்தபா என்னும் பாத்திரம் கையிலின் முக்கிய எதிராளாக வருகிறான். ஆனால் கையிலின் நூலில் ஒரு பத்திதான் இவனுக்கு ஒதுக்கப்பட்டது. முஸ்லிம்களைக் குறிப்பிடக் கையில் உபயோகித்த வார்த்தைகள்: "அநாகரிகள். சீ, என்ன வெறுக்கத்தக்கவர்கள்." இந்த நூலில் அவர் எழுதிய இன்னுமொரு வரி: "16க்கும் 65 வயதிற்குமிடையான இஸ்லாமிய ஆண்களைப் பார்த்தால் சுட்டுவிடுங்கள்." இந்த வரிகளை வடக்கு கரலீனாவைச் சேர்ந்த *Craig Hicks* வாசித்தாரா என்று தெரியாது. ஆனால் முஸ்லிம்கள் தன்னுடைய கருத்துகளுக்கு நேர்முக அவமதிப்பு என மூன்று இஸ்லாமிய மாணவர்களை அண்மையில் சுட்டுத்தள்ளியிருக்கிறார்.

ஒருவிதத்தில் பார்க்கப்போனால், புண்படுத்துவதே தங்களின் தலையான மனித உரிமை எனக் கூறும் சார்லி எப்டோ கேலிச்

சித்திரக்காரர்களும் குடும்பம், நாடு, கடவுள் என்று அமெரிக்க வலதுசாரி விழுமியங்களைத் தூக்கிப் பிடிக்கும் கிறிஸ் கைலும், 12 கருத்துப்பட வரையாளர்களைச் சுட்டுக்கொன்ற அந்த இரண்டு *Kouachi* சகோதரர்களும் *Amédy Coulibaly*யும் புனிதப்போராளிகளே. இவர்கள் ஒவ்வொருவரும் இறுக்கமான கொள்கைகள் உடையவர்கள்; விட்டுக்கொடுக்கும் தன்மை இல்லாதவர்கள். ஒன்று மட்டும் தெளிவாகிறது. ஒருவரின் அடிப்படைக் கொள்கை மற்றவருக்குத் தெய்வதூஷணம்.

சார்லி எப்டோவின் நகைச்சுவையை விட மிகவும் அதிகச் சிரிப்பை ஏற்படுத்திய சம்பவம் சில உலகத் தலைவர்கள் கருத்துச் சுதந்திரத்திற்கு ஆதரவு தருவதாக ஒருவருடன் ஒருவர் கைகோத்துப் பாரீஸில் நடத்திய ஊர்வலம். கருத்துச் சுதந்திரத்துக்காக ஒன்று சேர்ந்திருப்பதாகச் சொன்னார்கள். இஸ்ரேல், இங்கிலாந்து, சவுதி அரேபியத் தலைவர்களைப் பார்த்தபோது அவர்களின் வெளிப்புறமான அரசியல் தோரணைக்கும் (*posture*) அவர்களின் நடைமுறைச் செய்கை களுக்கும் பெரும் வித்தியாசம் உண்டு. ஆனால் இந்த அரசியல் தலைவர்களின் ஆட்சி முறைகளின் தணிக்கை நெறிமுறைக் கண்காணிப்புகளைப் பார்க்கும்போது இவர்களின் ஈரிணை அளவிடுமுறைமை (*double standards*) தெரியவரும். இஸ்ரேலின் அணுக்கரு இரகசியங்களை வெளியிட்ட *Mordechai Vanunu* 18 ஆண்டுகளாக இன்னும் சிறையில் இருக்கிறார். ஆட்சியின் குறைகளை எடுத்துக்காட்டிய சவுதியைச் சேர்ந்த *Raif Badawi*க்கு விதிக்கப்பட்ட 1000 கசையடிகளில் 50 அடிகள் அந்த வாரந்தான் கொடுக்கப்பட்டிருந்தது. ஸ்னோடன் அம்பலப்படுத்திய அமெரிக்கத் தேசியப் பாதுகாப்புச் செயலாண்மையகம் (*NSA*) உளவுபார்த்ததை *தி கார்டியன்* பத்திரிகை பிரசுரித்தபோது, அவை பதிவுசெய்யப்பட்டிருந்த கணினி வன்தட்டுகளை நொறுக்கி உடைக்க ரகசியக் காவல் துறையினரைக் கமரன் அந்தத் தின இதழ் காரியாலயத்திற்கு அனுப்பினார். எவரையும் புண்படுத்து வதைத் தமது உரிமை என்று சொல்லும் பிரான்சுகூடக் கொஞ்ச நாளைக்கு முன்னம் *Monsieur R* (இயற்பெயர் *Richard Makela*) என்ற ராப் பாடகர் (*rapper*) 'பிரான்சு இழிமகள்' '*Napoleon Charles de Gaulle* மீது மூத்திரம் அடிப்பேன்' என்ற வரிகளைத் தன் பாடலில் சேர்த்தபோது பிரான்சு அரசு அவர்மீது வழக்கு தொடர்ந்தது. வருத்தமுண்டாக்குவது நம்முடைய முதன்மையான பண்புக்கூறு என்று சொல்லும் சார்லி எப்டோ கேலிப்படப் பத்திரிகைகூட இந்த உன்னதக் கோட்பாடுகளை முழுமையாகக் கடைப்பிடித்த தில்லை. அதே பத்திரிகையில் 20 வருடங்களாக அரசியல் கேலிச் சித்திரம் வரைந்த 80 வயது *Maurice Sinet*, 2008ஆம் ஆண்டு முன்னாள்

பிரான்சுத் தலைவர் சாக்கோசியின் மகன்பற்றித் தீட்டிய படம் செமிட்டிக் இனம் சார்ந்தவர்களுக்கு எதிரானது *(anti-semitic)* என்று அவர் வேலையிலிருந்து நீக்கப்பட்டார். ஏன் இந்த சார்லி எப்டோகூட ஒரு தணிக்கை விவகாரத்தால் உருவானதுதான். அந்த வாராந்திரப் பத்திரிகையின் முன்னோடி *Hara Kiri* என்னும் இதழ். 1970இல் பிரான்சு தலைவர் சார்ல்ஸ் டி கால் இறந்தபோது, அவரது மரணத்தை அவமதித்து எழுதிய துடுக்குத்தனத்திற்காக அந்த வார வெளியீட்டை அரசு தடைசெய்தது. ஆனால் ஒரே வாரத்தில் அது மறு அவதாரம் எடுத்தது. அதுமட்டுமல்ல பிரான்சு தலைவரின் பெயரையும் தலைப்பில் இணைத்துக் கொண்டது. விளைவு, விற்பனை மூன்று மடங்காகியது.

இஸ்லாம் பற்றிய தளராத பழிப்புரையும் கண்டன அரசியலும் ஊடகங்கள், திரைப்படங்களில் மட்டுமல்ல இலக்கியத்திலும் தொடர்கின்றன. பிரெஞ்சுக் கதாசிரியர் *Michel Houellebecq's* புதிய நாவல் *Soumission* சமீபத்திய உதாரணம். இந்த நூல் பிரான்சு, இஸ்லாமியத் தோழமைச் சங்கத்தால் எதிர்காலத்தில் ஆளப்படுவதாகச் சித்திரிக்கிறது. கதை 2022இல் நடப்பதாகச் சொல்லப்படுகிறது. பிரான்சின் கடும் இனவாதக் கட்சி *(Front National)* தேர்தலில் தோற்றுப்போகிறது. புதிய இஸ்லாமியக் கட்சியின் தலைவரான *Mohammed Ben Abbes* ஆட்சியாளராகிறார். பெண்களுக்கு முக்காடு போடப்படுகிறது. பள்ளிக்கூடங்களில் இஸ்லாமியப் பாடத்திட்டம் புகுத்தப்படுகிறது. சார்லி எப்டோ அலுவலகம் தாக்கப்பட்ட அதேதினம் இந்தப் புத்தகமும் வெளியானது. *Houellebecq* விஷமம் நிறைந்த குறும்புக்காரர். 2002இல் இஸ்லாம் மகாமந்தமான மதம் என்று சொன்னதால் நீதிமன்றத்திற்கு அழைக்கப்பட்டார்.

இன்றைக்கு ஏதாவது ஒரு சமயத்தவர், சாதியினர், இனத்தினர் எழுத்துகள், திரைப்படங்கள், ஓவியங்கள் தங்களைப் புண்படுத்தியதாகக் குறை தெரிவிக்கிறார்கள். போராட்டங்களில் ஈடுபடுகிறார்கள், வன்மச் செயல்களைத் தூண்டிவிடுகிறார்கள். சமீபத்தில் *தி கார்டியன்* பத்திரிகை ஐக்கிய ராச்சியப் பல்கலைக்கழகங்கள் எந்தெந்த எதிர்க் கருத்துப் பேச்சாளர்களுக்குத் தடைவிதித்தன என்று நீண்ட பட்டியலையே வெளியிட்டிருந்தது. இவ்வாறு பேச மறுக்கப் பட்டவர்களில் ஒருவர் பெண் இயல்புகளை வற்புறுத்திய, பலரறிந்த *Germaine Greer*. இவர் மூன்றாம் பாலினத்தினர் பெண்கள் அல்லர் என்று சொன்னது சிலருக்கு எரிச்சலை ஊட்டியிருக்கிறது. அதேபோல் கருச்சிதைவு பற்றிய கருத்தரங்கில், இரண்டு பேச்சாளர்களும் ஆண்கள் என்ற காரணத்தினால் விவாதம் ரத்து

செய்யப்பட்டது. விரும்பத்தகாத செய்திகளைத் தடைசெய்யும் பாங்கு இந்தியாவில் மட்டுமல்ல, இங்கிலாந்திலும் உண்டு.

ஆனால், இந்த வழக்கமான சினங்களையும் சீற்றங்களையும் மீறிய அபூர்வமான செயலை Church of Jesus Christ of Latter-Day Saints என்னும் திருச்சபை செய்துகாட்டியிருக்கிறது. சமீபத்தில் 'The Book of Mormon' என்ற பரிகாசமான இசை நாடகம் அரங்கேற்றப்பட்டது. இந்தக் கிறிஸ்தவப் பிரிவினரின் கொள்கைகள், அவர்களின் பிரசங்கிகள், அவர்களின் மதப்பரப்பு வேலைகள் பற்றி நாடகத்தில் ஏளனமாகவும் சிரிக்கத்தக்கதாகவும் காட்சிகளும் கதாபாத்திரங்களும் சித்திரிக்கப்பட்டிருந்தன. ஆனால் நாடகத்திற்கு எதிராக இந்தத் திருச்சபையினர் கொந்தளிப்படையவில்லை. நாடகம் நடந்த அரங்குகளுக்கு முன்னால் நின்று வாய்கிழியக் கத்தவில்லை. நிகழ்ச்சி நிரல் கையேட்டை எரிக்கவில்லை. எதிர்ப்போ கிளர்ச்சியோ ஏன் செய்யவில்லை என்று அவர்களின் செய்தித் தொடர்பாளரிடம் கேட்டபோது, அவர் "ஒருவிதத்தில் எங்களுடைய மதத்தைப் பரப்பவும் அதைப் பற்றிய தப்பெண்ணங்களைத் திருத்தவும் இந்த நாடகத்தை ஒரு சந்தர்ப்பமாக எடுத்துக்கொண்டோம்" என்றார். இந்தக் கிறிஸ்தவ மதப்பிரிவினரின் செய்கை இப்படியான தருணங்களில் எப்படி நடந்துகொள்ள வேண்டும் என்பதற்கு விசேஷித்த, தெளிந்த முன்னுதாரணம். எந்த நாடகம் அவர்களைப் பழித்ததோ அதே நாடகத்தின் கைநூலில் ஒரு விளம்பரம் தந்தார்கள். தங்கள் சமயத்தின் நூலை வாசிக்கத் தூண்டினார்கள். உற்சாகப்படுத்தினார்கள். இப்படியான விட்டுக்கொடுப்பும் முதிர்ச்சியான இறையியல் பக்குவமும் அரசியல் தாராளமும் எல்லாருக்கும் வரமாட்டா. அவர்கள் நாடகக் கையேட்டில் கொடுத்த அந்த விளம்பரம்: "You've seen the play . . . now read the book." (நாடகத்தைப் பார்த்துவிட்டீர்கள். இனி நூலை வாசியுங்கள்).

காலச்சுவடு இதழ் 183, மார்ச் 2015

22

ஓசாமா பின் லாடன் என்னும் பயனுள்ள பகைவர்

நான் தந்திருக்கும் அடுத்த வசனத்தை முதலில் தயவு செய்து படியுங்கள்: 'உலகத்திற்கு வெளிச்சம் ஊட்டுவதுதான் எங்கள் கடமை' இந்த வாக்கியம் சொல்லப்பட்ட சூழ்நிலையைச் சற்றுத் தவிர்த்து இச்சொற்றொடரை வாசிக்கும்போது தீங்கற்ற, எல்லாராலும் பேணக்கூடிய, அரவணைக்கக் கூடிய, செயல்படுத்தக் கூடிய சீரிய குறிக்கோளாகத் தென்படுகிறது. இந்த வசனத்தின் சொந்தக்காரர் ஓசாமா பின் லாடன். இந்தத் தகவலுடன் இவர் விளைவித்த அக்கிரமங்களையும் சேதங்களையும் நினைவில் வைத்துப் பார்க்கும்போது அப்பாவித்தன மாகக் காணப்பட்ட வார்த்தைகள் ஒரு புதுப் பரிமாணம் எடுத்து அச்சத்தையும் கவலையையும் தருகிறது.

பாகிஸ்தானில் பின் லாடன் எவ்வளவு ஆண்டுகள் தங்கியிருந்தார், அவர் மறைந்தி ருந்தது பாகிஸ்தான் அரசுக்கும் உளவுத் துறைக்கும் தெரிந்திருந்ததா என்று பாகிஸ்தானைத் தூஷிக்கும் இன்னொரு பொருளற்ற அனுமானத்தை உங்கள் முன் வைக்காமல் ஓசாமா பின் லாடன் என்னும் தனியாள் பூலோக அரசியலில் ஏற்படுத்திய சில தாற்பரியங்களை இங்கே தந்திருக்கிறேன்.

உலகைப் பற்றிய இருமை எதிர்வுகள்

பின் லாடன் மேற்குலக அரசியல் வியூகத்திற்குக் கிடைத்த ஓர் அருட்பேறு. பூலோகத்தைத் தங்கள்

கட்டுப்பாட்டுக்குள் கொண்டுவருகிறவர்களுக்கு உலகைப் பற்றிய சௌகரியமான ஓர் இருமைப் பார்வையை ஏற்படுத்த பின் லாடன் உதவியாக இருந்தார். பனிப்போர் நாட்களில் சோவியத் யூனியன் ஒரு வசதியான பரம விரோதியாக மேற்குலக அரசியல் தந்திரிகளால் முன்நிறுத்தப்பட்டது. 1989இல் பொதுவுடமைநாடுகளின் வீழ்ச்சிக்குப் பின் மேற்கு உலகுக்கு, முக்கியமாக அமெரிக்காவுக்கு ஒரு தகுந்த எதிரி தேவையாயிருந்தது. கிழக்கு ஆப்பிரிக்கா நகரங்களில் இருந்த இரண்டு அமெரிக்கத் தூதராலயங்களில் வெடித்த குண்டு அமெரிக்கர்களுக்கு ஒசாமா பின் லாடனையும் அல் கைதாவை யும் புதிய எதிரியாக 1998இல் அறிமுகப்படுத்தியது. இந்தக் குண்டுவெடிப்புக்குப் பின் பின் லாடனும் அல் கைதாவும் 'புதிய' சோவியத் யூனியனாக அமெரிக்க அரசின் பார்வையில் கணிக்கப்பட்டார்கள். பின் லாடன் கொடூரமான, அதீத சக்தி வாய்ந்த அரக்கனாக வர்ணிக்கப்பட்டார். அவரின் அல் கைதாவுக்கு மூர்க்கத்தனமான,

அபாயகரமான வலையமைப்பென உருவங்கொடுக்கப் பட்டது. அவர் பிரபலப்படுத்திய இஸ்லாம், சகிப்புத்தன்மை இல்லாத மதமாக உருமாற்றம் செய்யப்பட்டது. பின் லாடன் உருவாக்க முயன்ற 7ஆம் நூற்றாண்டு இஸ்லாமிய விதிகளால் கட்டுப்படுத்தப்பட்ட கலிபேட் அரசாங்கம் கிறிஸ்தவ விழுமியங் களுக்கும் ஜனநாயக மரபுகளுக்கும் எதிர்ப்புத் தெரிவிக்கும் மறுப்புக் கூறாகக் கருதப்பட்டது. இஸ்லாமிய மதம் பின் லாடனுக்கு ஒரு வசதியான கருவி. அவர் திருக்குரானிலிருந்து இஸ்லாமில்லாத பிற சமயிகளைப் பற்றி எடுத்துக்காட்டும் வசனங்கள் அவருடைய கோளாறான நடத்தையைப் பிரதி பலிக்கத் தேர்ந்தெடுக்கப்பட்டவை.

இந்தச் சக்தி வாய்ந்த எளிமையான, எதிர்மையான கூறுமுறை உலகத்தை 'நாம்' 'அவர்கள்', 'நல்லது' 'தீயது' என்று இரண்டாகப் பிரித்தது. மேற்கத்தியம் மேலானது; இஸ்லாம் இழிவானது. மேற்கத்தியோர் புத்தொளியின் புத்திரர்கள்; இஸ்லாமியர்கள் இருண்ட காலத்தில் வாழும் மடமையான மக்கள். ஒரு பிரிவினர் அறிவார்ந்தவர்கள். மற்றவர்கள் உணர்ச்சிவயப் பட்டவர்கள். அமெரிக்க, அய்ரோப்பிய நாடுகள் ஜனநாயக விழுமியங்களைத் தழுவுகின்றன; இஸ்லாமிய நாட்டு அரசுகள் சர்வாதிகாரத்தையும் கொடுங்கோல் ஆட்சியையும் ஆதரிக்கின்றன. இந்த இலகுவான உலகத்தைப் பற்றிய கருத்து மேற்குலகத்தை இஸ்லாமிய நாடுகளின் விவகாரங்களில் குறுக்கிட வைத்தது.

இந்த மேற்கு–இஸ்லாம் பற்றிய இருகூறான பார்வை அமெரிக்க நவீனப் பழமைவாதிகளுக்கு(*neo-cons*)மட்டுமல்ல

அய்ரோப்பிய தாராளவாதிகளுக்கும் வசதியாயிருந்தது. 'மனிதத்தனமான குறுக்கீடு', 'தாராளவாதத் தலையீடு' என்னும் பெயரில் ஜனநாயகத்தைப் பரப்புகிறோம், புத்தொளிக் கருத்து களை அறிமுகப்படுத்துகிறோம் என்னும் சாக்கில் இஸ்லாமிய நாடுகளை ஆக்கிரமித்துக்கொள்ளச் சந்தர்ப்பம் கிடைத்தது. இதில் முரண்நகை என்னவென்றால் மேற்கத்தியோரின் உலகம் பற்றிய எளிமையான எடுத்துரைப்பைப் பின் லாடனும் தன்னுடைய இஸ்லாமிய இலக்குகளை அடையப் பக்குவமாகப் பாவித்துக் கொண்டார். மேற்கும் பின் லாடனும் சாதாரண இஸ்லாமியர்களின் எதிர்பார்ப்புகளையும் விருப்புகளையும் திரிபுசெய்ததோடு அவர்களின் சமூகங்களிடையே என்ன நடக்கிறது என்பதை அறியத் தவறியதும்தான் இந்த ஈரிணைப் பார்வையால் ஏற்பட்ட விளைவு.

மத்தியக் கிழக்கு நாடுகளில் நடந்துகொண்டிருக்கும் அராபிய வசந்தம் என்னும் எழுச்சியைப் பின் லாடனோ அமெரிக்காவோ எதிர்பார்க்கவில்லை. அது மட்டுமல்ல பின் லாடனின் இருண்ட இஸ்லாம் இவர்களின் புரட்சிக்கு உந்துதலா யிருந்தாக எந்த அடையாளமும் இல்லை.

மரணமும் மனித இடையீடுகளும்

பின் லாடனைப் பற்றிய கருத்து ஆவேசம் காரணமாக மேற்குலகு இஸ்லாமியத் தீவிரவாதம் உருவாகியதற்கான அடிப்படை நியாயங்களை ஆராயும் முயற்சியில் அதிக அக்கறை செலுத்தவில்லை. பின் லாடனின் செயல்கள் காரணமாக மேற்கத்தியோரின் பார்வைக்கு இஸ்லாமியத் தீவிரவாதம் கொலை கார, சாதாரண மனித உயிர்களை மதிக்காத கருதுகோளாகத் தென்பட்டது. இப்படியான தவறான மதிப்பு அமெரிக்க அரசியல் லாபங்களுக்கு உதவியாயிற்று. ஆகையால் தற்கொலைக் குண்டு தாரிகள் செயல்நோக்கத்துக்கான காரணங்களை அறிவதில் அதிகக் கவனம் செலுத்தவில்லை.

பின் லாடனும் அல் கைதாவும் உருவாக்கிய குண்டுதாரிகளின் பின்புலத்தைப் படித்தவர்கள் அறிவித்த செய்திகளில் இரண்டு முக்கியமானவை. ஒன்று ஏற்கனவே எல்லோருக்கும் பரீட்சயமானது. அதை மீண்டும் நினைவூட்டுகிறேன். தற்கொலைக் குண்டுதாரிகள் தோன்றுவதற்குக் காரணம் வறுமை அல்ல. இஸ்லாத்திற்காக உயிர் துறந்த தற்கொலை குண்டுதாரிகளில் பெரும்பாலோர் வசதியான மத்திய தரக் குடும்பங்களைச் சேர்ந்தவர்கள். இவர்களின் வெறித்தனத்திற்குக் காரணம் இஸ்லாமிய நாடுகளில் அன்னியப் படைகளின் முக்கியமாக அமெரிக்க இராணுவத்தின் ஆக்கிரமிப்பே. இரண்டாவது தகவல் சற்றுப் புதியது, கொஞ்சம்

சர்ச்சைக்குரியது. குண்டு தாரிகளின் குடும்பங்கள், உறவினர்கள், சினேகிதர்கள், முக்கியமாகக் குண்டை வெடிக்கத் தவறிய குண்டுதாரிகள் ஆகியோர்களை நேரில் கண்டதன் மூலம் இலாய் பெர்மன் *(Eli Berman)* என்னும் ஆய்வாளர் பொதுப்புத்தியில் மெய் என்று கருதப்பட்ட இஸ்லாமியத் தீவிரவாதத்தைப் பற்றிய சில தொன்மங்களைப் பொய் என்று நிரூபித்திருக்கிறார். (பார்க்க: *Radical, Religious, and Violent*). அவற்றில் சில:

தீவிரவாதிகள் சுய பாதக சுபாவம் உள்ளவர்கள் அல்ல. போதைப் பொருட்களோ குடிப் பழக்கம் பாவிப்பவர்களோ அல்ல. இந்தக் குண்டுதாரிகளுக்கு உந்துதலாக இருப்பது எல்லோரும் நினைப்பதுபோல் இஸ்லாமிய ஈர்ப்புமல்ல. இவர்களின் செய்கையைத் துரிதப் படுத்தியது மதம் அல்ல. இலாய் பெர்மனின் ஆராய்ச்சியின்படி இவர்கள் மன ஆரோக்கிய முள்ள ஆளுமைகள். மனச்சோர்வால் பாதிக்கப்பட்ட அறிகுறிகள் இவர்களிடம் இல்லை. இவர்களுடைய கோரமான செய்கைக்கு இலாய் பெர்மன் தரும் காரணத்தை அவரது மொழியிலேயே தருகிறேன் – *basically altruistic.* பிறர்நலம் பேணல், மற்றவர்கள்மீதுள்ள சுயநலமில்லாத அக்கறையே. விமானத்தில் இவர்கள் உடலில் குண்டுகளைக் கட்டிக் கொண்டு ஏறுவதற்குக் காரணம் தங்கள் சொந்தச் சனங்களுக்கு நல்ல காரியம் செய்ய வேண்டுமென்ற அவாவே. ஹாமாஸ், தாலீபான், ஹிஸ்ஸபுள்ள, மகாடி இயங்கங்களை ஆராய்ந்த இலாய் பெர்மன் கண்டறிந்த இன்னொரு உண்மை: இந்த இயக்கங்கள் அடிமட்ட மக்களிடையே ஆதரவுபெறக்காரணம்குண்டுதாரிகளின் வீரச் சாவு அல்ல. இந்தத் தீவிரவாத இயக்கங்கள் மேற்கொள்ளும் சமூகப் பணியே. பல உதாரணங்களைத் தந்திருக்கி றார். அவற்றில் ஒன்று கிராமங்களுக்கு மின்சார இணைப்பு ஏற்படுத்தியது. இலாய் பெர்மன் தீவிர வாதத்தை அகற்றத் தரும் தீர்வு சமூக மேம்பாடுகளில் ஈடுபடுதல். இந்த விடை மிகச் சாதாரணமாகப் படலாம். ஆனால் இராணுவ ஆக்கிரமிப்பைவிட இது மலிவானது, காயங்களும் வேதனையும் அற்றது.

குறுகிவரும் அய்ரோப்பா

பின் லாடனின் இறுக்கமான இஸ்லாம் இதுவரை பல்லின, பல் சமயக் கண்டமாகக் கருதப்பட்ட அய்ரோப்பாவை ஓர் ஒற்றை அடையாள, முக்கியமாக வெள்ளை இன, கிறிஸ்தவப்பிரதேசமாகமாற ஊக்கம்கொடுத்திருக்கிறது.பிரான்சில் சமீபத்தில் பொதுஇடங்களில் முஸ்லிம் பெண்கள் பர்தா அணிந்து வரத் தடை, சுவிஸ்லாண்டில் மசூதி கோபுரம் கட்ட மறுப்பு, புதிதாக வரும் குடியேறிகளுக்குக் கட்டாய அய்ரோப்பிய மொழிகளில்

தேர்ச்சி, குடியுரிமை பெறுகிறவர்களுக்கு அய்ரோப்பியக் கலாச்சாரம் பற்றிய பரீட்சை இவையெல்லாம் அய்ரோப்பிய ஒன்றியத்திற்கு வெளியே இருந்து வருகிறவர்களை வெள்ளை மைய நீரோட்டக் கலாச்சாரத்துக்குள் ஒன்றிணைப்பதே. சமீபத்தில் ஜெர்மனியத் தலைவர் ஆஞ்சலா மெர்கெல் பல்லினச் சமுதாயம் மரித்துவிட்டது என்றதும் ஆங்கிலேயப் பிரதமர் டேவிட் காமரனின் தசையுள்ள தாராளவாதம் என்னும் பேச்சும் அய்ரோப்பாவின் பல்பண் பாட்டு அடிப்படை அஸ்திவாரங்களைக் கொஞ்சம் அதிரவைத்திருக்கிறது. போப்பாண்டவர் 16ஆம் பெனடிக்ட் கூட அய்ரோப்பாவின் மூலக் கூறு கிறிஸ்தவம் என்பதை மறந்துவிடக் கூடாது என்று கூறியிருக்கிறார்.

விசாரணை இல்லாக் கொலைகள்

பின் லாடனின் மரணத்தால் அமெரிக்க மக்களுக்கு நியாயம் கிடைத்திருக்கிறது என்று ஒபாமா கூறியிருக்கிறார். அமெரிக்கக் குடும்பங்களிடையே 9/11 ஏற்படுத்திய கவலைகள், துயரங்கள், எப்போதும் ஞாபகத்திலிருக்கும். நேசமானவர்களை இழந்தவர்களுக்கு அனுதாபம் எப்போதும் உண்டு. இரட்டைக் கோபுரத் தாக்குதலில் முஸ்லிம்களும் இறந்தது கவனிக்கத்தக்கது. ஆனால் இந்த மனித இழப்புகள், கவலைகள் அமெரிக்கருக்கு மட்டுமான முற்றுரிமை அல்ல. அமெரிக்க அரசியல் ஈடுபாடு களாலும் இராணுவத் தலையீடுகளாலும் எத்தனையோ படைத்துறை சாராத ஈராக்கியர்களும் ஆப்கானிகளும் பலியாகியிருக்கிறார்கள். அமெரிக்க இராணுவம் தாக்கிய ஆப்கான் திருமண கோஷ்டி, ஹாடிதாவில் கொல்லப் பட்ட 24 குடிமக்கள் என்று இப்படியே வரிசைப்படுத்திக் கொண்டே போகலாம்.

பின் லாடனுக்கு நிகழ்ந்த நீதிமுறை சாராக் கொலை ஒரு பிழையான முன்னுதாரணத்தை ஏற்படுத்தியிருக்கிறது. சும்மா ஒரு பேச்சுக்கு சாரா பாலின் (Sarah Palin) அமெரிக்க ஜனாதிபதியாகிவிடுகிறார் என்று வைத்துக்கொள்ளுங்கள். இவர் விக்கிலீக்சின் ஜூலியன் அஸாஞ்சை தீவிரவாதியாக, அமெரிக்காவின் எதிரியாகக் கருதினால் பின் லாடனின் கொலையை மேற்கோளாகக் காட்டி விசாரணையின்றி தீர்த்துக் கட்டி விடலாம். சட்ட ஒழுங்கு பற்றி மற்ற நாடுகளுக்குப் போதித்த அமெரிக்காவே தான் போதித்த நாகரிகமான நடத்தையை இப்போது மீறியிருக்கிறது. தனி ஆள் மட்டுமல்ல குடும்பம்கூட இப்படி நீதிமுறைக்குப் புறம்பாகக் கொலை செய்யப்படலாம் என்பதற்கு சமீபத்திய உதாரணம் கடாபியின் மகனும் அவருடைய மூன்று பேரப்பிள்ளைகளும் நேட்டோ

விமானங்கள் போட்ட குண்டுகள் மூலம் சாகடிக்கப்பட்டது. பின் லாடன் சாதாரண மனிதன் அல்ல. பயங்கரவாதத்திற்கு எதிரான போரில் ஒரு குற்றவாளி என்று அமெரிக்க அரசு திரும்பத் திரும்பக் கூறத் தவறுவதில்லை.

பின் லாடன் போர்க் குற்றவாளி என்றால் இரண்டாம் மகா யுத்தப் போர்க் குற்றவாளிகளை விசாரித்த நீறொன்பர்க் போன்று அவரை விசாரணைக் கூண்டில் நிறுத்தியிருக்க வேண்டும். இந்தச் சர்வதேசச் சட்டத்திற்கு விரோதமான செயல், ஒன்றை மட்டும் திரும்ப அறிவுறுத்துகிறது. அமெரிக்காவால் அரசியல் தலைவர்களை ஆக்கவும் முடியும் அழிக்கவும் முடியும். அமெரிக்காவால் தாக்கப்பட்டுப் பிறகு தண்டனை விதிக்கப்பட்டவர்களின் ஒரு கறுப்புப் பட்டியல் உண்டு. அண்மையில் இந்த மானக்கேடான வரிசையில் இடம்பெற்றவர்கள்: வியட்னாமின் *Ngo Dinh Diem* (1963) பனாமாவின் மானுவல் நோரிகோ (*Manuel Noriega-1989*). ஈராக்கின் சதாம் ஹுசைன் (2006). இந்தக் கறைபட்ட வரிசையில் பின் லாடனும் சேர்ந்திருக்கிறார். கடாபியும் சேரலாம்.

காட்சிகள், சாட்சிகள்

வெற்றி பெற்றவர்கள்தாம் வரலாற்றை எழுதுவார்கள் என்பது எல்லாருக்கும் பரிச்சயமான செய்தி. ஆனால் அந்த நாற்பது நிமிடங்களில் பின் லாடன் வசித்த வீட்டை அமெரிக்கப் படை தாக்கியபோது என்ன நடந்தது என்பது பற்றிய அமெரிக்க அரசின் முரண்பாடான அறிக்கைகளை அச்சு ஊடகங்களில் படிக்கும்போதும், காணொளித் துண்டுகளைப் பார்க்கும்போதும் வெற்றி பெற்றவர்கள்தான் வரலாற்றை மறுபதியல் செய்வார்கள் என்றும் தோன்றுகிறது. அலுப்புத்தட்டும் அளவுக்கு ஊடகங்கள் உங்களுக்கு நினைவுபடுத்திய அமெரிக்க அரசின் திருத்தல்களை மீண்டும் இங்கு பதிவு செய்ய வேண்டியதில்லை என்று நினைக்கிறேன். அந்தக் காட்சியளிப்பு சாயைகள் பின் லாடன் என்ன மாதிரியான ஆள் என்பது பற்றியல்ல சரித்திரத்தை ஆவணப்படுத்துவதில் அமெரிக்காவுக்கு எந்தச் சங்கதிகள் முக்கியம் என்பதை அறியத்தந்தது. தீவிரவாதிகளுக்கும் தோற்றுரு (*image*) முக்கியமானது என்பதுபோல் இளமைத் தோற்றத்துடனும் வெள்ளைத் தாடிக்குக் கறுப்பு மை பூசி பின் லாடன் மிக கலாதியான இளைஞராகக் காட்சியளித்தார். அவர் பரப்புரைக்குத் தயாரித்த ஒளித்தோற்ற வட்டு சரிவரும் வரைக்கும் அவர் திரும்பத் திரும்ப ஒத்திகை பார்த்தது பாரடைஸ் நௌவ் (*Paradise Now*) என்னும் பாலஸ்தீனப் படத்தில் வரும் ஒரு காட்சியை ஞாபகப்படுத்தியது. அந்தப் படத்திலும் குண்டுதாரிகள் தயாரித்த

ஒளிநாடாவிலும் காட்சிகள் நேர்த்தியாக வரும்வரை மீள் பதிவுகள் செய்ய வேண்டியிருந்தது. பாரதூரமான கட்டங்களிலும் கூடத் தீவிரவாதிகளுக்கும் மெய்உரு எவ்வளவு முக்கியமானது என்று தெளிவாகிறது.

அமெரிக்கா அலைபரப்பிய பின் லாடன் பற்றிய காணொளித் துண்டுகள் அந்த அரசின் மனோபாவத்தின் போக்கு பற்றிய செய்தியைத் தந்தது. அமெரிக்க அரசைப் பொறுத்தமட்டில் சரித்திரச் சான்றுகள் முக்கியமல்ல. வரலாற்று நிகழ்ச்சிகள் பற்றிய வழங்கு திறன்தான் (presentation) முக்கியமானதாகத் தெரிகிறது. அமெரிக்க அரசின் மனோ பாவத்தை அமெரிக்கத் திரைப்படம் ஒன்றின் மூலம் தெரியப்படுத்துகிறேன். 'த மேன் ஹூ ஷாட் லிபர்டி வாலன்ஸ்' (The Man who shot Liberty Valance) என்னும் படத்தில் வில்லன் துப்பாக்கியால் சுடப்பட்டுவிடுகிறான். ஆனால் அவனைச் சுட்டது எல்லோரும் எண்ணியிருந்ததுபோல் ஊரில் நல்ல பெயர் எடுத்த கதாநாயகன் அல்ல. வில்லனை வீழ்த்தியது இன்னொருவர். கடைசியில் கதாநாயகனே உண்மையை ஒரு நிருபரிடம் சொல்லிவிடுகிறான். இதைப் பிரசுரிக்கப் போகிறீர்களா என்று இந்த 'உத்தம' கதாபாத்திரம் தயக்கத்துடன் கேட்டதிற்கு பத்திரிகையாளரின் பதில்: இல்லை, ஐயா! இதுமேற்குலகு, ஐயா! கட்டுக்கதை உண்மை ஆகிய பிறகு, கட்டுக்கதையை அச்சிடுக! அமெரிக்க அலை பரப்பியது மெய்யான பின் லாடனை அல்ல. அமெரிக்க அரசியலுக்கு நலம் பயக்கும் பின் லாடன் என்னும் கட்டுக்கதை நாயகனை.

காலச்சுவடு இதழ் 138, ஜூன் 2011

23

எகிப்தியப் புரட்சி: அரபு நாடுகளின் பின் – கருத்தியல் போராட்டம்

நடப்புச்செய்திகளைக்கணினியில் எழுதுவதில் ஒரு வசதி. அவற்றை இற்றைப்படுத்திக் (அப்டேட்) கொண்டே இருக்கலாம். ஆனால் மிக வேகமாக மாறிக்கொண்டிருக்கும் எகிப்திய நிகழ்வுகளை விஞ்சிச் செல்வது அவ்வளவு சுலபமல்ல. ஆகையால் நடப்புச் செய்திகளை விமர்சிப்பதை விட்டு விட்டு இந்தப் போராட்டங்கள் விளைவித்த அரசியல், கலாச்சார விளைவுகளைப் பற்றிச் சொல்லலாம் என நினைக்கிறேன். எதற்கும், இதழியல் வரலாற்றின் முதல் வரைவு என்பதை நினைவில் வைத்துக்கொண்டு இதைப் படியுங்கள்.

பதவி விலகிய எகிப்திய அதிபர் ஹோசினி முபாரக்கையும் அவரைப் போல் அமெரிக்க அரசால் பேணப்பட்ட சர்வாதிகாரிகளின் ஆட்சி துரைத்தனங்களையும் பற்றி அவதானிக்கும்போது சூடானிய நாட்டு எழுத்தாளரான *Tayeb Salih*இன் *Season of Migration to the North* என்னும் நாவலின் ஒரு வாக்கியம் நினைவுக்கு வருகிறது. 1966இல் எழுதப்பட்ட இந்த நாவலில் அன்னிய நாட்டில் படித்த பெயரில்லாத பட்டதாரி ஒருவர் சுதந்திரம் அடைந்துவிட்ட தன் நாட்டுக்கு உற்சாகத்துடன் திரும்புகிறார். புதிய நம்பிக்கைகளுடனும் எதிர்பார்ப்புகளுடனும் வந்தவரை அவருடைய மூதாதையர்களின் கிராமத்தில் வாழ்ந்த வயோதிகர்

ஒருவர் இப்படி எச்சரிக்கிறார். அவர் சொன்னதை என்னுடைய பழுதான மறுபடைப்பில் தருகிறேன்: 'மகனே, என் வார்த்தைகளைக் கவனமாகக் கேள். நம் நாடு சுதந்திரம் அடைந்துவிட்டது என நினைக்கிறாயா? நம் நாட்டில் எங்களுக்கு இப்போது பூரண விடுதலை உண்டா? முந்தைய காலனியவாதிகள் நம் நாட்டை இப்போது தூரத்திலிருந்து கண்காணிப்பார்கள். ஏனெனில் அவர்களைப் போல் சிந்திக்கும், செயல்படும் மனிதர்களை அவர்கள் இங்கே உருவாக்கியிருக்கிறார்கள்'

கிட்டத்தட்ட 23 அரபு நாடுகளில் ஏகாதிபத்தியச் சிந்தனையுள்ள சர்வாதிகாரிகளை மேற்குலகப் பேரரசுகள் ஆட்சியில் அமர்த்தியிருக்கின்றன. அதில் 'நன்மையின் விசை' 'தீவிரவாதத்திற்கு எதிரான அரண்' என மேற்குலக வல்லரசுகளால் கொண்டாடப்பட்ட எகிப்தின் ஹோசினி முபாரக், டுனீசியாவின் பேன் அலி ஆகிய இருவர் தற்போது பதவியிலிருந்து நீக்கப்பட்டிருக்கிறார்கள். அல்ஜீரியா, சிரியா, லெபனான், லிபியா, ஜோர்டன் போன்ற நாடுகளும் இந்தக் கறுப்புப் பட்டியலில் உண்டு. இதில் யார் அடுத்து என்னும் கேள்விக்கான விடை அந்தந்த நாட்டு மக்களின் கையில் இருக்கும் விசைப்பலகைகளிலிருக்கிறது. இந்தப் போராட்டத்தில் விசைப்பலகைகள் வகித்த மகத்தான பங்கைப் பற்றிக் கீழே சொல்லியிருக்கிறேன்.

போராட்டங்கள் அரபு நாடுகளுக்குப் புதிதல்ல. முதலாம் உலகப் பெரும் போருக்குப் பின் இந்த நாடுகளில் பல கிளர்ச்சிகள் நடந்தன. அவற்றில் குறிப்பிடத்தக்கவை 1919இல் எகிப்திலும் 1920இல் ஈராக்கிலும் 1925இல் சிரியாவிலும் நடந்தவை. பாலஸ்தீனத்தில் முதலில் 1922 தொடங்கி 1935 வரையிலான கொரில்லாப் போராட்டத்தையும் பிறகு 1936 முதல் 1939 வரையிலான வெகுமக்களின் எழுச்சியையும் இந்த வரிசையில் சேர்த்துக்கொள்ளலாம். ஆனால் இந்த முன்னைய கிளர்ச்சிகளுக்கும் சமீபத்தில் நடந்துகொண்டிருக்கும் டுனீசியா, எகிப்தியப் புரட்சிகளுக்குமிடையே நிறைய வித்தியாசங்கள் உண்டு. முந்தைய போராட்டங்களில் சில காலனிய ஆட்சிக்கு அல்லது முடியாட்சிக்கு எதிரானவை. மற்றவை அதிகாரத்தைக் கைப்பற்ற ராணுவம் நடத்திய ஆட்சிக் கவிழ்ப்புகள். இவை அதிருப்தியடைந்த ராணுவ அதிகாரிகளின் முயற்சியே ஒழியப் பரந்துபட்ட மக்களால் முன்னெடுக்கப் பட்டவையல்ல. தற்போது நடந்துகொண்டிருக்கும் புரட்சி மேற்கத்திய நாடுகளின் ஆதரவு பெற்ற உள்நாட்டின் அடக்குமுறை ஆட்சியாளர்களுக்கு எதிரான போராட்டம். இந்த உள்நாட்டு ஆட்சியாளர்களுக்கு எதிரான மக்கள் விருப்புவாத எதிர்ப்பு அரபு நாடுகளுக்கு ஒருவிதத்தில் புதிது. இன்று ஆர்ப்பாட்டம் நடந்துகொண்டிருக்கும்

விடுதலைச் சதுக்கம் 1952இல் ராணுவத்தால் நடத்தப்பட்ட முடியாட்சிக் கவிழ்ப்பின் நினைவாக அப்பெயரைப் பெற்றது. அன்று ராணுவம் முன்னின்று கமால் அப்துல் நாசரின் தலைமையில் நடத்திய மன்னர் பாரூக்குக்கு எதிரான புரட்சியை மக்கள் ஆமோதித்தார்கள். இன்று மக்களால் வழிநடத்தப்பட்ட இன்னாள் ஃபெறொவாக *(Pharaoh)* நினைத்துக்கொண்ட முபாரக்குக்கு எதிரான போராட்டத்தை ராணுவம் அங்கீகரித்திருக்கிறது.

பிறகான கருத்தியல் ஆர்ப்பாட்டம்

இது பின்–கருத்தியல் போராட்டங்களின் யுகம். ஒருவிதத்தில் இந்த ஆர்ப்பாட்டம் பின்–கருத்தியல் வகைமையைச் சார்ந்தது. அதற்கான அறிகுறிகள் தென்படுகின்றன. முதலாவதாகப் பின்–கருத்தியல் புரட்சிகளில் முன்நிலையில் வழமையான தலைவர்கள் இருப்பது இல்லை. ஆர்ப்பாட்டங்களில் உட்பொதிந்த அங்கத்தினரே தலைவராக உருவெடுப்பார். அப்படி உருவெடுக்கிற புரட்சியின் ஒருங்கிணைப்பாளர் தேய்ந்துபோன அரசியல்வாதியாகவோ பழுத்துப் போன மதபோதகராகவோ இருக்க மாட்டார். பெரும்பாலும் வேலையில்லாத ஆனால் கணினியைக் கிரகிக்கத் தெரிந்த மத்தியதர வர்க்கப் பட்டதாரியாக இருப்பார். இதன் தொடர்ச்சியான இன்னுமொரு அடையாளம் பிரசித்தியான ஆளுமைகளைத் தலைவர் என்று அபிஷேகம் செய்வதில்லை. தமிழ் நாட்டு அரசியல் மாதிரி தனி ஆளுமை வழிபாடு இருக்காது. அப்படித் தற்செயலாகக் கீர்த்தியான நாயகர்கள் உதயமானாலும் அவர்கள் வழக்கார்ந்த ராணுவத் தலைவராகவோ அல்லது கட்சி உழைப்பாளராகவோ இருப்பதில்லை. இந்தச் சம்பிரதாயத்தை உறுதி செய்வதுபோல் இரண்டு வார ஆர்ப்பாட்டத்திற்குப் பின் வீரமிக்க ஆள் ஒருவர் இந்தப் புரட்சியாளர்களுக்குக் கிடைத்திருக்கிறார். அவர் தொழில்நுட்பவியலாளர், பெயர் வேயல் கோனிம். இவர் தொலைக் காட்சியில் கொடுத்த பகிரங்கமான சாட்சி அரபு நாட்டினரை உலுப்பியதோடு முடங்கியிருந்த எகிப்தியப் புரட்சிக்கு ஒரு பெரிய உந்துதலையும் கொடுத்திருக்கிறது.

பிறகான கருத்தியல் போராட்டத்தில் கட்டமைப்புகளின் அதிகாரம் செயல்படும் முறைகூட வித்தியாசமாக இருக்கும். மரபொழுங்குப் பிரகாரம் புரட்சிக்குழுக்களின் ஆதிக்கம் படிநிலை அதிகாரம் கொண்டதல்ல. தலைமைப்பீடம் முடிவு எடுக்கும் பாணி கிடைநிலையானது *(horizontal)*. இந்தப் பன்முகக் குழுக்களின் அமைப்பு பொதுப்பார்வைக்குக் குழப்பமானதாகவும் ஒழுங்கற்றதாகவும் தெரியும். ஆனால் ஒன்றுக்கொன்று முரணான சமய, அரசியல் அக்கறைகொண்டவர்கள் ஒருவரையொருவர்

தழுவிக்கொள்வதற்குக் காரணம் இழந்துபோன தனிமனித கௌரவத்தையும் மறுக்கப்பட்ட உரிமைகளையும் திரும்பப் பெறுவதற்கே. இதில் பங்கு பற்றுகிறவர்கள் ஒரு குறிப்பிட்ட எண்ண இயலையோ வர்க்கத்தையோ சார்ந்தவர்கள் அல்லர். முக்கியமாக வெளிநாட்டு அரசியல் உபகாரிகள் தள்ளி நின்று இவர்களை வழிநடத்தவில்லை. ஒரு நீக்கிட்ட குருஷெவோ அல்லது ரோனால்டு ரெகனோ புரட்சியாளர்களுக்கு ஞானத்தந்தையாயிருந்து பொது உடமையின் நற்பண்புகள் பற்றியோ சுதந்திரச் சந்தை பற்றியோ போதிக்கவில்லை. இந்த எகிப்தியப் புரட்சி வலதுசாரிகள், இடதுசாரிகள், சமயச் சார்புடையவர்கள், சமயச் சார்பற்றவர்கள், தொழிலாளிகள், மாணவர்கள், முஸ்லிம்கள், கொப்டிக் கிறிஸ்தவர்கள், மத்தியத்தர வர்க்கத்தினர், விளிம்புநிலை மக்கள் அடங்கிய கூட்டிணைவு. கருத்துநிலை கடந்தமைக்கு அரிய உதாரணம் பல தசாப்தங்களாக ஆக்கினைப்படுத்திய படைவீரர்களைப் பார்த்து விடுதலைச் சதுக்கத்திலிருந்த ஆர்ப்பாட்டாளர்கள் சொன்னது: ‘நீங்களும் எங்கள் சகோதரர்கள். எங்களுடன் சேர்ந்துகொள்ளுங்கள்’. இந்த முரணான, பலதரப்பட்டவர்களை ஒன்றுசேர்த்தது அவர்களது நாட்டுப்பற்றும் நாட்டைச் சீர்திருத்தும் நோக்கமுமே. புரட்சிக் குழுக்களின் ஒருங்கிணைந்த அமைப்பான ஏப்ரல் 6, இளைஞர் இயக்கத்தின் அறிக்கையில் இது மிகத் தெளிவாகச் சொல்லப்பட்டிருக்கிறது.

இந்தத் தற்காலிகக் கூட்டுறவின் கருத்தியல் சார்பற்ற போராட்டங்களின் அரசியல் எண்ண இயல்கள் விருத்தாந்த மானவை அல்ல. குறுகியதும் பிரத்யேகமானதும் சூழ்நிலை சார்ந்ததுமான உணர்வுத் தாக்கத்தால் உருவானவை. புரட்சியாளர்கள் பயன்படுத்தும் கிரீச்சொலியான் *(twitter)* போல் 144 எழுத்துகளில் இவர்களின் நோக்கையும் திசையையும் அடக்கி விடலாம். இது பெரும்பாலும் எதிர்மறையான ஒற்றைக் கோரிக்கையாகவே இருக்கும். எகிப்தியப் புரட்சியாளர்களின் வேண்டுகோள் ஹோசினி முபாரக்கைப் பதவியைவிட்டு விலகச்செய்வது. இந்தக் கோரிக்கை விசாலமானதல்ல. அதுமட்டுமல்ல பின்–கருத்தியல் போராட்டக்காரர்களுக்குப் புரட்சியின் வெற்றிக்குப் பிந்தைய அரசியல் நோக்கைத் தெளிவுபடுத்தும் திட்டம் எதுவும் இல்லை. எதிர்காலத்துக்கான வலுவான நிர்வாக அமைப்புமில்லை. இது பின்–கருத்தியல் போராட்டங்களின் பலவீனமும்கூட. அரசரை ஆட்சியிலிருந்து அப்புறப்படுத்த வேண்டும் என்கிறார்கள். ஆனால் அந்த அரசை வலுப்படுத்திய அமைப்பு எப்படி சீர்திருத்தப்பட வேண்டும் என்பதற்கு அவர்களிடம் பக்குவமான திட்டமில்லை.

எகிப்தியப் புரட்சி இழுபறிபடுவதற்கு இதுவே காரணம். தற்காலிகமாக எகிப்து ஹோசினி முபாரக்கிடமிருந்து விடுதலை பெற்றிருக்கிறது. அரசன் அகற்றப்பட்டுவிட்டார். ஆனால் அரச சிருஷ்டிகர்த்தாக்கள் *(king makers)* இன்னும் வட்டமிட்டுக் கொண்டிருக்கிறார்கள். இதை இன்னொரு விதத்தில் சொல்லப் போனால் அமெரிக்க அரசியல் தலையீட்டிலிருந்து எப்போது எகிப்து விடுபடும்? எப்போது தனித்து இயங்கும்?

விசைப்பலகைப் புரட்சி

இந்த அரபுப் போராட்டத்தில் சமூக இணையங்களான முகச்சுவடியும் *(face book)* கிரீச்சொலியானும் *(twitter)* கைத்தொலைபேசிகளும் வகித்த கனிசமான பங்கு பின்நவீனத் தன்மையின் அடையாளம். புரட்சிகளை ஒழுங்குபடுத்தவும் ஒன்றுக்கொன்று மாறான கருத்துகள் கொண்டவர்களை ஒன்றுதிரட்டும் சாதனங்களாக இந்த மின்னணுக் கருவிகள் பயன்படுத்தப்பட்டன. ஆட்சியாளர்களின் பிரச்சாரத்திற்கு எதிரான தகவலறிவிப்பு மின்னணு ஊடு பொருளாக முகச்சுவடியும் கிரீச் சொலியானும் செயல்பட்டன. இதுவரை மக்களை ஒன்றுதிரட்டும் ஆற்றல் ஒலிபெருக்கிகளிடம் இருந்தது. இப்போது அந்த ஆற்றல் கணினிகளின் விசைப்பலகைகளுக்கு மாறியிருக்கிறது. இந்த மின்னணுச் சாதனங்கள் பயனர் தோழமையானது. இவை விமோசனத்தின் வாகனம் மட்டுமல்ல வன்முறையை ஆதரிப்பவர்களின் காரியஸ்தரும்கூட. இணையவெளி உபகரணங்களால் மக்களுக்கு விடுதலையும் வரக்கூடும். அதேபோல் மக்களைக் கட்டுப்பாட்டுக்குள்ளும் கொண்டுவர முடியும். நவீன மின்னணு உபகரணங்கள் தகவல் பறிமாற்றத்துக்கு உறுதுணையாக இருந்தது இது முதல் தடவையல்ல. முன்னைய நவீனக் கருவியான வானொலிகூட ஒவ்வாத்தன்மையான கருத்தியலைப் பரப்பப் பாவிக்கப்பட்டது. இரண்டாம் உலகப் பெரும் போரில் நேச நாடுகளும் நாஜிகளும் வானொலியைச் சாமர்த்தியமாகக் கையாண்டன. இந்த முகச்சுவடி, கிரீச்சொலியானின் தகவல் பரிமாற்றங்களைப் பார்த்து ஆளும்வர்க்கம் பயந்து விடப்போவதில்லை. சமீபத்தில் வெளிவந்த *Eÿeny Morozov*வின் *The Net Delusion: The Dark Side of Internet Freedom* நூலில் எவ்விதம் வலைப் பின்னலின் மேலாதிக்கத்தைத் தகர்க்கப் புரட்சியாளர்கள் உபயோகிக்கும் அதே இணையக் கருவிகளை ஆட்சியாளர்கள் மிக விறைப்பாகப் பயன்படுத்துகிறார்கள் என்பதைப் பட்டிய லுடன் விளக்கியிருக்கிறார். புதிதாக உங்களை வியக்கவைக்கும் படியான தேசங்களின் பெயர்கள் இந்த நூலின் பக்கங்களில்

இல்லை. வழக்கமான சந்தேகத்துக்குரிய நாடுகளான சீனா, தாய்லாந்து, ஈரான் போன்றவை இந்த அட்டவணையில் இடம்பெற்றிருக்கின்றன. இந்த இணைய உலக நாசவேலையில் ஆட்சியாளர்கள் மட்டுமல்ல ஜனநாயகவாதிகளும் மிக வாஞ்சையுடன் ஈடுபடுகிறார்கள். தகவல் சுதந்திரம் பற்றிப் பேசும் அமெரிக்காகூடத் தனக்குச் சாதகமில்லாத செய்திகள் கசிந்தபோது விக்கிலீக்ஸ் உபயோகித்த இணைய தளங்கள்மீது தனக்கே உரிய பாணியில் சில அழுத்தங்களைக் கொடுத்திருந்தது.

தீக்குளிப்பு: புதிய அரசியல் அரபு உபகரணம்

இதுவரை தற்கொலைக் குண்டு தாரித்தனத்தை அரசியல் ஆயுதமாக உபயோகித்த இஸ்லாமியப் போராளிகள் இப்போது தீக்குளிப்பைத் தியாகச் சாதனமாக மாற்றியிருக்கிறார்கள். டுனீசியாவைச் சேர்ந்த தெருக்கடை விற்பனையாளரான *Mohamed Bouazizi* என்பவரின் தீக்குளிப்பு அந்த நாட்டின் போராட்டத்தைத் துரிதப்படுத்தும் வினையூக்கியாக *(catalyst)* அமைந்திருந்தது. இப்போது அவரைத் தொடர்ந்து எகிப்தியர்கள் பலர் தீக்குளிப்பில் ஈடுபட்டிருக்கிறார்கள். அரசியல் காரணங்களுக்காக மேற்குலகினரின் புலனுணர்வை உலுப்பிய தீக்குளிப்பு 1963இல் வியட்நாம் தலைநகரான சைகோனில் நடந்தது. இதைச் சாதித்தவர் பௌத்த பிக்குவான *Thich Quang Duc*. தீயில் மூழ்குதல் அரசியல் பாரபட்சமற்றது. முதலாளித்துவத்துக்கு மட்டுமல்ல பொதுவுடைமைவாதத்திற்கு எதிராகவும் செயல்படுத்தப்பட்டிருக்கிறது. செக் நாட்டின் மீது சோவியத் ஆக்கிரமிப்பை எதிர்த்து அந்தத் தேசத்தவரான இருபது வயதுடைய *Jan Palach* 1969இல் தன்னை எரித்துக் கொண்டு சாம்பலானார். தமிழர்களைச் சமீபத்தில் அதிர்ச்சியடைய வைத்தது ஈழத் தமிழர்களுக்காகத் தீக்குளித்த முத்துக்குமாரின் தியாகம். தீக்குளிப்பு அரசியல் எதிர்ப்புகளுக்குப் பயன்படும் கருவி மட்டுமல்ல சமய உள்நோக்கங்களைப் புலப்படுத்தும் சாதனமாகவும் பயன்படுத்தப்பட்டிருக்கிறது. சீனாவில் பௌத்த மதத்திற்கெதிரான அரசின் கொள்கைகளை ஆட்சேபித்துப் பெயர் தெரியாத ஆயிரக்கணக்கான பௌத்த குருக்கள் தங்களின் உடலைக் கொளுத்திக் கொண்டு உயிர் துறந்திருக்கிறார்கள்.

இஸ்லாமியப் போராளிகள் பயன்படுத்தும் தற்கொலைக் குண்டுதாரிகளுக்கும் சாதாரணமான அரபு மக்கள் புரட்சி உருவாக்கிய தீக்குளிப்பாளிகளுக்கும் ஒரு பொதுத்தன்மை உண்டு. இருசாரருமே மக்களின் மனமுறிவால், கோபத்தால் தூண்டப்பட்டவர்கள். ஆனால் உள்ளெண்ணங்கள் வித்தியாச மானவை. குண்டுதாரிகளின் வெறுப்புணர்வு மேற்குலகத்திற்கு

எதிரானது. தீக்குளிப்பவர்களின் ஆத்திரம் சொந்த நாட்டு ஆட்சியாளர்கள் மீது சீறுகிறது. ஒன்று மேற்கு ஏகாதிபத்திய உலகமயமாகுதல் என்ற சாக்கில் புகுத்திய அரசியல் ஒழுங்கு களையும் கலாச்சாரத்தின் விழுமியங்களையும் எதிர்க்கிறது. மற்றையது சாதாரண மனிதர்கள் அனுபவிக்கும் பேச்சு சுதந்திரம், வாக்களிக்கும் உரிமை, சமத்துவம் போன்ற ஜனநாயக உரிமைகளைக் கட்டுப்படுத்திய, பறித்த அமெரிக்க அரசால் திணிக்கப்பட்ட உள்நாட்டு ஆட்சியாளர்களுக்கு எதிரானது.

இந்த அரபுப் புரட்சியாளர்களின் சொல்லாடலைக் கவனித்தால் வழமையான இஸ்லாமியப் போராளிகளின் பரப்புரைகளில் காணப்படும் 'புனிதப் போர்', 'இரத்த சாட்சிகள்' போன்ற வார்த்தைகள் இருக்கமாட்டா. அவற்றுக்குப் பதிலாக அவர்கள் உபயோகித்த பதங்கள் 'எழுச்சி', 'தியாகம்', 'கண்ணியம்', 'பெருந்தன்மை'. சற்று உன்னிப்பாகப் பார்த்தால் ஒன்று தெளிவாகும். இந்த வார்த்தைகள் முக்கியமாகச் சமயம் சார்ந்த மொழியால் வலுவூட்டப்பட்டவை அல்ல.

அமெரிக்காவின் ஜனநாயகச் செயல்பாடுகள்

மேற்குலகு வல்லரசுகள் – முக்கியமாக அமெரிக்கா – இந்த அரேபிய ஆர்ப்பாட்டத்தை மட்டுமல்ல எந்த மக்கள் புரட்சியையுமே அவர்களின் பூலோக – அரசியல் பொருளாதாரக் கருத்துக்கோணத்திலிருந்துதான் பார்க்கின்றன. அவர்கள் போதிக்கும் ஜனநாயக விழுமியங்களும்கூட இந்தத் தேவைகளால் கட்டுப்படுத்தப்பட்டவை. நாட்டு மக்களின் விருப்புக்கு மாறாக ஆட்சியாளர்களை நியமிப்பதும் பின்பு மக்கள் எழுச்சியால் இந்த ஆட்சியாளர்கள் வீழ்ச்சியடையும்போது இது ஜனநாயகத்தின் வெற்றி எனச் சொல்லுவதும் அமெரிக்க ஏகாதிபத்தியத்தின் மரபணுவில் இருக்கிறது. அமெரிக்க அரசு ஆதரித்துப் பின் கைவிட்ட அரேபிய, ஆப்பிரிக்க, ஆசிய, தென் அமெரிக்கச் சர்வாதிகாரிகளின் பட்டியல் மிக நீண்டது. பிலிப்பைன்ஸின் மார்கோஸ், ஈரானின் ஷா போன்ற புகழ்பெற்ற ஆனால் அபகீர்த்தியுள்ள வல்லாட்சியர்களுடன் இப்போது முபாரக்கும் பென் அலியும் அந்தப் பட்டியலில் சேர்க்கப்பட் டிருக்கிறார்கள்.

காலனியக் காலத்தில் அநாகரிகங்களைச் சீர்படுத்தக் கிறிஸ்தவத்தைப் போதித்தார்கள். பின்–காலனிய நாட்களில் கட்டுக்கடங்காதவர்களை நாகரிகப்படுத்த ஜனநாயகம் புதிய கிறிஸ்தவமாகப் போதிக்கப்படுகிறது. ஆனால் ஜனநாயகத்தில் சங்கடம் என்னவென்றால் அருவருப்பான, வெறுப்புக்குரிய

சக்திகள் தோன்ற வெளி *(space)* அமைத்துத் தருவது. ஜனநாயகச் சட்டவரைவு தரும் சலுகைகளை உபயோகித்து இனவாதிகளும் மத அடிப்படைவாதிகளும் ஆட்சியைப் பிடிக்கக்கூடும். ஜனநாயகம் தோற்றுவிக்கும் இந்த முரணுரையை *(paradox)* மேற்கு நாடுகள் ஏற்றுக்கொள்ளத் தயங்குகின்றன. ஒருவேளை தீவிர இஸ்லாமியர்கள் எகிப்தில் ஆட்சியைக் கைப்பற்றினால் என்ன செய்வீர்கள் என்னும் கேள்விக்குப் பிரித்தானிய முன்னாள் பிரதமர் டொனி பிளையர் தொலைக்காட்சி நேர்காணலில் கொடுத்த பதில்: 'எகிப்தியர்கள் தேர்ந்தெடுக்கும் ஆட்சியாளர்கள் எங்களால் வரையறுக்கப்பட்ட ஜனநாயகத்தைச் செயலாக்கத் தவறினால் அந்த ஆட்சியை ஆதரிப்பது சாத்தியமாகாது.'

அமெரிக்க, ஐரோப்பிய ஆளும் வர்க்கத்துக்கு முக்கியக் கவலை என்னவென்றால் எகிப்தில் சுதந்திரமான தேர்தல் நடைபெற்றால் இஸ்லாமியச் சகோதரத்துவம் ஆட்சியைக் கைப்பற்றலாம். அதனால் அரபுப் பிரதேசங்களில் ஒழுங்க விழ்ப்பு *(anarchy)* ஏற்பட வாய்ப்பு உருவாகலாம், அத்துடன் அல்கய்தாவின் பலம் அதிகரிக்கக்கூடும் என்பதே. ஆனால் இஸ்லாமியச் சகோதரத்துவத்துக்குப் புரளியைக் கிளப்பிவிடக்கூடிய அதிகார வல்லமை அங்கு இல்லை. ஈரானின் கொமேனிக்கு ஒத்த வசீகரமான மதத் தலைவர்கூட அங்கு இல்லை. அதைவிட இந்தப் போராட்டத்தில் தீவிர இஸ்லாமியர்களின் பங்கு மிகவும் மெல்லிசானது. புரட்சியின் ஆரம்பத்தில் சகோதரத்துவத்தின் அங்கத்தினர்கள் சற்றுத் தள்ளியே இருந்தனர். ஆகப்போனால் தேர்தலில் இவர்கள் 30சதவீத இடங்களையே பிடிக்க முடியும். இன்னுமொன்று, அல்கய்தா இதுவரை தன்னை உள்ளூர்த் தேசியப் போராட்டங்களில் ஈடுபடுத்திக் கொள்வதில்லை. மேற்குலகின் எஜமானத் தன்மையை எதிர்க்கும் உலக இஸ்லாமிய அமைப்புகளைப் பிரதிநிதித்துவப்படுத்தும் சக்தியாகத்தான் அது இயங்குகிறது. அரசியல் படுத்தப்பட்ட இஸ்லாமின் வசிய சக்தி மேற்கு ஆசியாவின் ஸ்திரத்தன்மைக்கும் *(stability)* முக்கியமாக இஸ்ரேலின் பாதுகாப்புக்கும் தடங்கலாக இருக்கும் என்று வலதுசாரி அரசியல் விமர்சகர்கள் எச்சரிக்கை செய்துகொண்டிருக்கிறார்கள். இந்த விமர்சகர்களின் பயம் ஒரு விதத்தில் தீவிர அரசியல் மயமாக்கப்பட்ட இஸ்லாம் அல்ல. அமெரிக்காவின் மேலாதிக்கப் பிடியிலிருந்து எகிப்து விடுபட்டுப் போய்விடும் என்பதுதான். அமெரிக்கா தன் பூலோக அரசியல் தேவைக்கு ஏற்பத் தீவிர அடிப்படைவாத இஸ்லாமை ஆதரிக்கத் தயங்குவதில்லை. கண்ணுக்கு முன்னால் உறுத்திக்கொண்டிருக்கும் முதன்மையான உதாரணம் சௌதி அரேபியா. இத்துடன் சியா அல் ஹக்கின் பாகிஸ்தானையும்

சேர்த்துக்கொள்ளலாம். மேற்குலக வல்லரசுகளின் அச்சம் அடிப்படைவாத இஸ்லாம் அல்ல. இந்த நாடுகள் கேட்கும் தனித்து இயங்கும் உரிமையும் சுதந்திரமும் இன்று அமெரிக்காவை மோகத்தில் ஆழ்த்தியிருக்கும் இனவாத, கிறிஸ்தவ அடிப்படைவாத, தீவிர வலதுசாரி TEA Party இயக்கம்கூட ஜனநாயகம் தந்த சுதந்திரத்தில் உருவானதுதான். இதே தெரிவை மற்ற நாடுகளுக்குத் தர அமெரிக்கா விரும்புவதில்லை. ஜனநாயகம் அமெரிக்காவுக்கு ஒரு தார்மீக நெறிமுறை அல்ல. அதன் அரசியல் தேவைகளுக்கான செயல் திட்டம். மேற்குலகு என்ன விதமான ஜனநாயகத்தைக் கிழக்கு நாடுகளில் எதிர்பார்க்கிறது என்பது பற்றி 1935இல் ஜவகர்லால் நேரு சிறையிலிருந்து எழுதிய வார்த்தைகள் இன்றும் பொருந்தும்: 'கிழக்கு நாடுகளில் ஜனநாயகத்துக்கு ஒரே வேலைதான் உண்டு. அது, ஏகாதிபத்திய ஆட்சியாளர்களின் விருப்புகளை நிறை வேற்றுவது'.

இந்த வியாசத்தை முடிவுக்குக் கொண்டுவர இரண்டு விஷயங்களை உங்களுடன் பகிர்ந்துகொள்கிறேன். பல்லாயிரக் கணக்கான பார்வையாளர்கள்போல் தொலைக் காட்சியில் இந்தப் போராட்ட நிகழ்ச்சிகளை நானும் தொடர்ந்து கவனித்து வந்தேன். ஒவ்வொருவருக்கும் மனத்தைத் தொட்ட காட்சிகள் இருக்கும். சிறுவர்களைத் தூக்கிக் கொஞ்சிய படைவீரர்கள், ஒன்றாக ஜெபத்தில் ஈடுபட்ட கிறிஸ்தவர்கள், முஸ்லிம்கள், மலரப்போகும் புதிய எகிப்தில் பிள்ளை பெறச் சுதந்திரச் சதுக்கத்துக்கு வந்த கர்ப்பிணிகள் என வரிசைப்படுத்தலாம். என்னைப் பொருத்தமட்டில் என் கவனத்தை ஈர்த்த பிம்பங்களில் ஒன்று முபாரக்கின் ஆதரவாளர்கள் பாவித்த தொழில்நுட்பத்திற்கு முற்பட்ட பண்டைய காலத்துக் கவண் (காடர்புல்ட்). சிறுவர்கள் பறவையடிப்பதற்காகப் பயன்படுத்தும் வீச்சுப்பொறி விவிலிய நாட்களில் எதிரிகளை வீழ்ச்சியடையவைக்கும் ஆயுதமாக உபயோகப்படுத்தப்பட்டது. எந்தக் கிறிஸ்தவச் சிறுவனையும் கேளுங்கள். சின்னப்

பொடியனான தாவீது மகாமல்லனான கோலியாத்தை ஒரு கவணால் அடித்து வீழ்த்தியதை உங்களுக்கு அலுப்புத்தட்டும்வரை சொல்லுவான். கவண் இதுவரை எகிப்தில் கோலியாத்திடம் இருந்தது. நடந்த இந்தப் போராட்டத்திற்குப் பின் தாவீதின் கைக்கு வந்திருக்கிறது போல் தெரிகிறது. ஆனால் இது எத்தனை நாள் நீடிக்கும் எனத் தெரியாது.

மற்றது, அரபு நாடு நிகழ்ச்சிகள் எனக்கு எட்வார்ட் சாயிதை நினைவூட்டின. அவர் உயிருடன் இருந்திருந்தால் என்ன சொல்லியிருப்பார் என்று யோசித்துப் பார்த்தேன்.

கீழை—மேற்கு அரசியல், கலாச்சார இடைமுகம் பற்றிக் கூர் கோணத்தில் சாயித் விமர்சித்தவர். அவருக்கு ஒரே நேரத்தில் கீர்த்தியையும் நிந்திப்பையும் சம அளவில் கொடுத்த Orientalism நூலைத் தட்டிப் பார்த்தேன். நெப்போலியனின் எகிப்தியப் படையெடுப்புக்குப் பின் தொடர்ந்த இரண்டு நூற்றாண்டுகளில் எவ்வாறு ஆங்கிலேயரும் பிரான்சு நாட்டினரும் கீழைத் தேசங்களை விமர்சித்தார்கள், கண்காணித்தார்கள், பிரதிகளை எப்படிக் கட்டுப்படுத்தினார்கள் என்பதை விவரிக்கும் புத்தகம் இது. இன்றைய அரபு நிகழ்ச்சிகளுக்கும் மேற்குலகின் அரசியல் குறுக்கீடுகளுக்கும் பொருத்தமான வாசகங்கள் இதன் பக்கங் களில் நிறைந்திருக்கின்றன. அவற்றில் ஒன்றைத் தருகிறேன். 1910இல் பிரித்தானிய பிரதமர் Anthony Balfour ஐக்கிய ராஜ்ஜியம் வல்லரசாக இருந்த நாட்களில் இவ்வாறு கூறியிருந்தார்: 'எகிப்தியருக்காக மட்டும் எகிப்தை நாங்கள் ஆளவில்லை. ஐரோப்பியருடைய நலனுக்காகவும்தான்'. இது வாசக ஊடாட்ட நாட்கள் என்கிறார்கள். ஆகையால் வாசகர்களாகிய நீங்கள் இரண்டு காரியங்களைச் செய்யுங்கள். முதலில் பல்ஃபொரின் பிரகடனத்தைத் தற்கால சர்வதேச ஆதிக்கத்திற்கு இசைந்தவாறு புதிப்பிக்க 'அமெரிக்காவுக்குத்தான்' என்று வாசியுங்கள். பிறகு 19ஆம் நூற்றாண்டு பிரித்தானியப் பிரதமர் பல்ஃபொரின் எக்கழுத்தமான கூற்றையும் நான் மேலே எடுத்தாண்ட 21ஆம் நூற்றாண்டு பிரிட்டிஷ் பிரதமர்

பிளையரின் எச்சரிக்கையையும் இன்னுமொருமுறை படியுங்கள். இப்படிக் கூட்டாக இந்தப் பிரதமர்களின் வாக்கியங்களை வாசிக்கும்போது ஒன்று மட்டும் புலனாகும். மேற்கின் காலனியச் சிந்தனையில், விருப்பாடில், வாஞ்சையில் ஒருவித மாற்றமும் இல்லை.

காலச்சுவடு இதழ் 135, மார்ச் 2011

24

வகுப்பறைகள்
வதைத் தளமாக மாறிய கதை

தெருவிலிருக்கும் நான்கு கட்டடங்களைக் கொண்ட பள்ளிக்கூடத்தை வெளியிலிருந்து பார்த்தால் நம் அயலில் தினமும் காணும் பள்ளி போல் தெரியும். ஆனால் இது சாதாரணப் பள்ளிக்கூடமல்ல; சித்திரவதைக் கூடம்; வகுப்பு அறைகள் வதைத் தளமாக மாற்றியமைக்கப்பட்ட கட்டடம். மட்டுமீறிய, பயங்கரமான, நடுக்கத்தை உண்டாக்கிய சிவப்புக் கமீயர்கள் (Khmer Rouge) கம்போடியாவை ஆட்சிசெய்த நாட்களில் (1975–79) 150 மேம்பட்ட விசாரணை நிலையங்களில் இந்தப் பள்ளிக்கூடம்தான் அவர்களின் எதிரிகளை விசாரணை செய்யும் பிரதான சித்திரவதைக்கூடமாக இருந்தது. சிவப்புக் கமீயர் தலைபீடத்தில் இந்தக் கட்டடம் S–21 என்று அறியப்பட்டிருந்தது. இன்று இனஅழிவு அருங்காட்சியகமாக மாற்றி யமைக்கப்பட்டிருக்கிறது. உள்ளூர்வாசிகளைக் கேட்டால் இது கம்போடியாவின் கொடுங்கனவு அருங்காட்சியகம் என்பார்கள். இந்தப் பள்ளி யிலிருக்கும் புறஞ்சேரியின் பெயர் *Tuol Sleng*. மெல்லிதான மொழிபெயர்ப்பில் நச்சுமரமேடு. பெயர் வைத்தவர்கள் இந்த நிலம் எதிர்காலத்தில் சிவப்புக் கமீயர்களின் நச்சுக் கருத்துகள், செயல்களை எதிர்த்தவர்களை இம்சிக்கும் இல்லமாக மாறும் என்று எதிர்பார்த்திருக்கமாட்டார்கள். சமீபத்தில் இந்தப் பள்ளி வளாகத்தில் அரைநாள் கழித்தேன்.

சுகம் தரும் அனுபவமல்ல. இளகிய மனசு உள்ளவர்கள் நாலைந்து கைக்குட்டைகள் கொண்டுபோவது நல்லது.

இப்படி ஒரு வதைத்தளம் இருந்தது என்று உலகம் தெரியவரக் காரணமானவர்கள் இரண்டு வியட்நாமியர்கள். ஒருவர் புகைப்படப்பிடிப்பாளர்; கம்போடியாவைச் சிவப்புக் கமீயர் ஆட்சியிலிருந்து விடுவித்த வியட்நாம் படையுடன் அந்த நாட்டுக்குப் புகுந்தவர். மற்றவர் வியட்நாம் படைத் துணைத்தலைவர் *Mai Lam.* இவர் ஏற்கெனவே கொ சீ மின் நகரில் அமெரிக்க போர் குற்ற காட்சியகத்தை நிறுவியவர். வியட்நாமின் அரசியல் அக்கறைகளுக்கும் போக்குகளுக்கும் தேவைகளுக்கும் சார்பாக இந்த அருங்காட்சியகத்தை அமைத்தார் என்ற குற்றச்சாட்டு இவர்மேல் உண்டு. “இந்த அருங்காட்சியகத்தை உருவாக்க எனக்கு ஏழு ஆண்டுகள் தேவைப்பட்டன. கம்போடியர்களின் சரித்திரத்தில் வேதனை நிறைந்த அந்த நாட்களை விளங்கவைப்பதே என் நோக்கம்,” என்று *Mai Lam* பதிலளித்திருந்தார்.

சிவப்புக் கமீயர்கள் பற்றித் தெரிந்திருந்தாலும் அவர்களைப் பற்றிச் சில குறிப்புகள். இவர்களின் அரசியல் சித்தாந்தம் திரித்து அலங்கோலமாக்கப்பட்ட மார்க்சிய, மாவோ கருத்தியல்களின் தீவிர இருண்ட கலவை. தொடக்க நிலைப் பொதுவுடைமை வாதத்தை நாடு முழுவதும் பரப்ப முயன்றார்கள். சிவப்புக் கமீயர்களுக்கே உரித்தான நச்சூட்டும் தேசியவாதமும் உந்துதலாக இருந்தது. இந்த இனத் தேசிய அடையாளம் ‘அங்கோர் ஏகாதிபத்திய’ப் *(Angkor Empire)* பெருமையின் ஏக்கத்தினாலும் கமீயர்களின் இயல்பான அந்நியர்மீதான அச்சம், வெறுப்பினாலும் தீர்மானிக்கப்பட்டது. வேறு சொற்களில் சொன்னால் இவர்களின் ஆட்சி தேசிய வெறியும் கண்டிப்பான பொதுவுடைமையும் கலந்த சர்வாதிகாரம். இந்த வியாகூலமான, அச்சம் தரும் கருத்தாடலுக்குப் பல பொதுவுடைமைவாதிகளின் பங்களிப்பிருந்தாலும், பொல் பொட்தான் *(Pol Pot* இயற்பெயர் *Saloth Sar)* பிரதான சிருஷ்டிக் கர்த்தா என்று சொல்லப்படுகிறது.

சிவப்புக் கமீயர்களின் செயல்திட்டங்கள் நவீன உலகை எதிர்கொள்வதாக இருந்தன. கம்போடியாவின் சரித்திரத்தையே மறக்கச்செய்து நாட்காட்டியைக் கூட மாற்றியமைத்து, நாட்டின் நடப்பு வருடம் தொடக்க ஆண்டு *(Zero Year)* என்று அறிவித்தார்கள். நாட்டின் பெயரைக் கம்பூச்சியா என்று மாற்றினார்கள். நகர்ப்புற ஜீவிகளைக் கிராமங்களுக்கு அனுப்பினார்கள். வங்கி, தாள் நாணயம் எல்லாம் புழக்கத்திலிருந்து நீக்கப்பட்டன. பள்ளிகள், மருத்துவமனைகள், தொழில்கூடங்கள் மூடப்பட்டன. சிவப்புக் கமீயர்கள், இறைமறுப்பாளர்கள்; சமயங்கள் அனுமதிக்கப்பட

வில்லை. பவுத்த விகாரைகள், கிறிஸ்தவ ஆலயங்கள் மூடப்பட்டன, இடிக்கப்பட்டன. இந்து, பௌத்தக் கலவையில் உருவாகிய ஆங்கோர் வாட்டில் மட்டும் இவர்கள் கை வைக்கவில்லை. அதற்குக் காரணம் கம்போடியர்களின் வாழ்விலும் சரித்திரத்திலும் ஆழமாகப் பதிந்துள்ள ஆங்கோர் வாட் பண்பாடுதான் கமீயர் களின் அளவுக்கு அதிகமான தேசியவாதத்திற்கு அகத்தூண்டுதலாக இருந்தது. மக்கள் கூட்டுப் பண்ணைகளுக்கு வில்லங்கமாக மாற்றப்பட்டார்கள். இயந்திரமயமாக்கலுக்கு எதிராகக் கம்போடியாவைத் தன்னிறைவு வேளாண்மைச் சமூகமாக மாற்ற முயற்சி செய்தார்கள். இந்தத் திட்டத்தின் நோக்கம் வேளாண்மை உழைப்பு மூலம் கம்போடியர்களைப் பழைய மகிமைக்குக் கொண்டுவருவதே.

சிவப்புக் கமீயர்கள், கம்போடியா மக்கள்தொகையை இரண்டாகப் பிரித்தார்கள். ஒருவர் ‘அடிமட்டமக்கள்’ மற்றவர் ‘புதிய மனிதர்கள்’ அல்லது நகர்ப்புறங்களிலிருந்து வெளியேற்றப்பட்டவர்கள். அடிமட்ட மக்கள், கிராமத்தைச் சேர்ந்தவர்கள். சிவப்புக் கமீயர்களின் கொடுந்தேசியவாதக் கருத்துக்களுடன் இணைந்துபோகிறவர்கள். மாவோவின் கணிப்பில் இவர்கள் வறுமையும் வெறுமையுமானவர்கள்; சுலபமாக வளையக்கூடியவர்கள். வெற்றிடமான அவர்கள் வாழ்க்கையிலும் எண்ணத்திலும் கட்சி அதன் கொள்கைகளை எளிதில் நிரப்பலாம். புதிய மனிதர்கள் பட்டணவாசிகள். நகரங்களிலிருந்து வலுக்கட்டாயமாக மீள்படிப்புக்காகக் கிராமங்களுக்கு அனுப்பப்பட்டவர்கள். உடல் உழைப்பில் ஈடுபடாதவர்கள். இவர்கள் அறிவாளிகள், மேல்நாட்டு நாகரிகத்தை நேசிப்பவர்கள். தனியுடைமை, முதலாளித்துவத்தை ஆதரிப்பவர்கள். முக்கியமாக இவர்கள் புரட்சியின் எதிரிகள். சிவப்புக் கமீயர்களின் முழு நோக்கமுமே இவர்களை மறுபடியும் ‘பழைய மனிதர்கள்’ ஆக்குவது.

S–21 பற்றி ஒரு பொதுவான கருத்து உண்டு. இந்தக் கட்டடத்துக்குள் போகிறவர்கள் ஒருபோதும் திரும்பி வருவதே இல்லை. இங்கே எத்தனைபேர் சிறை வைக்கப்பட்டார்கள் என்றும் தெளிவான கணக்கு இல்லை. 20,000 பேர் உள்ளே போயிருக்கலாம் என்று சொல்லப்படுகிறது. இந்த வகுப்பறைகளில் ஒரு தருணத்தில் 1,000–1,500 பேர்வரை இருக்க இடம் உண்டு. எல்லா அடக்குமுறை ஆட்சியாளரும் கொடூர அதிகாரங்களும் கடைப்பிடித்த சித்திரவதை முறைகள் இங்கேயும் கையாளப் பட்டன. கால் கை நகங்களைக் குறடுகளால் பிடுங்குதல், மின்அதிர்ச்சி, நாட்கணக்காகத் தலைகீழாகத் தொங்கவிடுதல்,

நெருப்புச் சூடு, நீரில் மூழ்கடிப்பு. இவற்றுடன் சில உள்ளூர் வண்ணநயம் உண்டு. உதாரணத்திற்கு ஒன்று, கைதிகளை ஜன்னல் இல்லாத ஒரு சிறிய அறையில் அடைத்து நுளம்புகளை (தமிழக வாசகர்களுக்குக் கொசு) மொய்க்கவிடுதல். தினமும் கொசுக்கடியில் வேதனையடையும் மதுரை எல்லீஸ் நகரமக்கள் இது ஒரு பெரிய தண்டனையா என்று கேட்கத்தோன்றும். ஒரு வித்தியாசம். மதுரைவாசிகளுக்கு இருந்த சுதந்திரம் கம்போடியக் கைதிகளுக்குக் கிட்டவில்லை; அவர்களுடைய கைகள் இறுக்கக் கட்டப்பட்டிருந்தன.

*S–21*இல் அதிகமாக வதைக்கப்பட்டவர்கள் சிவப்புக் கமீயர்களின் எதிரிகள் அல்ல. சிவப்புக் கமீயர் தலைமைப் பீடத்தைச் சேர்ந்தவர்கள். அதிகாரத்துடன் ஒன்றிப் பழகி, சிவப்புக் கமீய சித்தாந்தத்தை முழுவதுமாக உள்வாங்கியவர்கள். ஏன் சொந்த அமைப்புத் தோழர்களையே வாட்டி எடுத்தீர்கள் என்று கேட்டபோது, இது மற்ற கீழ்மட்ட உறுப்பினர்களுக்கு எச்சரிக்கையாகவும் பாடமாகவும் இருக்கும் என்பதற்காகச் செய்யப்பட்டதாகச் சொல்லப்பட்டது. சரி இவர்களைக் கொல்லத்தான் போகிறீர்கள், எதற்கு இந்த ஆக்கினைகள், ஒரேடியாகவே முடித்துவிட்டிருக்கலாமே என்ற கேள்விக்கு வந்த பதில்: இந்த இம்சைகள் விசாரணை செய்கிறவரின் நலத்துக்காக. வேதனை உண்டு பண்ணும் இந்தச் செய்கைகள் கமீய எதிரிகளை முற்றுமாக அழித்துவிடும் இறுதித் தீர்ப்புக்கு இவர்களின் மனதைத் தயாராக்கும், பக்குவப்படுத்தும், திடப்படுத்தும்.

விசாரணை செய்கிறவர்களுக்கும் விசாரிக்கப்பட்டவர்களுக்கும் இடையே உள்ள உறவு சிக்கலானது, குழப்பமானது. இரண்டுபேருக்குமே ஒருவிதமான சக்தி உண்டு. விசாரிப்பவர் அவருக்கு எதிரே இருக்கும் கைதியை எது வேண்டுமானாலும் செய்யலாம். மற்றவரால் கேட்கப்படுகிற கேள்விகளுக்கு எதுவேண்டுமானாலும் சொல்லலாம். விசாரிப்பவர் தேடும் உண்மையை இவரே உருவாக்கலாம். ஆகவே விசாரிப்பவர்களைத் திருப்திப்படுத்த நாங்கள் அமெரிக்கக் கைக்கூலிகள், வியட்நாமுக்காக உளவு பார்த்தோம், புரட்சிக்கு எதிராகப் பரப்புரை செய்தோம் என்று ஆக்கினை தாங்காமல் வாய்க்கு வந்ததைச் சொன்னார்கள். இங்கு ஆவணப்படுத்தப்பட்ட பதிவுகளைப் படித்தால் ஒன்று மட்டும் நிச்சயமாகிறது. விசாரிப்பவர்களுக்கும் ஏன் இவர்கள் கைதானார்கள், இவர்களின் குற்றம் என்ன என்று தெரியவில்லை; கைதானவர்களுக்கும் ஏன் விசாரிக்கப்படுகிறோம், என்ன பிழைவிட்டோம் என்ற விபரம் தெரியாது.

இந்த வகுப்பறைகளைச் சுற்றிவரும்போது அங்கே வதைக்கப் பட்டவர்களின் உருவங்களையும் இரத்தம் கலந்த உடுப்புக் களையும் பார்த்தபோது, ஒலிநாடாவில் பதிவுசெய்யப்பட்ட அவர்களின் கதைகளைக் கேட்கும்போது இயல்பாக எழும்பும் கேள்வி, இந்த வாதைகள் எல்லாம் எதற்காக? சிவப்புக் கமீய கருத்தாடலைச் செம்மைப்படுத்திய பொல் பொட் தன்மீதான விசாரணையின்போது சொன்ன விடை, "கம்போடியர்களின் நன்மைக்காகவே செய்தோம்." யார், எந்தக் கம்போடியர் என்று சொல்லவில்லை. இன்னுமொன்று உறுதியாயிற்று. வரலாற்றிலிருந்து கற்றுக்கொள்வது என்னவென்றால் நாம் வரலாற்றிலிருந்து ஒன்றுமே கற்றுக்கொள்வதில்லை. இப்படியான சித்திரவதைக்கூடங்கள் *S–21*க்கு முன்பும் இருந்திருக்கின்றன; பின்பும் உருவாக்கப்பட்டிருக்கின்றன. குவண்டனமோ பே அருவருக்கத்தக்க எடுத்துக்காட்டு. இன்னுமொன்றும் தெளிவாயிற்று. உன்னதக் கலாச்சாரத்தை உருவாக்கிய அதே பூமி, உபாதைத் தளங்களையும் கொலைநிலங்களையும் உற்பத்தி செய்ய சாத்தியமுண்டு. அகிலத்தை அசத்திய கம்பீரமான ஆங்கோர் வாட் இந்து ஆலயத்தைக் கட்டிய அதே கமீயர்களின் வம்சாவளிகள்தான் இந்தக் கொடூரங்களையும் செய்தார்கள். சமீபத்திய துஷ்டத்தனமான உதாரணம். நாட்சி *Wagner*ரையும் *Gothe*யையும் தந்த ஜர்மனிதான் கிட்லரையும் ஹிம்லரையும் *(Himmler)* ஐக்மானையும் உருவாக்கியது.

S–21 பற்றிய இந்தச் சுருக்க அறிமுகத்தில் அதன் பொறுப்பாளராக இருந்தவர் *Duch* என்று எல்லோராலும் அறியப்பட்ட *Kaing Guek Eav* வைப் பற்றிச் சொல்ல வேண்டும். அல்லாவிட்டால் பெங்களூர் பரப்பன அக்கிரஹாரம் சிறையின் பிரபல கைதிகளைப் பட்டியலிடும்போது சசிகலாவின் பெயர் விடப்பட்டது போலாகும். டச் கணக்கியல் வாத்தியாராகப் பணியாற்றியவர். நோர்டம் சீயானுக்கின் வலதுசாரி ஆட்சிக்காலத்தில் பொதுவுடைமைவாதி என்று கைதுசெய்யப்பட்டார். பிறகு அவருக்கு வேண்டியவர் மூலம் விடுதலையாகி பிரான்சு எதிர்ப்பு இயக்கத்துடன் சேர்ந்து கொண்டார். படிப்படியாகக் கமீயத் தலைமைப்பீடத்துக்குள் நுழைந்து *S–21* பொறுப்பாளர் பதவிக்கு உயர்ந்தார். தன்னுடைய இரண்டு தாய் மாமன்களை உரித்து எடுத்தவர். வியட்நாம் படை கம்போடியாவுக்கு நுழைந்த அன்று 7 ஜனவரி 1979 மாலைவரை டச் பள்ளி வளாகத்திலிருந்ததாகக் கூறப்படுகிறது. பிறகு கூட்டத்தோடுகூட்டமாகத் தாய்லாந்து எல்லைக்குள் புகுந்தார். அகதிகளிடையே பணிபுரிந்தார். மறுபடியும் வாத்தியாராக மாறினார். இதற்கிடையில் கிறிஸ்தவ

மதத்தைத் தழுவினார். இது சுய தெரிவா அல்லது சுயநலம் கருதி ஏற்பட்ட மத மாற்றமா என்ற தெளிவில்லை. இவரை எல்லோருமே மறந்துவிட்டார்கள். 1999இல் தற்செயலாக அடையாளப்படுத்தப்பட்டார். சிவப்புக் கமீயர்களின் உயர் உத்தியோகஸ்தர்களில் இன்று தண்டனை அனுபவிப்பவர் இவர் ஒருவர்தான்.

டச்சின் வாக்குமூலங்களையும் அவர் எழுதிய குறிப்பு களையும் படித்தபோது அவருடைய திருக்குமறுக்கான, கடுஞ்சிக்கலான, சர்ச்சைக்குரிய கருத்துக்கள் தெளிவாகின்றன: "ஒருவர் கைதானால் அவர் குற்றவாளி. சிவப்புக் கமீய அமைப்பான்மை ஒருபோதும் பிழைவிடுவதில்லை. அதன் மகிமையே தவறிழைக்காத தன்மைதான். எல்லாக் கம்போடியர் களும் துரோகிகள் அல்லது பொய்யர்கள். கைதானவர்கள் கீழான மனிதர்கள். அடிமட்ட மக்களின் நலனுக்காகப் பயன்படுத்தப்படலாம்; கொல்லவும்படலாம். இந்தப் புண்படுத்தும் செய்கைகளிலிருந்து தன்னைக் கழற்றிக்கொள்ள இவை கொடூரமான வதைகளே, இம்சைகள் அல்ல. தேசிய, வர்க்க நலனுக்காகச் செய்யப்பட்டவை. உண்மையை வெளியாக்கவே இவற்றைச் செய்தேன்," என்றார். ஆனால் இவரும் சிவப்புக் கமீயர்களும் தேடிய இந்த உண்மை என்னவென்று வதைக்கப்பட்டவர்களுக்கோ அல்லது வதைத்தவர்களுக்கோ தெரியவில்லை.

இவரின் அரசியல் மட்டுமல்ல, அவரின் இறையியலும் குழப்பமானது. அவரின் விசாரணையின்போது தன்னைப் பின்னை நாள் பவுலாக வர்ணித்தார். எப்படி தூய பவுல் கிறிஸ்தவரைத் தேடி அழிக்கும் பணியில் ஈடுபட்டரோ அவ்வாறே தன்னுடைய சகாக்களையும் தோழர்களையும் துன்புறுத்தினேன் என்றார்.

கடைசியாக, இவரின் வாக்குமூலத்தில் எனக்குக் கோபத்தை, அவர் மீது இன்னும் எரிச்சலை ஏற்படுத்திய பத்தியையும் கூறிவிடுகிறேன். "எவ்வளவு பேர்களை வதைத்தீர்கள், அடித்து நொறுக்கினீர்கள், இரவு வீட்டுக்குப் போகும்போது உங்களால் எப்படி நிம்மதியாக இருக்கமுடிந்தது," என்று கேட்டபோது, அவர் கூறியவிடை, "19ஆம் நூற்றாண்டுப் பிரன்சுய கவிஞர் *Alfred de Vigny* இன் *'Death of the Wolf'* என்ற கவிதையை எனக்குள் சொல்லிக்கொள்வேன். நடந்தவற்றை மறக்க இவரின் வார்த்தைகள் எனக்கு உதவின," என்றார். இந்தக் கவிதையின் கடைசி வரிகள் சம்பந்தப்படுத்தும் தாக்கங்கள்,

விளைவுகள் பற்றி டச் கவலைப்பட்டதாகத் தெரியவில்லை. இதோ அந்த வரிகள்:

Weeping or praying-all this is in vain.
Shoulder your long and energetic task,
The way that Destiny sees fit to ask,
Then suffer and so die without complaint.

தம்மை ஈர்த்த கவிதைகள், கதைகளை நினைவுகூரும் சௌக்கியத்தை வதைக்கப்பட்டவர்களுக்கு டச் தரவில்லை. இந்த

வரிகளைத் திருப்பி வாசிக்கும்போது டச்சின் மானிடம் பற்றிய அவரின் சிதைந்துபோன கருத்தும் உதாசீனமும் பரிகாசமும் இகழ்ச்சியும் கிண்டலும் தெரியவருகிறது.

காலச்சுவடு இதழ் 213, செப்டம்பர் 2017

25

உதைப்பந்தாட்ட உலகக்கோப்பை: சில பழைய சம்பவங்கள், சில புதிய சங்கடங்கள்

நீங்கள் இங்கே படிக்கப்போவது இப்போது பிரேசிலில் நடந்துகொண்டிருக்கும் உலகக் கோப்பை பற்றியதல்ல. இதற்கு முன் நடந்த போட்டிகள் பற்றியது.

முதல் உலகக் கோப்பைக்கான போட்டி 1930இல் உருகுவேயில் நடைபெற்றபோது எல்லா அணிகளும் 'மனோகரா' படத்தின் வசனம் சொல்வதுபோல் அழைத்து வரப்படவில்லை,இழுத்து வரப்பட்டார்கள். இன்றைக்கு உதைப்பந்தாட்டம் குறித்து நாடுகளிடையே இருக்கும் ஆர்வம் அப்போது இருக்கவில்லை. இவ்வளவுக்கும் பயண, விடுதிச் செலவுகளைத் தாமே ஏற்றுக்கொள்வதாக உருகுவே உறுதி செய்திருந்தது.

இப்போது போல் இறுதிப் போட்டியில் விளையாடுவதற்கான தகைமை (குவாளவையுங்) ஆட்டங்கள்கூட இல்லை. ஆனால் பல நாடுகள் தயங்கின. இதற்கு ஒரு காரணம், பிரயாணத் தூரம். உலகமயமாக்கலின் நற்கனிகளில் (நீங்கள் சூழலியல் ஆதரவாளராயிருந்தால் தீங்கனி என்று எடுத்துக்கொள்ளுங்கள்) ஒன்றான மலிவு விமான சேவை இன்னும் ஆரம்பிக்கவில்லை. கப்பலில்தான்

பயணிக்கவேண்டியிருந்தது. ஏழு தென் அமெரிக்க நாடுகள் தயாராக இருந்தாலும் போட்டி நடக்க இரண்டு மாதங்கள் இருக்கும்வரை எந்த ஐரோப்பிய நாடும் தங்கள் பயணப்பெட்டியை அடுக்குவதில் ஆர்வம் காட்டியதாகத் தெரியவில்லை. இரண்டு மாதங்கள் அவர்களுடைய வேலையையும் சொந்த ஊரை விட்டுத் தூரதேசத்தில் விளையாடுவதில் இவர்களுக்கு அதிகம் விருப்பம் இருக்கவில்லை. இங்கிலாந்து பங்குபெறாததற்கு வேறு காரணமும் இருந்தது. முதலாம் உலக மகா யுத்தத்தில் சண்டை போட்ட நாடுகளுடன் இங்கிலாந்து அணி போட்டி போடும் மனநிலையில் இல்லை. அதுமட்டுமல்ல இனவெறியும் கலந்திருந்தது. நாங்கள் கண்டுபிடித்த விளையாட்டை இந்த அன்னியர்கள் உருவாக்கிய சர்வதேச கால்பந்து சங்கங்களின் கூட்டமைப்பு (*FIFA* – ஃபிஃபா) நிர்வகிப்பதா என்கிற இறுமாப்பான எண்ணமும் இருந்தது. அந்தக் கடுவெறுப்பு இன்றும் தொடர்கிறது. ஃபிஃபாவின் ஊழல்களை அம்பலப்படுத்துவதில் ஆங்கில ஊடகங்கள் முன்னிலை வகிக்கின்றன.

ஒரு தேவையற்ற இடைச் செருகு. இன்றைக்குள்ள பெரும்பாலான விளையாட்டுக்களான கிரிக்கட், டெனிஸ், ரக்பீ, உதைப்பந்தாட்டம் போன்றவை ஆங்கிலேயர்களால் கண்டுபிடிக்கப்பட்டவை. அவர்களுக்கு ஒரு நல்ல குணம் உண்டு. இவற்றைத் தங்களுக்குள்ளேயே பொத்திவைக்காமல் தாராளமாக ஆனால் சில உள்நோக்கங்களுடன் உலகத்திற்கு அறிமுகப்படுத்துவார்கள். பிறகு கற்றுக்கொடுத்தவர்களிடம் செம்மையாக இந்த ஆட்டங்களில் அடிவாங்குவார்கள். சும்மா இருக்காமல் ஆடுகளம் சரியில்லை, வெப்பம் அதிகம், ஆட்ட நடுவர் ஒருதலைச் சார்புடையவர் என்று முணு முணுப்பார்கள்.

இனி முதலாவது உலகக் கோப்பைக்குத் திரும்புவோம். எப்படியோ ஃபிஃபாவின் முதல் தலைவர் *Jules Rimet* நான்கு ஐரோப்பிய நாடுகளைச் சமாதானப்படுத்தினார். அன்று சிதைபடாமல் இருந்த யூக்கொஸ்லாவியா தனித்து *MS Florida* என்ற கப்பலில் பயணித்தது. மற்றைய பிரான்சு, பெல்ஜீயம், ருமேனியா ஜூன் மாதம் 22 பார்செலோனாவிலிருந்து *SS Conte Verde* என்ற கப்பலில் புறப்பட்டு ரியோவில் பிரேசில் ஆட்டக்காரர்களையும் ஏற்றிக்கொண்டு ஜூலை 4ஆம் திகதி உருகுவேயின் மோண்டிவிடியோவை வந்தடைந்தனர். இதே கப்பலில்தான் ஃபிஃபா தலைவராயிருந்த ஜூலுஸ் ரீமே பயணம் செய்தார். இது இன்றைக்கு நடக்காத விஷயம். தற்போதைய ஃபிஃபா தலைவருக்குத் தனிப் பல்லக்குண்டு.

இருபது வருடங்கள் கழித்து மறுபடியும் தென் அமெரிக்காவின் பிரேசிலில் 1950 நடந்த போட்டிக்கு இங்கிலாந்து கடுகெதியில்

போய்ச் சேரவில்லை. போக எடுத்த நேரம் 31 மணித்தியாலங்கள். சுற்றி வளைத்துச் செல்ல வேண்டியிருந்தது. இங்கிலாந்து அணி சென்ற வழி; பாரிஸ், லிஸ்பன், டாக்கார், ரீசீப். இவர்களுடைய விமானம் தரை தட்டியதும் ஆச்சரியம் காத்திருந்தது. மூன்று வாயு முகமூடி அணிந்த மனிதர்கள் ஆங்கில ஆட்ட வீரர்களுக்குப் பூச்சிக்கொல்லி மருந்தை அடித்துச் சுகாதாரப்படுத்தினார்கள். இங்கிலாந்து அணி வராமலேயே இருந்திருக்கலாம். முதல் முறையாக அமெரிக்க அணியிடம் 1–0 என்ற கோல் வித்தியாசத்தில் தோற்றுப்போனது. ஆங்கில உதைப்பாந்தாட்டச் சாம்ராஜியத்தில் சூரியன் சாயாது என்று நினைத்திருந்தவர்களுக்கு இந்தத் தோல்வி ஒரு பலமான திடீர் அடி.

உருகுவேயின் மொண்டேோவிடியோ என்ற நகரத்தில் மூன்று விளையாட்டரங்கங்களில், இரண்டு வாரங்களில் பதின்மூன்று தேசிய அணிகள், பதினெட்டுப் போட்டிகளுடன் 1930இல் ஆரம்பித்த இந்த உலகக் கோப்பை இன்று வளர்ச்சியடைந்து பிரேசில் நாட்டின் 11 நகரங்களில், முப்பத்தியிரண்டு அணிகள், நாலு வாரங்கள், 60களுக்கும் மேலான போட்டிகளாக வளர்ந்திருக்கிறது. அடுத்த 2018 போட்டியில் 40 அணிகள் பங்குபெறலாம் என்று சொல்லப்படுகிறது.

இனி பிரேசிலில் நடந்த 1950 உலகக் கோப்பை பற்றி. உண்மையில் 1938இல் நடைபெற்ற போட்டி பிரேசிலில்தான் நடந்திருக்க வேண்டும். இரண்டாம் உலக யுத்தத்தினால் இரத்தாகிவிட்டது. இறுதிப் போட்டியில் உருகுவேயும் பிரேசிலும் மோதுவதாக இருந்தது. முழு உலகமுமே பிரேசில்தான் வெற்றி பெறுவார்கள் என்று எதிர்பார்த்ததிருந்தது. இதற்கு முன் இந்த இரண்டு நாடுகளும் நட்பார்ந்த ஆட்டங்களில் பதினேழு தடவைகள் சந்தித்திருந்தன. அதில் பிரேசில் எட்டு முறையும் உருகுவே ஐந்து தடவையும் மிகுதி ஆட்டங்கள் வெற்றி தோல்வி இன்றியும் முடிந்துவிட்டன. உலகக் கோப்பை இறுதி ஆட்டத்திற்கு மூன்று மாதங்களுக்கு முன் இந்த இரண்டு நாடுகளும் ரியோவில் மோதின. அப்போதும் கூட இரண்டுதடவை பிரேசில் வென்றது. பிரேசில் வெல்லும் என்ற நம்பிக்கை மட்டுமல்ல பத்திரிகைகள் இது உறுதி என்று அறிவித்துவிட்டன. ஜூலை 15, சனிக்கிழமை இறுதி ஆட்டதிற்கு முதல் நாள் *'Gazeta Esportiva'*வின் தலைப்புச் செய்தி: நாளை உருகுவேக்கு செம்ம அடிகொடுப்போம். இறுதி ஆட்ட நாளின் முந்திய பதிப்பில் *O Mundo* பிரேசில் விளையாட்டு வீரர்களின் படத்தை வெளியிட்டு உலக வாகையர்கள் என்று தலைப்பிட்டிருந்தது. அதுமட்டுமல்ல ஒவ்வொரு பிரேசில் உதைப்பந்தாட்ட வீரர்களுக்கும் இறுதி போட்டிக்கு முன்னமே உலக வீரமுதல்வன் என்று பதிக்கப்பட்ட கைக்கடிகாரங்கள்

பரிசளிக்கப்பட்டன. ஆனால் நடந்தது வேறு. உருகுவேயின் *Varela to Gigghia* அடித்த அந்த இரண்டாவது கோல் 2,00,000 நிரம்பிய அரங்கத்தையே அமைதியாக்கியது. சச்சின் தெண்டுல்கர் ஆட்டம் இழந்ததும் ஆடுகளம் மயான நிசப்தம் அடைவதுபோல். மூன்று பேரினால்தான் அந்த ஆட்ட அரங்கை அமைதியாக்க முடியும். பிரபலப் பாடகர் பிராங் சின்னாட்ரா, பாப்பாண்டவர் இரண்டாம் யோவான் பவுல் மற்றும் நான் என்று பின் ஒரு போட்டியில் அந்த வெற்றி கோலுக்குப் பொறுப்பான கிகீயா கூறியிருந்தார்.

பிரேசில் – உருகுவே இறுதி ஆட்டம் ரியோ டி ரியோ டி ஜெனிரியோவின் பிரபலமான விளையாட்டுத் திடலான *Maracana*வில் நடந்தது. கிரிக்கட்டுக்கு லண்டன் லார்ட்ஸ் அல்லது கொல்கத்தா ஈடன் கார்டன்ஸ் போல் உதைப்பந்தாட்டத்திற்கு மாராக்காணா. ஒவ்வொரு பிரேசில் பிரஜையின் கனவு. இந்த ஆடுகளத்தில் கோல் அடித்து உலகக் கோப்பையைத் தூக்க வேண்டும் என்பதே. நடந்த இறுதிப் போட்டியைப் பற்றிய விளையாட்டுப் புத்தகங்கள் விபரிக்கும் ஒற்றைச் சொல் *Maracanazo.* இந்தப் போர்த்துக்கீசியச் சொல்லின் இலேசான மொழியாக்கம் மாராக்கணாவின் பேரிடர். யப்பானியர்களுக்கு ஹிரோஷிமா எங்களுக்கு *Maracanazo* என்று ஒரு விமர்சகர் கூறியிருக்கிறார். இந்தியக் கிரிக்கட் விமர்சகர்கள், ரசிகர்கள்போல் பிரேசில் உதைப்பந்தாட்ட ஆர்வலர்கள் கொஞ்சம் உணர்ச்சி மிக்கவர்கள். இந்த வார்த்தைகளை இன்று திருப்பிப் படிக்கும்போது இவை மட்டுமீறிய உணர்ச்சிக் கனிவு போல் தெரிகிறது. அப்போது 9/11 இரட்டைக் கோபுரத் தாக்குதல் நடைபெறவில்லை. அப்படியிருப்பின் இந்தத் தோல்வி பிரேசிலின் 9/11 என்று இந்த விமர்சகர் கூறியிருப்பார் என்று நினைக்கிறேன்.

இதையும் சொல்லியாக வேண்டும். ஏமாற்றம் அடைந்த பிரேசிலுக்கு ஓர் பலியாடு தேவையாயிருந்தது. அவர்களுடைய எரிச்சலும் ஆவேசமும் கம்பங்களுக்கு இலக்குக் காவலராக (கோலி) இருந்த *Moacir Barbosa* மீது திரும்பியது. எங்கள் நாட்டில் குற்றத்திற்கு அதிகத் தண்டனை முப்பது வருடங்கள். அதைவிட அதிகம் நான் அனுபவித்துவிட்டேன் என்று 2000இல் அவர் இறக்கும் முன் கூறியிருந்தார். இவருக்கு நிகழ்ந்த அவமானங்களில் ஒன்று இவர் ஒருமுறை கடையில் சாமான் வாங்கியபோது தாய் ஒருவர் இவரைச் சுட்டிக்காட்டி பிரேசிலேயே அழ வைத்தவர் என்று தன் மகனுக்குச் சொல்லியதைக் கேட்கநேர்ந்தது. ஆன்மீக ஈடேற்றத்திற்காகவும் தன்னுடைய பாவமன்னிப்புக்காகவும் பந்தாட்டக் குறியிலக்குக் கம்பங்களை (*goal posts*) சுட்டெரித்தாக ஒரு தகவல் உண்டு. இது எவ்வளவு தூரம் உண்மை என்று தெரியாது. இவ்வளவுக்கும்

1930 போட்டிகளில் சிறந்த கோல் காவலராக நடுவர்களால் நியமிக்கப்பட்டிருந்தார். இதில் ஒரு முக்கியச் செய்தி பார்போசா ஒரு கறுப்பர். இன்னொரு கறுப்பர் பிரேசிலின் கோல் காவலராக வர இன்னும் 56 வருடங்கள் காத்திருக்க வேண்டியிருந்தது. அவரின் பெயர் *Nélson Dida*. இவர் 2006 ஜெர்மனியில் நடந்த உலகக் கோப்பையில் விளையாடினார். ஆனால் வெள்ளையர்களான *Waldir Peres* 1982இலும் *Julio Cesar* 2010இலும் உலகக் கோப்பைப் போட்டிகளில் செய்த தப்பிதங்களைப் பிரேசில் ரசிகர்கள், விமர்சகர்கள் கண்டுகொண்டதாகத் தெரியவில்லை.

மூட பக்தி எல்லோருக்கும் உண்டு. 1930 தோல்விக்குப் பின் பிரேசில் அணியில் எற்பட்ட பெரிய மாற்றம் குழுவின் சீருடை மாற்றப்பட்டது. இதுவரை வெள்ளைச் சட்டையில் ஆடியவர்கள் இப்போது எல்லோராலும் அடையாளங் கண்டுகொள்ளப்படுகிற மஞ்சள் மேல் சட்டையும் நீல கால்சட்டையுமாக மாற்றப்பட்டது. அணியின் புதிய உடுப்பை அறிமுகப்படுத்தியவர் பத்தொன்பது வயதான *Aldyr Garcisa Schlee*. பத்திரிகை ஒன்று நடத்திய போட்டியில் 300 விண்ணப்பங்களில் இவருடைய அனுப்பீடு தெரிவுசெய்யப்பட்டது. இதில் வேடிக்கை என்னவேன்றால் ஷிலி ஒரு உருகுவே ரசிகர். இவரின் கிராமம் உருகுவேக்கு அருகில் உள்ளது.

இந்த முறையும் பிரேசில் வாகைசூடாவிட்டால் சொந்த மண்ணில் நடைபெற்ற உலகக் கோப்பைப் போட்டிகளில் வெற்றி அடையாத ஒரே நாடு என்ற வடு ஒட்டிக்கொண்டேயிருக்கும். உருகுவே, இத்தாலி, இங்கிலாந்து, அர்ஜென்டினா, ஜெர்மனி, பிரான்சு அணிகளின் வெற்றிகள் அவர்களின் சொந்த மண்ணில் சாதித்தவை.

வடிவான விளையாட்டு என்று உதைப்பந்தாட்ட பக்தர்களால் புனிதப்படுத்தி வந்தனத்துடன் விமர்சிக்கப்படும் இந்த ஆட்டத்திற்கு அழகற்ற வடிவம் உண்டு. ஆட்ட நிர்ணயம் (*match-fixing*) கிரிக்கட்டில் மட்டுமல்ல உதைப்பாந்தாட்டத்திலும் உண்டு. பல உதாரணங்களில் மிகத் தெளிவான ஒன்றைத் தருகிறேன். இது 1982 உலகக் கோப்பை இறுதிப் போட்டியில் நடந்தது. இதைச் செய்தவர்கள் வழக்கமான சந்தேகத்திற்குரிய மும்பையின் சட்ட விரோதமான பணயம் வைப்பவர்கள் அல்ல. ஐரோப்பியக் கலாச்சார உன்னத விழுமியங்களைப் பிரதிபலிக்கும் இரண்டு முதல் உலக அணிகள் ஜெர்மனி, ஒஸ்ரியா. நடந்தது இதுதான்; இந்த இறுதிப் போட்டியில் ஆட்டக்குழுக்கள் ஆறு பிரிவுகளாகப் பகுக்கப்பட்டன. இரண்டாவது பிரிவில் ஜெர்மனி, ஒஸ்ரியா, அல்ஜிரீயா, சீலீ. உதைப்பாந்தாட்ட நிபுணர்களின் ஒருமித்த கருத்துப்படி ஜெர்மனி, ஒஸ்ரியா இரண்டாவது சுற்றுக்கு

முன்னேற வேண்டும், ஆனால் அதிர்ச்சி காத்திருந்தது. உலகப் பந்தாட்ட வல்லரசாகக் கருதப்பட்ட ஜெர்மனி அல்ஜிரீயாவிடம் 2–1 கோல் வித்தியாசத்தில் தோல்வியடைந்தது. ஆட்டத்தின் அரிவரிமாணவர்களாகக்கருதப்பட்ட அல்ஜிரீயர்கள்ஜெர்மனியை அசத்துவார்கள் என்று ஒருவரும் எதிர்பார்க்கவில்லை. இது நடக்காத விஷயம் என்று அல்ஜிரீகள்கூட நம்பியிருந்தார்கள். அல்ஜிரீயா ஆட்டத்திற்கு முன் ஜெர்மனிய வீரர்கள் சொன்ன வார்த்தைகள் அவர்களின் இனத்துவேசத்துக்குக் கெட்ட முன் உதாரணம். வெற்றி நிச்சயம் என்ற இறுமாப்புடன் அல்ஜிரீய அணிக்கு எதிராக அடிக்கப்படும் "எங்கள் ஏழாவது கோலை மனைவியர்களுக்கு அர்ப்பணிப்போம். எட்டாவது கோலை எங்கள் நாய்களுக்குப் பிரதிஷ்டை பண்ணுவோம்" என்று ஏளனமாகக் கூறியிருந்தார்கள். இவர்களுடைய நருக்குவிக்கு இன்னுமொரு விரும்பத்தகாத எடுத்துக்காட்டு. வாயில் சுருட்டை இழுத்துக்கொண்டே அல்ஜிரீயாவை எங்களால் வெல்ல முடியும் என்று சொல்லியிருந்தார்கள். ஆனால் நடந்தது வேறு. உதைப்பந்தாட்ட உலகமே அசந்துபோனது.

இந்த இனிய, எதிர்பாராத, வியப்புணர்த்துஞ் செயல் அல்ஜிரீயர்களிடமிருந்து தற்காலிகமாக விட்டுப் போயிற்று. அனுபவக் குறைவு காரணமாக அடுத்த ஆட்டத்தில் அல்ஜிரீயா ஒஸ்ரியாவிடம் 2–0 என்ற கோல் வித்தியாசத்தில் தோற்றுப் போனது. ஆனால் சிலீக்கு எதிரான கடைசி ஆட்டத்தில் அல்ஜிரீயா தனது பழைய உள்ளுரத்தையும் உற்சாகத்தையும் மீள் கண்டுபிடிப்பு செய்து 3–0 என்று முன்னிலையில் இருந்தது. சிலீ அணி இதற்கிடையில் 2 கோல்களைப் போட்டது. அல்ஜிரீய அணி ஒருவிதமாகச் சமாளித்து ஆட்டத்தை வென்றது. இந்த முடிவின்படி அல்ஜிரீயாவும் ஜெர்மனியும் அடுத்த கட்டத்திற்கு முன்னேறலாம். ஒரு மூன்றாம் மண்டல நாடு இரண்டாவது சுற்றுக்குப் போவதை ஐரோப்பிய நாடுகள் விரும்பவில்லை. இதைத் தடுக்க ஒரு வழி இருந்தது. ஜெர்மனி 1 அல்லது 2 கோல் வித்தியாத்தில் ஒஸ்ரியாவை வீழ்த்தினால் இந்த இரண்டு அணிகளுமே உயர்நிலைக்குப் போகலாம். ஆகவே ஜெர்மனியும் ஒஸ்ரியாவும் தளதக்கையான (strategic) சூழ்வினைத் திறனுடன் விளையாடின.

10 ஆவது நிமிடத்தில் ஜெர்மனிய ஆட்டவீரர் Horst Hrubesch ஒரு கோல் போட்டார். அடுத்த 80 நிமிடங்களும் ஆட்டம் மிகவும் தற்காப்புடன் மந்தமாகவே இருந்தது. ஆட்டத்தை விறுவிறுப்பூட்டும் முழு விரைவுடன் ஓடுதல், எதிர்த்துப் போராடுதல், குறுக்குப் பந்துகடத்தல் எல்லாம் இரண்டு அணிகளாலும் தவிர்க்கப்பட்டன. மிகவும் சாதுவாக வரும்

பந்தைக் கோட்டை விடுவது, சோம்பேறித்தனமான நகர்தல் என்று சாதாரணமாக இரண்டு நாட்டு வீரர்களும் ஆடினார்கள் அன்று. ஆடுகளத்தில் நடந்தது விளையாட்டுப் போட்டியே அல்ல. மேற்கு நாடுகள் நடத்திய கூட்டுச்சதி. ஆட்ட முடிவுக்குப் பின் அல்ஜிரீயர்கள் பெருந்தன்மையற்ற விளையாட்டுபற்றி முறையிட்டபோது ஒஸ்ரியப் பிரதிநிதி, *Hans Tschak* சொன்ன வார்த்தைகளை இங்கு பதிவு செய்கிறேன். இவற்றுக்குப் பின்னால் பொதிந்திருக்கும் இன வெறி தொடர்பான தற்பரியங்களைப் பாருங்கள்: “இன்றைய ஆட்டம் புத்தி சாதுரியத்துடன் தந்திரமுறை உத்திகளுடன் விளையாடப்பட்டது. இது பற்றி 10,000 வனாந்தரங்களின் மைந்தர்கள் புரளிபண்ணினால் இவர்கள் சரியான பாடசாலைகளுக்குப் போகவில்லை என்று அர்த்தம். 300 வருடங்கள் பாலைவனத்தில் இருந்த சேக்குகள் (shiek) தங்களுக்கு உலகக் கோப்பை பற்றி வாய்திறக்க உரிமை உண்டு என்று நினைக்கிறார்கள்.” அன்றை இன உறவுச் சட்டங்கள் தளர்ச்சியானவை. இன்றைய இறுக்கமான சட்டங்களின்படி *Tschak* கைதாகலாம்.

உலகக் கோப்பை பிரேசிலில் நடந்துகொண்டிருக்கும் நேரத்தில் பிரேசில் இலக்கியத்தில் உதைப்பந்தாட்டம் பற்றிய புனைவுகள் பற்றிச் சொல்ல வேண்டும். அர்ஜென்டினாவின் *Jorge Luis Borges* மாதிரி அல்லது கொலம்பியாவின் மார்க்கேஸ் கார்சியா போல் பிரேசில் எழுத்தாளர்கள் சர்வதேசக் கவனம் பெறவில்லை. *Nelson Rodriques* தன்னுடைய நாடகங்களில் பிரேசிலின் உதைப்பந்தாட்ட உன்னதங்களுக்கும் உவப்புகளுக்கும் பாத்திரவடிவு கொடுத்திருக்கிறார். *Michel Laub*–இன் *‘Second Half’* நாவல் ஒரு உதைப்பந்தாட்ட பின்னணியில் ஒரு தம்பதிகளில் வாழ்வு எப்படி முறிகிறது என்று வர்ணிக்கிறது. *Andre Sant’Anna*–இன், *‘Paradise is Really Cool’* என்ற நாவல் நோய்வாய்ப்பட்ட ஒரு பிரேசிலின் உதைப்பந்தாட்டக்காரன் பெர்லீன் ஆஸ்பத்திரியில் படுத்துக்கொண்டு இஸ்லாமிய மதமாற்றம் சாத்தியமாகுமா என்பது பற்றிச் சிந்திப்பதை விவரிக்கிறது.

விக்டோரியன் காலனியர்கள் இந்த விளையாட்டை அவர்கள் ஆண்டகை செய்த நாடுகளிடையே தன்னடக்கம், கீழ்ப்படிவு, ஆணைக்கடங்கி நடத்தல், ஒத்துழைப்பு போன்ற விழுமியங்களைப் போதிக்கும் கருவியாகப் பாவித்தனர். 1940களில் இங்கிலாந்துக்குச் சுற்றுலா வந்த நைஜீரிய உதைப்பந்தாட்டக்காரர்கள் கால்களில் சப்பாத்து அணிந்து விளையாடினார்கள். நைஜீரியர்கள் நாகரீக நாயகர்களாகி விட்டார்கள் என்று நக்கலுடன் ஆங்கிலப் பத்திரிகைகள் எழுதியிருந்தன.

உழைப்பாளிகளிடையே பரவலாக இருந்த உதைப் பந்தாட்டம் இன்று மின்ம ஏகாதிபத்தியத்தின் *(electronic imperialism)* முதலாளித்துவ அனுகூலங்கள், ஆதாயங்களை, உயர் தகவுகளை, செயல்திறன்களைப் பறைசாற்றுகிற கருவியாக மாற்றப்பட்டிருக்கிறது. இந்த மின்ம ஏகாதிபத்தியத்தின் தந்திரங்களில் ஒன்று இந்த லட்சாதிபதி ஆட்டக்காரர்களை நம்மவர்களில் ஒருவராக மாற்றியது. இவர்களில் ஒருசிலரைத் தவிர பெரும்பாலானவர்கள் கைபேசி எண் அளவு சம்பளம் வாங்குகிறவர்கள். இன்றைய பன்னாட்டு ஏகாதிபத்திய நிறுவனங்களில் ஃபிஃபா மேலாண்மை மிக வலுவானது. இதன் உத்தியோகஸ்தர்கள் பழைய காலனிய அதிகாரிகளை நினைவுபடுத்துகிறார்கள். பிரேசிலில் இந்தப் போட்டியை நடத்த அந்த நாட்டை வலுக்கட்டாயப்படுத்தி ஃபிஃபாவின் வரிவிலக்கு வருவாயில் வளர்ச்சி அடைந்துவரும் நாடுகளின் சுகாதாரம், கல்வி, குடிநீர், மலசலகூட வசதிகளை அடுத்த அரை நூற்றாண்டுக்கு மேம்படுத்தலாம்.

உலகமயமாகுதலால் நாடுகளின் எல்லை நிராகரிக்கப் பட்டு உலகம் ஒற்றை இடமாக மாறித் தேசிய அடையாளங்கள் மங்கலாகிவரும் நாட்களில் உதைப்பாந்தாட்டக் கோப்பை, ஒலிம்பிக் விளையாட்டுகள், அரசு–நாடு என்று உண்டு என்று மெலிதாக நினைவுபடுத்துகிறது. ஆனால் இந்தப் போட்டிகளில் வெளிப்படும் தேசியம் குறுகியதல்ல. கலவையானது. அமெரிக்க அணியில் விளையாடும் 7 ஆட்டக்காரர்கள் அமெரிக்கர்களே அல்ல. இவர்களுடைய தாய் பாஷை கூட ஆங்கிலமல்ல. அசல் வெள்ளை நாடுகள் என்று கருதப்படும் நாடுகளில்கூடக் கறுப்பர்கள் ஆடுகிறார்கள். முற்றிலும் கிறிஸ்தவ நாடு என்று பறைசாற்றும் நாடுகளிலும் முஸ்லீம்களும் உண்டு. ஜப்பானிய அணியில் புராக்கூன்மின்கள் இருக்கிறார்களா என்று தெரியாது. புராக்கூன்மின்கள் ஜப்பானியத் தலித்துகள்.

விளையாட்டுக்கள் அப்பாவித்தன்மையானவை அல்ல. விளையாட்டு தேசங்களிடையே சமாதானத்தையும் நல்லுறவையும் ஏற்படுத்தும் என்ற ஓங்கிய கருத்துண்டு. இது ஒருவிதத்தில் கனவியற்போக்கு, புனைவியலான குறிக்கோள் என்றுதான் எடுத்துக்கொள்ள வேண்டும். இந்தத் தருணத்தில் ஜியார்ஜ் ஓர்வல் விளையாட்டு பற்றிக் கூறிய வாசகம் ஒளிமிக்கதாக, கூர்மையாக, மதிநுட்பமாகத் தெரிகிறது. ‘விளையாட்டுகள் ஆயுதமில்லாத போர்.’

காலச்சுவடு இதழ் 175, ஜூலை 2014

26

ஒலிம்பிக்ஸின் கதையும் சில துணைக் கதைகளும் சரிசமநிலையற்ற ஐந்து வளைய விளையாட்டுகள்

ஒலிம்பிக்ஸின் பூர்வீகம் கிரேக்க நாட்டின் ஒரு பட்டணம் என்பது விளையாட்டுகளை அரைகுறையாகக் கவனிப்பவர்களுக்குக்கூடத் தெரியும். இன்றைக்குப் புதிய வடிவங்களோடு பரிணமித்திருக்கும் நவீன ஒலிம்பிக்ஸுக்கும் இங்கிலாந்துக்கும் சுற்றுமுகமான ஆனால் நெருக்கமான தொடர்பு உண்டு. இந்த உறவை வெளிப்படுத்தியவர் ஓர் ஆங்கிலேயர் அல்ல. ஆங்கிலக் கலாச்சார நேசகரான *Charles Pierre Coubertin (1863–1937)* என்ற பிரான்சு நாட்டவர். கொபார்ட்டின்தான் செயலற்றுப்போன இந்தப் பண்டைய விளையாட்டுகளை மீள்கண்டு

பிடித்தவர். இன்றைக்கும் ஒலிம்பிக்ஸ் என்னும் வார்த்தையைக் கேட்டவுடன் நினைவுக்கு வரும் 'வாகை சூடுவதல்ல வாழும் தன்மையில் தான் இருக்கிறது' என்னும் சாசுவதமான வார்த்தைகளின் சொந்தக்காரர் இவர்தான்.

நவீன ஒலிம்பிக்ஸ் மறுபடியும் உருவாக ஆங்கிலக் கலாச்சாரத்துடன் இணைந்த மூன்று சம்பவங்கள் கொபார்ட்டினுக்கு உறுதுணையாக இருந்தன. ஒன்று இந்தியப் புரட்சி ஆண்டான 1857இல்

வெளி வந்த *Thomas Hughes* எழுதிய *Tom Brown's School Days* நாவல். இந்த ஆங்கில நூலைப் பிரான்சுக்காரர் வாசித்திருந்தார். அதில் பொதிந்திருந்த செய்தி இவருக்குப் பிடித்திருந்தது. அதைவிட அது தந்த தகவல் பிரஷியாவுடன் நடந்த போரில் தோல்வி யடைந்து சோர்ந்துபோயிருந்த பிரான்சை மீண்டெழச்செய்யும் என்று நம்பினார். விளையாட்டு உடலைக் கட்டுப்படுத்துவது மட்டுமல்ல, ஒழுக்கத்தையும் தனி ஆளுமையையும் தரக்கூடும்; பந்தயங்கள் மனத்துக்கினிய, மகிழ்ச்சியான, பொழுதுபோக்கான காரியங்கள், சமுதாயத்தை மாற்றியமைக்கவும் தேசங்களிடையே நட்பையும் நல்லுறவையும் அவற்றால் வளர்க்க முடியும் என்று நாவலில் வரும் தாமஸ் ஆர்னாலட் கூறும் புத்திமதிகள் இவரைப் பாதித்திருந்தன. நான் மாணவராயிருந்த நாட்களில் இன்றைக்கு ஹாரி போட்டர்போல் இந்த நாவலில் வரும் டாம் பிரவுன் என்ற பதின்ம வயதுக் கதாநாயக இளைஞன் என் போன்றோரை உற்சாகத்தில் ஆழ்த்தியிருந்தான். அந்த நாட்களில் யாழ்ப்பாணத்தில் மிஷனரிமார் நடத்தி வந்த ஆங்கிலக் கல்லூரிகளில் மாணவர்களின் தசை ஆற்றலை உரப்படுத்த மட்டுமல்ல தசைவலிவான கிறிஸ்துவத்தைப் போதிக்கவும் இந்நூல் கட்டாய வாசிப்பாயிருந்தது. அந்த நாட்களில் இந்த நாவல் பற்றித் தெரிந்திருக்காவிட்டால் எதோ ஜுராசிக் பார்க்கில் இருந்து வந்த ஆள் என்று நினைத்ததுண்டு. ஆனால் நாடுகளிடையே நல்லெண்ணமும் நேசமும் வளரும் என்று கொபார்ட்டின் எதிர்பார்த்தது நடக்கவில்லை. மூன்றாம் ஒலிம்பிக்ஸ் போட்டிகள் நடந்து முடிந்தவுடனே முதலாம் உலக மகாயுத்தம் ஐரோப்பாவில் ஆரம்பமாயிற்று.

இந்தக் கட்டத்தில் தேவையில்லாத சின்னக் கிளைக் கதையைப் புகுத்துகிறேன். *Tom Brown's School Days* வெளிவந்த சில ஆண்டுகளுக்குப் பின் *Alec Waugh* எழுதிய *The Loom of Youth* என்னும் நாவல் வெளிவந்தது. அது எதிர்மறையான செய்தியைத் தந்தது. விளையாட்டு முக்கியமல்ல. இலக்கியந்தான் வாழ்வை உய்விக்கும் என்பது அந்தக் கதாசிரியர் சொல்லிய கருத்து.

மறுபடியும் கொபார்ட்டினுக்கு வருவோம். இரண்டாவதாக இவரைக் கவர்ந்த ஆங்கிலேய நிகழ்ச்சி 1850இலிருந்து ஆண்டுதோறும் மச் வென்லோக் என்ற பசுமையான ஆங்கிலக் கிராமத்தில் நடைபெற்ற பண்டைய ஒலிம்பிக்ஸ் பாணியில் ஒழுங்கு செய்யப்பட்ட போட்டிகள். அணிகள் ஆட்டமான உதைபந்தாட்டம், கிரிக்கட் போன்றவற்றுடன் திடல்தளப் பந்தயங்களான ஓடுதல், பாய்தல், எறிதல் ஆகியவை இடம் பெற்றிருந்தன. இதை *William Penny Brookes* என்ற வைத்தியர்

நடத்திவந்தார். அன்றைக்கு உருவாகி வந்த தொழிலாளவர்க்கத்தினரின் தார்மீகத்தையும் அறிவாற்றலையும் மேம்படுத்த வாசிப்புப் பழக்கத்தை மட்டும் அல்ல அவர்களின் தேகத்தையும் உடல்நலத் தகுதியையும் வலுப்படுத்த விளையாட்டுகளையும் இந்த வைத்தியர் அறிமுகப்படுத்தினார். அவற்றை நேரில் பார்த்த கொபார்ட்டின் உலகளவில் இதை ஏன் சாதிக்க முடியாது என்று நினைத்தார். மிகுதி சரித்திரமாயிற்று.

ஒலிம்பிக்ஸ் ஆரம்பமாவதற்கு இங்கிலாந்து இன்னுமொரு விதத்திலும் காரணமாக இருந்தது. விளையாட்டுகள் பற்றிய விதிமுறைகள் யாவும் இங்கிலாந்தில்தான் முறைப்படுத்தப்பட்டன. முரணான விதிகள் கொண்ட விளையாட்டுகள் தொகுக்கப்பட்டு ஒரே மாதிரியான தன்மையுடன் சீரமைக்கப்பட்டது இங்கிலாந்தில்தான். இதற்கு ஜேம்ஸ் மன்னரின் ஆட்சியில் 1618இல் வெளி வந்த *Book of Sports* காரணமாயிற்று. இந்தக் கைநூலில் என்ன விளையாட்டுகள் அங்கீகரிக்கப்பட்டவை, எப்படி விளையாட வேண்டும் என்று வரையறுக்கப்பட்டிருந்தது. ஜேம்ஸ் மன்னர்கூட உடற்பயிற்சி மக்களைச் சோம்பேறித்தனத்திலிருந்தும் அவர்களின் மனநிறைவற்ற வாழ்விலிருந்தும் மீட்டு ஆற்றலும் உடல்வலியுமுடைய மனிதர்களாக மாற்றும் என எதிர்பார்த்தார்.

உலகின் எல்லா விஷயங்களையும் போலவே ஒலிம்பிக்ஸும் படிப்படியாக வளர்ச்சி அடைந்திருக்கிறது. முதல் பதின்மூன்று ஒலிம்பிக்ஸ்களில் ஒரே ஒரு நிகழ்ச்சியாக 200 மீட்டர் குறுவிரை *(sprint)* ஓட்டந்தான் இருந்தது. பிறகுதான் தொலைதூர ஓட்டங்களும் மற்போரும் அறிமுகப்படுத்தப்பட்டன. கிரேக்கர்களுக்கு மட்டுமல்ல கிரேக்கமொழி பேசத் தெரிந்தவர்களுக்கு மட்டுமே என்றி ருந்த விளையாட்டுகளைச் சர்வதேச நிகழ்ச்சியாக்கியவர்கள் ரோமர்களே. பன்னாட்டினரும் அனுமதிக்கப்பட்ட போட்டிகளில் வெற்றிபெற்ற முதல் கிரேக்கரல்லாதவர் என்ற பெருமை கி.பி. 385 போட்டிகளில் ஆமினியாவிலிருந்து வந்த பாரசீகரான *Varazdates*ஐச் சேரும். ஒரு நாள் மட்டுமே நடந்த போட்டிகள் ஐந்து நாட்களுக்கு விரிந்து இப்போது பதினேழு நாள் திருவிழாவாக நீடித்திருக்கிறது.

பொதுக்கருத்தில் இருப்பதுபோல் அந்தப் பண்டைய விளையாட்டுகள் பரிசுத்தமானவையும் நேர்மையானவையும் அல்ல. இன்றைக்கு இருக்கும் ஊழல்கள் அந்த நாட்களிலும் இருந்தன. பிடில் என்று சொன்னதும் ஞாபகத்திற்கு வரும் நீரோ தானும் பந்தயங்களில் பங்குபெற வேண்டும் என்பதற்காக விளையாட்டுத் திகதியைத் தள்ளிப் போட்டதுமல்லாமல் லஞ்சமும் கொடுத்தார். கிபி 67இல் நடந்த ஒலிம்பிக்ஸில்

தேரோட்டப் போட்டியில் பங்குபெற்ற அவர் பாதி ஓட்டத்தில் தேரிலிருந்து தூக்கியெறியப்பட்டார். ஆனால் வெற்றி தனக்கே என்று அறிவித்துவிட்டார். அவருடைய மரணத்திற்குப் பின் வெற்றி பெற்றவர்களின் பட்டியலிலிருந்து அவர் பெயர் நீக்கப்பட்டது.

நீரோ மன்னன் செய்த நல்ல காரியம் கலை, கலாச்சாரப் போட்டிகளையும் அறிமுகப்படுத்தியது. கவிதை, சிற்பம், ஓவியம், பகிரங்கப் பேச்சு போன்றவை பண்டைய ஒலிம்பிக்ஸில் இடம்பெற்றன. இதைப் பின்பற்றி நவீன ஒலிம்பிக்ஸில் கவிதைப் போட்டியைக் கொபார்ட்டின் அறிமுகப்படுத்தினார். 1912 ஒலிம்பிக்ஸ் கவிதைப் போட்டியில் ஜெயித்தவரின் பெயர்: கொபார்ட்டின். அவரது மோசமான கவிதையைத் தமிழ்ப்படுத்தி உங்களின் இனிய நாளைக் கெடுக்க விரும்பவில்லை.

போட்டிகள் முடிவுபற்றி முன்னமே நிர்ணயிக்கப்படுவது அந்த நாட்களிலும் இருந்திருக்கிறது. குத்துச்சண்டை வீரர்கள் மூவரை வேண்டுமென்றே தோற்றுப் போகும்படி Eupholus of Thessaly கிபி 388 போட்டிகளில் லஞ்சம் கொடுத்திருந்தார். அவருக்குத் தண்டனை விதிக்கப்பட்டது மட்டுமல்ல அவரிடமிருந்து வசூலித்த அபராதக் கட்டணத்திலிருந்து கிரேக்கக் கடவுளான Zeusவைச் சமாதானப்படுத்தச் சிலைகளும் உருவாக்கப்பட்டன.

ஒலிம்பிக்ஸுக்கும் வணிகக் குழுமங்களுடன் தொடர்பு உலகமயமானதால் ஏற்பட்டதல்ல. ரோமர் காலத்திலிருந்தே இருக்கிறது. அதில் ஒருவர் இயேசு கிறிஸ்துவை விசாரணைக்குட்படுத்திய ஏரோது மன்னன். இவர் கி.மு. 12ஆம் ஆண்டில் பண உதவிசெய்தது மட்டுமல்லாது ஒரு புதிய விளையாட்டு அரங்கையும் கட்டினார்.

ஒலிம்பிக்ஸ் தொடங்கிய நாட்களில் ஆண்கள் மட்டுமே அனுமதிக்கப்பட்டார்கள். தேரோட்டப் போட்டியில் மட்டும் பங்குபெறப் பெண்களுக்கு அனுமதி தரப்பட்டது. நவீன ஒலிம்பிக்ஸ் முதன்முதலாக 1896இல் ஏதன்ஸில் நடந்தபோது பெண்கள் இடம்பெறவேயில்லை. பெண்கள் அனுமதிக்கப்படாததற்குக் கொபார்ட்டின் சொன்ன காரணம்: "சாயதியமற்றது, சுவையற்றது, அழகியலற்றது, தப்பானது". 1900 பாரிஸ் ஒலிம்பிக்ஸில் தான் பெண்களின் முதல் பிரவேசம் நிகழ்ந்தது. ஆனாலும் ஓடுதல், பாய்தல், எறிதல் போன்ற பந்தயங்களில் பெண்கள் தடை செய்யப்பட்டிருந்தனர். டென்னிஸ் மற்றும் குழிப் பந்தாட்டத்தில் பங்குபெற மட்டுமே பெண்களுக்கு அனுமதி கிடைத்தது. திடல்தள (track and field) விளையாட்டுகளில் பெண்கள்

முதல்முதலாக 1928 ஒலிம்பிக்ஸில்தான் பங்குபெற்றார்கள். லண்டன் ஒலிம்பிக்ஸில் 26 விளையாட்டுகளிலும் கலந்து கொண்டார்கள். தங்கப் பதக்கங்கள் வழங்குவதில் ஆடவருக்கும் மகளிருக்கும் சரிசமநிலை இல்லை. ஆண்கள் 162 தங்கப் பதக்கங்கள் பெற வாய்ப்பிருந்தது. ஆனால் பெண்கள் 132 தங்கப் பதக்கங்களுக்குத்தான் போட்டியிட முடிந்தது.

ஒலிம்பிக்ஸ் போட்டிகளில் இடம்பெறும் விளையாட்டுகள் மேற்குலக அரசியல், சமூக, வர்க்கச் சூழலில் எழுந்தவை. பெரும் பாலானவை இங்கிலாந்தில் உருவானவை. குத்துச்சண்டை, ஓடம் வலித்தல், விற்போட்டி, திடல் தடப் பந்தயங்கள், இறகுப் பந்துப்போட்டி, உதைபந்தாட்டம், நீச்சல், வளை கோறப்பந்தாட்டம் ஆகியன ஐக்கிய ராச்சியத்தில்தான் நவீனமாக்கப்பட்டன. இவற்றில் விற் போட்டி, குத்துச்சண்டை, மல்யுத்தம் போன்றவை இந்திய, சீனக் கலாசார வழக்கிலிருந்தாலும் விக்டோரியன் ஆங்கிலேயர்களால்தான் தற்காலத்திற்கேற்பச் சீராக்கப்பட்டன. கரப் பந்தாட்டம், கூடைப் பந்தாட்டம், ஏககால நீச்சல் ஆகியவை அமெரிக்காவில் உருவானவை. கைப்பந்து, சீருடற்பயிற்சி (ஜிம்நாஸ்டிக்ஸ்) போன்றவை ஜெர்மன் நாட்டைச் சேர்ந்தவை. லண்டன் ஒலிம்பிக்ஸில் இடம்பெற்ற 26 விளையாட்டுகளில் இரண்டு மட்டுந்தான் ஆசியாவில் தோன்றியவை. ஜப்பானிய மற்போர் 1964இலிலும் கொரிய பண்டைய படைத்துறைக் கலையான டைக்வாண்டோ 1988இலும் அறிமுகப்படுத்தப் பட்டன. நவீன ஒலிம்பிக்ஸின் முதல் ஆறு பத்தாண்டுகளும் மேற்கத்தியத் தலைநகரில் நடந்தது மட்டுமல்ல மேற்கத்தைய விளையாட்டுகளிலேயே ஆப்பிரிக்கர்களும் ஆசியர்களும் தென் அமெரிக்கர்களும் ஈடுபட்டிருந்தார்கள். மூன்றாம் மண்டல நாடுகள் தங்கள் உடல் திண்மையையும் மனவுரத்தையும் மேற்கத்தையரின் விளையாட்டுகள் மூலந்தான் வெளிப்படுத்த நேரிட்டது, அங்கீகாரம் பெற முடிந்தது.

ஒலிம்பிக்ஸ் விளையாட்டுகளான குதிரையேற்றம் சார்ந்த பந்தயங்கள், வாள்சிலம்பம் போன்றவை மேட்டுக்குடி மற்றும் ராணுவத் தொடர்பு உடையவை. இன்றைய குண்டெறிதலின் முன்னோடி ராணுவ வீரர்கள் பொழுது போக்குக்காகப் பீரங்கிக் குண்டுகளை வீசி விளையாடியதில் ஆரம்பமாயிற்று. சில விளையாட்டுகளுக்குக் காலனியச் சம்பந்தமுண்டு. மேசைப் பந்து விளையாட்டு இந்தியாவிலிருந்த ஆங்கில ராணுவ அதிகாரிகளின் உணவகத்தில்தான் ஆரம்பமானது. உணவு உண்டபின் நேரத்தைக் கழிக்க சாம்பேயின் போத்தல்களின் தக்கையைப் பந்தாகப் பாவித்துச் சுருட்டு டின்களை வலையாக வைத்துத்

தொடங்கிய விளையாட்டுதான் இன்று மேசைப் பந்தாட்டமாக உருமாறியிருக்கிறது. கனடாவில் புதிய பிரதேசங்களைக் காலனிய கட்டுப்பாட்டுக்குள் கொண்டுவருவதற்காக ஓடங்களில் மேற்கொள்ளப்பட்ட ஆய்வுப் பயணந்தான் இன்று பாய்மரப் படகுப் போட்டியாக அவதாரம் எடுத்திருக்கிறது.

இந்தப் போட்டிகளில் வழங்கப்படும் பதக்கங்கள் ஒருபுறச் சாய்வுடையவை. மேற்கத்தைய மேட்டுக் குடியினரின் விளையாட்டுகளுக்கே அதிகப் பதக்கங்கள் ஒதுக்கப்பட்டிருக்கின்றன. மத்தியதர வர்க்கத்தினரும் பணவசதி உள்ளவர்களும் மட்டும் பங்குபெறும் வலித்தல் போட்டிக்கு 14 தங்கப் பதக்கங்கள். ஆனால் பெருஞ்செலவில்லாமல் உலகம் முழுவதும் பிரபலமான சாதாரண மக்களிடையே செல்வாக்குள்ள உதைபந்தாட்டப் போட்டிக்கு இரண்டு பதக்கங்கள் மட்டுமே. அதுமட்டுமல்ல சில விளையாட்டுகள் வரையறை செய்யப்பட்ட விதத்தில் குறிப்பிட்ட சில நாடுகள்தான் திரும்பத் திரும்பத் தங்கப் பதக்கங்களைப் பெற்றிருக்கின்றன. இதுவரை நடந்த ஒலிம்பிக்ஸ் சைக்கிள் போட்டியில் பிரான்சு 40க்கும் மேலான தங்கப் பதக்கங்களைப் பெற்றிருக்கிறது. அதுபோல் குதிரையேற்றப் பந்தயத்தில் சுவீடன், ஜெர்மனி, பிரான்சு ஆகிய நாடுகளே மாறி மாறித் தங்கப் பதக்கங்களைப் பகிர்ந்துகொண்டிருக்கின்றன. பதக்கங்கள் வழங்குவதில் இருக்கும் சமத்துவமின்மை பதக்கப் பட்டியலில் காணப்படும் ஏற்றத்தாழ்வைப் பிரதிபலிக்கிறது.

இந்தப் போட்டிகளில் இடம் பெறும் விளையாட்டுகளில் முக்கியமாகக் குதிரையேற்றம் சார்ந்த பந்தயங்களில் உலகத்தரம் பெற நீங்கள் சின்ன அரண்மனை ஒன்றுக்குச் சொந்தக்காரராக இருக்க வேண்டும். குதிரையேற்றப் போட்டித் திடல்கள் எல்லாம் ராஜ குடும்பத்துக் கோட்டைகளிலும் உயர்குடிப் பிரமுகர்கள் வசிக்கும் வளவுகளிலும்தான் இருக்கின்றன. அதேபோல் படகுப் போட்டிகளில் சர்வதேச நிலையை அடைவதற்குப் பயிற்சி பெற மாலத் தீவுகளில் ஒரு சின்னத் தீவாவது வேண்டும். சைக்கிள் போட்டிகளில் இடம்பெறும் சைக்கிள்கள் அந்த நாட்களில் சாதாரணமாக இரண்டு சக்கரங்களில் யாழ்ப்பாண ஒழுங்கைகளில் ஓடித்திரிந்த ராலே சைக்கிள் அல்ல. இவற்றில் பொருத்தப்பட்டிருக்கும் அதிக சக்தி வாய்ந்த மின்னணுத்திறனில் சென்னை–மதுரை தேசிய நெடுஞ்சாலையை ஆடு, மாடு, ஆட்டோக்களின் தொந்தரவு இல்லாவிட்டால் இரண்டு மணி நேரத்தில் கடந்து ஊர் வந்து சேரலாம் என நினைக்கிறேன்.

அதிகப் பண முதலீடில்லாமல், பிரத்தியேக அரங்கங்களைப் பெரும் செலவில் கட்டாமல் எல்லோரும் கலந்துகொள்ளும்

விளையாட்டுகள் ஒலிம்பிக்ஸில் சேர்க்கப்பட வேண்டும். கயிறு இழுத்தல் இந்த வகையைச் சார்ந்தது. 1920 வரை இது ஒலிம்பிக்ஸ் பந்தயமாக இருந்திருக்கிறது. நவீன ஒலிம்பிக்ஸில் முதன்முறையாக ஒரு கறுப்பர் பங்கு பெற்றது இந்தப் போட்டியில்தான். பிரான்சு நாட்டுப் பிரதிநிதியாகக் கலந்து கொண்டவரின் பெயர் Constantin Henriquez de Zuiera. செலவில்லாத இன்னுமொரு விளையாட்டு கபடி. இதைப் பிராந்திய விளையாட்டு என்று ஒதுக்க முடியாது. இன்று ஒலிம்பிக்ஸில் இடம்பெற்றிருக்கும் நவீன ஐந்து நிகழ்ச்சிகள் (modern pentathlon) போட்டி கிழக்கு ஐரோப்பாவைத் தவிர மற்ற நாடுகளில் அவ்வளவு பிரபலமல்ல. ஆனாலும் சர்வதேச ஒலிம்பிக் குழு இந்த நிகழ்ச்சிகளைத் தொடர்ந்து நடத்திவந்திருக்கிறது. அதுபோல் 2016இல் அனுமதிக்கப்பட்டிருக்கும் ரக்பி 7 எல்லா நாடுகளிலும் விளையாடப்படுவதில்லை. அதிகச் செலவில் லாமலும் பெரிய ஆடுதிடல்கள் இல்லாமலும் பெண்களிடையே அதிகம் பரவலான வலைப்பந்தாட்டம் இதுவரை ஒலிம்பிக்ஸ் ஆட்டமாக அங்கீகரிக்கப்படவில்லை.

இந்தப் போட்டிகளில் நடைபெற்ற பந்தயங்களில் எத்தனையை மனமார்த்தமாக விளையாட்டுகள் என்று ஒத்துக் கொள்ள முடியும்? இவற்றில் சில தொலைக்காட்சிக்கு என்றே உருவாக்கப்பட்ட கண்கவர் காட்சி விந்தைகள் என்றுபடுகிறது. அதில் ஒன்று BMX சைக்கிள் போட்டி. இதை அரங்கத்தில் போய்ப் பார்ப்பதைவிட உங்கள் தொலைக்காட்சியில் பார்ப்பதுதான் நல்லது. அடைந்தால் மாதேவி அல்லது மரண தேவி என்று வீரப்பா பேசிடும் வீர வசனம் பேசியிடும் வாள் சண்டைகளைத் தமிழ்ப் படங்களில் பார்த்துப் பழகிப்போன எனக்கு இந்த ஒலிம்பிக்ஸ் வாள்சிலம்பப் போட்டிகள் ஏதோ இருபதுகளில் வந்த மௌனப் படங்களைப் பார்ப்பதுபோல் இருந்தது. மகளிர் கடற்கரை வலைப் பந்தாட்டம் முக்கியமாகப் போட்டியாளர்கள் அணிந்திருந்த உடுப்பு மத, கலாச்சாரக் கண்காணிகள் பலரை மிகைநேர வேலையில் ஈடுபடச்செய்யும்.

இலக்கியம்போல் விளையாட்டுகளும் கபடமற்றவை அல்ல. சீனாவில் ஒலிம்பிக்ஸ் நடந்தபோது இந்தப் போட்டிகளை அரசியல் ஆதாயத்திற்காகச் சீன அரசியல் தலைமைப்பீடம் பயன்படுத்திக்கொண்டது என்று மேற்கு நாட்டு விமர்சகர்கள் கூறினார்கள். இதைத்தான் ஐக்கிய ராச்சியமும் சாதித்தது. பாரம்பரியமும் உயர்பண்பும் கொண்டவர்களின் நாடு என்று தன்னை உலகிற்கு அறிவிக்க ஆங்கில அரசுக்குச் சர்ந்தர்ப்பம் கிடைத்தது. படகுப்போட்டி, ஓடம் வலித்தல் முதலியவை நடந்த

Eton's Dorney, கடற்கரைக் கைப்பந்தாட்டம் நிகழ்ந்த *Horse Guard Parade*, குதிரையேற்றம் சார்ந்த பந்தயங்களுக்கான *Greenwich Park*இல் அமைந்த ஆடுகளம், சைக்கிள் ஓட்டம் அரங்கேறிய *Hampton Court Place* ஆகியவை எல்லாம் இங்கிலாந்தின் மேற்குடியினருடனும் மேதகு குடும்பங்களுடனும் உறவுடையவை. நெடுந்தொலைவு ஓட்டம்கூட முதலில் குடியேறிகள் அதிகமாக வசிக்கும் கிழக்கு லண்டன் பட்டணங்களான *Tower Hamlets, Newham, Hackney, Waltham Forest* வழியாகத்தான் நடப்பதாக இருந்தது. அதை மாற்றிச் சுற்றுலா வாண்மையான *Buckingham Palace, St. Paul's, Admiralty Arch, Houses of Parliament* வழியாகத்தான் போட்டி நடந்தது.

லண்டன் ஒலிம்பிக்ஸ் ஐக்கிய ராச்சியத்தைப் பன்முகச் சமூகமாக உலகுக்கு அறியப்படுத்த உதவியது. இன இறுக்கம் தளர்ந்த சகல வந்தேறிகளும் சுமுகமாக வாழும் நாடு என்ற பிம்பத்தை இரண்டு வாரங்களுக்குக் கட்டுருவாக்க முடிந்தது. திடத்தளப் பந்தயங்களில் பதக்கங்கள் பெற்றவர்கள் சிறுபான்மை இனங்களைச் சேர்ந்தவர்கள். இரண்டு தங்கப் பதக்கங்களை வென்ற மொ ஃபரா சோமாலியாவிலிருந்து அகதியாக வந்தவர். பெண்கள் எழுபந்தையப் போட்டிகளில் (*heptathlon*) முதலிடத்தை அடைந்த ஜெசிக்கா என்னிஸ்ஸுடைய தகப்பனார் மேற்கு இந்தியத் தீவுகளைப் பிறப்பிடமாகக் கொண்டவர். சென்ற ஆண்டு இதே ஆகஸ்ட் மாதம் இங்கிலாந்தில் புரட்சிகளும் ஆர்ப்பாட்டங்களும் நடந்தபோது பல் வகைக் குடியேறிகள் மையநீரோட்ட ஆங்கிலக் கலாச்சாரத்துடன் ஒன்றிணையாததே அவற்றுக்குக் காரணம் என்று பிரித்தானிய பிரதமர் டேவிட் கமாரன் எரிச்சல்பட்டார். அதே பிரதமர் இன்று பன்முக ஆங்கிலச் சமூகம் உலகுக்கு அகத்தூண்டுதலளிக்கும் நாடு என்று பெருமைப்பட்டுக்கொள்கிறார். மூன்று மணி நேரத் தொடக்கவிழாக் காட்சியும் இங்கிலாந்தின் பன்மைத் தன்மையைத்தான் பெரிதுபடுத்தியது. இதைத் தயாரித்தவர் சேரி நாய் லட்சாதிபதி படத்தின் இயக்குநர் டானி பொயில். ஒரு சாய்வான பார்வையுடன் ஐக்கிய ராச்சியத்தின் சரித்திரத்தைத் தொலைக்காட்சியில் சித்திரித்த டானி பொயில் சொல்ல மறந்துவிட்ட இரண்டு சம்பவங்கள்: ஆங்கிலேயரின் காலனிய அட்டூழியங்கள், கறுப்பர்களை அடிமையாக்கியதில் ஆங்கிலேயரின் பங்கு. இயந் திரத் தொழில்துறை வளர்ச்சியில் இங்கிலாந்தின் முக்கியப் பங்கை நினைவூட்டியவர் இதற்கு அடிமை வியாபாரப் பணம் ஒத்தாசையாக இருந்த செய்தியைப் பற்றி மௌனம் காத்துவிட்டார்.

சாய்மனைக் கதிரை ரசிகனின் எண்ணங்கள்

இந்த விளையாட்டுகளில் யார் வென்றார்கள், எந்த நாடு அதிகம் தங்கப் பதக்கங்கள் பெற்றது என்று நான் திரும்பவும் இங்கு உங்களுக்கு நினைவுபடுத்த விரும்பவில்லை. இந்த இரண்டு வார விளையாட்டுகளில் என் கவனத்தை ஈர்த்தவற்றை இங்கே வரிசைப்படுத்துகிறேன். இவற்றைப் படிக்கும்போது உங்களுக்கு ஒன்று புலனாகும். இவை எல்லாமே விளையாட்டு சார்ந்தவை அல்ல. அவற்றுக்கு அப்பால்பட்ட சம்பவங்கள்.

முதலில் பரிசு வழங்கும் மேடைக்கு வீரர்களைச் சடங்காச்சாரமாக அழைத்து வந்த முகத்திரை அணிந்த அந்தப் பிரித்தானிய இஸ்லாமியப் பெண்மணிகள். நாளைக்கு இந்தப் பெண்கள் ஒரு உத்தியோகத்திற்கான நேர்காணலில் இதே முகத்திரையால் வேலைவாய்ப்பை இழக்கலாம். ஆனால் உலகம் முழுவதும் பரப்பட்ட இந்தப் பிம்பம் இங்கிலாந்தின் மற்ற இன அடையாளங்களான வேல்ஷ், ஸ்கோட்டிஷ், ய்ரிஷ் போல் ஆங்கில இஸ்லாமியர்களும் ஒரு இனக் குழுவாக ஏற்றுக்கொள்ளப்பட்டார்கள் என்ற சின்னமாக எடுத்துக் கொள்ளலாம். சிக்கன் டிக்கா எப்படி ஆங்கிலேயரின் உணவாக மாறியதோ அதுபோல் முகத்திரைகூட உடையலங்காரங்களில் ஒன்றாக ஏற்றுக் கொள்ளப்பட்டிருக்கிறது.

என் கவனத்தைக் கவர்ந்த இரண்டாம் சம்பவம் தென்கொரிய உதைப்பந்தாட்ட வீரர் *Park Jong Woo*வின் துணிச்சலான செயல். ஜப்பான்–தென்கொரிய ஆட்ட வெற்றிக்குப் பின் சர்ச்சைக்குரிய *Dokdo* தீவுகள் தென்கொரியாவுக்கே உரியவை என்று துகிற்கொடி காட்டியது. இதனால் பரிசளிப்பு விழாவில் பங்குபெற முடியாதபடி தடை செய்யப்பட்டார். இது இந்தியா–சிறிலங்கா ஆட்டத்திற்குப் பிறகு இந்திய வீரர் ஒருவர் கச்சத் தீவு தமிழருக்கே என்று சொல்வது போன்றது. *1968* மெக்சிகோ ஒலிம்பிக்ஸில் கறுப்பர்கள் அமெரிக்காவில் ஒடுக்கப்படுவதை எதிர்த்து *Tommy Smith, John Carlos* போல் எதிர்காலத்தில் பார்க் ஜொங் வூவின் செய்கை நினைவு கூரப்படும் என நினைக்கிறேன்.

மூன்றாவது, இந்தத் தேயிலை வாங்கு, அந்தப் பட்டுப் புடவையைத் தேர்வுசெய் என்று எந்தவித விளம்பரத் தொந்தரவுகளும் இல்லாமல் போட்டிகளைத் தொலைக்காட்சியில் பார்த்தது. துப்பரவாக ஒரு விளம்பரம்கூட இல்லை. பிபிசி ஒலிம்பிக்ஸிற்கு என்றே தனியாக 24 லக்க அலைவரிசைகளை ஏற்பாடு செய்திருந்தது. ஒருவேளை ஒரு நிகழ்ச்சியைத்

தவறவிட்டால் உங்கள் தொலை இயக்கக் கருவியிலிருக்கும் சிவப்புப் பொத்தானை அமுக்கி எப்போது வேண்டுமானாலும் மீள் அழைப்புச் செய்யலாம். முக்கியமாக மகளிர் கடற்கரைக் கரப்பந்தாட்டத்தை உங்கள் குடும்பத்துடனிருந்து பார்க்கக் கூச்சமாக இருந்தால் உங்களுக்கு வசதியான நேரத்தில் வரவழைத்துப் பார்க்கலாம். ஐபிஎல்லில் ஒவ்வொரு பந்துவீச்சுக்குப் பின்னும் விளம்பரங்களைப் பார்த்து அலுப்படைந்தவர்களுக்கு விளம்பரங்கள் இல்லாமலே ஒலிம்பிக்ஸ் நிகழ்ச்சிகளைப் பார்த்தது மதுரையில் கோடை இரவு முழுக்க மின்சாரத் துண்டிப்பில்லாமல் மின்சார விசிறிக்குக் கீழ்ப் படுத்ததைப் போல் இருந்தது.

நான்காவதாக, வெற்றிபெற்ற வீரர்களுக்குப் பின்னால் இயங்கும் பன்னாட்டுக் கூட்டுறவு முயற்சி. பதக்கப் பட்டியலில் நாடுகளின் பெயர்கள் இருந்தாலும் ஒரு வீரரின் வெற்றிக்கு அவரின் சொந்த நாட்டைவிடப் பல நாடுகளின் உதவி தேவையாக இருக்கிறது. 5000, 10,000 மீட்டர் போட்டிகளில் தங்கப் பதக்கம் வென்ற மொ ஃபாரா ஆங்கிலேய அணியைச் சேர்ந்தவரானாலும் அவர் பயிற்சிபெற்றது அமெரிக்காவில். அவருடைய பயிற்சியாளர் கூபா நாட்டைச் சேர்ந்தவர். 800 மீட்டர் ஓட்டத்தில் உலக சாதனையை முறியடித்த கென்னிய நாட்டு ருடிஷியா வாழ்வது ஜெர்மனியில். அவருக்குப் பயிற்சியளிப்பது ஆஸ்திரேலியர். ஆங்கிலத் திடல்தளப் பயிற்சியாளர் இத்தாலியர்.

ஐந்தாவதாக, மாறிவரும் ஆங்கிலேயருடைய உணர்ச்சி உச்ச அளவு. ஒரு காலத்தில் ஆங்கிலேயர் அதிகம் உணர்ச்சிவசப் படாதவர்கள், இறுக்கமான உதடு உடையவர்கள் என்ற எண்ணம் பரவலாயிருந்தது. அது இப்போது மாறிவருகிறது. இளவரசி டயனா இறந்தபோது நாடே விம்மி விம்மி அழுதது. ஒலிம்பிக்ஸ் நடந்த இரு வாரங்கள் வீராப்பான தேசிய உணர்வில் ஊறிப்போயிருந்தது. குறைத்துக்கூறல் ஆங்கில அடையாளமாக இருந்தது. ஒவ்வொரு ஆங்கிலப் பதக்க வெற்றிக்குப் பின்னும் எதையுமே மிகைப்படுத்தல் சாதாரணமாகி விட்டது. எப்போதுமே நிதானத்தை இழக்காத ஆங்கில வர்ணனையாளர்களின் கண்களில் ஆங்கிலேய வீரர்கள் தோற்றுப்போனபோது நீர்வழிந்தது, வெற்றியடைந்தால் நெஞ்சங்கள் விம்பின. இவர்களின் உணர்ச்சிப்பெருக்குக்கு முன்னால் வடகொரியத் தலைவர் இறந்த பின் தொலைக்காட்சியில் பார்த்த கூட்டு ஒப்பாரி ஏதோ கோணல்மாணலான செய்கைபோல் தெரிந்தது.

கடைசியாக, விளையாட்டுப் பிரியர்களுக்கு விறுவிறுப்பு தராத, அவர்களின் ஆர்வத்தைச் சிதைக்கும் வார்த்தைகளுடன் முடிக்கிறேன். என்னை முழுமையாக ஒலிம்பிக்ஸ் பரவசப்படுத்த

வில்லை. வணிகமாக்கப்பட்ட, வியாபாரக் கூட்டு ஸ்தாபனங் களின் தயவில் நடத்தப்படும் விளையாட்டுகள் ஒரு குறிப்பட்ட வர்க்கத்தினருக்கும் வசதியுள்ளவர்களின் செயல் திறத்திற்குமே சிறப்புரிமையும் ஆதரவும் கொடுப்பதாகப்படுகிறது. பண்டகமாக்கப்பட்ட இந்த விளையாட்டின் கூறுமுறைப் பிரதியைப் பழுதுபடுத்தியவர் இந்தியாவின் மேரி கொம். அவரின் பொருளாதார, சமூகப் பின்னணியிலிருந்து விளையாட்டு வீரர்கள் தோன்றுவது தற்செயலான சமூக விபத்து. இந்தப் போட்டிகளில் பதக்கங்கள் பெறுவதற்கு உடல் வலிமையும் மனவுரமும் மட்டும் போதாது. உடற்பயிற்சியாளர் முதல் பத்திய உணவு தயாரிப்பாளர்வரை சர்வதேச அந்தஸ்து உள்ள நிபுணர்கள் வேண்டும். பதக்கங்கள் பட்டியலைப் பார்த்தீர்கள் என்றால் எல்லாமே நிறையப் பணவசதியுள்ள நாடுகள். இதுவரை 28 ஆப்பிரிக்க நாடுகள் ஒரு பதக்கமுமே பெறவில்லை. இதை மனத்தில் வைத்துப் பார்க்கும்போது இந்தப் போட்டி யிலிருந்து விலக்கப்பட்ட இந்தோனேசிய வீரர் சொன்ன வார்த்தைகள் நினைவுக்குவருகின்றன: இவை குறைபாடுள்ள, நேர்த்தியற்ற விளையாட்டுகள்.

காலச்சுவடு இதழ் 153, செப்டம்பர் 2012

27

முடிவடைந்த நெடும்பயணம்

எண்பதுகளில் ஆங்கிலப் பல்கலைக்கழக மாணவர் விடுதி அறைகளில் இரண்டு தலைவர்களின் புகைப்படங்கள் அலங்கரிக்கும். ஒன்று சே குவேரா மற்றது நெல்சன் மண்டேலா. இந்த இரண்டுபேருமே அந்த நாட்களில் மாணவர்களிடையே புரட்சியின் திரு உருக்களாகக் கருதப்பட்டார்கள்.

மண்டேலாவின் பெயரைக் கேட்டதும் அவரை வர்ணிக்க வார்த்தைகளுக்கு அலைய வேண்டிய தில்லை. திரும்பத் திரும்ப மனதில்படும் ஒரே ஒரு பதம் பெருந்தன்மை. தூர இருந்து என்னைப் போல் அவரை அவதானித்தவர்களைவிட மண்டேலாவை அருகில் இருந்து கவனித்த பேராயர் டேஸ்மண்ட் டூடூவும் இதையே சொல்லியிருந்தார். மண்டேலா சாலச் சிறந்த உத்தமப் புத்திரர் அல்ல. எல்லாத் தலைவர்களைப் போலவே அவருக்கும் களிமண் கால்கள் உண்டு.

மண்டேலா பிறந்தபோது எத்தியோப்பியா, லைபிரியா தவிர மற்றைய ஆப்பிரிக்கக் கண்டத்தின் நாடுகள் அய்ரோப்பியரின் ஆட்சியின்கீழ் இருந்தன. மண்டேலாவின் தென்னாப்பிரிக்கா நாடுகூட அவர் பிறப்பதற்குப் பத்து வருடங்களுக்கு முன்புதான் ஆங்கிலேய ஆட்சியாளர்களால் நான்கு மகாணங்களை இணைத்து உருவாக்கப் பட்டது. இரண்டாம் உலகப் போரின்போது எத்தியோப்பியாகூட முஸோலினியின் பாசிசக் கோட்பாட்டின் விஸ்தரிப்புக் காரணமாக இத்தாலியின் ஆட்சிக்குள் வந்தது. ஆபிரிக்க

நாடுகள் காலனிய ஆட்சியிலிருந்து விடுதலை அடைய 1950கள் வரை காத்திருக்க வேண்டியிருந்தது. முதலில் கனவாகக் பெயர் மாற்றிக்கொண்ட கோல்ட் கோஸ்ட் (1957) கடைசியாகப் போத்துகியரின் கீழே இருந்த மோசாம்பீக், அங்கோலா, கீன்னியா (1975). இன்றைக்கு ஆப்பிரிக்காவை ஆக்கிரமிக்கும் காலனியவாதிகள் வெள்ளையர்கள் அல்ல. சீனர்கள் மற்றும் பன்னாட்டு வியாபார ஸ்தாபனங்கள். ஜோகன்னஸ்பர்க் எஃப்.என்.பி. மைதானத்தில் நடைபெற்ற நினைவஞ்சலி நிகழ்ச்சியில் உரையாற்ற அழைக்கப்பட்ட நாடுகளின் பட்டியலைப் பாருங்கள். இன்றைய பூலோக அரசியல் எவ்வாறு மாறியிருக்கிறதென்பது தெரியவரும். கியூபா, இந்தியா, சீனா, பிரேசில். அமெரிக்கா நாட்டுப் பிரதிநிதிகள் அலுப்புத் தட்டும்வரை பேசினார்கள். ஆப்பிரிக்காவை ஆட்சி செய்த அய்ரோப்பிய நாடு ஒன்றும் அனுதாபம் தெரிவிக்கத் தேர்ந்தெடுக்கப்படவில்லை.

இன்று மண்டேலாவைத் தலையில் தூக்கிவைக்கும் வலதுசாரி அரசியல்வாதிகள் 80கள், 90களில் அவரையும் அவருடைய ஆப்பிரிக்க தேசிய காங்கிரஸையும் மிக மூர்க்கமாகத் தாக்கினார்கள். மார்கிரேட் தாட்சர் மண்டேலாவைத் தீவிரவாதி என்றார். மண்டேலாவைத் தூக்கிலிடுங்கள் என்ற தளர் சட்டையை (T shirt) டோரி கட்சியின் வாலிப சங்கம் தயாரித்திருந்தது. அந்தச் சங்கத்தின் தலைவர் இன்றைய ஆங்கிலப் பாராளுமன்றத்தின் சபாநாயகர். இளவயது காமரன்கூட தென்னாப்பிரிக்க வணிகத் தடையை மீற இரகசியப் பேச்சுவார்த்தைகள் நடத்தினார். அவருடைய செயலுக்கு இப்போது மன்னிப்பும் கேட்டிருக்கிறார். மண்டேலாவை ஆதரித்தவர்கள் எல்லாம் வலதுசாரிகளின் அயோக்கியர்களின் காட்சியகத்தில் நிரந்தரமான இடத்தைப் பிடித்தவர்கள் – லிபிய தலைவர் கடாபி, பாலஸ்தீன ஆராபாட், கியூபாவின் கஸ்ரோ, சீம்பவுவேயின் மூகபே மற்றும் சிதறாமலிருந்த சோவியத் யூனியன். விடுதலை அடைந்த மண்டேலா இவர்களை மறக்கவில்லை. இவர்களிடமிருந்து விலகிக்கொள்ள மேற்கத்தைய அரசுகள் அவருக்கு அழுத்தம் கொடுத்தபோது, மண்டேலா ஒரு அமெரிக்கப் பயணத்தின்போது சொன்னது: 'மேற்குலகம் செய்யும் பெரிய தவறு அவர்களுடைய எதிரிகளும் எங்களுடைய எதிரிகளாக இருக்க வேண்டும் என்பதுதான்.'

மண்டேலா ஒரு புனிதர் அல்ல. அவரே ஒரு நேர்காணலில் நான் ஒரு பாவி, பரிசுத்தவானாகத் தெண்டித்துக்கொண்டிருக்கிறேன் என்று சொல்லியிருந்தார். அவருடைய முதல் மனைவியிடம் ஒரு ஆப்பிரிக்கக் குலபதிபோல் நடந்துகொண்டார். அவருக்குக் கொடுத்த ஆக்கினைகள், அவரைக் கத்தியினால்

மிரட்டியது எல்லாம் *David James Smith*இன் *Young Mandela* என்ற நூலில் படிக்கலாம். திருமணதிற்குப் பின்னும் அவருக்குக் காதலிகள் இருந்திருக்கிறார்கள். அவர்களுடைய பெயர்களையும் இந்த நூலில்தான் படித்தேன். பெண்களின்மீது அவருக்கிருந்த நேசம் வயதானபோதும் அவரை விட்டுவிடவில்லை. முதிர்ந்த வயதிலும்கூட மண்டேலா தன்னுடைய அன்பையும் காதலையும் காமத்தையும் தனக்குத் தெரிவித்ததாக இந்தியரும் கறுப்பர்களின் விடுதலையில் ஈடுபாடும் கொண்ட *Amina Cachalia* தன்னுடைய சுயசரிதையான *When Hope and History Rhyme*இல் மிக வெளிப்படையாக எழுதியிருக்கிறார். மண்டேலாவின் திருமணக் கோரிக்கையைத்தான் நிராகரித்துவிட்டதாக அமீனா சொல்லியிருக்கிறார். நடத்தை சார்பான ஒழுக்கத் தவறுடன் இவர் கடைப்பிடித்த பொருளாதாரக் கொள்கைகள் இவருக்குப் பெருமை சேர்க்கப்போவதில்லை. ஆப்பிரிக்க தேசிய காங்கிரஸ் தன்னுடைய விடுதலைப் பிரகடனத்தில் அறிவித்த நிலமறுபங்கீடு, நாட்டின் பொதுச் சொத்துகளான நிலக்கரி, தங்கச் சுரங்கங்களைத் தேசியமயமாக்கல், தொழிலாளர் களுக்குப் பிழைப்புமட்டக் கூலி போன்றவற்றை இவரால் செயல்படுத்த முடியவில்லை. சுதந்திர சந்தையையே பெரிதும் ஆதரித்தார், நம்பியிருந்தார். இன்றைய சுதந்திர வணிக நேசிகள் விடுதலையடைந்த இந்தியாவில் நேரு அறிமுகப்படுத்திய திட்டமிட்ட பொதுத்துறை வளர்ச்சித் திட்டங்களைச் சற்று யோசித்துப் பாருங்கள். மண்டேலாவின் ஆட்சியில் நடந்த இன்னுமொரு கறை இந்தோநேசியாவிற்கு ஆயுதங்கள் விற்றது. இவர்மேல் செலுத்தப்படும் இன்னுமொரு குற்றச் சாட்டு குடியரசுத் தலைவராக இருந்தபோது மிகப் பலவீனமான நிர்வாகியாக இருந்தார். பிரபலங்களைச் சந்திப்பதிலும் தன்னுடைய அறக்கட்டளைகளுக்குப் பணம் திரட்டுவதிலும்தான் நேரத்தைச் செலவழித்தார் என்ற குறையும் உண்டு.

மண்டேலா பரிசுத்தரா, பாவியா என்று எடைபோடுவதில் மண்டேலா என்ற அரசியல்வாதி மங்கலாகிவிடுகிறார். ஒருவிதத்தில் மண்டேலா காலனியம் உருவாக்கிய பழம்பாணியான ஒரு அரசியல்வாதி. என்றைக்குமே அவர் ஒரு தீவிர புரட்சியாளராக இருந்ததில்லை. அந்த நாளைய ஆப்பிரிக்கத் தலைவர்கள் சமூகவுடைமைவாதத்தையும் அகில ஆப்பிரிக்கச் சார்புத்தன்மை *(pan-africanism)* பற்றிப் பேசியபோது மண்டேலா அவருடைய விசாரணைப் பேச்சில் ஆங்கில நிறுவனங்களின் முக்கியத் தூண்களான நீதி, பாராளுமன்றம் பற்றிப் பெருமையாகப் பேசினார். கிறிஸ்தவ சீர்திருத்த மெதடிஸ்த் சபையைச் சேர்ந்தவரானாலும் அவர் மதச்சார்பற்றவராகவே இருந்தார். இன்றைய தலைவர்கள்

போல் அரசியலில் மதத்தைச் சேர்த்திணைக்கவில்லை. அவருடைய விடுதலைப் போராட்டத்தில் கிறிஸ்தவம் கலக்கப்பட வில்லை. அவருடைய எழுத்துக்களையும் பேச்சுக்களையும் படித்தவர்களுக்கு ஒன்று புலனாகும். மண்டேலா சீரிய அரசியல் தத்துவங்கள் கோட்பாடுகளில் அதிகம் ஈடுபாடு கொடுக்க வில்லை. அவர் ஒரு கருத்தியல் கோட்பாட்டாளர் அல்ல. அவர் பயனீட்டுவாதி *(pragmaticist)*. செயல்முறையில் நாட்டமுடையவர். வறண்ட அரசியல் வேதாந்தங்களைவிட வெள்ளை—கறுப்பு இனங்களின் ஒத்திசைவே அவருக்கு முக்கியமாகப்பட்டது. அவரின் ஒற்றையான, வியக்கத்தக்க, எண்ணத்தக்க சாதனை நிலைப்பான பல்லின மக்கள் ஆட்சிக்கு வழி வகுத்ததுதான்.

மண்டேலாவின் பெருந்தன்மை பற்றிச் சொல்லியிருந்தேன். சில உதாரணங்களைத் தருகிறேன். இவை என்னைப் பொறுத்தமட்டில் மண்டேலா சாதித்த பெரிய காரியங்களாகத் தெரிகின்றன.

1994 தேர்தலில் ஆப்பிரிக்க தேசிய காங்கிரஸ் வெற்றி யடையும் என்று எல்லோரும் எதிர்பார்த்தார்கள். ஆனால் புதிய குடியரசுக்கு என்ன தேசிய கீதம் என்ற கேள்வி எழுந்தது. இதுவரை வெள்ளையர்களின் *Die Stem van Suid-Afrika* தான் தேசிய கீதமாகயிருந்தது. இராணுவ இராகத்தில் பாடப்படும் இந்தப் பாடல் தென்னாப்பிரிக்க வெள்ளையர்கள் *(Afrikaners)* கறுப்பர்களை முறியடித்ததைப் பற்றியும் தென்னாப்பிரிக்க டச்சுக்காரத் *(Boers)* தலைவர்களின் வெற்றிப் பிராதபங்களையும் கொண்டாடுகிறது. ஆப்பிரிக்க தேசிய காங்கிரஸ் கிளர்ச்சி செய்த நாட்களில் கறுப்பர்களை ஒன்றிணைத்த பாடல் *Nkosi Sikelel' iAfrika*. இது ஒரு பள்ளி வணக்கப் பாடலாக இயற்றப்பட்டது. ஒடுக்கப்பட்ட மக்களின் விடுதலை பற்றி உணர்ச்சி கொளுத்துகிற பாடல் இது. தேசிய கீதத்தைச் தெரிவு செய்ய ஒரு குழு அமைக்கப்பட்டது. அதில் மண்டேலாவும் அங்கத்தினராக இருந்தார். விவாதம் தொடங்கிய போது மண்டேலாவிற்கு ஒரு வெளிநாட்டு அரசியல் தலைவரின் தொலைபேசி அழைப்பு வந்தது. எனவே அவர் அறையை விட்டு வெளியே போகவேண்டியதாயிற்று. அவரின் இல்லாமையின்போது எந்தவிதக் கரைச்சலுமில்லாமல் குழு ஒருமனதாக கறுப்பர்களின் பாடலையே தேசிய கீதமாக்க முடிவெடுத்தது. தொலைபேசி முடித்ததும் மண்டேலா அறைக்குள் வந்தார். என்ன முடிவு எடுத்தீர்கள் என்றார். மண்டேலா அவர்களின் முடிவில் திருப்தி அடைவார் என்ற நோக்குடன் மிக பெருமிதத்துடன் *Nkosi Sikelel' iAfrika* என்றார்கள். மண்டேலா கொஞ்ச நேரம் அமைதியாக இருந்தார். பிறகு சொன்னார். இங்கே இருக்கும்

நீங்கள் தென்னாப்பிரிக்க வெள்ளைச் சமூகத்தின் பிரதிநிதிகள் அல்ல. உணர்ச்சிமிகு மொழியில் அவர்களுடைய வரலாற்றை நினைவுகூரும் பாடல் அது. ஆகையினால் இலகுவில் நீங்கள் நினைத்ததுபோல் நிராகரிக்க முடியாது. இரண்டு பாடல்களுமே தேசிய கீதங்களாக இருக்கட்டும் என்றார். இது புதிய ஸ்ரீ லங்காவில் சிங்கள தேசியப் பாடலான ஸ்ரீ லங்கா தாயே – நம் ஸ்ரீ லங்கா/ நமோ நமோ நமோ நமோ தாயே என்ற கீதத்தையும் ஈழத் தமிழர்களின் விடுதலைப் பாடலையும் அனுமதித்தது போன்றது. முரண்பாடற்ற சமூக இணக்கமே மண்டேலாவுக்கு முக்கியமாகப்பட்டது. 1994இல் அவர் பதவி ஏற்றபோது இரண்டு பாடல்களுமே பாடப்பட்டன. பிறகு 1997இல் இரண்டு பாடல்களையும் இணைத்து ஒரு கலப்பினத் தேசிய கீதம் உருவாக்கப்பட்டது.

இன்னுமொன்று. பதவி ஏற்ற மண்டேலா தென்னாப்பிரிக்க வெள்ளையர்களின் குடியிருப்பு ஒன்றுக்கு வருகிறார். தென்னாப்பிரிக்க இனஒதுக்கீடு (apartheid) நாட்களில் கறுப்பர்கள் இலேசாகப் போகமுடியாத பிரதேசம் அது. வெள்ளையர் களுக்குப் புதிய பல்லின தென்னாப்பிரிக்காவில் நம்பிக்கை இல்லை. அந்த வரவேற்பில் இனவெறிக் கொள்கை சிற்பியின் 94 வயதான விதவை ஓர் மனுவை வாசிக்க முயல்கிறார். அது ஆபிர்க்கான்ஸ் மொழியில் எழுதப்பட்டது. பெட்சி மூக்குக் கண்ணாடி கொண்டுவர மறந்துவிட்டார். ஆகையினால் வாசிப்பது கஷ்டமாக இருந்தது. தயங்கித் தயங்கி வாசித்தார். பெட்சியின் சங்கடத்தைக் கவனித்த மண்டேலா பெட்சியின் கையிலிருந்த இரண்டு பக்க மனுவை வாங்கி அவரே வாசிக்கத் தொடங்கினார். இந்தக் கோரிக்கை அவருடைய ஆட்சிக்கு எதிராக எழுதப்பட்ட முறையீடு. தென்னாப்பிரிக்க வெள்ளையர்களின் தனிநாடு பற்றிய வேண்டுகோளை மிகப் பரிவுடனும் அவர்களின் எதிர்காலத்தை ஆழ்ந்த ஞானத்துடனும் பரிசீலிக்குமாறு குடியரசுத் தலைவருக்கு விண்ணப்பிக்கிறோம் என்ற வாக்கியங்களை மண்டேலாவே ஒரு தயக்கமும் எரிச்சலும் இல்லாமல் வாசித்தார். எவ்வளவோ நாட்களுக்கு முன் தொலைக்காட்சியில் பார்த்த அந்தப் பிம்பம் இன்னும் என் கண்முன்னால் தெரிகிறது. இது வன்னிக்குப் போன ராஜபக்சா தமிழ் ஈழம் கோரி ஒரு தமிழ் மூதாட்டியின் மனுவை வாசிப்பதைப் போன்றது.

மூன்றாவதும் கடைசி உதாரணமும். புதிய தென்னாப்பிரிக்கா இனவெறி நாட்களில் இரு இனங்களுக்குமிடையே நடந்த சட்டமீறிய வன்செயல்கள், முரட்டுத்தனங்கள் பற்றி விசாரிக்கவும் மக்களிடையே ஒற்றுமை எற்படுத்தவும் ஒரு ஆணைக்குழுவை நியமித்திருந்தது. விசாரணைக்கு அழைக்கப்பட்டவர்களில் ஒருவர் முன்னாள் தென்னாப்பிரிக்கக் குடியரசின் தலைவர்

பீ. டபிள்யூ. போத்தா. இந்தக் குழுவிற்குச் சாட்சியம் கொடுக்க அவர் தயங்குகிறார் என்று மண்டேலா கேள்விப்பட்டார். உடனே மண்டேலா அவருக்கு ஒரு கடிதம் எழுதினார். அதில் உங்களை ஆணைக்குழு அங்கத்தினர்கள் பகிரங்கமாக அவமானப்படுத்தப் போகிறார்கள் என்ற கவலை இருந்தால் பயப்படாதீர்கள். விசாரணையின்போது தைரியம் தர உங்கள் அருகிலேயே இருப்பேன் என்று தன் கைப்பட எழுதியிருந்தார். போர்க் குற்ற விசாரணையின்போது கூச்சல் போடும் கோத்தபாய ராஜபக்சாவுக்குத் தமிழ்த் தலைவர் ஒருவர் ஆதரவு கொடுக்க முன்வந்தால் எப்படி இருக்கும் என்று சற்று யோசித்துப் பாருங்கள். இந்தக் குழுவின் அறிக்கை ஆப்பிரிக்க தேசிய காங்கிரசின் அட்டூழியங்களையும் அம்பலப்படுத்தி இருந்தது. தடை செய்யாமல் இதன் அறிக்கையை மண்டேலா ஏற்றுக்கொண்டார்.

மண்டேலா பற்றிய இந்தக் கட்டுரையில் கட்டாயமாக அவருடைய இரண்டாவது மனைவி வின்னி பற்றிச் சொல்ல வேண்டும். மண்டேலா சிறையில் இருந்த போது அவருடைய குரலாக வின்னி இருந்தார். நன்னடத்தையில் பழுதடைந்தவராக இருந்தாலும் ஆப்பிரிக்கர்களின் போராட்டத்தைப் பொதுவெளியில் நீடிக்கச் செய்தவர் இவர். என்னைவிட வின்னிதான் அதிகம் வேதனை அடைந்தவர் என்று மண்டேலாவே சொல்லியிருக்கிறார். ஒருமுறை வின்னி 17 நாட்கள் நிர்வாணமாகத் தனிமைப்பிரிவுச் சிறைக்கூடத்தில் வைக்கப்பட்டிருக்கிறார்.

மண்டேலாவுக்குப் பொருத்தமான வார்த்தை பெருந்தன்மை என்று கூறியிருந்தேன். அத்துடன் இன்னொன்றையும் சேர்த்துக்கொள்ளலாம். பன்மைத்தன்மை. அவருடன் சிறையில் சுற்றி இருந்தவர்களின் இன, மத, மொழிகளைப் பாருங்கள். கம்யூனிஸ்டுகள், முஸ்லிம்கள், இந்துக்கள், யூதர்கள். அதுமட்டுமல்ல அவர் போதித்தது குறுந்தேசியவாதம் அல்ல.

அவர் பேசிய விடுதலை ஒரு குறிப்பிட்ட இனத்திற்கு மட்டுமல்ல. பல இனங்களை உள்ளடங்கலானது. ஒரு இனவெறியை இன்னு மொரு இனவெறியால் அவர் மாற்றீடு செய்யவில்லை. அவருக்குத் தீர்ப்பு வழங்கியதும் அவர் ஆற்றிய மூன்று மணித்தியால முதல் உரையில் கடைசி வரிகள் மிக முக்கியமானவை. என்னுடைய மொழி பெயர்ப்பில் தருகிறேன்.

'என் வாழ்நாளை ஆப்பிரிக்க மக்களின் விடுதலைக்காக அர்ப்பணித்திருக்கிறேன், வெள்ளையரின் ஆதிக்கத்திற்கு எதிராகவும் போராடியிருக்கிறேன். கறுப்பர்களின் ஆதிக்கத் திற்கு எதிராகவும் போராடியிருக்கிறேன். சுதந்திர ஜனநாயக ஆட்சியில் எல்லா மக்களுமே சமவாய்ப்புகளுடனும்

ஒத்திசைவுடனும் வாழ வேண்டும் என்ற உயர்குறிக்கோளைப் பேணிவந்திருக்கிறேன். இந்த உயர்வான குறிக்கோள் நிறைவேறும் என்ற நம்பிக்கையுடன் வாழ்கிறேன். சந்தர்ப்பம் கிடைத்தால் இந்த உயர் குறிக்கோளுக்காக உயிர்விடவும் தயாராக இருக்கிறேன்'.

இந்த விசாலமான இனப் பார்வையையே ஒரு வருடத்திற்கு முன் மார்டின் லூதர் கிங் ஜூனியர் 'நான் கனவு காண்கிறேன்' என்ற அவருடைய *1963* வாஷிங்டன் உரையில் கூறியிருந்தார். மின்ஆற்றல் விளைவிக்கிற அந்தப் பேச்சில் கடைசி வரிகள் முக்கியமானவை, பிரசித்தமானவை. மார்டின் லூதர் கிங் கூட விரிவான விமர்சனத்தையே அறிவித்தார். அந்தக் கடைசி வரிகள்: 'எனக்கு ஒரு கனவு தோன்றுகிறது. ஒரு நாள் கடவுளின் எல்லாக் குழந்தைகளும் கறுப்பர்கள், வெள்ளையர்கள், யூதர்கள், புறச்சாதியார்கள், சீர்திருத்தச் சபையினர், கத்தோலிக்கர்கள் கைகோர்த்துக்கொண்டு கடைசியில் விடுதலை அடைந்துவிட்டோம், மகத்தான கடவுளுக்கு நன்றி. விடுதலை அடைந்துவிட்டோம் என்று ஆர்ப்பரிப்பார்கள்'.

மண்டேலாவின் கல்லறையில் என்ன வாசகம் பொறிப்பார்களோ தெரியாது. என்னைக் கேட்டால் அமெரிக்கத் தலைவர் ஒபாமாவின் இரங்கல் உரையில் வரும் ஒரு வரி பொருத்தமாக இருக்கும் என்று நினைக்கிறேன். இது மண்டேலாவின் அரசியல், அகப்பண்புகளை உருவுடையாக்குகிறது, உள்ளர்த்தம் கொடுக்கிறது. கருத்தீர்க்கிற அந்தப் பேச்சில் ஒபாமா இப்படிக் கூறினார்.

மண்டேலா சிறையிலிருந்த அரசியல்வாதிகளையும் விடுதலையாக்கினார். சிறை அலுவலர்களையும் விடுதலை செய்தார்.

காலச்சுவடு இதழ் 169, ஜனவரி 2014

28

ஜமைக்காவில் 10¾ நாட்கள்

அந்நியர்கள் நம் நாட்டுக்கு வந்து ஐந்து நாட்கள் தங்கிவிட்டு ஏதோ அவர்களுக்குத்தான் நம்முடைய சரித்திரம் பழக்கவழக்கங்கள் எல்லாம் தெரிந்ததுபோல் கட்டுரைகளும் நூல்களும் எழுதுவதாக ஒரு பொதுவான அபிப்ராயம் உண்டு. நானும் இந்த அயலவர்கள் எங்களைப்பற்றிக் குறுகிய காலத்தில் பெற்றுக்கொண்ட விந்தையான ஞானம் பற்றிப் பகடியாகக் கதைத்திருக்கிறேன். மார்ச் மாதம் விருந்தாளி விரிவுரையாளராக ஜமேக்காவுக்குச் சில நாட்கள் போயிருந்தேன். எந்தவிதக் குற்றவுணர்வு மிலாமல் அந்த அனுபவம் பற்றி எழுதுகிறேன். இன்னுமொன்று. ஒரு காலத்துத் தமிழ் எழுத்தாளர்கள் வெளிநாடு சென்றுவிட்டுத் தமிழர் உணவான ரசத்துக்கும் சாம்பாருக்குமாக ஏங்கினேன் என்று எழுதியதைப்போல நான் எழுதமாட்டேன் என்று காலச்சுவடு பொறுப்பாசிரியர் சுகுமாரனுக்கு உறுதி கொடுத்திருந்தேன். ஆனால் மேக்டொனாட்ஸ் தான் சத்துள்ள உணவு என்று வளர்ந்த சுற்றுலாச் சந்ததியினருக்கு ஏமாற்றம் காத்திருக்கிறது. முதலாளித்துவத்தின் ஏற்கமுடியாத முகம் என்று சொல்லப்படும் இந்தக் கடைகள் ஜமேக்காவில் இல்லை. ஏதோ வழக்குப் பிரச்சினை என்று கேள்விப்பட்டேன். இன்னுமொன்று. 'தோழா' படத்தில் கார்த்தி பாரீஸுக்கு வந்துவிட்டு அந்த நகரின் கட்டிடங்களை வாய்பிளந்து, புருவத்தை உயர்த்திப் பார்ப்பதுபோல் ஒருவரும் செய்வதில்லை. உலகமயமாக்கலின் தீமைகளில் ஒன்று உலகை ஒரே மாதிரித் தன்மையாக்கியதுதான்.

விமான நிலையத்தை விட்டு வெளியே வந்ததும் என்னை அழைக்க வந்த ஓரல் தாம்ஸ் எனக்கு இளநீர் வாங்கித் தந்தார். நான் இளநீர் குடித்த நேரம் இரவு பத்து. குடித்துக் கொண்டிருக்கும்போது இளநீர் விற்ற பெண்மணி நீங்கள் இந்தியரா என்றார். இந்த அடையாளக் குழப்பம் நான் ஜமேக்காவில் இருந்த நாட்கள்வரை நீடித்தது.

ஜமேக்கா என்ற ஒரு நாடு இருப்பதாக எனக்குக் கிரிக்கட் மூலம்தான் தெரியவந்தது. ஆங்கிலேயக் காலனியர்களால் தங்கள் ஆட்சிக்குக் கீழே இருந்த கரீபியன் கடல் தீவுகளை ஒன்றுசேர்த்து உருவாக்கப்பட்ட செயற்கையான மேற்கிந்திய அணியில் ஜமேக்காவும் ஒன்று. இங்கிலாந்துக்கு வரும் சைவப் பழங்கள் சைவத்தை உலகுக்கு அறிவித்த ஆஃஸ்போட்டில் இருக்கும் ஜி.உ. போபின் கல்லறைக்குப் போக வேண்டும் என்று என்னிடம் துடிப்பார்கள். இடதுசாரிக் கொள்கையாளர்கள் கைகேட்டில் இருக்கும் கார்ல் மார்க்ஸின் சமாதியைப் பார்க்க ஏங்குவார்கள். கிரிக்கட் விசரனான எனக்குக் கிரிக்கட் விளையாடும் எந்த நாட்டுக்குப் போனாலும் சமயக் கிரியைபோல் செய்யும் காரியங்களில் ஒன்று அங்குள்ள டெஸ்ட் அரங்குகளைப் பார்ப்பது. இல்லை தரிசிப்பது. நான் அந்தத் தீவுக்குச் சென்றதும் செய்த வேலைகளில் ஒன்று சாபீன பார்க் டெஸ்ட் விளையாட்டரங்குச் சென்றது. பங்களூரு சின்னசாமி அரங்கம் நகரின் மிக நெரிச்சாலான பகுதியில் இருப்பதுபோல் சாபீன பார்க் கிங்ஸ்டன் நகரின் படுமத்தியில் அமைந்திருக்கிறது. டெஸ்ட் போட்டி நாட்களில் போக்குவரத்தை எப்படிச் சமாளிப்பார்கள் என்பது எனக்குக் கவலையைத் தந்தது.

ஆட்டம் இல்லாத நாட்களில் மைதானத்திற்கு உள்ளே போவது லேசான காரியமல்ல. தெரிந்தவருக்குத் தெரிந்தவரைப் பிடித்து அனுமதி வாங்கிவிட்டேன். இது ஜமேக்காவில் பெரிய காரியமில்லை. இந்த நாட்டின் ஜனத்தொகை மிகக்குறைவு; இடியாப்பம்போல் ஒன்றுடன் ஒன்று இணைந்தவர்கள். ஜமேக்கா கிரிக்கட் வாரியத்தின் தலைவரின் விருந்தினராக அனுமதிக்கப்பட்டேன். எனக்கு வழிகாட்டி பேவர்லீ என்ற பெண். என்னைப் பார்த்ததும் ‘இந்தியரா’ என்றார். ‘இல்லை’ என்றேன். இவர் ஒரு கிரிக்கட் நடுவர். ஆண்கள் ஆட்டத்தில் நடுவராக இருந்திருக்கிறார். உங்கள் தீர்ப்புகள் ஆண் ஆட்டக்காரர்களுக்குச் சம்மதமில்லை என்றால் எப்படி நடந்துகொள்வார்கள் என்று கேட்டேன். “சிலர் அமைதியாக ஏற்றுக்கொள்ளுவார்கள், சிலர் திட்டுவார்கள்” என்றார். ‘எப்படி’ என்று கேட்டேன். அவர் சொன்ன வார்த்தைகளைப் பழைய இந்து நேசனும் பிரசுரிக்காது. ஆட்டம் நடைபெறாத மைதானத்தைப் பார்ப்பது மேளமும்

நாதஸ்வரக் கச்சேரியும் இல்லாத கலியாணத்தைப் போன்றது. கோயில்களுக்குள் கருவறைபோல் கிரிக்கட் அரங்கில் சில புனித இடங்கள் உண்டு. ஒன்று ஆங்கிலேயே ஏகாதிபத்திய அளவுமுறையில் 22 கஜ நீளமும் 10 அடி அகலமுமான பந்தாடும் தளம்; ஒரு ஆட்டத்தின் வெற்றி தோல்வி இந்தத் தளம் பராமரிக்கப்படுவதில்தான் இருக்கிறது. அணித் தலைவர்கள் நாணயத்தைத் சுண்டுவதற்கு முன் இந்த ஆடுதளம் எப்படி என்று கிரிக்கட் விமர்சகர்களின் முன்மதிப்பீடு, கிளி ஜோசியம் பூஜிக்கத்தக்க தொழில்போல் தெரியும். இன்னும் உச்சியைப் பிளக்காத அந்த முன்காலக் கோடை வெயிலில் அந்தத் தளத்தைப் பார்த்துக்கொண்டிருந்தேன். இது எல்லாருக்கும் கிடைக்கக் கூடிய பாக்கியமல்ல. ஆனால் போப்பாண்டவர் அவர் செல்லும் நாடுகளுக்கு விமானத்திலிருந்து இறங்கியதும் அந்த நாட்டின் மண்ணைத் தொட்டுக் கும்பிடுவதுபோல் நான் செய்யவில்லை. மைதானம் படு அமைதியாக இருந்தது.

ஒரு மைதானத்தின் கவர்ச்சி அதன் பௌதீக அழகில் இல்லை. அதன் சரித்திரத்திலும் அரங்கில் நடந்த சாதனையிலும்தான் இருக்கிறது. எவ்வளவோ இந்த மைதானத்தில் நடந்திருக்கிறது. இரண்டைத் தருகிறேன். இதே ஆடுகளத்தில்தான் 1958 இல் கார்ஃபீல்ட் சோபஸ் 365 ஓட்டங்கள் பாகிஸ்தானுக்கு எதிராக அடித்தார். அந்த நாட்களில் அதுவே தனி மட்டையாளர் குவித்த அதிக ஓட்டங்களாக இருந்தன. அதுமட்டுமல்ல, ஒரு வெள்ளையரான லேன் காட்டனின் *(Len Hutton)* சாதனையை முறியடித்தது, இன்னும் சுதந்திரமடையா நாட்டினர் காலனிய சவப்பெட்டிக்கு அடித்த இன்னுமொரு ஆணியாகக் கருதப்பட்டது. ஆங்கிலேயரிடம் கற்ற ஆட்டத்தைத் திரும்ப ஆங்கிலேயருக்கே பாடம் கற்பித்தார்கள். *C.L.R James* எழுதிய *'Beyond the Boundary'* படியுங்கள். உங்களுக்கு நான் சொல்வது விளங்கும். இந்த நூலை மார்க்ஸின் *'Communist Manifesto'*, அமெரிக்க அரசியல் சாசனத்திற்குக் கொடுக்கும் மரியாதையுடன் மேற்கிந்தியர்கள் பார்க்கிறார்கள். கிரிக்கட்டிலிருந்து விலகுமுன் இதையும் சொல்லிவிடுகிறேன். மேற்கிந்திய கிரிக்கெட் வரலாறு பற்றி மேற்கிந்தியப் பல்கலைக்கழகம் முதுகலையில் பாடம் நடத்துகிறார்கள்.

அடுத்த சம்பவம் ஏப்ரல் 25, 1975இல் இந்திய மேற்கிந்திய அணிகளுக்குமிடையே நடந்த நான்காவது டெஸ்ட் போட்டியில் இரண்டாவது ஆடும் முறையில் *(innings)* நடந்தது. கனவான்களின் ஆட்டம் என்று கருதப்படும் விளையாட்டுக்குத் தகுதியில்லாத சண்டித்தனமான, மிரட்டல் வேகப் பந்துவீச்சில் மேற்கிந்தியப் பந்துவீச்சாளர்கள் ஈடுபட்டிருந்தார்கள். இதனால்

இந்திய ஆட்டக்காரர்களான கவாஸ்கர், கேக்வார்ட், பிர்டிஷ் பட்டேல் படுகாயமடைந்தார்கள். இந்த மூர்க்கத்தனமான, நடுக்கம் தருகிற பந்துவீச்சையும் பார்வையாளர்களிடையே இருந்த எதிர்ப்புணர்ச்சியையும் பார்த்து இந்திய குழுத் தலைவர் ஆட்டத்தைப் பாதியில் நிறுத்தி மட்டையாளர்களை உடுக்கைக்கூடத்திற்கு வரும்படி அழைத்தார்.

இது பற்றிக் கவாஸ்கர் தன் முதல் சரித நூலான *Sunny Days (1977)'* இல் எழுதியிருக்கிறார். அத்தியாயத்திற்குக் கொடுத்த தலைப்பு *'Barbarism in Kingston.'* தலைப்பே கவாஸ்கர் என்ன சொல்ல வருகிறார் என்பதைக் காட்டிக்கொடுத்து விடுகிறது. இவர்கள் பார்வையாளர்கள் அல்ல ஒரு கும்பல் என்று வர்ணிக்கிறார். வேகப்பந்து வீச்சாளர்கள் பந்தை வீசியபோது *'Kill him, maan!', 'Hit him, maan!', 'Knock his head off, Mike'* என்று அவர்கள் கத்தினார்கள் என்று குறிப்பிடுகிறார். அவர் எழுதிய அடுத்த வரிகளை இன்று படித்தால் கவாஸ்கர் கூச்சப்படுவார் என்று நினைக்கிறேன். அந்த வரிகளை என் மொழிபெயர்ப்பில் தருகிறேன்: "இவர்களின் இந்தச் செய்கை இவர்கள் கலாச்சார நாட்டில் வசிக்கத் தகுதியற்றவர்கள் என்பதுபற்றி எந்தவித ஐயமும் இல்லாமல் நிரூபிக்கிறது. இவர்கள் காட்டிலும் மரத்திலும் இருக்கவேண்டியவர்கள்." இதே ஞான வார்த்தைகளை கவாஸ்கர் இன்று உதிர்த்திருந்தால் இன உறவுச் சட்டத்தின் கீழ் கைதாகலாம். அச்சுறுத்தல் வேகப்பந்து வீச்சை மேற்கிந்தியர்கள் அறிமுகப்படுத்தவில்லை. அதன் பெருமை ஆங்கிலேயருக்கே சேரும். 1932–33 ஆஸ்திரேலியாவுக்கு எதிராக உபயோகித்தவர் டாக்லஸ் ஜார்டீன் *(Douglas Jardine).*

தென் இந்தியத் தமிழர்கள் தங்களுடைய கோப்பியைத் தெய்வீக பான ஸ்தானத்தில் வைத்திருக்கிறார்கள். ஆனால் ஜமேக்கேயர்கள் இதை ஏற்றுக்கொள்ள மாட்டார்கள். அவர்களுக்கு ஜமேக்காவின் மலைப்பிரதேசமான நீல மலைகளில் *(Blue Mountains)* பயிர் செய்யப்படும் கோப்பிக் கொட்டைகள்தான் உலகில் மிக மகத்தானது. இந்த நீல மலைகளைப் பார்க்க 7000 அடிகள் ஏறவேண்டும். கேவீன் என்னைக் கூட்டிக்கொண்டு போனார். எதையுமே மிகைப்படுத்தும் தமிழ் வாத்தியார்களின் மரபணுவுடன் கேவீன் பிறந்திருக்க வேண்டும். அவரைப் பொறுத்தமட்டில் ஜமேக்காவின் மண், காற்று, தண்ணீர், தாவரம் எல்லாமே உலகில் சிறந்தது. வாகனத்தை ஒரு இடத்தில் நிறுத்தி இந்த அழகைப் பாருங்கள். இந்த மாதிரி உலகில் எங்கேயும் பார்க்க முடியாது என்றார். எனக்கு அப்படி ஒன்றும் பெரிதாகத் தெரியவில்லை. நுவெரெலியாவையும் நீலகிரியையும் நினைத்துக்கொண்டேன். சுவிஸ்லாந்திலும் ஸ்கொட்லாந்திலும்

பார்த்த சில மலைப் பிரதேசங்கள் ஞாபகத்துக்கு வந்தன. ஒருவேளை எனக்கு சலீமின் கண்கள் இல்லாமல் இருந்திருக்கலாம்.

நீலமலைக்குப் போனதும் கோப்பி வாரியப் பிரதிநிதி அங்கு வந்திருந்த மற்ற சுற்றுலாப் பயணிகளுக்கு கோப்பி பரிமாறி னார். நரசு காப்பிக்கும் இதுக்கும் என்ன வித்தியாசம் என்று யோசித்ததில் வாரியத்தின் பிரதிநிதி எங்களின் நன்மைக்காக ஜமேக்காவுக்கு எப்படிக் கோப்பி வந்தது பற்றிய பிரசங்கத்தில் அதிகக் கவனம் செலுத்த முடியவில்லை. கூகுள், விக்கீப்பீடியா நாட்களில் அவர் புதிதாக ஒன்று சொல்லிவிடவில்லை என்றுதான் எனக்குத் தோன்றியது. பத்துப் பேர் இருந்திருப்போம். அதில் நான் ஒருவன்தான் பழுப்பு நிறம். என்னைப் பார்த்து இந்தியாவுக்கு எப்படிக் கோப்பி வந்தது தெரியுமா என்று கேட்டு என் பதிலுக்குக் காத்திராமல் அவரே பதில் சொன்னார். ஹஜ் யாத்திரைக்கு வந்த இந்திய சுஃபியான *Baba Budan* ஏழு காப்பிக்கொட்டைகளைக் கள்ளமாக மடியில் கட்டிக் கடத்தி வந்து மைசூரில் இருக்கும் சிக்மகளூரில் விதைத்தார். இது நடந்த ஆண்டு 1670. காலனிய நாட்களில் ஒரு காலகட்டத்தில் கோப்பி உற்பத்தி செய்த மூன்று நாடுகளில் இலங்கையும் ஒன்று என்று சொல்ல நினைத்தேன். ஆனால் வாரியப் பிரதிநிதியின் ஜமேக்கா மோகத்தைக் கலைக்க விரும்பவில்லை.

எனக்கு நீல மலையின் கோப்பியின் மகத்துவத்தைவிட காலனீய நாட்களில் அந்த மலைகளில் ஆங்கிலேயருக்கு எதிராக நடந்த போராட்டம் முக்கியமாகப்பட்டது. நானி என்ற பெண்ணும் அவரின் சகோதரர்களும் ஆங்கில வல்லரசுக்கு எதிராக கொரில்லாப் போரை இந்த மலைகளில்தான் தொடர்ந்தார்கள். இவர்கள் மேற்கு ஆப்பிரிக்கா கானா நாட்டு ஆசாந்தி இனத்தைச் சேர்ந்தவர்கள். அடிமைகளாக விற்கப்பட்டு ஜமேக்கா வந்தவர்கள். ஆங்கிலேயர்களால் இவர்களை முறிக்கமுடியாமல் சமாதானம் செய்யவேண்டியதாயிற்று. காலனியப் போர்களில் கறுப்பர்களிடம் ஆங்கிலேயர்கள் அடிவாங்கிய சில அரிய தருவாய்களில் இதுவும் ஒன்று. இது நடந்தது 1730களில். இந்தியச் சிப்பாய்கள் ஆங்கிலேயர்களுக்கு எதிராகத் துப்பாக்கி தூக்க இன்னும் நூறாண்டுகளுக்கு மேல் காத்திருக்கவேண்டியிருந்தது.

சொல்லிக் கொண்டிருக்கும் விசயத்திலிருந்து சற்று விலகித் தேவையற்ற செய்தி ஒன்றைத் தருகிறேன். நாங்கள் அருந்தும் உணவுப் பதார்த்தங்களும் பானங்களும் மாசற்றவை அல்ல. சமய, இனப் பின்னணியையும், வெறியையும் இவை வெளிப்படுத்துகின்றன. கோப்பி குடிக்கும் பழக்கம் அராபியர்களால் அறிமுகப்படுத்தப்பட்ட இஸ்லாமிய பானம் என்று கருதப்பட்டது.

இது போதை ஊட்டும் பானமாகையினால் மெல்லிய சுபாவமுள்ள பெண்களுக்கு உதவாத ஒரு பொருளாகக் கருதப்பட்டது. இந்தப் பானத்தை அரேபியாவுக்கு வந்த இத்தாலிய வர்த்தகர்கள் மேற்குலகுக்கு அறிமுகப்படுத்தியபோது இது புறச்சமயிகள் பானம் ஆகையினால் கிறிஸ்தவர்கள் அருந்தக் கூடாதென்று கத்தோலிக்க சபை தடை விதித்திருந்தது. இந்தத் தடையை 8வது கிலமண்ட் பாப்பாண்டவர் 1600இல்தான் நீக்கினார். அவர் கூறிய காரணம், 'இந்த அருமையான பானத்தை ஏன் சாத்தான் மட்டும் பருக வேண்டும்?' புற சமயிகளின் இந்தக் கோப்பிக்கொட்டைகளைப் பரிசுத்தமாக்க அவைகளுக்கு ஞானஸ்நானம் கொடுத்ததாக ஒரு கதை உண்டு. இது உண்மையா என்று சொல்ல முடியாது. அதேபோல் ஐரோப்பிய நாடுகளில் பிரபலமான *croissant* என்ற பிசைந்து வேகவைத்த அப்பவகை. வளர்பிறை வடிவுடையது. 1683 வீயனா போரில் துருக்கியர்கள் தோல்வியடைந்தபோது இஸ்லாமியருக்கெதிரான வெற்றியைக் கொண்டாடப் பிறைவடிவமுள்ள அப்பம் உருவாக்கப்பட்டது. துருக்கிய சுல்தானின் கொடி பிறை வடிவானது.

ஜமேக்கா சென்ற நாள் முதல் எல்லோரும் என்னிடம் *Bob Marley* காட்சியகம் பார்த்துவிட்டீர்களா என்று கேட்டுக்கொண்டே இருந்தார்கள். ஆக்ரா போய் தாஜ்மாகால் பார்க்காத மாதிரி. இவரின் இசை தன்னுறுதியானது. கற்பனைக் கடங்காத சினத்தோடு வெளிப்படுகிறது. தமிழ்நாட்டினர் குறள் சொல்லுவதுபோல் அவரின் '*Emancipate yourself from mental slavery, None but ourselves can free our mind*' என்ற வரிகள் எல்லா ஜமேக்கர்களுக்கும் பரீட்சயமான ஒலிக்கூறுகள். அவர் வசித்த மூன்று மாடிக் கட்டிட வீட்டில் இந்தக் காட்சியகம் இருக்கிறது. அவர் பிரபலப்படுத்திய அந்த நீலநிற சேர்ட் முதல் அவர் பாவித்த சட்டிபானைவரை பார்க்கலாம். அவரின் விறுவிறுப்பான தாளம் போடவைக்கும் இசையிலும் அவரின் தடுமாற்றமான அரசியலிலும் அக்கறை இல்லாதவர்களுக்கு இந்த மூன்று மணி நேரச் சுற்றுலா அலுப்பைத் தரும். மார்லி பற்றிப் பேசும்போது ராஸ்டாபாரியனிசம் (*Rastafarianism*) பற்றியும் சொல்ல வேண்டும். ராஸ்டாபாரியனிசம் பிரபலமடைய மார்லியும் ஒரு காரணம். இது சமயமா அல்லது வாழ்க்கைப் பாணியா என்று இழுபறியிருக்கிறது. இந்த ரஸ்டபாரிகள் கஞ்சா உபயோகிப்பார்கள். அதனை வலியுறுத்தப் பழைய ஏற்பாட்டிலிருந்து அவர்கள் காட்டும் எடுத்துக்காட்டு: "நகரத்து வீதியின் மத்தியிலும் நதியின் இருகரையிலும் பன்னிரண்டு விதமான கனிகளைத்தரும் ஜீவவிருட்சம் இருந்தது; அது மாதந்தோறும் தன் கனியைக் கொடுக்கும்; அந்த விருட்சத்தின்

இலைகள் ஜனங்கள் ஆரோக்கியமடைகிறதற்கு ஏதுவானவைகள்." சாத்தானும் வேதம் ஓதுவான் என்பதற்கு இது ஒரு உயர்தர உதாரணம்.

கொலம்பஸ் வந்து இறங்கிய St. Ann's Bay கடற்கரையையும் பார்த்தேன். இந்தக் கொலம்பஸ் திக்குத் தெரியாத பார்வதி ரகத்தைச் சேர்ந்தவர். கிழக்கே இந்தியர்களைத் தேடிப் போனவர். மேற்கே போய் அந்தப் பிரதேசத்தை இந்தியா என்றும் அங்கிருந்தவர்களை இந்தியர்கள் என்றும் அழைத்தார். கியூபாவை சீனா என்றும் நினைத்துக்கொண்டார். அதுபோல் Hispaniolaவை ஜப்பான் என்றார். அந்த நாட்களில் பூமிசாத்திர அறிவு குறைவு. கொலம்பஸின் சந்ததியினருக்குப் பசுபிக் கடல் இருந்ததாகத் தெரியவில்லை. கொலம்பஸ் இரண்டு முறை ஜமேக்கா வந்தார். முதலில் 1494இல். ஒரு நாள்தான் தங்கினார் என்கிறார்கள். பிறகு அவருடைய நாலாவது பயணத்தின்போது ஒரு வருடத்துக்கு மேல் தனியாகத் தீவில் தங்கவேண்டியதாயிற்று. ஐரோப்பிய காலனிய ஆட்சியின் தொடக்கத்துக்கு நினைவாக கடற்கரை ஓரத்தில் நினைவுச் சின்னங்கள் வைத்திருக்கிறார்கள். கொலம்பஸ் வந்தபோது அவரை எதிர்நோக்கியவர்கள் தொன்முதற்குடியான Arawaks அல்லது Tainos என்ற இனத்தினர். இவர்கள் தென் அமெரிக்காவிலிருந்து 2,500 ஆண்டுகளுக்கு முன் வந்திருக்கலாம் என்று சொல்லப்படுகிறது. இவர்கள்தான் இந்தத் தீவை Xaymaca என்று அழைத்தார்கள். அதன் பொருள் 'land of wood and water'. இவர்கள் மீன் பிடிப்பதில் வல்லுநர்கள். அதற்கு அடையாளமாக ஒரு வள்ளம் வைத்திருக்கிறார்கள். இது அந்தக் காலத்து வள்ளமா அல்லது அவர்கள் உபயோகித்ததின் மாதிரிப் படிவமா என்று இந்தக் கடற்கரை ஓரத்தைப் பராமரிப்பவரிடம் கேட்டேன். அவர் நான் கேட்ட கேள்விக்குப் பதில் சொல்லாமல் 'நீங்கள் இந்தியரா' என்று கேட்டார். நான் 'இல்லை இலங்கை' என்றேன். 'மன்னித்துக் கொள்ளுங்கள்' என்றார். 'மன்னிப்புக் கேட்க வேண்டியவர் நீங்கள் இல்லை. கொலம்பஸ். அவருக்கு எல்லோருமே இந்தியர்கள்தான்' என்றேன். கொஞ்சம் சிரித்தார்.

காலச்சுவடு இதழ் 198, ஜூன் 2016

29

பட்டுச் சாலைகள்

முதலில் ஒரு திருத்தம். பட்டுச் சாலை அல்ல. பட்டுச் சாலைகள் என்பதுதான் சரி. சீனப் பேரரசையும் ரோம இராச்சியத்தையும் யாழ்ப்பாணத்திலிருந்து கொழும்புக்குப் போகும் *A - 9* போல் ஒரு நேர்ப்பாதை இணைக்கவில்லை. பட்டுச் சாலைகள் குறுக்கும் நெடுக்குமான அமைப்புகள்கொண்டவை. ஹான் சீனாவையும் ரோமாபுரியையும் இச்சாலைகள் ஒன்றுசேர்த்து வைத்தாலும் செல்லும்வழியிலிருந்த இந்திய, பாகிஸ்தான், ஆப்கானிஸ்தான் போன்றவையும் யூரேசிய, மத்திய ஆசிய நாடுகளான காசக்தான், உஸ்பேக் கிஸ்தான், கேரிக்ஸ்தான், தூர்க்மினிஸ்தான் தேசங்களின் கண்கவரும் கலை நேர்த்தித் திறன் இந்தப் பட்டுச்சாலைகள் பிரதான மாகுவதற்குத் துணை செய்தன. இந்தப் பாதைகளின் மொழியாகப் பெர்சிய மொழி பாவனையில் இருந்தமை பெர்சியப் பேரரசின் வல்லமையை உறுதிப்படுத்துகிறது.

இன்னுமோர் திருத்தம்; பாதைகளில் பட்டுத்துணி மட்டுமல்ல மிளகு, கிராம்பு, பாக்கு, இஞ்சி போன்றவையும் மேற்கே கொண்டு செல்லப் பட்டன. வாசனைத் திரவியம், கண்ணாடிச் சாமான்கள், நார்த் துணிகள், வெள்ளி ஆகியன மத்திய தரைக்கடல் நாடுகளிலிருந்து கிழக்கே சென்றன. உணவுப் பதார்த்தங்களும் தானியங்களும் காய்கறிகளும் இரு பக்கங்களிலிருந்தும் சென்றன. ஆசியாவிலிருந்து அரிசி, வரகு, சோயா அவரை, கரும்பு, கோதுமை, எலுமிச்சை, பாதாம் பருப்பு

மேற்கே சென்றன. அதுபோல் அங்கிருந்து அவரைக் காய், சிகப்பு முள்ளங்கி, பச்சைப்பட்டாணி, கீரை, வெள்ளரிப்பழம் கீழை நாடுகளுக்கு வந்தன. கத்தரிக்காய் இங்கிருந்துபோய் இரான், இஸ்லாமிய நாடுகளின் முக்கிய உணவாக மாறியது. பிறகு நீண்ட நாவல்நிறக் கத்தரிக்காய் அங்கிருந்து ஆசியாவிற்குத் திரும்ப ஏற்றுமதி செய்யப்பட்டது. பட்டுச்சாலை உலகின் முதல் வணிக வீதி. வணிகப் பொருட்களைவிட இறையியல் கருத்துக்கள், கட்டுக்கதைகள், கதைப் பாடல்கள், இசைக்கருவிகள், தாவரங்கள், பிராணிகள், ஏன் நோய்களும் கிழக்குக்கும் மேற்குக்கும் மறுதிசைக்கும் பரவின.

பட்டுச்சாலை என்ற பெயர் ஜெர்மானிய புவியியலாளர் *Ferdinand von Richthofen* என்பவரால் 1877இல் சூட்டப்பட்டது. 4000 மைல்களுக்கு மேலான இந்த வீதிகள் சீனாவின் பண்டைய தலைநகரமான சாங்னானில் *Chang'an* (இன்றைய *Xi'an*) ஆரம்பித்துப் பல படுசெங்குத்தான மலைகள், விருந்தோம்பத்தகாத பாலைவனங்களைக்கடந்து இன்றைய துருக்கியிலிருக்கும் அந்தியோகியா வரை நீடித்திருந்தது. பொதுயூகம் 320க்கும் புதிய ஆயிரமாண்டு தொடக்கத்திலிருந்த இடைக்காலத்தில் பேரரசர்அலெக்சாண்டரின் கிழக்கு நோக்கிப் படை எடுப்பும், ஹன் சீனர்களின் மேற்கு நோக்கிய விரிவாக்கமும் இந்தச் சாலைகளுக்கு முன்வடிவாக அமைந்தன.

ஆபிரிக்க, யூரேசிய, இந்திய வழிப்போக்கர்கள், வணிகர்கள், மதப்பரப்பாளர்கள், மொழிபெயர்ப்பாளர்கள், புனிதப்பயணிகள் போன்றவர்கள் இந்தப் பாதைகளைத்தான் பயன்படுத்தினார்கள். இவர்களில் பெயர்போன பயணர்கள் சீனாவின் பௌத்தத் துறவிகளான பக்சீயான், சூவான்சங் (*Zuanang* (600–664); ஜீஇங் (*JIying* 635-713). இவர்களின் இந்திய வருகைக்குக் காரணம் பௌத்த மதம்பற்றி அந்த மதம் உருவாகிய நாட்டிலிருந்தே அறிந்துகொள்வதும், பௌத்தச் சுவடிகளைச் சேகரிப்பதுமாகும். சீனாவில் பௌத்த மதம் *Sun of the West* என்றுதான் முதலில் அறியப்பட்டது. பின்பு அம்மதம் சீனக் கலாச்சாரத்துடன் உட்கிரகித்துக் கொண்டபோது *Rising sun of the East* என்று அடையாளப்படுத்தப்பட்டது. பௌத்த மதத்தை ஏற்றுக் கொள்வதில் சீனர்கள் தயக்கம் காட்டவில்லை. புத்தரின் போதனைகள் கொன்பூசிய, டாவேசியக் கருத்துகளின் தொடர்ச்சி என்றுதான் அவர்கள் கருதினார்கள்.

பக்சீயான் என்ற புத்தகுரு அவருடைய முதிய வயதில் இந்தியாவுக்கு வந்திருந்தார். சீனாவின் பௌத்த மடாலய விதிமுறைகள் பற்றி விபரிக்கும் பிரதிகளைத் தேடுவதில் பக்சீயன் மும்முரமாக இருந்தார். இந்தியாவில் அவர் பார்த்த

பௌத்த சமய வினைமுறைகளைப் பதிவு செய்கிறார். அவற்றில் அவரின் கவனத்தைக் கவர்ந்தது பௌத்த வழிபாட்டில் புத்தரின் திருச்சின்னங்கள் வகித்த பங்கு. பேஷாவாரில் புத்தரின் பிச்சைப் பாத்திரத்துக்கும் சிறிலங்காவில் புத்தரின் பல்லுக்கும் செலுத்தப்பட்ட ஆழ்ந்த மரியாதையை வணக்கத்துடனும் *'A Record of the Buddhist Kingdoms'* என்ற அவருடைய நூலில் விபரிக்கிறார். இவர் இந்தியாவைப் பற்றிப் பதிவுசெய்த முக்கிய செய்தி, இந்தியர் சீனர்போல் உடை உடுத்துகிறார்கள்; சீனர்போல் உணவு அருந்துகிறார்கள். சீனர் உணவு, உடையையே ஒரு கலாச்சாரத்தின் அளவுகோலாக வைத்திருந்த அந்த நாட்களில் நுண்ணியத்துடன் இந்தியருக்கு பக்கீயன் செய்த முகப்புகழ்ச்சி என்று எடுத்துக்கொள்ளலாம். பக்கீயன் 77 வயதில் தாய்நாடு திரும்பினார்.

சூவான்சங் கிட்டத்தட்ட 30 வயதில் இந்தியாவில் 14 வருடங்கள் பயணித்துப் பல பௌத்த தலங்களைத் தரிசித்தார். அதுமட்டுமல்ல 657 பௌத்தச் சுவடிகளையும் சீனாவுக்கு எடுத்துச்சென்றார். அத்துடன் 150க்கும் மேலான புத்தரின் திருச்சின்னங்களையும், தங்கம், வெள்ளி, சந்தன மரத்தில் செய்யப் பட்ட புத்தரின் சிலைகளையும் நாட்டுக்குக் கொண்டுபோனார். இவரின் *'The Records of the Western Regions Visited During the Great Tang Dynasty'* பண்டைய இந்தியர்களையும் இந்தியச் சமூக உறவுகள், அரசியல் செயல்பாடுகள், சமயச் சார்ந்திருத்தலை இந்தப் படைப்புகள் வசியத்துடனும் கூர்உணர்வுடனும் பதிவு செய்கின்றன.

ஜீஇங் தன் அனுபவங்களைப் பற்றி இரண்டு நூல்களில் பதிவு செய்திருக்கிறார். ஒன்று *'The Record of Buddhism As Practiced in India Sent Home from the Southern Seas'* மற்றது *'The Memoirs of Eminent Monks who Visited India and Neighboring Regions in Search on the Law during the Great Tang Dynasty'*. இந்த நூல்களின் தலைப்பைப் படித்தாலே அவற்றின் பொருளடக்கத்தைத் தெரிந்துகொள்ளலாம். ஜீஇங்கின் நோக்கமே சீனப் பௌத்த வழிபாட்டு முறைகளில் காணப்பட்ட பிழைகளை நீக்கி, இந்திய வழிபாட்டு முறைகளுக்குத் திருத்தியமைப்பதே. அவருடைய முதல் நூலில் இரண்டு நாடுகளின் பௌத்த வழிமுறைகளிடையே காணப்படும் 40 வித்தியாசங்களை வரிசைப்படுத்துகிறார். இரண்டாவது நூலில், இந்தியாவில் பயணம் செய்த 46 சீன பௌத்தத் துறவிகளின் வாழ்க்கை வரலாறு சித்திரிக்கப்பட்டிருக்கிறது. இவ்வளவு துறவிகள் இந்தியாவைத் தரிசித்து இந்தியாவின் முக்கியத்துவத்தைத் தெரியப்படுத்தினார்கள். இந்தியாவின் பௌத்த வழக்கங்களைக் கூர்ந்து பார்த்த ஜீஇங்க்கு ஓர் அதிர்ச்சி காத்திருந்தது. சீனர்கள்

உணவு அருந்த உபயோகிக்கப்பட்ட வெட்டுக்குச்சி (சோப் ஸ்டிக்ஸ்) பற்றிப் பௌத்த நூல்களில் ஒன்றுமே சொல்லப்படவில்லை. புனிதச் சுவடிகள் இவற்றைத் தடைசெய்தபடியினால் சீனர்கள் உபயோகிப் பதில் எந்தத் தவறும் இல்லை என்ற கிழக்கத்தியருக்கு உரித்தான தந்திரமான விடையைக் கொடுத்தார்.

சீனாவில் பௌத்தம் வளர்ச்சியடையக் காரணமானவர் களில் முக்கியமானவர்கள் மொழிபெயர்ப்பாளர்கள். இவர்களில் பிரதானமானவர் குமாரஜிவா (344–413.) இவர் சமஸ்கிருதத்தில் இருந்த பௌத்தச் சுவடிகளைச் சீனமொழியில் மொழிபெயர்த்தார். குமாரஜிவா காஷ்மீரத்திலிருந்து சீனா போனார்; போனார் அல்ல கடத்தப்பட்டார். அவர் சீனா சென்றடைந்த விதம் தமிழ் மசாலா வகையைச் சேர்ந்தது. மிரட்டல், துரோகம், வஞ்சனை, காட்டிக்கொடுப்பு, கட்டாயத் திருமணம் என்று இறுதியில் இவரின் சீன வாழ்வு சுபத்துடன் முடிந்தது.

சீனர்கள் மட்டுமல்ல, மற்றைய நாட்டினரும் இந்தச் சாலைகளை உபயோகித்தார்கள். மொராக்கா நாட்டு இப்னு பதூதா, வெனிஸ் நகர மார்க்கோபோலோ இந்தப் பாதைகள் வழியாகத்தான் சீனா, மங்கோலிய நாடுகளுக்குப் போகமுடிந்தது.

இந்தியாவின் பௌத்த மதம் மட்டுமல்ல; மேற்காசிய மதங்களான கிறிஸ்தவம், இஸ்லாம், சொராஸ்டரிசம் பட்டுச் சாலைகள் வழியாகத்தான் கிழக்கு ஆசியாவைச் சென்றடைந்தன. ஐரோப்பாவில் கிறிஸ்தவ மறை மாகாணங்கள் உருவாக முன்னமும், பேராயர்கள் நியமிக்க முன்னமும் இந்தப் பட்டுச்சாலை நகரங்களில் கிறிஸ்தவ ஆதீனங்கள் இருந்திருக்கின்றன. ஆறாம் நூற்றாண்டு மத்தியில் இராக் போரின் பிறகு பிரபலமான நகரங்களான Basra, Mosul, Tikrit–இல் அதிகமானவர்கள் கிறிஸ்தவ சமயத்தைத் தழுவினர். கடைசியாகச் சொல்லப்பட்ட டிக்ரீட், சதாம் ஹுசேனின் பிறப்பிடம். அன்றைய கிறிஸ்தவம் பேரரசின் உதவியுடனும் படைபலத்துடனும் கிழக்கே வரவில்லை. பெருவோட்ட திருச்சபைக் கொள்கைகளுக்கு இணங்காததால் தள்ளிவைக்கப்பட்ட நெஸ்டோரியசைப் (Nestorius) பின்பற்றியவர்களால் அறிமுகப்படுத்தப்பட்டது. கிழக்குத் திருச்சபையைச் (The Church of the East) சேர்ந்த அலோபென் தான் சீனாவுக்கு டங் பேரரசரின் ஆதரவுடன் கிறிஸ்துவின் செய்தியைப் பரப்பினார். இவர் உபதேசித்த கிறிஸ்தவம் கொன்பூசியஸ், டாவேசிய கருத்துகள் கொண்ட ஒரு கலவை. ஐரோப்பிய காலனிய காலத்துக் கிறிஸ்தவ மதப்பரப்பாளர்போல் இயேசுவை உலக இரட்சகராகப் பிரகடனப்படுத்தாமல் கொன்பூசிய ஞானியாகவும், சீனாவின் மகவுரிமையை மதிக்கும் உத்தமப் புத்திரராகச் சித்திரித்தார். நெஸ்டோரிய கிறிஸ்தவர்கள் சமயம்

பரப்புவதுடன் பைசாந்திய மன்னன் ஜஸ்டினியனுக்கு உளவும் பார்த்தார்கள். பட்டுத்துணிகளைப் பார்த்து ரோமர்கள் அசந்து போனார்கள். ஆனால் உலகப் புகழ்பெற்ற தத்துவ ஞானிகளை உருவாக்கியவர்களுக்குப்பட்டுத் துணி செய்யத் தெரியவில்லை. இந்த நெஸ்டோரியர்கள்தான் பட்டுப்பூச்சி முட்டைகளைக் கைத்தடிக்குள் துளைபோட்டு இரகசியமாகக் கடத்தி மேற்கத்தையருக்கு அறிமுகப்படுத்தினார்கள். அதன் பின்னர்தான் பைசாந்தியப் பேரரசில் பட்டு தயாரிக்கும் தொழிற்சாலைகள் தொடங்கப்பட்டன.

பட்டுச் சாலைகளை உலகுக்கு அறிமுகப்படுத்தியதில் முக்கியமானது காகிதம். சீன மதக் குருமார்கள்தான் காகிதத்தை இந்தியாவுக்கு அறிமுகப்படுத்தினார்கள். நாட்டின் ஈரக் கசிவான வானிலை, கேடு விளைவிக்கும் புழுப் பூச்சிகளைக் கொண்ட இந்தியாவில் காகிதங்களைத் தெய்வ வாக்குப் பதிவுசெய்யும் சாதனமாக ஏற்றுக்கொள்வதில் தயக்கமிருந்தது. பௌத்தத்தின் தேய்வுக்குப் பின்னர் 12ஆம் நூற்றாண்டில்தான் காகிதம் இந்தியாவில் பாவனைக்கு வந்தது. கழிப்பறைக் காகிதத்தை ஆங்கிலேயர் அறிமுகப்படுத்தவில்லை. சீனர்கள்தான் முதலில் உபயோகித்தார்கள். இதில் முரண்நகை என்ன வென்றால் சீனாவிலிருந்து மேற்கே போன காகிதம் தற்போது மறுபடியும் அமெரிக்காவிலிருந்து சீனாவுக்குக் கழிவுத் தாளாக இறக்குமதி செய்யப்படுகிறது. அங்கிருந்து மறுசுழற்சி செய்யப்பட்டு Sony, Nike, Coco-cola போன்ற நிறுவனங்களின் பொதிகள் கட்டும் அட்டைப் பெட்டிகளாக மறுபடியும் ஏற்றுமதி செய்யப்படுகிறது.

காகிதம்போல் கதிரைகள் வீட்டுப் பாவிப்புச் சாதனமாக இப்பாதைகள் காரணமாக இருந்தன. கதிரைகளின் பூர்வீகம் ஆப்பிரிக்காவாக இருக்கலாம். ஆனால் அவற்றின் புழக்கத்தை அதிகப்படுத்தியவர்கள் பௌத்தக் குருக்கள். தரையிலிருந்து தியானம் செய்வதில் பாம்புகள், பூச்சிகள் தொல்லையைத் தவிர்க்கத்தான் இருக்கை உபயோகத்திற்கு வந்தது. இந்தியா விலிருந்து இது சீனாவுக்குப் போய் இன்றைய கதிரையாகப் பொதுமக்களுக்குரிய பாவனைப் பொருளாக மாறியிருக்கிறது. தென் கிழக்காசியர்கள் தரையில் பாய்விரித்து அமர்ந்திருப்பதுதான் வழக்கம். ஆங்கில வார்த்தை chairman சீனமொழியிலிருந்துதான் வந்தது. மூலமொழியில் அதன் பொருள் 'பாய்களின் ஆண்டகை' (master of the mat). இந்தக் கருத்துடன் சீனத் தலைவர் மாவோவின் பெயருக்கு முன்னால் பொருத்திப் பார்க்கும்போது வேறு ஓர் உருப்படியாகத் தெரிகிறார்.

பட்டுச் சாலைக் கலாச்சாரங்களிடையே நிறையக் கொடுக்கல் வாங்கல்கள் இருந்திருக்கின்றன. இன்று இந்துச்

சாதுக்கள் அணியும் காவி உடை பௌத்தத் துறவிகளிடமிருந்து பின்பற்றப்பட்டது. புத்தரின் சிலைகள் ரோமானியக் கடவுள்களின் சிலைகள் இந்தியாவுக்கு வந்த பின்தான் உருவாக்கப்பட்டன. நமக்குப் பரிட்சயமான புத்தரின் முழுநீள மேல் அங்கியும் அவரின் சிகை அலங்காரமும் ரோமானியரிடம் இருந்து பெறப்பட்டவை. அதேபோல் இஸ்லாமிய மதரஸாக்களுக்கு பௌத்த மடங்கள்தான் முன்னோடி. புனிதராக்கப்பட்டவர்களின் படங்களில் அவர்களின் முகத்தைச் சுற்றிக் காணப்படும் ஒளிவட்டம், முதலில் ஈரானியக் கடவுளான மித்திராவுக்கும் பிறகு சொராஸ்டருக்கும் அவர்களுடைய தெய்வீகத் தன்மையை வலியுறுத்த உபயோகிக்கப்பட்டது. எட்டு நூற்றாண்டுகள் கழித்து இந்த ஒளிவட்டம் இயேசு கிறிஸ்துவுக்கும் கிறிஸ்தவத்தைத் தழுவிய கான்ஸ்டாண்டினின் சித்திரங்களுக்கும் சூட்டப்பட்டது. மெக்காவைப் பார்த்துத் தொழுகை செய்ய இந்தியாவின் வான சாஸ்திரம் உதவியாகவிருந்தது.

பட்டுச் சாலைகளில் கதைகளும் இருபுறமும் பரிமாற்றம் செய்யப்பட்டன. கிரேக்க இதிகாசமான இல்லியாத்தில் மகாபாரதக் கதைகளின் பதிவடையாளங்களைக் காணலாம். அதேபோல் ஏசேப்பின் கதாமஞ்சரி *(Aesop's Fables)*யில் ஜாதகக் கதைகளின் சாயல்களையும் காணலாம். எதிர்மாறாகவும் கலப்பும் நடந்திருக் கலாம். எவர் இரவல் வாங்கினார் என்பது யார் சரித்திரம் எழுதுகிறார் என்பதில் இருக்கிறது. ஆர்ஜன்டினிய எழுத்தாளர் ஜோர்ஜ் போர்கேஸ்இன் *'The Library of Babel'* என்ற சிறுகதையில் கூறியதுபோல் 'எல்லாக் கதைகளுமே ஒன்றோடொன்று பின்னப்பட்டவை.'

பட்டுச் சாலைப் பரிவர்த்தனைகளைப் பார்க்கும்போது ஒன்றுமட்டும் புலனாகிறது. உலகமயமாக்கல் ஸ்டார்பக்ஸ் கோப்பிக்கடை கிளைகளை உலகம் எங்கும் திறந்தபோது ஆரம்பமாகவில்லை. பண்டை நாட்களிலிருந்தே நடைபெற்றுக் கொண்டிருக்கும் செயல்பாடு இவை. பழைய உலகமயமாக்கலுக்கும் இன்றைய உலகமயமாக்கலுக்கும் ஒரு வித்தியாசம் உண்டு. உடனடித்தன்மை, தீவிரத்தன்மை, வேகத்தன்மை. தொலைவில் உதாரணத்திற்கு உசிலம்பட்டியில் நடந்த சாலை விபத்தை இணையம் சில நிமிடங்களில் உலகம் முழுதும் அஞ்சல் செய்துவிடுகிறது. தமிழ்நாட்டுக் காவல் துறை விபத்து நடந்த இடத்துக்குப் போக அரைநாள் ஆகும் என்பது வேறு விஷயம். மேற்கே படை எடுத்த ஜன்கீஸ்கான் காய்ச்சலாயிருக்கிறார் என்று மங்கோலியாவிலிருக்கும் அவரின் மனைவிக்கு பதின்மூன்றாவது நூற்றாண்டில் ஒட்டகங்கள்மூலம் செய்தி அனுப்ப நாட்கள் எடுக்கும்.

இந்தக் கட்டுரையை முடிவுக்குக் கொண்டுவரும் முன் இரண்டு காரியங்களைச் சொல்லியாகவேண்டும். ஒன்று ஆச்சாத், ஜஸ்ஸிஸ்க்கு முன்னம் ஏழாம் நூற்றாண்டில் சிரியாவில் பயணம்செய்த ஒரு சீனப் பயணியின் அந்த நாடுபற்றிய கருத்து. அவர் எழுதியது: "கொள்ளையர்கள் பற்றியோ திருடர்கள் பற்றியோ யாரும் இங்கு அறிந்ததில்லை. மக்கள் மகிழ்ச்சியாகவும் சமாதானமாகவும் இருக்கிறார்கள். மேதக்க சட்ட ஒழுங்கு இங்கே கடைப்பிடிக்கப்படுகிறது". இதே பயணர் இன்றைய சிரியாவை அடையாளம் கண்டுகொள்ளமாட்டார்.

மற்றது தமிழர் கூறுமுறையில் மிக ஆழமாகப் பதிக்கப் பெற்ற 'பாப்பானையும் பாம்பையும் கண்டால் பாப்பானை அடி' என்ற பெரியாரின் வார்த்தைகள். இது வசைக்கூறுகளின் அன்னை. இந்த மகா வசனத்தின் சொந்தக்காரர் பெரியார் அல்ல. மற்றவர்களை இழிவாகப் பேசும் வழக்கம் மற்ற இனத்தினரிடையேயும் உண்டு. இதேபோல் அவதூறுச் சொல் யூரேசிய மாநிலமான மெர்வ் நாட்டினரைப் பற்றியும் சொல்வதுண்டு. மெர்வ் பட்டுச்சாலை பாலைப் பசுந்திடல் நகரங்களில் ஒன்று. இன்றைய துர்க்மெனிஸ்தானில் இருக்கிறது. அந்த நாட்டு மக்கள்பற்றி சுற்றுவட்டாரங்களில் நிலவிய ஊர் வழக்காறு: "விரியன் பாம்பையும் மெர்வ் தேச ஆளையும் சந்திக்க நேர்ந்தால் மெர்வியைக் கொல்.'

காலச்சுவடு இதழ் 195, மார்ச் 2016

30

ஒரு தென்கொரிய நாட்டவருக்கு நான் கொடுத்த சாரம்

இது நடந்தது 90களின் தொடக்கத்தில் என்று நினைக்கிறேன். நடந்த இடம் இன்னும் பெங்களூருவாகப் பெயர் மாற்றம் செய்யப்படாத பெங்களூர். ஆங்கிலேயக் காலத்திய பணி ஓய்வு நகரம் என்ற பிம்பம் இன்னும் மாறாமல் இருந்தது. கழுத்துப்பட்டிகை வடிவமைப்பான வஸ்துவாக மாறும் முன்னமே பணியிலிருந்து ஓய்வு பெற்ற இந்திய இராணுவ அதிகாரிகள், பணித்துறைஞர்கள் குளிரிலிருந்து தப்பக் கழுத்துச் சுற்றுத்துண்டு அணிந்து காலையில் பெங்களூர் பாளையம் (கண்டோன்மென்ட்) பகுதியில் உடம்பின் கொழுப்புச்சத்தைக் குறைக்க இன்னும் நடந்து கொண்டிருந்தார்கள். பெங்களூர் தோட்டங்களின் நகரம் என்று சுற்றுலா விளம்பரங்களில் சொன்னது உண்மைதான் என்று நிரூபிக்கச் சில தோட்டங்கள் இருந்தன. சுற்றுலா அறிக்கை தராத ஒரு செய்தியையும் சொல்லிவிடுகிறேன். அந்த நாட்களில் பெங்களூர் ரயில்வே நிலையங்களில் ஒரு கோப்பைக் கோப்பியை இரண்டாகப் பிரித்து விற்கும் பழக்கம் இருந்தது. ஒரு விலையில் இரண்டு கோப்பைக் கோப்பிகள். உலகமயமான கோப்பி விற்பனை நாட்களில் இந்த விதமான வியாபார உத்தி நினைத்துப் பார்க்கமுடியாத காரியம். சிலுவையில் தொங்கிய இயேசுநாதருக்கு கசப்புக் கலந்த காடிக்குப் பதிலாக பெங்களூர் ரயில்

நிலைய கோப்பியைக் கொடுத்திருந்தால், காடியையே தெரிவு செய்திருப்பார். சொல்ல வந்த விஷயத்திலிருந்து கொஞ்சம் சறுக்கிவிட்டேன் என்று நினைக்கிறேன். நடந்தது இதுதான்:

பெங்களூரில் விடுதலை இயக்கங்கள் பற்றி ஒரு சர்வதேசக் கருத்தரங்கு நடைபெற்றது. அந்தக் கருத்தரங்கில் ஒரு கட்டுரை வாசிக்கத் தென் கொரியாவிலிருந்து கீம் யாங் போக் என்ற சர்வகலாசாலைப் போராசிரியர் அழைக்கப்பட்டிருந்தார். அவர் தென் கொரிய நாட்டு மீன்யூங்கள் (*Minjung*) பற்றி ஆழமான ஆராய்ச்சி செய்திருந்தார். மீன்யூங்கள் கொரியாவின் ஒடுக்கப் பட்ட மக்கள். மீன்யூங்களை ஈழத்துப் பஞ்சமர், இந்தியத் தலித் என்று எண்ணிவிடாதீர்கள். இவர்களின் கலாச்சாரமும், அரசியல் பின்னணியும், அவர்கள் சமூகத்தில் வகிக்கும் அந்தஸ்தும் வேறு. அவருடைய கல்விசார் எழுத்துகள் மூலம் எனக்குக் கீம் முன்னமே அறிமுகமாயிருந்தார். ஆகையினால் கருத்தரங்கை ஒழுங்கு செய்தவர்கள் அவரைப் போய் விமான நிலையத்திருந்து அழைத்து வரச் சொன்னார்கள்.

அது பழைய எச்ஏல் பெங்களூர் விமான நிலையம். நகரத்துக்குள்ளேயே இருந்தது. இன்றைய நவீன விமான நிலையத்தைச் சென்றடைய அரை நாளாவது வேண்டும். அன்றைய பெங்களூர் விமான நிலையத்துடன் ஒப்பிடும்போது நம்மூர் சாவகச்சேரி சந்தை ஒழுக்கமும், துப்புரவுமான, அமைதியான துறவுமடம் போல் தெரியும். ஏற்பாடு செய்யப்பட்ட குழப்பத்துக்கு அப்போதைய பெங்களூர் விமான நிலையம் உயர்வான எடுத்துக்காட்டு. அந்த நாட்களில் வருகை/புறப்பாடு பற்றிய பறக்கை (*flight*) அறிவிப்புகள் இன்னும் எண் மயமாக்கப்பட வில்லை. கரும்பலகையை விட சற்று உயர்வான ஒரு பலகையில் எழுதி வைத்திருப்பார்கள். கீம் வரும் விமானத்தின் பறப்பெண், பறக்கை நேரம் இருக்கிறதா என்று பார்த்தேன். இருந்தது. ஆனால் எப்போது தரை தட்டும் என்ற விபரங்கள் இல்லை. விமானம் மாலை 6.30க்கு வரவேண்டும். மணி ஏழாகிவிட்டது. ஆளும் இல்லை, விமானமுமில்லை. தகவல் மையத்தைத் தேடிப்பிடித்து அந்தக் கூண்டுக்குள் இருந்த பெண்ணிடம் நான் வைத்திருந்தத் தகவல்களைச் சொல்லி விமானம் எப்போது வரும் என்று கேட்டேன். அவர் கன்னட நட்சத்திரங்களான ரஜினி, ராஜ்குமார் அலங்கரிக்கும் ஒரு பத்திரிகை படித்துக்கொண்டிருந்தார். நான் சொன்ன தகவல்களைத் தொலைக்காட்சி வானிலை அறிவிப்புக்குத் தரும் அலட்சியத்துடன் கேட்டார். பத்திரிகையிலிருந்து தன் முகத்தைத் தூக்கி ஏதோ எனக்குத் தெரியாத ஒரு அற்புதமான தகவலைச் சொன்னார்: “போய் அறிவிப்புப் பலகையைப் பாருங்கள்”. எனக்கு கஃப்கா ஞாபகத்துக்கு வந்தார். நல்ல வேளை.

“வெற்றிலையில் மை போட்டுப் பாருங்கள், விமானம் வரும் நேரம் தெரியும்” என்று மட்டும் சொல்லவில்லை. அவரை ரஜினி, ராஜ்குமாருடன் விட்டுவிட்டு வந்துவிட்டேன்,

என்னால் கீமுடன் தொடர்பு கொள்ளமுடியவில்லை. பொதுத் தொடர்புச் சாதனங்கள் எங்கள் வாழ்க்கையை மொய்க்காத நாட்கள். அந்த நாட்களில் அலைபேசிகள் இல்லை. செல்கைப்பேசிகள் தான் இருந்தன. சாதாரண விசுக்கோத்துப் பேணி *(biscuit tin)* அளவில் இருக்கும். பெரும்பாலும் காவல் துறையினரும், போதைப்பொருள் கடத்திகளும்தான் அவற்றை உபயோகித்தார்கள். இன்றைய மின்னஞ்சல் தொடர்புச் சாதனங்களின் புண்ணிய பூமியாகக் கருதப்படும் சிலிக்கன் வாலி வெறும் பள்ளத்தாக்காகவே இருந்தது. *Google, Twitter* என்ற பதங்கள் எந்தச் சொற்பொருள் தொகுதியிலும் காணவே கிடைக்காது. முகநூல் என்றால் எங்கோ அகழ்ந்தெடுக்கப்பட்ட சங்க இலக்கியப் பிரதி என்றுதான் நினைக்கத் தோன்றும்.

பத்து மணி வரை நானும் என்னுடன் வந்தவரும் காத்திருந்தோம். ஒரு தகவலும் இல்லை. அமெரிக்க இராணுவம் ஈராக்கில் எதிரிகளிடமிருந்து தகவலைப் பெற உபயோகித்த நீராட்டல் *(water boarding)* என்ற மிகக் கொடூரமான முறையைப் பயன்படுத்தி மிரட்டினாலும் பெங்களூர் விமான ஊழியர்களிடம் இருந்து ஒரு செய்தியும் வராது என்று தெளிவாயிற்று. பிறகு இருவரும் எங்கள் இருப்பிடத்திற்கு வந்து விட்டோம். அடுத்த நாள் முதல் அமர்வில் கீம் தான் முக்கியப் பேச்சாளர். நடு இரவில் என் அறையில் யாரோ தட்டுவதுபோல் தெரிந்தது. கதவைத் திறந்தேன். கீம் நின்றிருந்தார். என்ன நடந்தது என்று கேட்டேன். ஏதோ இயந்திரக் கோளாறினால் கல்கத்தாவிலிருந்து புறப்பட வேண்டிய விமானம் தாமதமாகி இரவு இரண்டு மணிக்குதான் பெங்களூர் வந்த சேர்ந்தது என்றார். எனக்குச் சரியான களைப்பாயிருக்கிறது என் அறைக்குக் கூட்டிப்போங்கள் என்றார். உங்கள் பெட்டிகள் எங்கே என்றேன். தொலைந்து போய்விட்டன என்றார். எப்படி என்றேன். கீம் வந்து இறங்கியபோது வாடகை வண்டிகள் ஒன்றும் இல்லை. ஒரு ஆட்டோவில் ஏறியிருக்கிறார். நடு வழியில் ஆட்டோ நின்றது. ஓட்டுநர் இறங்கி ஏதோ சக்கரங்கள் பழுதடைந்த மாதிரி அவைகளை பரிசோதித்தார். பிறகு ஆட்டோவில் ஏறி இருந்து சைகை மொழியில் கீமைக் கீழே இறங்கித் தள்ளச் சொல்லியிருக்கிறார். கீமும் அப்பாவித்தனமாக ஆட்டோவை விட்டு வெளியே வந்து பின் பக்கம் போய் தள்ள முயன்றார். இதற்கிடையே ஓட்டுநர் வண்டியைத் தயார் செய்து கீம்மின் பெட்டியுடன் மறைந்து விட்டார். புத்திசாலித்தனமாக இடுப்புப்பெட்டியில் கடவுச்சீட்டையும் கடன் அட்டைகளையும்

பத்திரமாகச் செருகி வைத்திருந்தார். அல்லாவிட்டால் அவையும் தொலைந்திருக்கும். நடுஇரவு. நடுவழியில் தனியாக நின்றார். அந்த நேரத்தில் ஒரு காவல்துறை வண்டி அந்த வழியில் கீம் வண்டியை நிறுத்தி நடந்ததைச் சொன்னார். 'வேட்டையாடு விளையாடு' படத்தில் வரும் காவல்துறை உத்தம அதிகாரி ராகவனின் மரபணுவுடன் இந்த அதிகாரிகள் பிறந்திருக்க வேண்டும். கீமைப் பாதுகாப்பாக கொண்டுவந்து அவர் சொன்ன விலாசத்தில் விட்டுவிட்டுப் போய்விட்டார்கள்.

என் விமான அனுபவத்தில் கற்றுக்கொண்டது. எப்போதும் ஒரு மாற்று உடையை என் கைப்பையில் வைத்திருப்பது. அவர் கட்டிக்கொள்ள என்னுடைய சாரத்தை (இந்திய வாசகர் களுக்கு லுங்கி அல்லது கைலி) கொடுத்தேன். அது மெழுகு அச்சுமுறையில் வண்ணப்படங்களைக் கொண்ட *batik* சாரம். விரித்துப் பார்த்தார். இது பிக்காசோ வரைந்ததா என்று கேட்டார். இது நக்கலா அல்லது அக்கறையான விசாரணையா என்று எனக்குத் தெரியவில்லை. இல்லை இது சிகிரிய பௌத்தப் பாணி ஓவியம் என்று மறு நக்கல் அடிக்கவேண்டும் போலிருந்தது. ஆனால் கீம் சரித்திரப்பாடம் கேட்கும் நிலையில் இல்லை.

அடுத்தநாள் கருத்தரங்கில் கீம் மீன்யூங்களின் முகமூடி நடனம் பற்றிப் பேசினார். இது வெறும் மனமகிழ்ச்சி தரும் பொழுதுபோக்கு நடனமல்ல. ஆட்சியாளரை ஒடுக்கப்பட்டவர்கள் நையாண்டி செய்யும் அரசியல் பொருள் கொண்ட நாட்டிய நாடகம். கொரிய சரித்திரத்திலிருந்தும், நாட்டார் பாடல்களி லிருந்தும் உதாரணங்கள் காட்டி எவ்வாறு ஆட்சியாளர்களை ஆளப்பட்டவர்கள் மொக்கர்களாக ஆக்குகிறார்கள் என்று சர்வகலாசாலைத்தன மிடுக்குடன் விளக்கினார். கீமின் உரைக்கு விளக்கினார் என்பது சரியான விபரிப்பு அல்ல. விழுந்து விழுந்து சிரிக்க வைத்தார் என்பதுதான் தக்க வர்ணனை. ஒரு கல்விசார் கருத்தரங்கில் இப்படி ஒரு நகைச்சுவைப் பிரசங்கத்தைக் கேட்டதில்லை. முதல்நாள் நடந்த இழப்புப் பற்றி ஒரு விதமான அறிகுறியும் கீமிடம் காணப்படவில்லை. எனக்கு இப்படி நடந்திருந்தால் என் நிலையைப் பார்த்து அங்கோடைக்கு (இந்திய வாசகர்கள் 'கீழ்ப்பாக்க மனநோய் மருத்துவமனை' என்று வாசித்துக்கொள்ளுங்கள்) அனுப்ப வேண்டிய ஆள் என்று எனக்குக் கேட்காதவாறு பேசிக்கொள்வார்கள்.

கருத்தரங்கு முடிந்து கீம் திரும்பும் நாள் வந்தது. கீமின் பயணம் இரவு பத்துமணிக்கு. வாடகை வண்டியில் அனுப்பிவிடுங்கள் என்றார். சிங்கள அரசியல்வாதிகள் ஈழப் பிரதேசங்களுக்கு வருகை தரும்போது கொடுக்கப்படும் பாதுகாப்புக்கு நிகரான

பாதுகாப்புடன் கீம்மை விமான நிலையத்துக்கு கூட்டிச்சென்று பத்திரமாக விமானம் ஏற்றி விட்டோம்.

இது நடந்து சில வருடங்களுக்குப் பிறகு சோலில் *(Seoul)* ஒரு கருத்தரங்கு நடைபெற்றது. கீம்தான் ஒழுங்கு செய்திருந்தார். நானே வாடகை வண்டி எடுத்து வந்து விடுகிறேன் என்று மின்னஞ்சல் அனுப்பியிருந்தேன். இல்லை தான் வருவதாக பதில் அடுத்த நிமிடமே என் வரவுப் பெட்டியில் வந்து விழுந்தது. கிரேக்க நாட்டுக்குக் கடன் வந்ததுபோல் இப்பொழுது மின்னஞ்சல் மக்கள் வாழ்வைப் பாதிக்க, உபாதிக்கத் தொடங்கிவிட்டது.

ஒருநாள் இரவு சோல் விமான நிலையத்தில் இறங்கினேன். பயணிகள் காத்திருக்கைக்கூடத்தில் கீம் என்னை எதிர்பார்த்துக் கொண்டிருந்தார். வழமையான சுகம் விசாரிக்கும் வேலையில் மினக்கிடாமல் இது உங்களுக்கு என்று ஒரு பையைத் தந்தார். உள்ளே பார்த்தேன். கொரியர்கள் அணியும் முழுநீளக் கீமோனோ அங்கியும், காகிதத்திலான பாதரட்சைகளும் இருந்தன. இவை எதுக்காக என்று கேட்டேன். போகும் வழியில் ஏதாவது நடந்துவிட்டால் மாற்றுடை வேண்டும் அல்லவா என்றார். மீன்யூங்களின் முகமூடி நையாண்டி பற்றிப் பேசியவரிடம் வேறு என்ன எதிர்பார்க்கமுடியும்? கீமின் நகைச்சுவையை ரசித்ததில் நான் கொடுத்த சாரம் என்னவாயிற்று என்று கேட்க மறந்து போய்விட்டது.

***காலம்*, ஜூன் 2015**

31

பறவையைக் கண்டான், விமானம் படைத்தான்

என்னுடைய முதல் விமானப் பயணம் 1965 ஆங்கில ஆனி மாதம் நடுப்பகுதியில் நடந்தது. அந்த நாட்களில் பலாலியிருந்து திருச்சிக்குப் போவதற்கு முழுத்தொகை 90 ரூபாய். கல்லூரி மாணவர்களுக்கு 63 ரூபாய். இந்தக் காசில் இன்றைய உலகமயமாக்கப்பட்ட விமான நிலையங்களில் விற்கப்படும் – வாயினால் உச்சரிக்க முடியாத – பல்வகைக் கோப்பிகளில் ஒரு கோப்பை கூட வாங்க முடியாது. தமிழ் நெஞ்சங்களை விம்பவைக்கப் பலாலி பறந்தகம் என்று அடுக்கு மொழியில் சொன்னாலும், அன்றைய பலாலி விமான நிலையத்தை வானூர்தி நிலையம் என்று சொல்வது நெல்லியடி மின்சார வாரியத்தை அமெரிக்க விண்வெளிச் செயலாண்மை நாசா என்று சொல்வதைப் போன்றது. *அந்த நாளைய பலாலி விமான நிலையத்தை ஏற்றிப் போற்ற (glorify), அதை ஒரு மாட்டுத்தொழுவம் என்றுதான் எடுத்துக்கொள்ள வேண்டும்.* சுண்ணாம்பு வெள்ளை அடிக்கப்பட்ட இரண்டு அறைகள். ஆட்கள் அதிகநேரம் தங்கி விடக்கூடாது என்ற நோக்கில் மூட்டைப்பூச்சி ஊடாட்டம் மிகுந்த வாங்குகள்.

எல்லா விமான நிலையங்களுக்கும் ஒரு தனிப்பட்ட வாசனை உண்டு. தென் கொரியா சோல் நிலையத்தில் கீம்சி (புளித்துப் பொங்கிய கோசுக்கீரை) வாசனை உங்களைத் திணறடிக்கும். எந்த அமெரிக்க விமான நிலையங்களில் அரைத்த

இறைச்சியும், அத்துடன் உருளைக்கிழங்கு வறுவல் வாடை வரும்? ஆனால் பலாலி சமையலயைறையைச் சார்ந்த இந்த நுகர் உணர்வுப் படிவார்ப்புகளை மீறியது. பருவத்துக்கு ஏற்ற மாதிரி நறுமணங்கள் காற்றில் மிதந்து வரும், கறுத்தக் கொழும்பான் பழுத்த நாட்களில் மாம்பழ வாசனை வளிமண்டலத்தை ஆக்கிரமிக்கும். பனம்பழக் காலத்தில் பனாட்டு வாசனை. ஆனால் திருச்சியில் சொல்லி வைத்ததுபோல் எப்போதும் அந்த நாட்களில் கழிப்பறைகளைத் துப்புரவுபடுத்தும் பினால் திரவகத்துடன் கலந்த மூத்திர நாற்றம் மூக்கைத் துளைக்கும்.

அன்று நான் பயணித்த விமானம் அவ்றோ. இரண்டாம் உலக யுத்தத்தில் அதிகம் உபயோகிக்கப்பட்டது. இன்றைக்கு இந்த விமானத்தை அரும்பொருள் காட்சியகங்களில்தான் பார்க்கலாம். அல்லது தென் அமெரிக்காவில் போதைப் பொருள் கடத்துவோரிடந்தான் இருக்கும் என்று நினைக்கிறேன். அந்த நாட்களில் இலங்கை அரசு, வெளிநாட்டவர்கள் ஏற்கனவே பயன்படுத்திப் பயனற்றதென்று கழித்துவிட்ட பொருட்களை வாங்குவதைத் தீவிரப் பொருளாதாரக் கொள்கையாகக் கடைப்பிடித்து வந்தது. இ.போ.ச.வின் இரண்டு தட்டுச் சிவப்பு நிற பஸ் வண்டிகள் லண்டனிலிருந்து தள்ளுபடி செய்யப் பட்டவை. ஆனால் இ.போ.ச வண்டிகள் மாதிரி அவ்றோவைத் தள்ளித்தான் கிளம்பச் செய்ய வேண்டியதில்லை.

அந்தக் காலத்தில் விமானப் பயணம், இன்றைக்கு விண்கலத்தில் நிலாவுக்குப் போவது போன்றது. அதுமட்டுமல்ல பலாலிக்குப் போவதே பெரிய கஷ்டம். செல்லும் வழியில் இராணுவச் சோதனைச் சாவடிகளின் தொந்தரவு அல்ல. போக்குவரத்துச் சாதனங்கள் மிகக் குறைவு. அப்போது யாழ்ப்பாணத்தில் கார்கள் அதிகம் இல்லை. கார்கள் அந்த நாட்களில் சிவாஜி அல்லது எம்.ஜி.ஆர். படங்களுக்கு விளம்பரம் செய்ய வெலிங்டன், வின்ஸ்டர், அல்லது ராணி திரையரங்கு உரிமையாளர்களால் அதிகம் பாவிக்கப்பட்டன. பலாலிக்குப் போவதற்கு இரண்டாம் குறுக்குத் தெருவிலிருந்த எயர் சிலோன் கந்தோர் கூடு உந்தில் போவோம். திகைக்காதீர்கள். மொழிபெயர்ப்பு: கூடு உந்து=*van*. வெள்ளை வான்கள் அல்ல. அவை ராஜபக்ச காலத்தில்தான் வந்தவை. பயணிகளை ஏற்றாத நாட்களில் இந்த வான்கள் பெரும்பாலும் புகையிலை, வெற்றிலை, வெங்காயம் வினியோகிக்கப் பயன்டுத்தப்பட்டன.

பெண்ணிய வட்டாரங்களில் சொல்லப்படுவது போல் விமானப் பயணத்தின் நிலைமை இப்போது முற்றாக மாறி விட்டது. தற்போதைய விமானப் போக்குவரத்தை மூன்று

வகையாகப் பிரிக்கலாம். ஒன்று பெரும்பாலோர் பாவிக்கும் British Airways, Singapore Airlines, Air France போன்ற வர்த்தக சேவைகள். ஒரு காலத்தில் இவை ஒரு நாட்டின் தனித்துவத்தையும் பாரம்பரியத்தையும், அடையாளத்தையும் அறிவிக்கும் முக்கியச் சின்னங்களாக இருந்தன. முன்னைய காலனிய நாடுகள் விடுதலை அடைந்தபோது தங்களுக்கென ஒரு நாட்டுக்கொடி, நாட்டு வாழ்த்து, தேசிய விலங்குபோல் விமான சேவையையும் சேர்த்துக்கொண்டன. Air India, Air Ceylon இந்த வகையைச் சேர்ந்தவை. ஆரம்ப நாட்களில் அரசு முதலீடு செய்த இந்த விமான சேவைகள் இன்று உலகமயமாக்கப்பட்ட நாட்களில் பன்னாட்டு வியாபாரக் குழுமங்களினால் பராமரிக்கப்படுகின்றன. இவற்றின் சொந்தக்காரர்கள் வருமான வரிக்குச் சலுகை கொடுக்கும் ஒரு மத்திய தரைக்கடல் தீவில் வசிக்கும் ஒரு ரூசியராகவோ அல்லது சேக் நாட்டவராகவோ இருக்கலாம். இரண்டாவது சிக்கன வான்வழி (Airlines). Air Asia, Spice Jet, Ryan Air இந்த வகையைச் சார்ந்தவை. பார்மீங்கமிலிருந்து டாப்பிலினுக்கு 10 பவுண்டுகள் என்று விளம்பரப்படுத்தி யிருந்தாலும், பயணத்தின்போது நீங்கள் சுவாசிக்கும் பிராண வாயுவை விட மிகுதி எல்லாவற்றுக்கும் காசு கட்ட வேண்டும். இதுவரை கழிப்பறை உபயோகிப்பதற்கு இன்னும் விமானப் பயணிகளிடம் கட்டணம் வசூலிக்கவில்லை. கைப்பை மட்டும் விமானத்தில் இலவசமாகக் கொண்டு போகலாம். அலுமாரி அளவில் பயணப்பெட்டி வைத்திருந்தால் அதற்குத் தனியான கட்டணம். அம்மி, தேங்காய் உரிக்க அலவாங்கு, புட்டுக்குழல் சகிதம் பயணம் செய்யும் யாழ்ப்பாணத் தமிழர்கள் எபோலா மாதிரி இந்த விமான நிறுவனங்களைத் தவிர்ப்பது நல்லது. இந்தச் சேவைகளில் உணவு பரிமாறப்படுவதில்லை. நீங்கள் வானத்தில் பறக்கும்போது தள்ளுவண்டியில் விற்கப்படும் உணவுப் பதார்த்தங்களின் விலையில், நத்தார் நாட்களில் இரட்சணிய சேனைகள் மேலை நாட்டு நகர்ப்புற வறியவர்களுக்குப் பத்துக் கஞ்சித் தொட்டிகளாவது நடத்தலாம். இந்தச் சிக்கன வான்வழிச் சேவையில் இன்னுமொரு சங்கடமுண்டு. இருக்கைகள் முன்கூட்டியே பதிவு செய்யப்படுவதில்லை. பதிவு செய்யாமல் இடம் பிடிப்பதற்கு இந்திய ரயிலில் பயணம் செய்ய உதவிய உத்திகள் இங்கே பயன்படும். மூன்றாவது தனியார் ஜெட் விமானம். இதில் எப்போதும், எங்கேயும் போய்வரலாம். மாள்வுக்குரிய உங்களையும் என்னையும் போன்ற சாதாரணமான மனிதருக்குரியதல்ல. நீங்கள் மூக்கேஷ் அம்பானி அல்லது லைக்க கைபேசி உரிமையாளர் சுபாஷ்கரன் அல்லிராஜாவாக இருக்க வேண்டும்.

முத்திரை வெளிநாட்டு, நாணயங்கள், வண்ணாத்திப் பூச்சிகளைத் தேடிப்பெற்றுப் பாதுகாப்பது போல் ஒரு காலத்தில் விமானப் பயணச்சீட்டுகளைச் சேகரிப்பது ஒரு பொழுதுபோக்கு அம்சமாக இருந்தது. அந்த நாட்களில் பயணச்சீட்டுகள் விதம்விதமான வண்ணநிறங்களில் வரும். இன்றைய வெள்ளை கருப்பு நிறத்தில் வரும் மின்–பயணச்சீட்டுகள் உணர்ச்சித்திறமற்ற வஸ்த்துக்கள். இவற்றுக்கு முன்னால் துன்னாலை விதானையரின் பனந்தோப்பு ஏல அறிவிப்பு விளம்பரத்தாள், ரவி வர்மாவின் ஓவியம் போல் தெரியும்.

விமானம் நவீனத்தின் நற்கிரிகைகளில் ஒன்று. ஆனால் இன்றைய விமானப் பயணத்தில் நவீன அசௌகரியங்கள் நிறைய உண்டு. இன்றைய விமானத்தின் இருக்கைகள் ஒழுங்கு செய்யப்பட்ட வரைபடத்தையும், ஆப்பிரிக்காவிலிருந்து அடிமைகள் கடத்தப்பட்ட கப்பலில் அவர்கள் கட்டிவைக்கப் பட்ட வரைபடத்தையும் கொஞ்சம் கவனித்தால், இரண்டு அமர்த்துகைகளின் ஒழுங்கமைவும் ஒன்றுதான் என்றுதான் தெரிய வரும். அடிமைகளின் கால்களில் விலங்கு போட்டிருந்தார்கள். விமானத்தில் விலங்குக்குப் பதிலாக இடுப்பில் இருக்கைப் பட்டி! அடிமைகளைக் கங்காணியர் தங்கள் கட்டுப்பாட்டுக்குள் வைத்திருந்தார்கள். இப்போது உங்களைக் கட்டுப்படுத்த பறக்கைப் பணியாளர்கள் (*flight attendant*)! அடிமைகளை அடையாளப்படுத்த அவர்களின் தோலில் அல்லது முதுகில் ஓர் எண் பொறிக்கப்பட்டிருக்கும். இன்றைய விமான நிர்வாகிகள் கொஞ்சம் கருணையுள்ளவர்கள். பயணிகளின் உடலில் சூடு போடுவதில்லை. அதற்குப் பதிலாக மின்–பயணச்சீட்டில் உங்களுக்கு ஒரு எண்! இந்த எண்ணை வைத்து உங்களின் கடன் அட்டை, அதைப் பாவித்துக் கடைசியாக வாங்கிய பற்பசை, அதை வாங்கிய கடை, தெரு எல்லாம் தெரிந்துவிடும். ஆகை யினால் அதிகாரிகளின், ஆட்சியாளர்களின் பார்வையிலிருந்து நீங்கள் தப்ப முடியாது.

விமானம் பறக்க முதல் சமயஞ்சாராத ஒரு சமயச் சடங்கு ஒன்று நடக்கும், பயணிகளின் பாதுகாப்புப் பற்றி அறிவிக்கும் ஒளிக்காட்சி. இதை யாராவது கரிசனையுடன் பார்க்கிறார்களா என்று எனக்குத் தெரியாது. தங்க மாளிகை விளம்பரத்துக்குக் காட்டும் ஆர்வம் இந்த அறிவிப்புப் படத்தைப் பார்ப்பதில் இல்லை. ஒரு பயணத்தின் போது எனக்குப் பக்கத்தில் இருந்தவர் விமானம் நடுவழியில் கொந்தளிப்படைந்தால் என்ன செய்ய வேண்டும் என்று ஒளி நாடா சொல்லுவதைப் பார்க்காமல் தன் இரு கண்களையும் மூடிக் கந்தசட்டிக் கவசத்தை முணுமுணுத்தார்:

முப்பத்து இருபல் முனைவேல் காக்க!
செப்பிய நாவைச் செவ்வேல் காக்க!
கன்னம் இரண்டும் கதிர்வேல் காக்க!
என் இளங்கழுத்தை இனிய வேல் காக்க!
மார்பை இரத்ன வடிவேல் காக்க!

தேவராய சுவாமிகள் முருகன் பற்றிப் பாடியபோது விமானப்பயணம் அவரின் முக்கியக் கரிசனையாக இருந்திருக்காது என்று நினைக்கிறேன். சக பிரயாணி கண்விழித்தபோது ஒரு விமானத்தாதி இனிப்பு வழங்கிக்கொண்டிருந்தார். இவருக்குத் தட்டை நீட்டியபோது மரியாதையாக ஒரு மிட்டாயை எடுக்காமல் உள்ளூர்க்கோயிலில் தரும் சுண்டலை ஒரு கையால் கோதி எடுப்பது போல் இனிப்புகளை எடுத்துக்கொண்டார். நீரிழிவு நினைவற்ற நிலை (*diabetic coma*) தூண்டக்கூடிய சர்கரை ஊட்டவளம் அவற்றில் இருந்தது. ஒருவேளை விமானத்துக்கு ஆபத்து ஏற்பட்டு விண்ணுலகம் போயிருந்தால் தித்திக்கும் திருமேனியுடன் எழுந்தருளியிருப்பார் என்று நினைக்கிறேன்.

சக பயணிகளைப் பற்றிப் பேசும் போது இதையும் சொல்லிவிடுகிறேன். நீங்கள் அடுத்து வாசிக்கப்போவது தமிழ்ப் படத்தில் நடந்தால் அலுப்பில்லாமல் ஏற்றுக்கொள்ளுவீர்கள். நான் விபரிக்கப்போவது உங்களுக்கு இவர் புருடாவிடுகிறார் என்று எண்ணத்தோன்றும். அமெரிக்க நகரிலிருந்து பறந்தபோது ஓர் இந்தியர் என் அருகில் இருந்தார். கதைத்துக்கொண்டிருக்கும்போது இந்தியாவில் எந்த ஊர் என்று கேட்டேன். அவர் ராஞ்சி என்றார். ராஞ்சி என்றால் கிரிக்கட் பிரியர்களுக்கு உடனே நினைவுக்கு வருவது எம்.எஸ். டோனி. நான் அடுத்துக் கேட்டேன், உங்களுக்கு அவரைத் தெரியுமா? இது வல்வெட்டித்துறையில் வருகிறவர்களிடம் பிரபாகரனைத் தெரியுமா? என்று கேட்பது மாதிரி. ஓ, எனக்கு நன்றாகத் தெரியுமே! அவர் என் பக்கத்து வீட்டுக்காரர் என்றார். தமிழ்க் குணச்சித்திர நடிகர்கள் சமயத்துக்கு ஏற்றவாறு முகபாவங்களை மாற்றுவது போல் நானும் என் முகத்தை ஆச்சரியமாக வைத்துக்கொண்டு ஆ, அப்படியா? என்றேன். சில மாதங்கள் கழித்து இன்னுமொரு விமானப்பயணம். அருகில் ஓர் இந்தியர். அதே கேள்வி. இந்தியாவில் எந்த ஊர்? ராஞ்சி. திரும்பவும் மொக்குத்தனமான விசாரணை. டோனியைத் தெரியுமா? அவரும் கண்ணிமைகள் பதட்டப்படாமல் அவருடைய வீடு என்னுடைய வீட்டுக்குப் பக்கத்தில்தான் என்றார். இந்தக் கட்டத்தில் கதாசிரியர்கள் என் நிலைமை அவன் வாய் அடைத்துப் போயிருந்தான் என்று வர்ணித்திருப்பார்கள். இந்தத் தற்செயலான தடுமாற்றத்தில் உங்கள் வீடு இடது பக்கமா? அல்லது வலது பக்கமா? என்று கேட்க மறந்து விட்டேன்.

பயணிகளின் கனிவான கவனத்திற்குச் சில அறிவுரைகள்: கிண்டலில் புத்தகங்களை வாசிக்கும் நாட்களில் உங்களுக்கு அருகில் இருக்கிறவரைக் கவரத் தடிப்பான நூல்களைக் கொண்டுபோக வேண்டாம். நீங்கள் சங்கிலியன் காலத்து ஆள் என்று எண்ணிவிடப் போகிறார். நீங்கள் ஒரு கடுமையான வாசகர் என்று நிரூபிக்க, முகப்பில் பொன்னாலான எழுத்துகள் பொறிக்கப்பட்ட தோல் அட்டையுள்ள ஒரு பழுப்பு நிற நூலை வைத்திருங்கள். கையில் பூதக்கண்ணாடி வைத்திருந்தால் உங்கள் மதிப்பு இன்னும் கொஞ்சம் அதிகரிக்கலாம்.

பயணம் செய்ய முன்னம் உங்களுக்குப் பிடித்த திரைப்படங்கள், காணொளிக் காட்சிகளை மின்–பலகையில் தரவிறக்கம் செய்துகொள்ளுவது, உங்கள் தேகநலத்துக்கு நல்லது. அல்லாவிடில் விஜயின் ஜில்லா படம் பார்க்க வேண்டி வரும். ஒரு மாதத்தில் ஐந்து தடவை எமரட்ஸில் *(Emirates)* பயணிக்க நேர்ந்ததில் எனக்கு ஏற்பட்ட அவஸ்தையை நினைவில் வைத்துச் சொல்லுகிறேன்.

அந்த நாட்களில் பட்டுச்சாலை கிழக்கையும் மேற்கையும் இணைத்த வேலையை இன்றைய வான்வழித்தடங்கள் செய்கின்றன. இந்தச் சேவையில் எமரட்ஸ் முன்னணியில் நிற்கிறது என்கிறார்கள். அன்றைக்கு கொன்ஸ்தாந்திநோபில் இருந்தது போல் இப்போது துபாய். மனிதனின் துடுக்கான இறுமாப்புக்குத் துபாய் விமான நிலையம் ஒரு எடுத்துக்காட்டு. ஒரு காலத்தில் பட்டும் கம்பளங்களும் முக்கிய வியாபாரப் பொருட்களாக இருந்தன. இன்றைய துபாய் விமானச் சந்தையில்: மின்–பலகை, வடிவமைப்பான உடுப்புகள் *(designer clothes)* . . .

என்னுடைய அனுபவத்தில் சர்வதேச விமான நிறுவனங்களிடையே அதிகம் வித்தியாசமில்லை. பயணப்பெட்டிகளைத் தவறவிட்ட, குறிப்பிட்ட நேரத்துக்கு வந்தடையாத விமானப் பயணங்கள் உலகத்தில் இல்லை. விமானப் பயணிகள் ஒவ்வொருவரும் பேரப் பிள்ளைகளுக்குச் சொல்ல தங்களுக்கு நடந்த விபரீதங்கள் பற்றிக் கதைகள் வைத்திருக்கிறார்கள். நான் தனிப்பாசத்துடன் நினைவுகூருவது சான் ஆண்டோனியோ–பார்மீங்கம் பயணம். ஒரு செவ்வாய்க்கிழமை பத்து மணிக்கு சான் ஆண்டோனியோவிலிருந்து வெளிக்கிட்டேன். 12 மணித்தியாலத்தில் முடியவேண்டிய பயணம் கிட்டத்தட்ட மூன்று நாட்கள் எடுத்தன. நியூயார்க், அமர்சடாம் வழியாக வெள்ளிக்கிழமை நடுச்சாமம் பார்மீங்கம் வந்தடைந்தேன். என்னுடைய பயணப்பெட்டி என்னுடன் மறுபடியும் இணைந்து கொள்ள இன்னும் இரண்டு நாட்கள் எடுத்தன. நேரம் கிடைக்கும்போது எனக்கும் என் சக பயணிகளுக்கும்

நடந்த உபாதைகள், விபரீதங்களை எழுதுகிறேன். ஒரு விமான சேவையின் விசேஷத்திறமை பருவநிலை சீரான நாட்களில் விமானங்கள் சரியான நேரத்திற்குப் பறப்பதில், வந்தடைவதில் இல்லை. திடுமென நேரும் புயல், கடுமையான வெண்பனி வீசும் நாட்களில் இந்த விமான நிறுவனங்கள் பயணிகளை எப்படி நடத்துகிறார்கள், என்ன விதமான தகவல்களைத் தருகிறார்கள், எவ்வாறு கவனித்துக்கொள்ளுகிறார்கள் என்பதைப் பொறுத்திருக்கிறது. இந்த அளவுகோலை வைத்துப் பார்த்தால் எல்லா விமான சேவைகளுமே தோல்வியடையும் என்று நினைக்கிறேன். உங்களுக்குப் பிடித்தமான நடிகை யார் என்று கேட்பது போல் நீங்கள் மிகுதியாக விரும்பும் விமான சேவை எது என்று கேட்பது, ஈழத்தமிழர்களிடம் உங்களுக்கு மகிந்தா ராஜபக்சாவா அல்லது கொத்தபாயா ராஜபக்சாவைப் பிடிக்குமா என்று கேட்பதைப் போன்றது.

தமிழ் இலக்கிய உலகில் இப்போது எல்லா வகையினருக்குமே விருது உண்டு. சப்பணம் போட்டு இடது கையால் பச்சைமைப் பேனாவால் எழுதுவோருக்கான பரிசுபோல், விமான சேவை களுக்கும் ஆண்டுதோறும் கால்நீட்ட வசதியான விமானம், சௌகரியமான இருக்கைகள் பொருத்தப்பட்ட வானூர்தி என்று விருதுகள் உண்டு. இந்த விருதுப்பட்டியலில் இரண்டு விமானக் கம்பனிகள் தவறாமல் இடம்பெறுகின்றன. ஒன்று சிங்கப்பூர் எயர்லையின் மற்றது எமரட்ஸ். இரண்டிலும் பறந்திருக்கிறேன். இரண்டுமே எனக்குப் பரவசமூட்டியிருக்கின்றன. என்னைப் பதட்டப்படவும் செய்திருக்கின்றன. இந்த இரண்டுக்குமிடையே ஏதாவது மாறுபட்ட வேறுபாடுகள். ஒத்திரா வித்தியாசங்கள் உண்டா? தமிழரின் பணியாரங்களான கொழுக்கட்டையையும் மோதகத்தையும் நினைத்துக்கொள்ளுங்கள்.

காலம், மார்ச் 2015

32

தாயிடம் மகன் கேட்க, சொல்லத் தவறிய காரியங்கள்

அந்த மூன்று வார்த்தைகளுக்காகக் கொஞ்ச நாட்களாகக் காத்துக்கொண்டிருந்தேன். அதிக வெயிலும் குளிருமில்லாத ஒரு ஆங்கில மாசி மாதப் பின் மதிய நேரத்தில் தொலைபேசி மணியடித்தது. எடுத்தேன். ஆறாயிரம் மைகளுக்கப்பால் இருந்து எதிர்பார்த்த அந்த வார்த்தைகள் என் காதில் விழுந்தன: 'உங்கள் அம்மா போய்விட்டா' இதைச் சொன்னவர் அம்மாவைப் பராமரித்த தாதி சாந்தா. இப்படியான வருத்தமான செய்தியைச் சொல்லுவது சாந்தாவுக்குப் புதிதல்ல. பல தடவைகள் சூழ்நிலைக்குத் தகுந்த மாதிரி உங்கள் அப்பா/ கணவர்/மனைவி என்று எத்தனையோ பேர்களுக்குத் துயரமூட்டும் தகவலைச் சொல்லியிருப்பார், அப்படி அடிக்கடி துன்புமிகு காரியங்களைத் தெரிவிப்பதனால் வரும் களைப்பு அவரின் குரலில் இருக்கவில்லை. கரிசனையும் கவலையும் இருந்ததாக எனக்குப் பட்டது, அம்மாவுக்கு என்ன வயது என்று என்னிடம் கேட்டவர்களுக்கு அம்மாவுக்கும் கருணாநிதிக்கும் ஒரே வயது என்று சொல்லுவேன். இருவரும் ஒரே ஆண்டில்தான் பிறந்தார்கள். இன்று கருணாநிதி இருக்கிறார். ஆனால் அம்மா இல்லை.

ஆழிப் பேரலைகள், சூறாவளிகள், மாரடைப்புகள், தெரு விபத்துகள், ஏன் மஞ்சள் காமாலை கூட மற்றவர்களுக்குத்தான் நடக்கும் காரியங்கள் என்றுதான் நாங்கள் நினைப்பதுண்டு. தனக்கு எந்த நேரத்திலும் முடிவு வரலாம் என்று

தெரிந்திருந்தும் *"Death is very likely to be the simgle best invention of life because death is life's change agent"* என்று ஸ்டிவ் ஜாப்ஸ் அவருடைய கடைசியாக ஆற்றிய பல்கலைகழக உரை ஒன்றில் கூறியதுபோல் சாவை அறிவுத்திறம் சார்ந்த தத்துவமாகப் புரிந்துகொள்ளலாம். அல்லது நடந்து முடிந்த தன்னுடைய மனைவியின் மரணத்தை நினைத்துப் பார்த்து கவிஞர் வாலி போல் 'ஒரு காலைப் பொழுதில் என் மனைவி ஆக்கையை உதறினாள்' என்று அணிவளஞ் செறிந்த இலக்கியார்த்தமாக விளக்கம் கொடுக்கலாம். ஆனால் இறப்புச் செய்தியைக் கேட்கும்போது முக்கியமாக மரித்தவர் நமக்குப் பிரியமானவராயிருந்தால் அந்தச் செய்தி நம்மை உலுப்பியே விடுகிறது. என்னதான் தயாராக இருந்தாலும் வாழ்வின் நிச்சயங்களில் ஒன்றான மரணம் சம்பவிக்கும்போது ஒரு இருள் சூழ்ந்து கொள்கிற. செய்தி கேட்டதும் நானும் கொஞ்சம் தளர்ந்து போனேன்.

அம்மாவைக் கடைசியாகப் பார்த்தபோது அவர் கஷ்டப்படுவது நன்றாகவே தெரிந்தது. தனியாக, தானாகவே எல்லாவற்றையும் செய்த ஒரு சுதந்திர மனுஷிக்கு இப்போது படுக்கையிலிருந்து எழும்புவது கூட ஒருவரின் துணை வேண்டி யிருந்ததைப் பார்க்க எனக்கும் எங்கள் குடும்பத்தினருக்கும் கஷ்டமாக இருந்தது. இந்த வேதனைக்கு மரணந்தான் விமோசனம் என்று நினைத்தோம். இப்போது திரும்பி யோசிக்கும்போது நாம் வேண்டிய விடுதலை அம்மாவுக்கா அல்லது அவரின் நிலையைப் பார்க்க சகிக்க முடியாத எங்களுக்கா என்று கேட்கத்தோன்றுகிறது.

அம்மா இறந்த அன்று நானும் அம்மாவும் எத்தனை ஆண்டுகள் ஒன்றாக ஒரே வீட்டில் வாழ்ந்தோம் என்று நினைத்துப் பாாத்தேன். எண்ணிப் பார்த்தபொழுது ஏழு ஆண்டுகள்தான். ஆனால் இந்த ஏழு ஆண்டுகளும் தொடர்ச்சியானவை அல்ல. விட்டுவிட்டுதான் ஒன்றாக இருந்தோம். மிகுதி நாட்கள் விடுதி பாடசாலையிலும், வேலை நிமித்தமாக வெளிநாட்டில்தான் கழிந்தன. என்னுடன் இருந்தபோது நான் வாங்கிய புத்தகங்கள் எல்லாம் அம்மா வாசிப்பார். அவருடைய விமர்சனத் திறனை மூன்று வார்த்தைகளுக்குள் அடக்கி விடலாம்: 'பரவாயில்லை', 'சரியில்லை' 'விளங்கவில்லை' விளங்கவில்லை என்று சொன்ன எழுத்தாளர்கள்: மௌனி, ராமாமிர்தம். அம்மா மட்டுமல்ல எனக்கே இவர்களை உணருந்திறம் இல்லை.

அம்மாவின் இறுதி நாட்களில் *Battle Hynm of the Tiger Mother* என்ற *Amy Chua* எழுதிய புத்தகம் மிகத் தீவிரமாக அலசப்பட்டது. சர்ச்சையை ஏற்படுத்தியிருந்தது. தலைப்பைப் பாாத்து ஏதோ

ஈழப்புலிகள் சம்பந்தப்பட்ட நூல் என்றுநினைக்க வேண்டாம். மேற்கத்திய பெற்றோர் பிள்ளைகளை மிகச் செல்லமாக வளர்க்கிறார்கள். தண்டிப்பதில்லை. ஆகையினால்தான் அவர்கள் படிப்பில் முன்னே வருவதில்லை. ஆனால் சீனத் தாய்மார் தங்கள் குழந்தைகளை மிகக் கட்டுப்பாட்டுடன் வளர்க்கிறார்கள். இந்த ஒழுங்குமுறையான வளர்ப்புதான் அவர்களைக் கெட்டித்தனமாக படிக்கவைக்கிறது என்று ஆமி சுவா இந்த நூலில் கூறியிருந்தார், அதுமட்டுமல்ல அவருடைய இரண்டு மகள்களுக்கும் படிக்கச் சொல்லி அவர் கொடுத்த தண்டனைகளையும் பட்டியல் படித்தியிருந்தார். ஆமி சுவா விவரித்த கடுகடுப்பான ஆசிய அம்மாவை என் அம்மாவில் நான் பார்க்கவில்லை.

அம்மா எனக்கு நிறையச் சுதந்திரம் கொடுத்திருந்தார். கல்லூரியில் படித்த நாட்களில் மற்ற மாணவர்களைப் போல் அதிகம் பிரகாசிக்கவில்லை. யாழ்ப்பாணத்தில் நான் மாணவனாக இருந்த நாட்களில் கல்லூரிகள் என்றால் இரண்டே இரண்டு கல்லூரிகள்தான். இந்த இரு கல்லூரிகளில் படித்தவர்கள் மற்ற கல்லூரிகளைக் கணக்கில் எடுப்பதில்லை, நான் சொல்லப் போகும் அந்த இரண்டு கல்லூரிகளின் பெயர்களைப் படித்து அக்கல்லூரிகள் பக்கமே தலை காட்டாதவர்கள் யாழ்ப்பாணத் தமிழருக்கே உரித்தான பிரத்தியோகமான தூஷண வார்த்தை களால் என்னை ஏசப் போகிறார்கள். ஒன்று பரிசுத்த யோவான் கல்லூரி மற்றது ஹாட்லி கல்லூரி, நான் ஹாட்லியில் படித்தேன். இந்தக் கல்லூரி கணிதத்திற்குப் பெயர் போனது, வடமராட்சி பனங்கொட்டைக்கும் கள்ளுக்கும் என்ன தெய்வீகக் கடாட்சம் இருக்கிறதோ தெரியாது இங்கே படிப்வர்கள் ஒவ்வொருத்தனும் கணித மேதை ராமானுஜத்தின் மரபணுவுடன் பிறந்தவர்கள். ஒரே பாடத்திட்டத்தின் கீழ் விஞ்ஞானமும் மானிடவியல் பாடங்களைக் கலந்து படித்துக்கொண்டிருந்த எங்களை வெள்ளை ஆடுகளையும் கறுத்த ஆடுகளையும் பிரிந்தெடுக்கும் பரீட்சை ஒன்றை ஒரு கட்டத்தில் கல்லூரி முதல்வர் பூரணம்பிள்ளை நடத்துவார். பருத்தித்துறையில் அந்த நாட்களில் பிரபல ஆளுமைகளுக்குச் சிலைகள் வைப்பது மிகக் குறைவு. அப்படிச் சிலை எடுக்கும் பழக்கமிருந்தால் பூரணம்பிள்ளைக்கு வடமராட்சி மக்கள் கட்டாயம் சிலை எடுத்திருப்பார்கள். அப்படி அந்த உயரத்தில் இருந்தார். அவர் வைத்த தேர்வு பரீட்சையில் நான் கள்ள ஆடாகக் கலைத் துறைக்குத் தள்ளப்பட்டேன். ஹாட்லி மாணவர்களிடையே இந்தச் செயல் ஆதாமையும் ஏவாளையும் எதோன் தோட்டத்திலிருந்து விரட்டப்பட்டதுக்குச் சமமாகக் கருதப்பட்டது. இது வாழ்நாள் முழுதும் ஒட்டி யிருக்கும் ஒரு பெரிய கறை. எனக்கு நேர்ந்த இந்தக் கல்விசார் அவமானத்தை அம்மா பெரிதாக எடுக்கவில்லை. உனக்குச்

சரி என்றால் எனக்குச் சரி மகன் என்று சொல்லிவிட்டார். குறிக்கணக்கியலுக்குப் பதிலாகக் கும்பகர்ணன் வதைப்படலம் மற்றும் இலத்தீன் தலைப்புள்ள ஆங்கிலக் கவிதைகள் படித்தேன். கணிதவியல் பக்கம் போயிருந்தால் இன்றைக்கு வாளைச்சேனையில் வங்கி அதிகாரியாக வந்திருப்பேன் என்று நினைக்கிறேன்.

அம்மாவுக்கும் எனக்கும் ஒரு விஷயத்தில்தான் ஒரு சின்ன மனத்தாங்கல் வந்தது. ஒரு தாயுக்கும் மகனுக்கும் மனஸ்தாபம் வந்தால் ஒரு காரணந்தான் இருக்கும். நான் ஒரு பெண்ணை விரும்பியிருந்தேன். அம்மாவுக்கு அது பிடிக்கவில்லை. பெண்ணின் பெற்றோருக்கும் பிடிக்கவில்லை. இந்த வில்லங்கமான கட்டங்களிலிருந்து விடுபட யாழ்பாணத்தில் மூன்று வழிகள் இருந்தன. ஒன்று பெண்ணுக்குக் கட்டாயத்திருமணம் செய்வது. இரண்டு பெண் கன்னிகா ஸ்திரியாவது. மூன்றாவது வசதி உள்ளவர்களாயிருந்தால் கண்ணுக்குத் தெரியாத ஊருக்குப் பெண்ணைப் படிக்க அனுப்பிவிடுவது. மூன்றாவது வழியைத்தான் பெண்ணின் பெற்றோர் செய்தனர். அவரைக் கனடாவுக்கு அனுப்பிவிட்டார்கள். கொடிகாமத்திலிருந்து கொழும்புக்குப் போவதே பெரும் பயணமாகக் கருதிய அந்த நாட்களில் கனடா புலவர் பாசையில் கண்ணுக்குத் தெரியாத கானகம் கருவாடும், பினாட்டும் வாங்கக்கூடிய மங்கலான யாழ்ப்பாணமாகக் கனடா மாற இன்னும் பதினைந்து வருடங்கள் காத்திருக்க வேண்டியிருந்தது.

ஆப்பிரிக்கர்களிடையே ஒரு சொல் வழக்கு உண்டு. ஒரு முதியவர் இறந்து விட்டால் ஒரு நூலகமே அவருடன் புதைக்கப்பட்டுவிடுகிறது என்று. ஏனெனில் விடுபட்டுப்போன, மறந்த, மறைக்கப்பட்ட அந்தக் கிராமத்தின் சரித்திரத்தையும், கதைகளையும் அவரிடம் கேட்டுத் தெரிந்துகொள்ளலாம். எனக்கு அம்மாவிடம் கொஞ்சம் கேள்விகள் கேட்க வேண்டும் என்று நிறைய நாட்களாக மனதில் அவற்றைக் குறித்து வைத்திருந்தேன். இன்றைக்கு நாளைக்கு என்று தள்ளிப் போட்டுக் கொண்டதுக்குக் காரணம் எனக்கே உள்ளியல்பான சோம்பேறித்தனமட்டுமல்ல அம்மா இன்னும் உயிருடன் தானே இருக்கப்போகிறார் என்ற மந்தமான நம்பிக்கைதான். அம்மாவை நான் கடைசியாகப் பாாத்தபோது அவர் என் கேள்விகளுக்கு விடை சொல்லும் நிலையில் இல்லை. அம்மாவுடைய திருமண வாழ்வு சரியாக அமையவில்லை. சைவ தீட்சை பெற்ற ஒரு வேளாளப் பெண் அதே சாதிக் கிறிஸ்தவரை மணமுடித்திருந்தார். இது பேசிமுடித்த விவாகம். அவருக்கு வாய்த்த கணவர் ஒரு நல்ல குடிகாரார். மூன்று பிள்ளைகளையும் எக்கச்சக்கமான கடனையும் வைத்துவிட்டுப் போய்விட்டார். கொஞ்சம்

வசதியான குடும்பத்தில் வளர்ந்த அம்மா அவமானத்தைத் தாங்க முடியாமல் எங்களையும கூட்டிக்கொண்டு யாருமே தெரியா இன்னுமொரு ஊருக்கும் வந்துவிட்டாள். அம்மாவும் அவருடைய அம்மாவுந்தான் தங்களுடைய சொந்த முயற்சியால் எங்களை ஆளாக்கினார்கள், இந்த இரண்டு பெண்களுக்கும் தைரியம் எங்கிருந்து வந்தது? இவர்களுக்கு உந்துகை தந்தது யார்? பெண்களாக இவர்களுக்கு நேர்ந்த சிக்கல்கள் என்ன? இவர்களுடைய முன்னுதாரணங்கள் யார்? இளவயதில் ஏற்பட்ட இழப்பை அம்மா எவ்வாறு சமாளித்துக்கொண்டார்? எந்த மனிதச் செயல்பாட்டுக்கும் பின்னாலும் இருக்கும் கருத்தியல், அறிவியல் விதிகளைத் துருவித்துருவி மாணவர்களுக்குக் கற்பிக்கும் எனக்கு இந்த இரண்டு பெண்களும் எதனால் உந்தப்பட்டார்கள், இவர்களின் ஆக்க சக்தி எது என்பது உறுத்திக் கொண்டேயிருந்தது. ஒரு நாளைக்கு இந்தக் கேள்விகளை எல்லாம் அவரிடம் கேட்க வேண்டும் என்றிருந்தேன். இனிமேல் அது நடக்காது. விடை கிடைக்காததே எனக்கு அம்மாமீது மேலும் மரியாதையையும், வணக்கத்தையும் அதிகரித்திருக்கிறது.

அம்மாவின் மரணச் சடங்குக்குப் போகமுடியாத நிலையில் நான் இருந்தேன். அவைகளை என் சகோதரியும் அவருடைய கணவரும் கவனித்துக் கொண்டார்கள். அம்மா இறந்த அன்று இரவு நான் அம்மாவுடன் சேர்ந்து செய்த காரியங்களில் ஒன்றைச் செய்தேன். அம்மாவுக்கு சினிமா பிடிக்கும். நானும் அவரும் பல படங்கள் யாழ்ப்பாணத் திரை அரங்குகளில் பார்த்திருக்கிறோம். பெரும்பாலும் இரவு இரண்டாவது காட்சியாகத்தான் இருக்கும். படம் முடிந்ததும் தனியாவேதான் நடந்து மணிக்கூடு கோபுரத் தெருவிற்குப் பக்கத்திலிருந்த வீட்டுக்கு வந்திருக்கிறோம். போக்குவரத்துத் தடங்கள் செய்யும், சுற்றுப்புறத்தூய்மைக் கெடுக்கும் மூன்று சக்கரவண்டிகள் இன்னும் அறிமுகமாகவில்லை. அந்த நாட்களில் யாழ்ப்பாணத்தில் இரவிலும் சரி, பகலிலும் சரி ஒரு தொந்தரவும் இல்லாமல் நடமாடலாம். அன்றைய யாழ்ப்பாணத்தில் சிங்கங்கொடிகளும் இல்லை. புலிகளும் இல்லை. எங்களுக்கு ஆக்கினை தந்தது எலிகளும், நுளம்புகளும், கரப்பத்தான் பூச்சிகளுந்தான். இந்தப் பிராணிகள் குளிர் ஊட்டப்படாத அந்தத் திரையரங்குகளை ஆக்கிரமித்திருந்தன . . . நானும் அம்மாவும் பார்த்த படங்களில் ஒன்று 'காத்தவராயன்'. இதன் லக்கமாக்கப்பட்ட ஒளித்தோற்ற வட்டு என்னிடம் இருந்து. போட்டுப் பார்த்தேன். சிவாஜியும் சாவித்திரியும் நடித்த படம். நான் சொல்லும் விஷயத்துக்கு இந்த இருவர்களும் முக்கியமல்ல. இந்தப் படத்தில் கண்ணாம்பாவும் இருக்கிறார். அந்த நாட்களில் சினிமா அம்மா என்றால் கண்ணாம்பாம்தான். வழமைபோல் கடைசிக் காட்சியில்

கண்கலங்கி, காத்தவராயனின் தாயாகச் 'சித்திரவதைப்படும் என் மகனுக்காகச் சிந்தை இரங்கி மன்னியுங்கள் பிரபு' என்று யாரோ எழுதிய வசனங்களை உயர்ந்த குரலில் பொதிந்து தள்ளி உருகி நின்றார். என்னையும் உருகவைத்தார்.

இந்தத் திரைப்பட அம்மாக்கள் செய்த அநியாயமான காரியம் மூன்றுவிதமான அம்மாக்களை உருக்கியது. மகன், கணவனுக்காக உருகி உருகித் தியாகம் செய்யும் அம்மா, அல்லது ஊரின் அக்கிரமங்களை எதிர்த்துத் தீப்பொறிக்க அடுக்கு மொழி வசனங்கள் அள்ளி எறியும் அம்மா அல்லது மருமகளை ஆக்கினைப்படுத்தும் அம்மா. உங்களுக்கே தெரியும் இந்த மாதிரி அம்மாக்கள் திரையில்தான் முடியும். நாம் தினமும் பார்க்கும் அம்மாக்கள் இப்படி இருப்பதில்லை. நிஜ அம்மாக்களுக்கு இந்தத் திரைத்தாய்கள் ஆதர்சங்கள் இல்லை. நாம் தினமும் பார்க்கும் அம்மாக்கள் இரண்டு விதமானவர்கள். வாழ்க்கை முன் நிறுத்துவைகளைச் சிரமமாகப் பார்ப்பவர்கள் அல்லது சிரத்தையுடன் எதிர் நோக்குகிறவர்கள். முன்னையவர்கள் வாழ்க்கையை ஒரு பாறாங்கல் போல் ஒரு சுமையாகக் கருதுகிறவர்கள். பின்னையவர்கள் சிரமங்களை நேர்த்தியாகவும், வாஞ்சையுடனும், பொறுப்புடனும், கருணையுடனும் செயல்படுத்துகிறவர்கள். ஒருவிதத்தில் இந்த இரு வகைப்பாடுகள் அம்மாக்களுக்கு மட்டும் அல்ல எல்லா ஆட்களுக்குமே பொருநதும். பார்ப்பதற்கு அம்மா உயரத்தில் கண்ணாம்பா மாதிரி இருப்பார். அந்தத் தெலுங்கு நடிகை தோன்றும் கதாபாத்திரங்கள் போல் உதவாக்கரை வீராதிக்க வசனங்கள் பேசவில்லை. அவருக்கு நேர்ந்த அவமதிப்பு, இழப்புகள் பற்றி 'எது அநீதி', 'எது அதர்மம்', 'எது அக்கிரமம்' என்று அந்தக் காத்தவராயனின் தாய் போல் இரவல் வசனம் பேசி கண்ணில் நீர் பெருகி உணர்ச்சி வசமாகக் கத்தவில்லை. அதே போல் அம்மா அதீதச் செயல்கள் செய்யவில்லை. அம்மா தொற்று நோய்க்கு மருந்து கண்டுபிடிக்கவில்லை. கரும்பலகை அளவிலிருந்த கணினியைக் கைக்கடக்கமாகத் தீக்குச்சிப் பெட்டி போன்று கடுகத்தனையாக்கவிலை அவர் சாதித்தது எல்லாம் சாதாரணக் காரியங்களை இயல்பான அமைதியுடனும், கெட்டித்தனத்துடனும், ஒருவிதப் பலனையும் எதிர்பார்க்காமல் செய்ததுதான். ஒற்றைப் பெற்றோர் *(single parent)* என்ன பதம் சமூகவியல் சொல்லாடலில் புகுத்தப்பட்ட முன்னமே தனியொரு தாயாக, சொந்தப் பலத்தினால் தன்னுடைய பிள்ளைகளை வளர்த்துப் பெரியவர்கள் ஆக்கினார் அது பெரிய காரியமல்லவா? சாதாரணமான கிரிகைகளைச் சரிவரச் செய்பவர்களை நாம் கணக்கில் எடுத்துக்கொள்வதில்லை.

இப்படி எந்தவிதமான கைம்மாறுகளையும் எதிர்பாராமல் செயல்படும் அம்மாக்கள் நிறைய இருக்கிறார்கள். இவர்களுக்கு எல்லாம் நாங்கள் பகிரங்கமாக எங்கள் வணக்கத்தையும் வாழ்த்துதல்களையும் வார்த்தைகளால் தெரிவிப்பதில்லை. இந்த ஆசாரத்தை எங்கள் தமிழ்க் கலாச்சாரம் பழக்கப்படுத்தவில்லை. மேற்கத்தியர்போல் எதுக்கெடுத்தாலும், ஏன் கீழே விழுந்த தாளை எடுத்துக் கொடுத்தாலே நூறு தடவை நன்றி என்று சொல்லும் வழக்கம் தமிழர்களுக்கு இயல்பாக வருவதில்லை. கணவனாக, மகனாக, மகளாக, மருமகளாக, மருமகனான எங்கள் தாய்களுக்கு வாய் வழியாக வார்த்தைகளினால் நன்றி கூறுவது மிகக் குறைவு. நல்லெண்ணங்களை எங்கள் தேக மொழியினாலும், கண் பார்வையாலும், தொட்டுணர்வுகளாலும் சொல்லி விடுகிறோம்.

நான் கடைசியாக அம்மாவிடமிருந்து பிரிவிடை பெற்றபோது இதுவரை எங்கள் இருவருக்குமிடையே நடக்காத ஒரு காரியம் நடந்தது. நான் எப்போதுமே செய்யாத ஒன்றைச் செய்தேன். படுக்கையில் இருந்த அம்மாவைக் குனிந்து முத்தம் கொடுத்தேன். அந்தப் பலவீனத்திலும் தூக்கமுடியாத கைகளைத் தூக்கி அவர் என்னை இறுக்கப் பிடித்துக்கொண்டார். பிறகு ஒவ்வொரு தடவையும் அவரிடம் இருந்து பிரியும்போது சொல்லும் வார்த்தைகளைச் சொன்னேன்: ‘அப்ப சரி அம்மா.’ அவரும் எப்போதும் சொல்லுவது போல் ‘சரி மகன்’ என்றார். இந்தக் கவித்துவமில்லாத வார்தைகள்தான் கடைசியாக அம்மாவும் நானும் நேருக்கு நேர் பேசிக்கொண்டது பிறகு யோசித்தபோது எவ்வளவோ செய்த அம்மாவுக்கு உபசார வார்த்தைகள் சொல்லியிருக்கலாமே என்று நினைத்தேன். அப்படி நான் என் உபகாரத்தை வார்த்தைசார் வழியாகச் சொல்லியிருந்தாலும் அவர் என்ன பதில் அளித்திருப்பார் என்றும் நினைத்துப் பாாத்தேன். நான் உத்தேசித்த இந்த வார்த்தைகளைப் படிக்கும் பெண்ணியவாதிகள் கொஞ்சம் சீறுவார்கள். பெண் உடைமைகள் என்ன என்று தெரியாமலேயே அந்தக் கருத்துக்கோளின் முக்கியத் தூணான தற்சார்பு அம்மாவிடம் நிறைய இருந்தது. அந்தப் புதிய ஏற்பாட்டு உவமையில் வரும் வேலையாட்கள் சொன்னதைத்தான் அம்மாவும் சொல்லி யிருப்பார். இதை என் அம்மா மட்டும் அல்ல கரிசனையுள்ள பல அம்மாக்களும் சொல்லுவார்கள். வேலையாட்கள் சொன்ன அந்த வார்த்தைகள்: ‘நாங்கள் பிரயோசனமற்ற ஊழியக்காரர், செய்யக் கடமைப்பட்டிருந்ததைத்தான் செய்தோம்’.

***காலம்*, ஏப்ரல் – ஜூன் 2012**

33

பணித்துறைஞரும் கடவுச்சீட்டும்

என்னுடைய கடவுச்சீட்டு முடிவடையும் திகதி நெருங்கிக்கொண்டிருந்தது. நவீன உபத்திரவங்களில் தர வரிசையில் வருமான வரிப் படிவம் நிரப்புதல், பட்டைக் குறியீடு வருடி வேலை செய்ய மறுத்தல், விமான நிலையத்தில் சப்பாத்தைக் கழற்றுதல் போன்ற ஆக்கினையான காரியங்களில் கடவுச் சீட்டைப் புதிப்பித்தலும் ஒன்று. அப்போது நான் அன்றைக்குக் காலனிய உச்சரிப்புடன் அறிந்திருந்த பெங்களூரில் இருந்தேன். பண்பாட்டுச் சாயல் புகுத்தப்பட்ட பெங்களூரு என்று இன்னும் பெயர் மாற்றப்படவில்லை. அந்த நாட்களில் பெங்களூருவில் இருந்த இலங்கைத் தமிழர்கள் எண்ணிக்கை மிகக் குறைவாக இருந்தாலும் கணக்கிட ஒரு கை விரல்கள் போதாது. இன்னும் கொஞ்சம் விரல்கள் தேவையாயிருக்கும். பெரும்பான்மையான இலங்கையர்கள் மாணவர்கள். மற்றும் வியாபார சம்பந்தப்பட்ட ஒரு சில குடும்பங்கள்.

இன்று உலகளாவிய வலை *(World Wide Web)* செய்யும் வேலையை இலங்கைக் குடும்பங்கள் செய்தன. என்னுடைய கடவுச் சீட்டு முடிவடையும் திகதி பற்றி அங்கிருந்த இலங்கையர்களுக்கு எப்படியோ தெரிந்துவிட்டது. இவர்கள் எனக்குச் சொன்ன அறிவுரைகளில் ஒன்று மட்டும் எனக்கு நன்றாகத் தெளிவாகியது. சென்னையிலிருந்த இலங்கைத் தூதுவரகம் பற்றிச் சொல்லத் தூஷண

வார்த்தைகளைத் தவிர வேறு சொற்களஞ்சியங்கள் இவர்களுக்குக் கிடைக்கவில்லை. இவர்கள் சொன்ன நயநாகரிகமற்ற சொற்களைத் துப்பரவுபடுத்தித் தமிழில் தருகிறேன். இலங்கை உயர் ஆணையர் பணியகத்தில் வேலை செய்கிறவர்கள் முழுச் சோம்பறிகள். கடவுசீட்டைப் புதிப்பிக்கக் கட்டாயம் ஆறு மாதங்களாகும். உன்னுடைய கடவுச்சீட்டை வாங்கி வைத்துக் கொள்வார்கள். நீ இந்தியாவை விட்டுப் போக முடியாது. ஆகையினால் எவ்வளவு கெதியாக விண்னப்பம் செய்யமுடியுமோ செய்.

பணித்துறைஞர்களுடன் (*bureaucrats*) தொடர்பு கொள்வது எனக்கு எப்போதும் அலுப்பையும் சோர்வையும் தரும் சந்தர்ப்பங்கள். மக்களிடையே மன நோய்களும் மனக்கோளாறுகளும் அதிகரிப்பதுக்கு இவர்கள்தான் காரணம் என்று எண்ண்ணுகிறவன். என் கடவுச்சீட்டை நீட்டிக்க முதலில் விண்ணபப் படிவம் வேண்டும். இப்போது செய்வது போல் நீட்டித்தல் படிவத்தை வலையிலிருந்து தர இறக்கம் செய்யமுடியாது. அந்த நாட்களில் தரை இறக்கம் விமானம் சம்பந்தப்பட்ட வார்த்தை. இன்னும் கணினி மொழியாகத் தத்தெடுக்கப்படவில்லை. இன்றைய விசைப்பலகைச் சந்ததி யினருக்குத் தெரிந்திராத ஒரு காரியத்தைச் செய்தேன். ஒரு காகிதத்தில் கடிதத்தைக் கையாலேயே தூதரக அதிகாரிக்கு வந்தனம் சொல்லிப் பல தடவை தாழ்வான, பணிவுள்ள, உண்மையான குடிமகன் என்று எழுதி அவருடைய பாதத்தில் உருண்டு புரளாமல் அதை ஒரு காகித உறைக்குள் வைத்து முத்திரையை நாக்கின் எச்சிலினால் ஒட்டி சென்னைத் தூதரகத்துக்கு அனுப்பியிருந்தேன். அழிந்து போகும் நம் கிராமத்துக் கலைகளைக் காப்பது போல் இந்தக் காகிதத்தில் கையால் கடிதம் எழுதுவது கெடாது பத்திரப்படுத்த வேண்டிய கலைகளில் ஒன்று.

மனித குமாரனுக்கும் இலங்கைத் தூதரக அதிகாரிகளுக்கும் ஒரு ஒற்றுமை உண்டு. இரண்டுபேருமே ஆச்சரியப்படுத்துவார்கள். நான் எதிர்பாரதபடி ஒரு வாரத்துக்குள் சென்னையிலிருந்து கடவுச்சீட்டு நீட்டிப்புப் படிவம் வந்துவிட்டது. நிறையவே கேள்விகள் கேட்டிருந்தார்கள். பால் ஆணா? பெணா? என்ற கேள்விக்குக் காமத்துப் பால் என்றும் திருமணமானவரா என்ற வினாவுக்குச் சில தருணங்களில் மட்டும் என்று மொக்குத்தன மாகப் பதில்கள் எழுதாமல் ஒழுங்காகப் படிவத்தைப் பூர்த்தி செய்தேன். நான் நான்தான் என்று உறுதிப்படுத்த அவர்கள் கேட்ட சாட்சிப் பத்திரங்களைச் சேர்த்தேன். எனக்கு எந்தவிதமான வியாதியும் இல்லை சித்த வைத்தியர்களின்

இலேகியங்கள் சாப்பிடும் ஒரு ஆரோக்கியமான ஆள் என்று வைத்தியர்களிடமிருந்து கடிதங்கள் பெற்றுக்கொண்டேன். இவைகளை எடுத்துக்கொண்டு சென்னை வந்தேன்.

நான் சென்னை வந்து இறங்கிய நாள் என்னைப் பொறுத்த மட்டில் ஒரு முக்கியத்துவம் வாய்ந்த நாள். இந்த நேரத்தில் என்னுடைய தனிப்பட்ட ஒரு வெறியை உங்களுடன் பகிர்ந்து கொள்ளவேண்டும். நான் ஒரு கிரிக்கட் பிரியன். இல்லை முழு விசரன். மத்திரவாதிகளினால் பேய் ஓட்டித்தான் இந்த வியாதி தீரும் என்று சொல்வார்கள். சென்னை சேப்பாக் மைதானத்தில் மேற்கிந்திய தீவுகளுக்கும் இந்தியாவிக்குமிடையே நாலாவது டெஸ்ட் போட்டி நடந்துகொண்டிருந்தது. நான் சென்னை வந்த நாள் போட்டியின் நாலவது நாள். டெஸ்ட் போட்டிகள் ஐந்து நாட்களாக நடக்குமா என்று முணுமுணுப்பது கல்கியின் பொன்னியின் செலவன் 5 பாகங்கள் கொண்டது என்று அங்கலாப்பதைப் போன்றது. ஆட்டம் ஒரு இறுக்கமான கட்டத்திலிந்தது. இந்தியா வெற்றி அடைய 124 ஓட்டங்கள் எடுக்கவேண்டியிருந்தது. மூன்றாம் ஆட்ட இறுதியின்போது இந்தியா 3 விக்கட்டுளை இழந்து 31 ஓட்டங்களை எடுத்திருந்தது. கவஸ்கார், வென்சாகர் அவுட்டாகிவிட்டார்கள். விஸ்வநாதும் கெக்வார்டும் ஆடிக்கொண்டிருந்தார்கள். இந்த இடத்தில் ஒரு முக்கியக் குறிப்பு: இந்தத் தலைமுறையினார் உங்கள் பெற்றோரிடத்தில் இந்த ஆட்டக்காரர்கள் யார் என்று கேட்டுத் தெரிந்துகொள்ளுங்கள். ஜி.ஆர். விஸ்வநாத்தின் மேதைத்தனமான துடுப்பாட்டம் பற்றிக் கவிதையே பாடுவார்கள். திருப்பதி மூல ஸ்தானத்துக்குப் போய்விடலாம் ஆனால் அந்த நாட்டி களில் டெஸ்ட் ஆட்டங்களுக்கு நுழைவுச் சீட்டு வாங்குதல் அவ்வளவு இலேசல்ல. இதற்கு ஒரு மாற்றுவழி இருந்தது. ஆட்டத்தைத் தொலைகாட்சியில் பார்ப்பது. நுளம்பு போல் தொலைக்காட்சிப் பெட்டிகள் சென்னையைத் திரளாக அப்போது மொய்க்கவில்லை. ஒரு சில உணவு விடுதிகளில் சாப்பாட்டுத் தொகையுடன் 10 ரூபாய் கூடிக்கொடுத்தால் விளையாட்டைப் பார்கலாம். இந்த வசதி சென்னை புகாரி ஹொட்டலிருந்தது. மதுரை மீனாட்சி அம்மன் கோயிலுக்கு அல்லது அன்னை வேளாங்கண்ணி ஆலயத்துக்குப் போவது போல் கொழும்பிலிருந்து வருகிற ஒரு தலைமுறையினர் செய்கிற கடன்களில் ஒன்று புகாரிக்குப் போவது. அங்கே பிரியாணி சாப்பிடுவது.

என்னுடைய திட்டம் இதுதான். காலையில் தூதரகம் தொடங்கும் 9 மணிக்கே அங்கே போய்விடவேண்டும். விண்ணப்பப்படிவத்தை ஒப்படைத்துவிட்டுப் புகாரிக்கு வந்து ஆட்டம் பார்ப்பது.

வைரமுத்துவின் வார்த்தைகளில் ரஜினி அவருடைய ஒரு படப்பாட்டில் மூன்று சக்கரத் தேர் என்று வர்ணித்த ஆட்டோவைப் பிடித்து அண்டாசன் தெருவிலிருந்த அலுவலகம் வந்தேன். ஒருவருமே இல்லாமல் பரிதாபமாக இருந்தது. இன்றைக்கு இருப்பது போல் உள்ளே நுழைவதற்கு அதிக கெடுபிடிகள் இல்லை. பேராதனைப் பூங்காவில் உலாவுவது போல் உள்ளே போனேன். வரவேற்பறையில் இருந்தவர் ஏன் வந்தீர்கள் என்று கேட்டார். வந்த காரியத்தைச் சுருக்கமாக் கூறினேன். என்னுடைய பத்திரங்களை ஒவ்வொன்றாகப் பார்த்தார். கடவுசீட்டிலிருக்கும் படம் நான் தான் என்று இரண்டு முறை படத்தையும் என்னையும் பார்த்து உறுதி செய்துகொண்டார்.

பிறகு அவர் சொன்ன வார்த்தைகள் எனக்கு ஆச்சரியத்தைத் தந்தன: மூன்று மணிக்கு வந்து வாங்கிக்கொண்டு போங்கள். என்றார். இன்றைக்கா? என்று திகைப்புடனும் குழப்பமான தொனியுடன் கேட்டேன். ஓம் என்றார். என் இலங்கைத் தோழர்கள் தூதுவரகம் பற்றிக் கூறிய பொன்னான வார்த்தைகள் நினைவுக்கு வந்தன. திகைப்பு இன்னும் மாறாமல் இன்றைக்கு மத்தியானமா? என்று மறுபடியும் உறுதிப்படுத்தக் கேட்டேன். அவரும் ஓம் ஓம் என்று கொஞ்சம் உரக்கக் கூறினார். இனி எதும் கேள்விகள் கேட்டால் ஒருவேளை அவருடைய முடிவை மாறிக்கொள்ளக்கூடும் என்று பயந்து ரஜினியின் மூன்று சக்கரத் தேரைப் பிடித்து சென்ட்ரலுக்கு முன்னால் இருந்த புகாரிக்கு வந்தேன்.

இந்தியத் துடுப்பாட்டக்காரர்கள் இந்திய விசிறிகளின் இரத்த அழுத்தத்தை அதிகரிப்பதுதான் அவர்களின் நோக்கம் என்பதுபோல் விளையாடிக் கொண்டிருந்தார்கள். இது கப்பில் தேவுக்கு முந்திய அதிரடி இல்லாத நாட்கள். ஆட்டம் மிக மெதுவாகப் போய்க்கொண்டிருந்தது. மதிய இடைவேளைக்குப் பிறகு ஆட்டம் தொடங்கியபோது இந்தியா 84 ஓட்டங்களுக்கு 6 வீக்கட்டுகளை இழந்திருந்தது. இன்னும் 40 ஓட்டங்கள் எடுக்கவேண்டும். நேரம் 2.15ஐ நெருங்கிக் கொண்டிருந்தது. கிரிக்கட்டா? கடவுச்சீட்டா என்ற இந்த அறச்சிக்கலில் கடவுச்சீட்டுதான் முக்கியமாகப்பட்டது. உடனே மூன்று சக்கர தேரைப் பிடித்து இலங்கைத் தூதரகத்துக்கு விரைந்தேன்.

அதே உத்தியோகஸ்தரே இருந்தார். என்ன விசயம் என்று கேட்டார். நான் கொஞ்சம் அதிர்ந்து போனேன். இலங்கை நண்பர்களின் தூதரகம் பற்றிய தூஷண வார்த்தகள் நினைவுக்கு வந்தன. காலையில் வந்திருந்தேன். கடவுச்சீட்டு நீட்டிப்பது பற்றி என்று தயங்கித் தயங்கிக் கூறினேன். மறந்தே போய்விட்டது என்று என்னைப் பார்க்காமலே சொல்லி வலது கை லாச்சியைத்

திறந்தார். என்னுடைய விண்ணப்பமும், கடவுச்சீட்டும் உள்ளே இருந்தன. தனக்குப் பிரியமான பூனைக்குட்டியைத் தூக்குவது போல் மிகப் பக்குவமாக அவற்றை எடுத்தார். பிறகு இடது கை லாச்சியைத் திறந்தார். உள்ளே பத்துக்கும் மேலான கையினால் குத்தும் முத்திரைகள் இருந்தன. அவற்றில் பொருத்தமானதாகத் தேர்ந்தெடுத்தார். பிறகு என்னுடைய கடவுச்சீட்டில் ஒரு வெறுமையான ஒரு பக்கத்தைத் தேடி எடுத்து அந்த முத்திரையைப் பலமாகக் குத்தினார். அதில் எதோ எழுதினார். கொஞ்சம் பொறுங்கள் என்று கூறிவிட்டு என்னுடைய கடவுச்சீட்டு, விண்ணப்பப் படிவம், அத்தாட்சி ஆவணங்களை எடுத்துக் கொண்டு உள்ளே போனார். திரும்பி வர எவ்வளவு நேரம் எடுத்தார் என்பது தெரியாது. இங்கு நடப்பதுக்குச் சம்பந்தமில்லாத கர்த்தருக்கு ஒருநாள் ஆயிரம் வருஷம் போலவும், ஆயிரம் வருஷம் ஒருநாள் போலவும் என்கிற ஒரு புதிய ஏற்பாட்டு வசனம் நினைவில் வந்தது. அறையில் இருந்து திரும்பி வந்தவர் என்னுடைய கடவுச்சீட்டை என்னிடம் தந்தார். எல்லாம் சரியாக இருக்கிறதா என்று பார்த்துக் கொள்ளுங்கள் என்றார். பக்கங்களைப் புரட்டிப் பார்த்தேன். இன்னும் 5 வருடங்களுக்கு என்னுடைய கடவுச் சீட்டின் ஆயுட்காலம் நீட்டிக்கப்பபட்டிருந்தது. ஒருவிதத்தில் திகைப்பும் ஆச்சரியமும். ஆனால் என்னுடைய மனம் சேப்பாக்கத்தில் நடந்து கொண்டிருக்கும் ஆட்டத்தைப் பற்றியே யோசித்துக்கொண்டிருந்தது. அவருக்கு நன்றி சொன்னேனா என்று ஞாபகமில்லை. மறுபடியும் கெதியாக ஒரு மூன்று சக்கரத் தேரைப் பிடித்து புகாரி வந்தேன். உணவகம் பூட்டியிருந்தது. காவலாளி வெளியே இருந்தார். இனி ஆறு மணிக்குத்தான் திறப்பாங்க சார் என்றார். அது சரி ஆட்டம் என்னவாயிற்று என்று அவரிடம் கேட்டேன். எந்த ஆட்டம் சார் என்று என்னிடம் திருப்பிக் கேட்டார்.

சமூக வலைத் தளங்கள் இல்லாத அந்த நாட்களில் ஆட்டம் எப்படி முடிவடைந்தது என்று தெரிந்துகொள்ள அடுத்த நாள் காலை வரை காத்திருக்க வேண்டியிருந்தது. மறு நாள் ஆங்கில ஹிந்துவில் வாசித்து அறிந்துகொண்டேன். 3 விக்கட்டுகள் வித்தியாசத்தில் இந்தியா மேற்கிந்திய தீவுகளின் அணியை வென்றிருந்தது.

அன்று இரவு இரயில் திரும்பி வரும்போது அன்று நடந்ததை யோசித்துக்கொண்டிருந்தேன். காலையில் கொடுத்த விண்ணப்பத்தை அப்பவே முத்திரையிட்டு அவர் தந்திருக்கலாம். அலுவலகத்தில் கூட்டமே இல்லை. ஏன் இந்தப் பணித்துறைஞர் என்னை அலைக்கழித்தார். என் கிரிக்கட் வெறியை விடுங்கள்.

எத்தனை பேருக்கு அவசாரமான, சங்கடமான காரியங்கள் செய்யவேண்டி இருந்திருக்கும். என்னை மாதிரி எத்தனை பேரை மதியம் வா, நாளை வா என்று சொல்லி அனுப்பிருப்பார். எனக்கு இப்படித் தோன்றிற்று: "அதிகார மனப்பான்மையாளரின் அதிகாரம் அவரை நாடிவருகிறவர்களை அலைகழிப்பதில்தான் இருக்கிறது. எவ்வளவு தூரம் வேலையைத் தள்ளிப் போடுகிறாரரோ அவ்வளவு தூரம் அவரின் தனி மகத்துவம் தெரியலாகும்." இது மைக்காவலியின் பிரின்சில் அல்லது கௌடில்யரின் அர்த்த சாஸ்திரத்தில் வரும் வரிகள் அல்ல. அதிகார இனத்துக்குரியவர்களால் அலைகழிக்கப்பட்ட என்னை மாதிரி ஆயிரக்கணக்கானவர்களின் அனுபவத்தில் பிறந்தவை.

***காலம்*, நவம்பர் 2018**

34

விமானப் பயண உபாதைகள்

நீங்கள் இங்கே வாசிக்கப்போகும் அடுத்த வரிகள், பிரிட்டிஷ் நாளிதழான *த கார்டியன்* ஆசிரியர் கடிதப் பக்கத்தில் ஒரு வாசகர் எழுதியது: "சூறாவளிகளுக்குப் பெயர்கள் வைக்கத் தொடங்கிவிட்டோம். இந்தப் பெயர்கள் எல்லாம் ஆங்கிலப் பெயர்களாக இருக்கின்றன. இந்த நாடு பல்லின, பல்சமய மக்களைக்கொண்ட நாடு. ஆகையினால் பல் கலாச்சாரத்தைப் பிரதிபலிக்க இனிமேல் தாரீக், முகமது என்ற பெயர்கள் வைக்கவேண்டும்." கடிதம் எழுதியவர் ஏன் இந்துப் பெயர்களும் சூட்டவேண்டும் என்று சொல்ல வில்லை என்று தெரியவில்லை. இங்கிலாந்தில் இந்துக்களும் இருக்கிறார்கள். இப்போது இது முக்கியமல்ல. இங்கே நான் எழுதப்போவதும் புயல் காற்றுப் பற்றியதும் அல்ல. ஆனால் இந்த தாரிக், முகமது என்ற பெயர்களை ஞாபகத்தில் வைத்துக்கொள்ளுங்கள். என்னுடைய வாழ்வில் உக்கிரவீச்சுப் புயலாக வராவிட்டாலும் எனக்கு நிகழ்ந்த ஒரு சின்ன நவீன உபத்திரவங்களில் இந்தப் பெயர்களுக்குச் சம்பந்தம் உண்டு .

சில நாட்களுக்கு முன் ஒரு கருத்தரங்குக்காக நான் டப்ளின் போகவேண்டியிருந்தது. சில நாட்கள் என்றால் நேற்று அல்லது முந்தாநாள் அல்ல. யாழ்ப்பாண வழக்கு மொழி அகராதியில் சில நாட்கள் என்றால் பண்டார வன்னியன் ஆட்சிக்காலம் வரை போகும். சில வருடங்கள் இருக்கும் என்று நினைக்கிறேன். நான் அயர்லாந்தின் தலைநகரான

டப்ளினுக்குப் போவது முதல் தடவையல்ல. இது மூன்றாவது முறை. போய் வந்த அந்த நாட்களில் இங்கிலாந்திலிருந்து அயர்லாந்துக்குப் போவதற்கு விசா தேவையில்லை. கடவுச்சீட்டும் தேவையில்லை. இப்போது போல் சப்பாத்து, இடுப்பில் அணியும் பட்டியைக் கழற்றி, அரை நிர்வாணமாக ஒளிவருடி இயந்திரத்துக்குமுன் நிற்கத் தேவையில்லை. அயர்லாந்து இங்கிலாந்தின் முதல் காலனி களில் ஒன்று. ஆனால் இன்று இங்கிலாந்திலிருந்து சுதந்திரமடைந்த ஒரு தனி நாடு. பிரயாணத் தேவைகளுக்கு ஒருங்கிணைந்த நாடாகவே கணிக்கப்பட்டது. போய்வர எந்த மாதிரியான தடங்கல்களும் இல்லை .

நவீன காலனியத்தின் பயன்களில் ஒன்று, கைப்பற்றிய நாடுகளுக்கிடையே மனிதர்களுக்கான சுதந்திரமான நடமாட்டம். காலனிய நாட்களில் இந்தியாவுக்கும் இலங்கைக்கும் இந்த மாதிரி எந்தக் கட்டுப்பாடுமில்லாத தாராளமான போக்குவரத்து இருந்தது. ஆங்கில ஆட்சியின் ஆரம்பகட்ட உச்ச நாட்களில் யாழ்ப்பாணத்திலிருந்து கொழும்புக்குப் போவதைவிட, தென் இந்திய நகரகங்களுக்குப் போவது மிகச் சுலபமான காரியம். இலங்கையிலிருந்து அந்த நாட்களில் முக்கியக் காரியங்களுக்கு யாழ்ப்பாணத்தார் துறைமுக நகரங்களான பருத்தித்துறை, ஊர்காவற்றுறை, வல்வெட்டித்துறையிலிருந்து கடல் மார்க்கமாக பாக்கு நீரிணையைக் கடந்து நாகர்கோயில், மதுரை, சிதம்பரம், சென்னை போன்ற தென் தமிழ் நகரங்களுக்குப் போய்வந்தனர்.

இந்த வசதியைப் பயன்படுத்தித்தான் சி.வை தாமோதரம் பிள்ளையும், ஆறுமுக நாவலரும் தமிழ்நாட்டுக்கு அடிக்கடி போயிருப்பார்கள். தாமோதரம் பிள்ளை தமிழ்ப் பிரதிகளைத் தேடிப்போனார். நாவலர் இராமலிங்க சுவாமிகளுடன் வாதாட சிதம்பரம் நீதித்தலம் போனார். இந்த இருவரும் கொழும்புக்குப் போயிருப்பார்களா என்பது தெரியாது. புகையிரதம் யாழ்ப்பாணத்திற்கு 1905ல்தான் அறிமுகப்படுத்தப்பட்டது. அதற்கு முன் தரை மார்க்கமாகக் கொழும்பு போக கிட்டத்தட்ட ஒரு மாதம் பிடிக்கும் என்று முத்துத்தம்பிப்பிள்ளை தனது யாழ்ப்பாண சரித்திர நூலில் கூறுகிறார். கால் நடையாக அல்லது மாட்டு, குதிரை வண்டிகள் மூலந்தான் பயணிக்க வேண்டி யிருந்தது. ஏ9 இன்னும் திறக்கப்படவில்லை . இப்படி சுதந்திரப் போக்குவரவைப் பயன்படுத்தி இந்தியாவிலிருந்து இலங்கை வந்தவர்களில் ஒருவர் எம்.ஜி.ராமச்சந்திரனின் தகப்பனார் மேலக்காடு கோபால மேனன். ஒரு பிராமண விதவையுடன் கொண்ட தொடர்பினால் அவரை அவருடைய சமூகம் ஒதுக்கி வைத்தபோது, சிலோனுக்கு ஓடிவர வசதியாயிருந்தது. இன்றைய ஆரிய சிங்கள தேசியவாதச் சொல்லாடலில் இவர்

ஒரு கள்ளத்தோணி. நல்ல வேளை அந்த வார்த்தை இன்னும் அறிமுகப்படுத்தப்படவில்லை. இது இந்தியத் தமிழர்களின் மதிப்பைக் குறைத்து இழிவுபடுத்தும் சொல். சிங்கள அரசியல் காரணங்களுக்காக இந்தச் சொல் என்ன விதத்தில் பயன்படுத்தப்பட்டது என்று இதை வாசிக்கும் இன்றைய தலைமுறையினர் உங்கள் பெற்றோரைக் கேட்டுத் தெரிந்து கொள்ளுங்கள்.

நான் சொல்லவந்ததைவிட்டு எங்கேயோ தள்ளிப் போகிறேன் போல் தெரிகிறது. இனி விஷயத்துக்கு வருகிறேன். நான் டப்ளின் போகவேண்டிய நாளில் பேர்மிங்காம் விமான நிலையத்துக்கு வந்தேன். நான் பிரயாணம் செய்யும் முன் என்னென்ன கொண்டுபோகவேண்டும் என்று, அந்த நாட்களில் சலவையாளருக்கு உடுப்புப் போடும்போது ஒரு பட்டியல் தயாரிப்பதுபோல் மூன்று மாதங்களுக்கு முன்னமே ஒரு தாளில் ஒரு மை எழுத்துப் பேனாவினால் எழுதி வைத்துவிடுவேன். இவற்றில் பயணச்சீட்டைவிட மிக முக்கியமானது பஞ்சு மொட்டு. முழுகும்போது தண்ணீர் காதுக்குள் போய்விட்டால் அது மாதிரி உபத்திரவம் உலகில் ஒன்றும் இல்லை. காது குடைந்துகொண்டிருந்தால் கருத்தரங்கில் அதிகம் கவனம் செலுத்தமுடியாது.

நான் இங்கிலாந்துக்கு முதலில் வந்தபோது லண்டன் வழியே பேர்மிங்காம் விமான நிலையத்தில்தான் வந்திறங்கினேன். அன்றைய பேர்மிங்காம் பறப்பகம் பருத்தித்துறை பட்டண சபை கந்தோர் போல் ஒரு சின்ன, மக்கான, மந்தமான கட்டடமாக இருந்தது. அப்போது பொருட்களைச் சுமந்து செல்லும் பட்டை ஒன்றுதான் இருந்தது. ஆகையினால் உங்கள் பெட்டி, சாமான்கள் உங்களை வந்தடைய லண்டனிலிருந்து பேர்மிங்காம் பறந்த நேரத்தைவிட அதிகமாக இருக்கும்.

புதுப்பிக்கப்பட்ட பேர்மிங்காம் விமான நிலையம் கச்சிதமான கட்டடம். ஒரு நெருக்கமான மருட்சியைத் தரும். ஏதோ ஒரு பழக்கப்பட்டவரின் திருமணம் நடக்கும் கல்யாண மண்டபத்துக்குள் போவது போல் இருக்கும். எல்லோரும் பரிச்சயமானவர்கள் போல் தென்படுவார்கள். சிரித்த முகத்துடன் வரவேற்பார்கள். உங்களுக்கு இவர்களில் யாரையும் தெரிந்திருக்காது.

பயணப்பதிவு செய்யுமிடத்தில் என்னை அப்படிச் சிரித்த முகத்துடன் அழைத்தவரின் மேசைக்குப் போனேன். அவரின் இந்த மென் சிரிப்பு பதனம் செய்யப்பட்டது.

அன்றைக்கு நூறு தடவையாவது இப்படி உற்பத்தி செய்யப்பட்ட சரட்டுச்சிரிப்பை என்னைப்போன்ற பயணிகளுக்கு உதிர்த்திருப்பார் என்று நினைக்கிறேன். இப்படிப் பயணப் பதிவு மேசைக்கு முன்னால் நிற்கும்போது செய்யவேண்டிய முக்கியமான காரியம்: துக்கம் விசாரிக்கப் போகும் வீட்டில் அதிகம் பேசாது இருப்பது போல் அமைதியாக தேக மொழியில் வந்த விஷயத்தை முடித்துக்கொள்வது நல்லது. மணிரத்தினம் படத்தில் வரும் கதாபாத்திரங்கள் போல் ஒரு சொல் அல்லது பாதி வசனங்கள் பேசினால் போதும். முக்கியமாக வடிவேலாக மாறாதிருப்பது நல்லது. 9/11க்குப் பிறகு விமான நிலைய அதிகாரிகள் மொக்கு நகைச்சுவைகளைக் கேட்பதற்குத் தயாராக இல்லை. நானும் எந்த நாடகப் பள்ளியிலும் சொல்லித் தராத புன்னகையை என் முகத்தில் உருவாக்கிக்கொண்டு அவரை அணுகினேன். நம் ஊர் விதானையாருக்கு விண்ணப்பம் கொடுப்பது போல் என்னுடைய பயணச் சீட்டைத் தயவுடன் கொடுத்தேன். தரையில் உருண்டு புரளவில்லை. இன்றைய பயணச் சீட்டுக்கள் உயிரற்ற அச்சுப்படிவுகள். கணினியால் ஆக்குவிக்கப்பட்டவை. சாவு அறிவிப்புச் செய்தித் துண்டறிக்கை போல் வெள்ளைத்தாளில் கருப்பு எழுத்துருவிலானவை. கணினி யுகத்துக்கு முன் விமானப் பயணச்சீட்டுக்கள் கல்யாணப் பத்திரிகைபோல் விதவிதமான நிறங்களில் ஒவ்வொரு விமான நிறுவனமும் வழங்கும். தபால் தலைகள் சேகரிப்பது போல் ஒரு காலகட்டத்தில் விமானப் பயணச்சீட்டுகளைச் சேகரிப்பது ஒரு விருப்பார்வ வேலையாக இருந்தது. கணினியின் உட்புகுவினால் அழிந்துபோனவைகளில் ஒன்று இந்தச் சேகரிப்புக் கலையாகும்.

என்னுடைய பயணச்சீட்டை மேலும் கீழுமாகப் பார்த்தவர், உங்கள் கடவுச்சீட்டு என்றார். எதற்குக் கடவுச்சீட்டு நான் திருப்பிக் கேட்டேன். இது ஒட்டகச் சிவிங்கிக்கு ஏன் கழுத்து நீண்டது என்று கேட்பது போன்றது. டப்ளின்தானே போகிறேன், பலமுறை போயிருக்கிறேன், கடவுச்சீட்டைப் பற்றி ஒருவருமே கேட்டதில்லை என்றேன். அது முன்பு, இப்பொழுது எல்லாம் மாறிவிட்டது, ஒன்பது பதினொன்று என்றார். அவர் ஒன்பது பதினொன்று என்று சொன்னது மும்பாய் பணயக்காரரின் மறைபுதிரான புதைந்த பாஷைபோல் பட்டது. அவர் என்னைக் கூர்ந்து பார்த்தார். அவருக்கு நான் இன்னும் மின்சாரமே வராத அமேசான் காடுகளில் இருந்து வந்தவன் போல் தோன்றியிருக்கலாம். இனி என்ன செய்யலாம் என்று யோசித்தபோது உங்களை விசாரிக்கவேண்டும், ஒரு அறையின் எண்ணைச் சொல்லி அங்கே போகச்சொன்னார்.

அந்த அறைக்குப் போனதுந்தான் தெரிந்தது. இது இரண்டாம் பரிசோதனை இடம் என்று. எல்லைப் பாதுகாப்பு அகராதியில் இரண்டாம் பரிசோதனை உரோமன் கத்தோலிக்கத் திருச்சபையின் உத்தரிப்பு ஸ்தலம் போன்றது. இறந்த ஆன்மாக்களுக்கு நியாயம் தீர்க்கும் இடம். அங்கிருந்தவர்களைப் பார்த்தேன். ஏழு அல்லது எட்டுப் பேர்கள் இருந்திருப்பார்கள். எதிர்பார்த்தபடி எல்லோருமே கறுப்பு அல்லது பழுப்பு நிறம். என் நினைவில் ஷாரூக்கான், கமலஹாசன், அப்துல் கலாம் வந்து போனார்கள். மாற்று கிரகங்களில் வசிக்கிறவர்களுக்கு மட்டும். இவர்கள் எல்லோரும் அமெரிக்கா சென்றபோது எல்லைப் பாதுகாப்பு அதிகாரிகளால் இரண்டாம் பரிசோதனைக்கு உட்பட்டவர்கள். ஷாரூக் கானுக்கு அந்தப் பாக்கியம் இரண்டு தடவை கிட்டியது. இங்கிலாந்திலிருக்கும் எந்த அகதிகள் தடுப்புக் காவல் நிலையத்துக்கு என்னை அனுப்பப் போகிறார்கள் என்று யோசித்துக்கொண்டிருந்தேன்.

என்னுடைய பெயர் கொத்துரொட்டி செய்யப்பட்டு அழைக்கப்பட்டது. ஒரு தனி அறைக்குப் போனேன். உள்ளே இருந்த இருவரைப் பார்த்ததும் என் இரத்த அழுத்தம் துபாயி லிருக்கும் *Burj Khalifa* நெடிய கட்டட அளவுக்கு உயர்ந்தது. இருவரும் பிரிட்டிஷ் ஆசியர்கள். கால்களை இறுக்கிப் பிடிக்கும் புட்டுக்குழல் போல் கால்சட்டை அணிந்திருந்தார்கள். பிரிட்டிஷ் ஆசியர்கள் தோளில் மரத்துண்டுடன் பிறந்தவர்கள். என்னுடைய பயணங்களில் இவர்கள் குடிவரவுப் பரிசோதனையை அதிகார மேசையிலிருந்ததால் தவிர்த்திருக்கிறேன். இவர்களுடைய வேலை ஒப்பந்தத்தில், பழுப்பு நிறமுடையவர்கள் ஐக்கிய இராச்சியத்துக்குள் நுழைந்தால் வாட்டி எடுக்கவேண்டும் என்றுகட்டாய நிபந்தனையாகச் சேர்க்கப்பட்டிருக்கவேண்டும். வந்தேறிகளை வறுத்தெடுப்பதை ஒரு கலையாக மாற்றி யிருக்கிறார்கள். நிச்சயமாக இவர்களிடையே அன்னை தேரேசாக்கள் இருப்பார்கள். இதுவரை நான் சந்திக்கவில்லை. இவர்கள் ஆங்கில அரசின் மழுப்பலான பல்பண்பாட்டுக் கொள்கையின் மேலீடான மேற்கோள்கள். சம்பிரதாயப்படி அவர்களே தங்களை அறிமுகப்படுத்திக்கொண்டார்கள். அவர்கள் சொன்ன பெயர்கள் தாரீக், முகமது.

***காலம்*, ஜூன் 2019**

35

பண்பாடும் பணித்துறைஞர்களும்

‘நிலா, நிலா, ஓடிவா
நில்லாமல் ஓடிவா
மலைமேல் ஏறிவா
மல்லிகைப் பூ கொண்டுவா’

இந்தப் பாட்டைப் பாடி எத்தனையோ தமிழ்ப் பெற்றோர்கள் குழந்தைகளுக்குத் தங்கள் கைகளால் உணவு ஊட்டியிருக்கிறார்கள். பரம்பரையாக இந்தியர் செய்துவந்த இந்தக் காரியம் இப்போது நோர்வேயில் பிரச்சினையை ஏற்படுத்தியிருக்கிறது. அழ. வள்ளியப்பாவின் இந்தப் பாட்டுக்கு ஒத்த வங்காளக் கவிதை இருக்கிறதா தெரியாது. ஆனால் தன்னுடைய சொந்தக் குழந்தைக்குக் கைகளால் உணவளித்ததால் நோர்வேயில் வசிக்கும் மேற்கு வங்காளத் தாய் ஒருவரிடமிருந்து அவருடைய குழந்தையைப் பிரித்து வளர்ப்புப் பெற்றோரிடம் ஒப்படைத்ததை ஊடகச் செய்திகள் மூலமாக அறிந்திருப்பீர்கள். அந்த நாட்டுக் குழந்தை வளர்ப்பு விதிகளை அனுரூப்–சாகாரியா பட்டாச்சாரியா தம்பதிகள் மீறி விட்டதாக அவர்களுடைய குழந்தைகள் பெற்றோரிடமிருந்து பிரிக்கப்பட்டு அரசின் குழந்தைகள் நலக்காப்பகத்தில் சேர்க்கப்பட்டார்கள். இவ்வளவுக்கும் அனுரூப்பும் சாகாரியாவும் செய்தது சாதாரணமாக எந்தக் குடும்பத்திலும் நடப்பதுதான். அனுரூப் தன் மகளான ஐஸ்வர்யாவுக்கு (வயது 1) தன்னுடைய கைகளால் உணவு தீத்தியிருக்கிறார். இது வலுக்கட்டாய உணவூட்டலாக, குழந்தையின் மனித உரிமைகளுக்கு எதிரான செய்கையாக நோர்வே குழந்தைகள்

பாதுகாப்பு சேவை கருதுகிறது. அத்துடன் அபிகியன் (வயது 3) தன்னுடைய தகப்பனாருக்கு அருகில் படுத்து உறங்கியதாகக் குற்றஞ்சாட்டப்பட்டிருக்கிறான். இதில் முரண்நகையான விசயம் என்னவென்றால் பட்டாச்சாரியா தம்பதிகளுக்குக் குழந்தைகளை வளர்க்கும் பக்குவம் இல்லை என்றும் குழந்தைகள் பாதுகாப்பு அதிகாரிகள் அறிவித்தார்கள். இந்தியர்களுக்குப் பிள்ளைகளை வளர்க்கத் தெரியாது என்ற இந்த முறையீடு தமிழர்களுக்கு இட்லி செய்யத் தெரியாது என்பது போன்றது.

பையனுக்குப் பக்கபலமாக ஒரு படை

குழந்தைகள் உரிமைச் சட்டங்களை மிகக் கவனமாக அமல்படுத்தினால் இந்திய ஏன் பெரும்பாலான ஆசியக் குடும்பங்களிலிருந்து குழந்தைகள் பிரித்தெடுக்கப்பட வேண்டிவரும். பட்டாச்சாரியா குடும்பத்திற்கு நடந்ததுபோல் மேற்கு நாட்டில் வாழும் ஆசியக் குடும்பங்களுக்கு – குழந்தை வளர்ப்பு பற்றிய கலாச்சார வேறுபாட்டால் – இந்த மாதிரியான சங்கடங்கள் ஏற்பட்டிருக்கின்றன. உதாரணத்திற்கு என் முனைவர் பட்ட மாணவருக்கு நடந்ததைச் சொல்லுகிறேன்.

ஒரு நாள் இரவு பதினோரு மணிக்கு எனது தொலைபேசி யின் மணி அடித்தது. அழைத்தவர் என்னுடைய மேற்பார்வையில் கலாநிதிப் பட்டத்திற்குப் படிக்கும் தென் கொரிய நாட்டு மாணவர். ஏதோ அவருடைய ஆராய்ச்சியில் குழப்பம் அடைந்திருக்கிறார் என்று நினைத்தேன். இப்படி இரவு நேரங்களில் என்னுடைய முதுகலை மாணவர்கள் திக்குத் தெரியாமல் முடுக்குச் சாலையில் நின்றுகொண்டிருக்கும் தங்களின் ஆராய்ச்சி தொடர்பாகப் பதறி என்னை அழைப்பது எனக்குப் பரீட்சயம். 'என்ன விசயம்?' என்று கேட்டேன். என்னுடைய மகனை சமூக நலப் பாதுகாப்பு அதிகாரிகள் எடுத்துக்கொண்டு போய்விட்டார்கள் என்று இந்தப் பாரதூரமான செய்தியைக் கொரிய ஆங்கில உச்சரிப்புடன் தயங்கித் தயங்கிச் சொன்னார். அவருடைய குரலில் நடுக்கமும் கவலையும் பயமும் சீற்றமும் தென்பட்டன. அவருடைய அந்த உணர்ச்சிமிகு நிலையிலும் நடந்ததை விபரித்தார். முதல் நாள் இரவு தகப்பனுக்கும் மகனுக்கும் எல்லா வீட்டிலும் தினமும் நடக்கும் சின்னச் சச்சரவு நடந்தது. மகனைப் படிக்கும்படி தகப்பன் வற்புறுத்தியிருக்கிறார். மகனின் கவனம் ஒளித்தோற்ற விளையாட்டில் (வீடியோ) குவிந்திருந்தது. சொன்னதைக் கேட்காததால் மகனின் தோளில் சின்னதாய் அமுக்கினார். மகனுக்கு வலித்துவிட்டது. அவன் கண்ணில் தண்ணீர்கூட வந்தது. பிறகு தகப்பனும் மகனும் கூட்டாளிகளாகி, அந்தக் கடும் குளிரிலும் சிறப்பு அங்காடி ஒன்றுக்குப் போய் மகனுக்கு விருப்பூட்டும்

உணவு வகைகளை வாங்கிக் கொடுத்திருக்கிறார். அடுத்த நாள் மகன் தான் படிக்கும் பள்ளி நீச்சல் வகுப்பில் மேல் சட்டையைக் கழற்றியிருக்கிறான். பயிற்சியாளர் அவன் தோளில் ஒரு சின்ன வடுவைப் பார்த்திருக்கிறார். அவர் கண்களில் தொலைநோக்கிக் கண்ணாடி பொருத்தப்பட்டிருந்திருக்க வேண்டும். ஒரு சின்னக் கீறலைக் கவனித்துவிட்டார். நலம் விசாரிப்பது போல் அது எப்படி நேர்ந்தது என்று கேட்டிருக்கிறார். அவனும் வஞ்சகமில்லாமல் நடந்ததைச் சுத்தமாகச் சொல்லிவிட்டான். அவ்வளவுதான். பள்ளி நிர்வாகம் மிகத் துரிதமாக வேலையில் ஈடுபட்டது. பள்ளி முதல்வர் காவல் துறை, சமூக சேவை என்று பல்வேறு செயலாண்மை நிர்வாகங்களைத் தொடர்புகொண்டார். நல்ல வேளை ஆங்கில உளவுத் துறைகள் MI5, MI6 போன்ற வற்றை அணுகவில்லை. சொந்தத் தாய்க்கும் தந்தைக்கும் அறிவிக்காமல் கொரியச் சிறுவனை வளர்ப்புப் பெற்றோரிடம் ஒப்படைத்துவிட்டார்கள். மாலையில் மகனைப் பள்ளியிலிருந்து கூட்டிவரப் போனபோதுதான் உடற்பெற்றோருக்கு (biological parents) நடந்தது தெரியவந்தது. தகப்பன் பிள்ளையிடம் எந்தவிதத் தொடர்பும் கொள்ளக் கூடாது என்று உண்டுறை விடுதியில் இருக்குமாறு சொல்லப்பட்டார். இதன் செலவைச் சமூக சேவையினர்தாம் ஏற்றுக்கொண்டார்கள்.

பிறகு இந்தக் கொரியக் குடும்பம் ஒன்றுசேரப் பல மாதங்கள் காத்திருக்க வேண்டியிருந்தது. ஆங்கிலப் பணித்துறையின் இயந்திரச் சாதனத்தின் கனமான வினையாற்றுதலுக்கு முன்னால் இந்தியக்கந்தோர் அலுவர்களின் செயல்பாடுகள் சென்னை மெரினா அல்லது மட்டக் களப்பு பாசிக்கூடக் கடற்கரையில் நடப்பதுபோல் சுலபமான காரியம் போல்படுகிறது. பிரச்சினைக்கு முடிவு எடுக்க விசாரணைக் குழு ஒன்று நியமிக்கப்பட்டது. கணிப்பீடு செய்ய வரவழைக்கப்பட்டவர்களை வைத்து நடுத்தரமான கிரிக்கட் அணியை உருவாக்கலாம். என்னுடைய மாணவர், அவர் மனைவி, அவர்களின் வக்கீல், பள்ளி முதல்வரின் பிரதிநிதி, சிறுவனின் ஆசிரியர், இந்த விடயத்தை ஆராய்ந்த அலுவலர், சமூக சேவை உறுப்பினர், அவர்களின் சட்ட மதியுரைஞர், மொழிபெயர்ப்பாளர், காவல்துறைக் காண்பாளர் மற்றும் நான். இப்படி இனம், மொழி, சமயம் என வகைவேறுபட்ட திரளாகக் கூடியிருந்தோம். நான் ஏதோ அரை மணித்தியாலத்தில் முடியும் விசயம் என்றிருந்தேன். ஒருநாள் சர்வதேசக் கிரிக்கட் போட்டி மாதிரி முழு நாளும் இருக்க வேண்டியிருந்தது. புலனுணர்வு மழுங்கிப்போகும் அளவுக்கு மிக மந்தமாக நடந்த விசாரணை ஒருவழியாக அன்று பிற்பகல் தேநீர் நேரம்வரை நீண்டது. தலைமைதாங்கியவர் இந்த நாட்டில் குழந்தைகளுக்கான மனித உரிமைகள் பற்றி ஒரு சின்னப் பிரசங்கம்

செய்து, என்னுடைய மாணவருக்கு முதல் எச்சரிக்கைவிடுத்து, பிள்ளையைப் பெற்றோரிடம் ஒப்படைக்குமாறு உத்தரவிட்டார்.

ஓர் அன்னியப் பையனின் மனித உரிமைக்காக இவர்களின் சட்டக் கடமையும் நுண்நேர்மையுணர்வும் பொறுப்பும் பொறுமையும் நீதித் துறைக்கு வெளியே இருப்பவர்களுக்கு விளங்கும்படியான தீவிர சட்டச் சொல்நடையில்லாத விவாதமும் எனக்கு ஆங்கில நீதிமுறை பற்றிக் கொஞ்சம் நம்பிக்கையை ஊட்டியது. ஆனாலும் சற்று விலகி நின்று பார்க்கும்போது, அரசின் நிதிக் கருவூலத்திற்குச் செலவுவைக்காமல், இது முதல்முறையாக நடந்த காரியமாகையால், பள்ளி முதல்வர் பெற்றோரை அழைத்து, அவர்களுடன் பேசி, இந்தப் பிரச்சினையைத் தீர்த்திருக்கலாம் என்றுதான் எனக்குத் தோன்றியது.

என்னுடைய மாணவரின் கான்பூசிய மூதாதையரின் தூய ஆவிகளின் மகிமையோ என்னவோ தெரியாது அவரும் அவர் மகனும் சில மாதங்கள் காத்திருந்தாலும் விசாரணை முடிந்த அடுத்த நாளே ஒன்றுசேர்ந்துவிட்டார்கள். நான் இதைக் கணினியில் பதிவுசெய்து கொண்டிருக்கும்வரைக்கும் பாட்டாச்சாரியா தம்பதிகளின் குழந்தைகள் அவர்களிடம் ஒப்படைக்கப்பட் டதாகத் தெரியவில்லை.

கலாச்சாரச் சிக்கல்கள், தப்பெண்ணங்கள்

பொதுவாக நம்முடைய ஆசியக் கலாச்சாரத்தில் அன்பையும் அன்னியோன்யத்தையும் நெருக்கத்தையும் நாம் உடல்சார்ந்த தொடுகையாலும் தடவுதலாலும் உரசல்களாலும் அரவணைப்பாலுந்தான் காண்பிக்கிறோம். உணர்ச்சிகளை அமுக்கி வைப்பதில்லை. நாம் சாதாரணமாகக் குழந்தைகளின் கன்னத்தைத் தடவுவது, செல்லமாகக் காதை முறுக்குவது, பாடம் படிப்பிக்கப் பிரம்பால் சின்னத் தட்டு தட்டுவதெல்லாம் குழந்தைகளின் மனித உரிமையை மீறும் செயல்களாக இங்குக் கருதப்படுகின்றன. பிள்ளையை, அதுவும் பெண்பிள்ளையாய் இருந்தால், உங்கள் மடியில் தூக்கிவைத்தீர்களானால் வெளியிலிருந்து பார்க்கும் அய்ரோப்பியக் கண்களுக்கு நீங்கள் ஏதோ காமசூத்திரத்தின் அப்பியாசங்களில் ஒன்றைப் பரீட்சித்துப் பார்க்கிறீர்கள் என்று பிழையான அர்த்தத்தைத் தரக்கூடும்.

பாதுகாப்பு, சுகாதாரம், மருத்துவ வசதி, உணவு, கல்வி போன்ற அடிப் படை உரிமைகள் குழந்தைகளுக்குக் கிட்டுவதில் சந்தோசப்படலாம். ஆனால் குழந்தைகளின் மனித உரிமைச் சட்டங்கள், பிள்ளைகளின் சுதந்திரமும் உரிமையுந்தான் முக்கியப்படுத்தப்படுகின்றன. அவர்களின் பெற்றோர்கள்

தூரப்படுத்தப்படுகிறார்கள். குழந்தைகளின் வாழ்க்கையின் முக்கியத் திருப்பங்களில் பெற்றோரின் பங்கு மிகக் குறைவு. இங்குள்ள பாடசாலைகளில் எந்தச் சுவரிலும் தெரிவது குழந்தைகள் உதவித் தொடர்புத் தொலைபேசி எண். தங்களுக்குக் கிடைத்த உரிமைகளை வைத்துத் தங்கள் தந்தை, தாய், ஏன் ஆசிரியரையும் பயமுறுத்தும் பிள்ளைகளின் கதைகள் நிறைய உண்டு.

கலாச்சாரக் செய்கைகளான கைகளால் உணவூட்டல், பெற்றோருக்கு அருகில் அவர்களுடைய கட்டிலில் படுத்தல் போன்ற காரியங்கள் உலகமயமாக்கப்பட்டதன் விளைவாக மாறிவரும் மேற்கத்திய பன்முகச் சமூகங்களில் தவறான பொருள்கொள்ளலைத் தரக்கூடும். மக்கள் இடப்பெயர்வு, பரவல்களால் பல தரப்பட்ட இன, மத சமூகங்கள் ஒன்றிணைந்து வாழும்போது மேற்குலகில் வாழும் சிறுபான்மைச் சமூகங்களின் கலாச்சார நெறிகள், வழக்கங்கள், நடைமுறைகளை எப்படி ஒப்பளவுசெய்வது? குறிப்பாகக் குடியேறிகளாக வந்த ஆசிய, ஆப்பிரிக்க, காரிபியன் மக்களிடையே காணப்படும் பெண் விருத்தசேதனம் *(female circumcision)*, பலதாரமணம், முகத்திரை, பெற்றோர் நிச்சயித்த திருமணம் போன்ற பண்பாட்டுப் பழக்கங்களின் சாதகபாதகங்களை எவ்வாறு மதிப்பிடுவது? ஒருவருக்கு ஒடுக்கு முறையாகக் காணப்படுவது இன்னொருவருக்குத் தன் உறுதியை நிலைநாட்டும் குறியீடாகத் தென்படலாம். மாதிரிக்கூறாக இஸ்லாமியப் பெண்கள் அணியும் முகத் திரையை எடுத்துக்கொள்ளுங்கள். இதை அணிவது பற்றி நிலையான கருத்து இல்லை. சூழ்நிலைக்குத் தகுந்தவாறு இஸ்லாமியப் பெண்கள் முகத்திரையை அணிந்திருக்கிறார்கள். அய்ரோப்பியர்களுக்கு முகத்திரை இஸ்லாமியத் தந்தைமை ஆதிக்கத்தின் பெண் ஒடுக்குதலின் சின்னமாகப்படுகிறது. அதுமட்டுமல்ல சிற்றின்ப வேட்கையைத் தூண்டும் மர்மமான நிலவுலகனின் அறிவிப்புக்குறியாகவும் படுகிறது. ஆனால் முஸ்லிம் பெண்களுக்கு அது அவர்களின் அரசியல், சமூக, வர்க்க, சமய நிலை பற்றிய மறைகுறிச் சைகை. மதச் சார்பற்ற ஆட்சியைத் துருக்கியின் அதிபர் கமால் அர்டா துர்க்கும் அல்ஜிரியாவில் பிரெஞ்சுக் காலனியர்களும் வலுக்கட்டாயமாகப் புகுத்தியபோது அந்த நாட்டுப் பெண்கள் முகத்திரை அணிந்து தங்கள் எதிர்ப்பைத் தெரிவித்தார்கள். வேறு ஒரு சரித்திரக் காலகட்டத்தில் முகத்திரை மட்டுமல்ல முகத்திரையின் நிறத்தை மாற்றுவது மூலம் முன்கேட்டறியாத அர்த்தத்தையும் கொடுத்தார்கள். ஃபேனான் நினைவூட்டும் காலனியக் காலத்தில் நடந்த ஒரு சம்பவம்: நாடுகடத்தப்பட்ட மொரோக்கோ மன்னருக்கு ஆதரவுகாட்ட அந்த நாட்டுப் பெண்கள் அதுவரை போட்டிருந்த வெள்ளை

முகத்திரையை அகற்றி அதற்குப் பதிலாகக் கறுப்பு வண்ணத்தில் அணிந்தார்கள். இஸ்லாமியச் சமூகச் சூழலுக்கு வெளியே இருந்தது பார்ப்பவர்களுக்கு – முக்கியமாக மேற்கத்தையவர் களுக்கு – இந்தச் சூட்சுமங்கள் குழப்பத்தைக் கொடுக்கின்றன. முஸ்லிம் பெண்களைப் பொறுத்தமட்டில் முகத்திரை அணிவது அவர்களுக்குப் பயனோக்கான, திட்டமுனைப்புக் கருவியாகும்.

இப்படியான மாறுபட்ட கருத்துகளைத் தெரிவிக்கும் கலாச்சாரச் சிக்கல்களை எப்படித் தீர்ப்பது? வழக்கமான பேச்சுவார்த்தை, உரையாடல் மூலந்தான். சில வேளைகளில் நீதிமன்றத்தின் உதவியைக்கூட நாட வேண்டிவரும். இங்கிலாந்து உதாரணங்கள் சிலவற்றைத் தருகிறேன். இந்துக்களின் இறுதிச் சடங்குகள் இங்கு வாழும் இந்துக்களுக்குச் சில பிரச்சினைகளை எழுப்பின. சில இந்துக்கள் இறந்தவரின் சாம்பலைக் கரைப்பது வழக்கம். சிலருக்கு உடலை ஆற்றில் இறக்குவது முக்கியக் கடமையாக இருக்கிறது. இன்னும் சிலருக்குச் சவத்தைப் பகிரங்கமாகத் தகனம்செய்வது அவசியமாகப்படுகிறது. ஆனால் இந்தக் கிரமங்களைக் கடைப்பிடிக்க வாய்ப்பிருக்கவில்லை. இவை எல்லாம் உங்கள் ஊர்ப் பழக்க வழக்கங்கள், ஆகையால் உங்கள் கிராமங்களிலேயே போய்ச் செய்யுங்கள் என்று ஆங்கிலப் பொதுப்பணியாளர் சொல்லிவிடவில்லை. எதிர்ப்புகள் அங்கங்கே இருந்தாலும் நீண்ட உரையாடலுக்குப் பின் இந்த ஈமச் சடங்குகள் ஆங்கில வாழ்வு முறை மைக்குப் பாதகமற்றதாகவும், ஆங்கில உணர்வுகளைப் புண்படுத்தப்போவதில்லை என்றும் ஆங்கிலேயர்கள் உணர்ந்தார்கள். பொதுமக்களின் சுகாதாரத்துக்கு இடையூறல்ல என உறுதி கொடுத்தால் இந்த இறுதிக் கிரியைகளை நிறைவேற்றலாம் என்று முடிவெடுக்கப்பட்டது. அத்துடன் 1989 Water Board சட்டத்தை மாற்றி வசதியும் செய்து கொடுக்கப்பட்டது. சாம்பலைக் கடலில் கரைக்கலாம் என்றும் அதுபோல் முகத்துவாரத்தில் அல்லது கடலோரத்திலிருந்து 12 மைல்களுக்குள் உடலைத் தண்ணீரில் இறக்கிவிட அனுமதி கொடுக்கப்பட்டது. இதற்குக் கப்பல் துறையின் உதவியும் பெறலாம். அடைப்புச் செய்யப்பட்ட சில பொது இடங்களில் உடலைத் தகனம் செய்யவும் உரிமை அளிக்கப்பட்டது. இந்தக் கடைசி இசைவைப் பெறுவதற்குக் காரணமாக இருந்தவர் 69 வயதான தேவேந்திரகுமார்.

இன்னொரு விசயத்தையும் சொல்ல வேண்டும். இந்தக் கலாச்சார முரண்பாடுகள் பற்றிய பொதுச்சொல்லாடலில் மேற்கத்திய ஊடகங்கள், அரசியல்வாதிகள், கலாச்சார விளக்கவுரையாளர்களிடையே இரட்டைத்தன்மையான போக்கைக் காணலாம். சிறார் இச்சை *(paedophile)* பெரும்பாலும்

மேற்கத்திய மத்தியதர ஆண்களிடையே காணப்படும் ஒருபோக்கு. இது பற்றி விமர்சிக்கும்போது இந்தத் தீயசெயலை மேற்கத்தியக் கலாச்சாரத்துடன் அல்லது கிறிஸ்துவத்துடன் இணைத்துப் பேசுவதில்லை. இது தார்மீகத் தளர்ச்சி குறைந்த ஒருவரின் செயலாகக் கருதப்படுகிறது. அதுபோல் தீவிரவாதிகள் பற்றிப் பேசும்போது இஸ்லாமியக் குண்டுதாரிகளை அவர்களின் மதத்துடன் இணைத்துப் பார்ப்பது மட்டுமல்ல எல்லா முஸ்லிம்களுமே மத அடிப்படைவாதிகள் என்ற பார்வையும் உண்டு. ஆனால் வலதுசாரி வெள்ளைத் தீவிரவாதிகள் இதே செய்கையில் ஈடுபட்டால் அது மனவியாதியுள்ள தனிப்பட்டவரின் வேலை என்று வெள்ளைச் சமூகத்திலிருந்து பிரிக்கப்பட்டுவிடுகிறார். சமீபத்திய உதாரணம்: நோர்வேயின் வலதுசாரி இன வெறியர் *Anders Behring Breivik.*

ஆசையான அம்மாக்களும் அம்மாக்களின் ஆசைகளும்

பெற்றோர், பிள்ளைகள் பற்றிப் பேசும்போது சமீபத்தில் வெளிவந்த இரண்டு நூல்களைச் சொல்லியாக வேண்டும். இவை இரண்டுமே பெற்றோர் குழந்தைகள் உறவு பற்றி ஆசிய அம்மாக்களால் எழுதப்பட்டவை. ஆனால் எதிரிடையான கருத்துகளைத் தெரிவிக்கின்றன. ஒன்று, அமெரிக்கச் சீனரான *Amy Chua*வின் *The Battle Hymn of the Tiger Mother* மற்றது தென் கொரிய *Kyung-Sook Shin* எழுதிய *Please Look After Mother.* முன்னையது பொய்யும் மெய்யும் மெலிதாகக் கலந்த ஏமி சுவாவின் குடும்பச் சுயவரலாறு. பின்னையது ஸூக் சின்னின் அசல் கற்பனைக் கதை. ஸூக் சின்னின் நாவல் இதுவரை 100 மறுபதிப்புகள் செய்யப்பட்டதாக வாசித்தேன். பலகீனமான இருதய சம்பந்தமான நோய் உள்ளவர்கள் தங்கள் ஊர் மருத்துவ ஊர்தியின் தொலைபேசி எண்ணைக் கையில் வைத்துக்கொண்டு ஏமி சுவாவின் புத்தகத்தைப் படிப்பது ஆரோக்கியமாக இருக்கும். பிள்ளை வளர்ப்பைப் பற்றி இவர் சொல்லும் ஆலோசனைகள், இவர் தன்னுடைய மகளுக்குக் கையாண்ட சில உத்திகள், அவருக்குக் கொடுத்த சில உபத்திரவங்கள் உங்கள் பலகீனமான இதயத்தைப் பாதிக்கக்கூடும். அதுபோல் ஸூக் சின்னின் நாவலுக்குள் நுழையுமுன் எதற்கும் ஒரு கூடுதல் கைக்குட்டையை வைத்திருங்கள். நெஞ்சு விம்மிக் கண்கள் கலங்கும்படியான சம்பவங்கள் இந்த நாவலில் நிறைய உண்டு.

இவர்களுடைய இந்தப் பனுவல்களில் இரண்டு எதிரிடையான அம்மாக்களைப் பார்க்கலாம். ஏமி சுவா கண்டிப்பான, மிகு கட்டுப்பாடான, தன் மகளின் விருப்புகளுக்கு இடந்தராத அம்மாவாக இருக்கிறார். அவரது முழுக்கவனமும் மகளான லூலூ

அவள் செய்யும் எல்லாக் காரியங்களிலும் – படிப்பு தொடக்கம் பியனோ விளையாடுதல் வரைக்கும் – முதல் இடத்தைப் பிடிக்க வேண்டும் என்பதே. பிரான்ஸ் நாட்டுப் பண் அமைப்பாளர் *Jacques Ibert*இன் உன்னதப் படைப்பான *The Little White Donkey*யைச் சரியாக வாசிக்காதபடியால் ஒருதடவை நாலு வயது லூலூ அனுப்பிய பிறந்த நாள் சீட்டை ஏற்க மறுத்துவிட்டது மட்டுமல்ல அவளது விளையாட்டுப் பொருட்களை எரித்து விடுவதாகவும் எச்சரிக்கிறார். வழமையாகச் சிறுவர்களுக்கு ஒதுக்கப்படும் விளையாட்டு நேரம், தங்கள் நண்பர்களின் வீடுகளில் தங்குதல் போன்ற காரியங்களை ஏமிசுவா தன் மகளுக்கு அனுமதிக்கவில்லை. நல்ல வேளை ஏமிசுவா நோர்வேயில் இல்லை. அங்கு வசித்திருந்தால் குழந்தை நல சேவையினர் அவரை வீட்டுக் காவலில் வைத்திருப்பார்கள்.

இதற்கு மாறாகச் சூக் சின்னின் கதையில் வரும் அம்மா *Park So-nyo* காருண்யம் உள்ளவராக, தன் பிள்ளைகளின் முன்னேற்றத்திற்காக எதையும் விட்டுக்கொடுக்கும் தாயாக இருக்கிறார். தமிழ்த் திரையில் தியாக சீலிகளான அம்மாக்களைப் பார்த்துப் பழகிப்போனவர்களுக்கு சூக் சின்னின் அம்மாவை ஏற்றுக்கொள்வது சிரமமாயிருக்காது. ஆனால் ‘பொறுத்தது போதும் பொங்கி எழு மகனே’ என்று மட்டும் சினிமா வசனம் பேசவில்லை. எரிச்சலடையாமல், சாந்தமாகச் சகிப்புடன் கொரியத் தாய் பார்க் சொனீயோ செயல்படுகிறார். படிப்பார்வமுள்ள தன்னுடைய மகள் விரும்பிய *Nietzsche*யின் புத்தகத்தை வாங்குவதற்காக வாசிக்கத்தெரியாத அந்தத் தாய் தனக்குப் பிரியமான நாயை விற்றுவிடுகிறார். தன் மகனின் உடல் வளர்ச்சிக்காகத் தன் கணவனின் கள்ளப் பெண்டாட்டி தயாரித்த மாமிச உணவை மனக்கசப்பையும் கவுரவத்தையும் விட்டுக் கொடுத்து ஊட்டிவிடுகிறார். இப்படி அவர் உருகி உருகிச் செய்யும் காரியங்கள் கதையில் நிறைய உண்டு. ஏமிசுவா தன்னுடைய பிள்ளைகளுக்குச் சீனரின் பரம்பரை விழுமியங்களான மன உறுதிப்பண்பு, திடமான நோக்கம், கடும்பயிற்சி, ஒழுங்குமுறை போன்றவற்றைப் புகுத்தி அதீத சாதனை படைக்கும் அமெரிக்கர்களாக உருவாக்க முயன்றால் சூக் சின்னின் தாய் நவீனத்தின் பிடியிலிருந்து தன் குழந்தைகளை மனிதாபிமானம் மிக்க கொரியர்களாக மாற்ற முயல்கிறார்.

குழந்தைகளின் உரிமைகள் பற்றி இந்தப் பத்தியை ஆரம்பித்திருந்தேன். பிள்ளைகளுக்கு உரிமை மட்டுமல்ல, அவர்களுக்குப் பொறுப்பும் கடமையும் உண்டு. இது சூக் சின்னின் நாவலில் மிகக் கவனமாகப் பதிவு செய்யப்பட்டிருக்கிறது. இக்கதையில் வரும் ஒரு மகள் தன் தாயைப் பற்றி யோசிக்கும்போது

‘நான் அம்மாவை அம்மாவாகத்தான் பார்த்தேன். ஆனால் அவரும் ஒரு காலத்தில் குழந்தையாக, சிறுமியாக, குமரியாக, காதலியாக, மனைவியாக இருந்திருக்கிறார். தாயின் விசாலமான, வசீகரமான கண்கள்கூடப் பிள்ளைகளுக்கு மறந்துபோயின. கொரிய உணவுகளான ‘கீம்சீ’, ‘புல்கோகீ’, ‘கீம்பப்’ தயாரிப்பதும் சமையல்கட்டும் தாவரங்களையும் பிராணிகளையும் பார்ப்பதும் தான் அவரின் உலகம் என்று எண்ணி இருந்தோம்’ என்று அந்த மகள் நினைக்கிறாள். எல்லா ஏவல்களையும் அம்மாக்கள் ஒரு எதிர்பார்ப்பும் இல்லாமல்தான் செய்கிறார்கள் என்று மகள் உணர்கிறாள். ஆனால் அம்மாக்களுக்கும் ஏக்கங்களும் தாபங்களும் அவாக்களும் ஆர்வக் கோரிக்கைகளும் இருந்திருக்கின்றன. பிள்ளைகளின் கனவைத் தாய்கள் நிறைவேற்றுகிறார்கள். ஆனால் அம்மாக்களின் மனத்தில் கட்டும் கோட்டைகளை யாரும் பெரிதாக எடுத்துக்கொள்வதில்லை என்பதை இப்போது மகள் உணர்கிறாள். அந்தக் குற்றவுணர்வால் இந்தக் கொரியத் தாயின் மகள் தனக்குள் கேட்டுக்கொண்ட கேள்வியை உங்களிடம் பகிர்ந்துகொண்டு இந்தப் பத்தியை முடிவுக்குக் கொண்டுவருகிறேன். அடுத்தமுறை உங்கள் அம்மாவின் கண்களை நேராக நீங்கள் பார்ப்பதைத் தவிர்த்தால் இந்தக் கேள்வி உங்களுக்கும் பொருந்தும் உருத்தும்: ‘நான் ஏன் அம்மாவின் கனவுகளுக்குக் கரிசனை காட்டவில்லை?’

***காலச்சுவடு* இதழ் 147, மார்ச் 2012**